AF756291

ഡോ. കെ.എ. കുമാർ

കേരളത്തിലെ മുതിർന്ന മാനസിക രോഗ ചികിത്സകനും പ്രമുഖ മെഡിക്കൽ അധ്യാപകനുമായ ഡോക്ടർ കെ എ കുമാർ തിരുവനന്തപുരം മെഡിക്കൽ കോളേജിൽ നിന്ന് മെഡിക്കൽ ബിരുദവും ദേശീയ മാനസികാരോഗ്യ കേന്ദ്രം - ബാംഗ്ലൂരിലെ നാഷണൽ ഇൻസ്റ്റിറ്റ്യൂട്ട് ഓഫ് മെൻറൽ ഹെൽത്ത് ആൻഡ് ന്യൂറോ സയൻസിൽ (NIMHANS) നിന്ന് മാനസിക രോഗ ചികിത്സയിൽ എം ഡി. ബിരുദവും നേടി. കേരളത്തിലെ വിവിധ സർക്കാർ മെഡിക്കൽ കോളജുകളിൽ സൈക്യാട്രി വിഭാഗം പ്രൊഫസ്സറും മേധാവിയുമായി പതിനാറു വർഷം പ്രവർത്തിച്ച അദ്ദേഹം, കോട്ടയം മെഡിക്കൽ കോളേജ് പ്രിൻസിപ്പാളായും സംസ്ഥാന മെഡിക്കൽ വിദ്യാഭ്യാസ ഡയറക്ടരായും സേവനം അനുഷ്ഠിച്ചിട്ടുണ്ട്. സർക്കാർ സർവീസിൽ നിന്നു വിരമിച്ച ശേഷം കൊച്ചിയിലെ അമൃതാ മെഡിക്കൽ ഇൻസ്റ്റിറ്റ്യൂട്ട്, ശ്രീ ഗോകുലം മെഡിക്കൽ കോളേജ് എന്നിവിടങ്ങളിൽ സൈക്യാട്രി പ്രൊഫസറും മേധാവിയുമായി പ്രവർത്തിച്ചു. ഇപ്പോൾ തിരുവനന്തപുരത്തെ കിംസ് ആശുപത്രിയിൽ സീനിയർ സൈക്യാട്രിസ്റ്റും മേധാവിയും ആയി പ്രവർത്തിക്കുന്നു.

ഇന്ത്യൻ സൈക്യാട്രിക് സൊസൈറ്റിയുടെ ദേശീയ പ്രസിഡൻറ് സ്ഥാനം 2001 ൽ അലങ്കരിച്ച ഡോക്ടർ കുമാർ ഭാരതത്തിലെ മാനസിക ആരോഗ്യമേഖലയിലെ സമഗ്രസംഭാവനയ്ക്കുള്ള ദേശീയപുരസ്കാരം (D.L.N.Murtirao Award) ലഭിച്ച കേരളത്തിൽ നിന്നുള്ള ആദ്യത്തെ മാനസികരോഗ വിദഗ്ധനാണ്. മാനസികാരോഗ്യ പ്രവർത്തനങ്ങൾക്കുള്ള ദേശീയ സമിതികളിൽ അംഗം, വിവിധ സർവ്വകലാശാലകളിലെ പരീക്ഷകൻ, നിംഹാൻസിലെ അക്കാഡമിക് സമിതി അംഗം, പി. എച്ച്.ഡി ഗവേഷണ ഗൈഡ്, അമേരിക്കയിലെ ഡ്യൂക്ക് മെഡിക്കൽ സർവകലാശാലയിലെ സന്ദർശക അധ്യാപകൻ, കോട്ടയം മഹാത്മാഗാന്ധി സർവകലാശാലയുടെ സ്കൂൾ ഓഫ് ബിഹേവിയറൽ സയൻസ് ഡയറക്ടർ, എന്നീ നിലകളിലും പ്രവർത്തിച്ചിട്ടുണ്ട്.

മാനസികാരോഗ്യത്തിന്റെ വിവിധ വശങ്ങളെയും സാമൂഹിക സാംസ്കാരിക മേഖലയുടെ വിവിധ തലങ്ങളെയും കുറിച്ചുള്ള നിരവധി ലേഖനങ്ങൾ ആനുകാലികങ്ങളിൽ പ്രസിദ്ധീകരിക്കുകയും, പരിപാടികൾ ആകാശവാണിയിലും ടെലിവിഷനിലും പ്രക്ഷേപണം നടത്തുകയും ചെയ്തിട്ടുണ്ട്. തിരുവനന്തപുരം ദൂരദർശനു വേണ്ടി 'സംശയം കുടുംബജീവിതത്തിൽ', 'മദ്യപാനത്തിന്റെ മുഖങ്ങൾ; മുദ്രകൾ : എന്നീ ടെലിഫിലിമുകളുടെയും, 'പാളം തെറ്റിയ വണ്ടികൾ' എന്ന ടെലിവിഷൻ സീരിയലിന്റെയും രചന നിർവഹിച്ചു.

സാഹിത്യം, സംഗീതം , ചലച്ചിത്രം എന്നിവയിൽ സജീവതാല്പര്യവും സാമൂഹ്യ മാധ്യമങ്ങളിൽ സജീവ സാന്നിധ്യവുമുണ്ട്.

ഭാര്യ : എം എൽ രാധിക
മക്കൾ : കുമാർ അർവിൻദ് ആർക്കിടെക്റ്റ് (തിരുവനന്തപുരം), ഡോ: അനുപം കുമാർ, ബെയിലർ കോളേജ് ഓഫ് മെഡിസിൻ (യു എസ് എ), അർജുൻ കെവി, കമ്മ്യൂണിക്കേഷൻ എഞ്ചിനീയർ , കേംബ്രിഡ്ജ് (യുകെ)
മരുമക്കൾ : ഹരിപ്രിയ, അപർണ, ശ്യാമി

വിലാസം : കോയിക്കൽ കൃഷ്ണ, ടി സി 13 /598 ഉള്ളൂർ പാലത്തിന് സമീപം.
പട്ടം. പി.ഒ. തിരുവനന്തപുരം.695004
ഈമെയിൽ : drkakumar@gmail.com, ഫോൺ : 9447035533
facebook@Kumar Krishna (Dr. K.A. Kumar)

Malayalam Language
Irul Mayunna Manassukal
(Non-Fiction: Memoirs)
by
Dr. K. A. Kumar

♦

Published in June 2021
by Kairali Books Private Limited
Thalikkavu Road, Kannur.
Ph : 0497-2761200
E-Mail : Kairalibooksknr@gmail.com

♦

Cover Design
Prasanth Mangad

♦

Printed at
Printing Park, Tly.

© All rights reserved
No part of this publication may be reproduced, stored in or introduced into a retrieval system, or transmitted, in any form, or by any means, electronic, mechanical, photocopying, recording or otherwise without the prior written permission of the publisher.

Price ₹ :240.00
10/21-22/Sl.No.1201/POD300/NS 18.6
ISBN 978-93-49726-60-4

ഇരുൾ മായുന്ന മനസ്സുകൾ

ചികിത്സാനുഭവങ്ങളുടെ സർഗ്ഗസ്മരണകൾ

ഡോ. കെ.എ. കുമാർ

കൈരളി ബുക്സ്

സമർപ്പണം

ഭരത്, സപ്ന, ഗൗതം - പേരക്കിടാങ്ങൾക്ക്

മുഖവുര
രചന: നീതിയും നന്ദിയും

മാനസികരോഗം, അത് ബാധിച്ച വ്യക്തികളുടെയും കുടുംബാംഗ ങ്ങളുടെയും മനസ്സിലും ജീവിതത്തിലും ഇരുൾ നിറയ്ക്കുന്നു. ആ ഇ രുൾ വഴികളിലൂടെ സഞ്ചരിച്ച് കൊണ്ട് അവർക്ക് ആശ്വാസവും വിമോ ചനവും നൽകാനുള്ള നിയോഗം, നാല്പതുവർഷത്തിലേറെയായി നിർ വഹിക്കുന്ന ഒരു ചികിത്സകന്റെ അനുഭവസാക്ഷ്യങ്ങളാണ് ഈ പുസ് തകത്തിലെ ലേഖനങ്ങളിൽ.

മുപ്പതു വർഷങ്ങൾക്കു മുൻപെങ്കിലും ആയിരിക്കണം, ഇതിൽ ആ ദ്യത്തേതു എഴുതപ്പെട്ടത് . ഏതാനും വർഷങ്ങളുടെ ഇടവേളയിൽ, 'മന സ്സും മംഗല്യവും', 'രമ്യമോളും സുശീലയും', 'യാത്രാമൊഴി' എന്നിവ സമകാലിക മലയാളം വാരികയിൽ പ്രസിദ്ധീകരിക്കപ്പെട്ടു. മൂന്നു വർ ഷങ്ങൾക്കു മുൻപ്, മലയാള മനോരമ ആരോഗ്യം മാസികയിൽ ഞാൻ എഴുതിയ ലേഖനങ്ങൾക്ക് ഇതിൽ നാലു ലേഖനങ്ങളുടെ ഉള്ളടക്കം സംക്ഷിപ്തമായി വിഷയമായിട്ടുണ്ട്. ബാക്കിയുള്ള ലേഖനങ്ങൾ കോ വിഡ് 19 മഹാരോഗത്തിന്റെ താഡനത്തിൽ പെട്ട്, ജീവിതവും സമൂഹ വും വിറങ്ങലിച്ചു നിന്ന ഇക്കഴിഞ്ഞ മാസങ്ങളിൽ രചിക്കപ്പെട്ടതാണ്. എങ്കിലും മിക്കതിലും പരാമർശിക്കപ്പെട്ടതു വർഷങ്ങൾക്കു മുൻപുള്ള ചികിത്സാനുഭവങ്ങളാണ്.

ചികിത്സാനുഭവങ്ങളെക്കുറിച്ച് എഴുതാൻ തുടങ്ങുമ്പോഴൊക്കെ മന സ്സിൽ എത്തിയിരുന്ന സന്ദേഹങ്ങൾ ഉണ്ട്. പരാമർശിക്കപ്പെടുന്ന വ്യക്തി യുടെ (വ്യക്തികളുടെ) ജീവിതത്തിലെ ഏറ്റവും സ്വകാര്യവും വേദന പുരണ്ടതുമായ അനുഭവങ്ങൾ മറ്റുള്ളവരോട് പങ്കിടുമ്പോൾ, ചികിത്സാ പരമായ ധാർമികത ലംഘിക്കപ്പെടുന്നില്ലേ ? തികച്ചും വ്യക്തിപരവും ര ഹസ്യസ്വഭാവം ഉള്ളതുമായ അനുഭവങ്ങൾ വായനക്കാരുമായി പങ്കിടു ന്നതിന് പ്രസക്തിയും, അതുകൊണ്ടു കാര്യമായ എന്തെങ്കിലും പ്ര യോജനവും ഉണ്ടോ?

ഇരുപത്തഞ്ച് വർഷങ്ങൾക്കു മുൻപ് കോട്ടയത്ത് ജോലി ചെയ്യുമ്പോ ഴാണ് റോസമ്മ ജോർജ് എന്ന അമ്പത്തഞ്ചുകാരി തന്റെ ഇളയ മകൾ

ആൻസിയുടെ ചികിത്സയുമായി ബന്ധപ്പെട്ട് എന്നെ കാണാൻ എത്തിയത്. കുടുംബത്തിൽ പലർക്കും അംഗീകരിക്കാൻ പ്രയാസമായ ഒരു പ്രേമബന്ധം സൃഷ്ടിച്ച സ്തോഭജനകമായ സാഹചര്യങ്ങളെ തുടർന്ന്, തീവ്രമായ വിഷാദരോഗവും വിഘടന ഹിസ്റ്റീരിയയും (Dissociation Hysteria) ബാധിച്ച ആൻസിയെ, അച്ഛനമ്മമാരും മൂത്ത സഹോദരിയും ചേർന്നാണ് രണ്ടുമാസം മുൻപ് കൺസൾറ്റേഷനു കൂട്ടിക്കൊണ്ടുവന്നത്. ഔഷധ ചികിത്സയും, ഒപ്പം നൽകിയ മാനസിക ചികിത്സയും കൊണ്ടു ആൻസി രോഗത്തിൽ നിന്ന് മോചിതയായി. ഏതാനും ആഴ്ചകൾ കൂടി ചെറിയ അളവിൽ ഔഷധങ്ങൾ തുടരേണ്ടതുണ്ട്. അതിനുവേണ്ട നിർദ്ദേശങ്ങൾ സ്വീകരിച്ചു മടങ്ങാൻ തുടങ്ങുമ്പോൾ റോസമ്മ ചേട്ടത്തി പറഞ്ഞു.

'ഡോക്ടർ സാർ മാസികയിൽ എഴുതിയ ലിസ്സിയുടെ കഥ ഞാൻ വായിച്ചു. നമ്മുടെ ആൻസിയെ പോലെ, മനസ്സിൽ വലിയ പ്രയാസവും, അതുകൊണ്ടു മാനസിക രോഗവും ഉണ്ടായ കുട്ടി. ഇവളെപ്പോലെ വേറെയും കുട്ടികൾ ഉണ്ടെന്നു മനസ്സിലായി. സാർ മാസികയിൽ എഴുതുന്നതെല്ലാം ഞാൻ വായിക്കാറുണ്ട്.'

സ്ത്രീകൾക്കു ഉണ്ടാകാറുള്ള മാനസിക രോഗങ്ങളെക്കുറിച്ച് വനിതകൾക്ക് വേണ്ടിയുള്ള ഒരു മാസികയിൽ ലേഖനപരമ്പര എഴുതുന്ന സമയമായിരുന്നു അത്. അതിലൊന്നിൽ , വിഘടന ഹിസ്റ്റീരിയയ്ക്ക് ഉദാഹരണമായി നൽകിയ ലിസിയെ പറ്റിയാണ് റോസമ്മ ചേട്ടത്തി പരാമർശിക്കുന്നത്.

അവർ തുടർന്ന് പറഞ്ഞു.

'ഡോക്ടർ സാർ ചികിത്സിക്കുന്നവരുടെ കഥകൾ ഇതുപോലെ എഴുതണം. തെറ്റും വീഴ്ചയും പറ്റുന്ന കുട്ടികളോട് വീട്ടുകാർ സ്നേഹത്തോടെ പെരുമാറണം. അല്ലെങ്കിൽ അവരുടെ മനസ്സ് തകരും, രോഗം വരും. അത് കുടുംബത്തിലെല്ലാവർക്കും പിന്നെ വലിയ സങ്കടമാകും.അത് മനസ്സിലാക്കി കൊടുക്കാൻ ഇതുപോലുള്ള കഥകൾ ഡോക്ടർ സാർ ഇനിയും എഴുതണം.'

റോസമ്മ ചേട്ടത്തി യാത്ര പറഞ്ഞു പോയി.

പേരും തിരിച്ചറിയൽ സൂചകങ്ങളും ഒഴിവാക്കി റോസമ്മ ചേട്ടത്തിയുടെ മകൾ ആൻസിയെ തന്നെയാണ് ലിസി എന്ന പേരിൽ ലേഖനത്തിൽ ഉദാഹരണമായി അവതരിപ്പിച്ചത്. അതു ആ അമ്മ തിരിച്ചറിഞ്ഞില്ല. പ്രശ്നത്തിൽ അകപ്പെട്ട ആൻസിയോട് സ്നേഹശൂന്യമായി വീട്ടുകാർ പെരുമാറിയത് അവളുടെ മാനസിക നില (ലേഖനത്തിലെ

ലിസിയുടെയും) തകരാറിലാക്കി. അതുപോലുള്ള ഒരു അനുഭവം മറ്റ് കുട്ടികൾക്കൊന്നും ഉണ്ടാകരുത്. അവരുടെ വീടുകളിൽ ഇത് പോലുള്ള സംഭവങ്ങൾ ആവർത്തിക്കരുത്.

ചികിത്സാനുഭവങ്ങൾ എഴുതുന്നതിനെ കുറിച്ചുള്ള എന്റെ രണ്ട് സന്ദേഹങ്ങളും റോസമ്മ ചേട്ടത്തി മാറ്റിത്തന്നു .

തിരിച്ചറിയൽ സൂചനകൾ ശ്രദ്ധാപൂർവം ഒഴിവാക്കി എഴുതിയാൽ രോഗിയുടെ സ്വകാര്യതയെ സംബന്ധിച്ച ചികിത്സാധാർമ്മികത ലംഘിക്കപ്പെടുന്നില്ല. കുടുംബബന്ധങ്ങളിലെ സംഘർഷങ്ങളും കുടുംബാംഗങ്ങളുടെ പെരുമാറ്റവും, മാനസിക രോഗം ഉണ്ടാകുന്നതിനും അതിന്റെ ആഘാതം വർധിപ്പിക്കുന്നതിനും കാരണമാകാം. ഇതിനെക്കുറിച്ചെഴുതിയാൽ, ജീവിതത്തിൽ വീഴ്ചയും പാളിച്ചയും പറ്റുന്നവരോട് കരുണയും അനുതാപവും ആവശ്യമാണ് എന്ന അവബോധം വീട്ടുകാർക്ക് നൽകാൻ കഴിയും. കുറെ പേരെയെങ്കിലും രോഗാവസ്ഥയിൽ നിന്നും, അവരുടെ കുടുംബങ്ങളെ, അതുമൂലമുള്ള ദുരനുഭവങ്ങളിൽ നിന്നും രക്ഷിക്കാനും കഴിഞ്ഞേക്കും.

ചികിത്സാനുഭവങ്ങൾ എഴുതണമെന്നു എന്നോട് ഉപദേശിച്ച മാന്യ വ്യക്തികൾ പലരും ഉണ്ട്.

'ഇതുപോലെ നാലെണ്ണം കൂടി എഴുതിയാൽ നമുക്ക് നല്ലൊരു പുസ്തകം ആക്കാം '

എന്ന് ആയിടെ കോട്ടയത്ത് നിന്നുള്ള ട്രെയിൻ യാത്രക്കിടയിൽ ഒരിക്കൽ പറഞ്ഞത് ശ്രീ ഡി സി കിഴക്കേമുറിയാണ്. വ്യക്തിപരമായി സൗഹൃദമുണ്ടായിരുന്ന ശ്രീ.എം കെ മാധവൻ നായർ (എസ് പി സി എസ്) അക്കാലത്ത് ചിലപ്പോഴെല്ലാം അതു പറഞ്ഞിട്ടുണ്ട്. (മലയാള പുസ്തക പ്രസാധന രംഗത്തെ മൺമറഞ്ഞ ഈ രണ്ടു കുലപതികളെ സ്നേഹാദരങ്ങളോടെ ഇവിടെ സ്മരിക്കുന്നു).

ചികിത്സാനുഭവങ്ങൾ എഴുതാൻ ധാരാളം സുഹൃത്തുക്കളും പലപ്പോഴായി നിർദേശിച്ചിട്ടുണ്ട്.

എന്നിട്ടും ഈ അനുഭവങ്ങൾ പുസ്തകരൂപത്തിൽ ഇറങ്ങുന്നത്, ഇത്രയും വർഷങ്ങൾ പിന്നിട്ട് ,ഇപ്പോൾ മാത്രമാണ്. കാരണങ്ങൾ നിരത്തുന്നില്ല .

ഇടയ്ക്കിടെ എഴുതാനും, ഇപ്പോൾ പുസ്തകമാക്കാനും പ്രേരണ നൽകിയതു മലയാളത്തിലെ ഏറ്റവും ആദരണീയനായ ലിറ്റററി എഡിറ്റർ ആയി ഞാൻ കരുതുന്ന (ഒട്ടനവധി പേരെ പോലെ) ശ്രീ.എസ് ജയചന്ദ്രൻനായരുടെ സ്നേഹപൂർവമായ പ്രോത്സാഹനമാണ്. ആദ്യമാ

യി എഴുതിയ കാലത്തു തന്നെ, ഈ ലേഖനങ്ങൾ പുസ്തകമായി അവതരിപ്പിക്കുന്നത് -അത് എന്നായാലും - അദ്ദേഹം ആയിരിക്കണമെന്ന് ആഗ്രഹിച്ചതാണ്. അനാരോഗ്യത്തിനും കൊവിഡ് സൃഷ്ടിച്ച സമ്പർക്ക പരിമിതികൾക്കുമിടയിലും, അദ്ദേഹത്തിന്റെ പ്രോത്സാഹനം തുടർന്നു. ഹൃദ്യമായ അവതാരികയുടെ അനുഗ്രഹത്തോടെ ഈ പുസ്തകം പ്രസിദ്ധീകരിക്കാൻ സാഹചര്യം ഒരുക്കിയ അദ്ദേഹത്തോടുള്ള നന്ദിയും സ്നേഹാദരങ്ങളും വാക്കുകളിൽ ഒതുങ്ങുന്നതല്ല.

പ്രസാധനരംഗത്തെ മാന്ദ്യത്തിനും പ്രതിസന്ധികൾക്കുമിടയിലും, ആ ചുമതല ഉത്സാഹത്തോടെ ഏറ്റെടുത്ത് ഭംഗിയായി നിർവഹിച്ച കൈരളി ബുക്സിനോടും അതിന്റെ എം.ഡി. ശ്രീ. അശോക് കുമാറിനോടുമുള്ള നന്ദി രേഖപ്പെടുത്തുന്നു. സന്തോഷത്തോടും താത്പര്യത്തോടും ഇതിന്റെ ടൈപ്പിംഗ് നിർവഹിച്ച ഞങ്ങളുടെ കുടുംബസുഹൃത്തായ ശ്രീമതി വിനീതാമുരളിയോട് നന്ദിയുണ്ട്. ഓർമ്മയെഴുത്തിന്റെ മനനത്തിനും രചനയ്ക്കുമായി, ഒട്ടേറെ ദിവസങ്ങളിൽ, തുടർച്ചയായ മണിക്കൂറുകൾ ചിലവഴിച്ച എനിക്ക് സ്നേഹപൂർവം സഹകരണവും പ്രോത്സാഹനവും നൽകിയ കുടുംബാംഗങ്ങളോടും നന്ദിയുണ്ട്.

മാനസിക രോഗത്തിന്റെ ഇരുളടഞ്ഞ വഴികളിൽ കണ്ടുമുട്ടി വെളിച്ചത്തിലേക്കു ഒപ്പം നടന്നവരായ, ഇതിൽ പരാമർശിക്കപ്പെടുന്ന സഹോദരങ്ങളോടാണ് അടിസ്ഥാനപരവും അഗാധവുമായി എന്റെ കടപ്പാട്.

തിരിച്ചറിയപ്പെടാതെയാണെങ്കിലും, സ്വകാര്യവും സമ്മർദ്ദമേറിയതുമായ അവരുടെ മനസിന്റെ ഇരുൾ വഴികളും ജീവിതാനുഭവങ്ങളും ഈ ലേഖനങ്ങളിൽ അനാവരണം ചെയ്യപ്പെടുന്നു.. ചികിത്സകനായി അന്നും, രചയിതാവായി ഇന്നും, മനസ്സിൽ നിറഞ്ഞ അവരോടുള്ള കടപ്പാട് ഇവിടെ പ്രകാശിപ്പിക്കുന്നു.

അക്ഷരങ്ങളിലൂടെ അവരുടെ അനുഭവങ്ങളിലേക്ക് എത്തുന്ന വായനക്കാരുടെ മനസിലേക്കും, ആ പ്രകാശം പ്രസരിക്കട്ടെ എന്നു ആശിച്ചു കൊണ്ടു, ചികിത്സാനുഭവങ്ങളുടെ ഈ ഓർമപ്പുസ്തകം മലയാളത്തിന് സമർപ്പിക്കുന്നു..

അവതാരിക

എസ്. ജയചന്ദ്രൻനായർ

മനസ്സിന്റെ ഇരുട്ടുനിറഞ്ഞ ഇടവഴിയിലൂടെയുള്ള യാത്ര കഠിനവും ദുഷ്കരവുമാണെന്നു മാത്രമല്ല, ജീവിതം ദുരൂഹസമസ്യയാണെന്ന് കൂടി ആവർത്തിച്ചു രേഖപ്പെടുത്തുന്ന ലേഖനങ്ങളുടെ സമാഹാരമാണ്, 'ഇരുൾ മായുന്ന മനസ്സുകൾ' എന്ന ഈ ഗ്രന്ഥം. മനോരോഗവിദഗ്ധനെന്ന നിലയിൽ വ്യക്തിമുദ്ര പതിപ്പിച്ച ഈ സമാഹാരത്തിന്റെ രചയിതാവിന്റെ അനുഭവജ്ഞാനം ലേഖനങ്ങളുടെ ഓരോ വരിയിലും നിറഞ്ഞുനിൽക്കുന്നു. ഒപ്പം ഗഹനമായ വായനയിൽ നിന്നാർജ്ജിച്ച അറിവ് ഇവയെ കൂടുതൽ ദീപ്തമാക്കുന്നു.

ഋതുഭംഗി നിറഞ്ഞ ആരാമത്തിലെ പൂക്കളുടെ വാസനയോടൊപ്പം, അവയ്ക്ക് സുരക്ഷയുടെ വലയമാകുന്ന മുള്ളുകളേയും ഗ്രന്ഥകർത്താവ് ഓർമ്മിപ്പിക്കുന്നു. തന്റെ രചനകൾക്ക് ജീവശ്വാസം പകരുന്ന വിധമാണ്, ദുഃഖത്തിന്റെ അഗ്നിയിൽപ്പെട്ടുരുകുന്നവരുടെ അനുഭവങ്ങളും ഓർമ്മകളും ഗ്രന്ഥകർത്താവ് ആലേഖനം ചെയ്യുന്നത്. താൻ സാക്ഷിയും സഹായിയുമായ ജീവിതസന്ധികളെയും അതിൽപ്പെട്ട നീറുന്നവരേയും അനുതാപത്തോടെ ഗ്രന്ഥകർത്താവ് നോക്കിക്കാണുന്നു. അങ്ങനെ ചെയ്യുമ്പോൾ, അവരുടെ ജീവിതനാടകത്തിലെ പ്രധാന കഥാപാത്രമാകുന്നതിനു പുറമെ, ജീവിതത്തെ കരുതലോടെ സമീപിക്കേണ്ട ആവശ്യകതയെക്കുറിച്ച് പറയാതെ പറയുന്ന ഗ്രന്ഥകർത്താവ്, മറ്റൊരർത്ഥത്തിൽ മനുഷ്യനന്മയുടെ ശ്രോതാവാകുന്നു.

ജീവിതത്തിലെ ശരികൾ ഹൃദയംകൊണ്ട് തിരിച്ചറിയുന്ന, അന്തർമുഖവ്യക്തിത്വത്തിന്റെ കൂരിരുട്ടിൽപ്പെട്ടുപോയ ആയിഷയും ആമിനയും മെഹറും ഹുസൈനും മുസലിയാരും, ഓട്ടിസത്തിന്റെ മൗനരൂപമായ അച്ചുവും അവന്റെ മാതാപിതാക്കളായ ലക്ഷ്മിയും മോഹനനും ഒരിക്കലും എഴുതിത്തീർക്കാനാവാത്ത വ്യസനങ്ങളുടെ കഥകളാണ് പറയുന്നത്. സാധാരണ ജീവിതത്തിൽനിന്ന് ഏറെ അകലെപ്പോയ മകൻ

അച്ചുവും അവനെ സാധാരണ നിലയിലാക്കാൻ ശ്രമിച്ച് സ്വയം ഓടിപ്പോയ ഭാര്യ ലക്ഷ്മിയും തന്റെ ജീവിതത്തിലെ എല്ലാ സന്തോഷങ്ങളും അപഹരിച്ചെന്ന് തിരിച്ചറിയുമ്പോഴും അവരെ ശപിക്കാനോ, ഒഴിവാക്കാനോ ശ്രമിക്കാത്ത മോഹനൻ എന്ന മദ്ധ്യവയസ്കൻ നന്മയുടെ പ്രതിരൂപമാകുന്നു. മന്ദബുദ്ധിയായി പിറന്ന രമ്യയെ ജീവിതത്തിൽനിന്ന് ഒഴിവാക്കുന്ന അവളുടെ പിതാവ് ജോസഫും അയാളുടെ അഭീഷ്ടങ്ങൾക്ക് വിരുദ്ധമായി മകളെ സ്നേഹിക്കാൻ ശ്രമിച്ച് തോൽക്കുന്ന മാതാവ് എലിസബത്തും ഒടുവിൽ ജാനകിയെന്ന പരിചാരികയുടെ സംരക്ഷണത്തിന് ആ കുട്ടിയെ ഏല്പിക്കേണ്ടിവരികയും ചെയ്യുന്നത് കുടുംബബന്ധങ്ങളെ കീറിമുറിക്കുന്നത് ആരും തിരിച്ചറിയുന്നില്ല. പരിഹാരമില്ലാത്ത ആ അവസ്ഥയാണ് രമ്യമോളിലൂടെ പ്രതിപാദിക്കുന്നത്. ഒരു കാലില്ലാതെ ജനിച്ച കുട്ടിയുടെ മാതാപിതാക്കളായ രാധാകൃഷ്ണനും സുശീലയ്ക്കും നഷ്ടപ്പെട്ട സന്തോഷം വീണ്ടെടുക്കാനാവുമോ? ഭാരിച്ച ചെലവുള്ള ശസ്ത്രക്രിയയെ ആശ്രയിക്കുന്ന അവരെ കാത്തിരിക്കുന്നതെന്താണ്? മകളുടെ ഭാവിയെപ്പറ്റിയുള്ള ഉൽക്കണ്ഠയിൽ മനോരോഗിയായി മാറുന്ന സുശീല ചികിത്സയോടെ സാധാരണ നിലയിലാകുന്നുവെങ്കിലും അവരുടെ മുമ്പിൽ ഭാവി ഉത്തരമില്ലാത്ത ചോദ്യമായി നിൽക്കുന്നു.

"പതിനെട്ടു വർഷത്തെ ഇടവേളയ്ക്ക് ശേഷം സുജാത ഇപ്പോൾ മുന്നിലിരിക്കുന്നു. ഇടതൂർന്ന നീണ്ട തലമുടി ഇടക്കിടെ നരച്ചിട്ടുണ്ട്. ശരീരം ലേശം കൂടി തടിച്ചിട്ടുണ്ട്. നെറ്റിയിലെ വലിയ പൊട്ട് ഇന്നില്ല. കണ്ണുകളിലെ പ്രകാശം അന്നത്തെപ്പോലെ ഇപ്പോഴുമുണ്ട്. ചുണ്ടുകൾക്കിടയിൽ നേരിയ മന്ദഹാസം വിരിയിച്ചുകൊണ്ട് ശാന്തമായ അതേ സംസാരം സൈക്കോസിന്റെ പിടിയിൽപ്പെട്ട മോഹൻദാസിന്റെ പത്നി സുജാതയുടെ അനുഭവങ്ങൾ വിശ്വസനീയങ്ങളായിട്ടുള്ളതാണ്. മനോരോഗത്തിന്റെ കരാളപിടിയിൽ നിന്ന് രക്ഷപ്പെടുകയും ബ്രസ്റ്റ് കാൻസറിനെ അതിജീവിക്കുകയും ചെയ്ത് സന്താപക്കടലിൽ നീന്തി കരയ്ക്ക് കയറിയ കഥ വികാരവിക്ഷുബ്ധമല്ലാതെ വായിക്കാനാവില്ല.

ശങ്കർറാം - രാധാലക്ഷ്മി അമ്മാൾ ദമ്പതിമാരുടെ ജീവിതം സാധാരണവും സംഭവരഹിതവുമായിരുന്നു. എന്നാൽ വൃദ്ധനായി ശങ്കർറാം മരിക്കുന്നതോടെയാണ്, അധ്യാപികയായിരുന്ന അമ്മാൾ കുഴഞ്ഞുമറിയുന്നത്. വിഷാദരോഗം മറ്റൊരുവിധത്തിൽ, വിരഹകാമമായി അവരെ പീഡിപ്പിച്ചു. ഇരുപത്തേഴ് വർഷത്തെ അധ്യാപന പരിചയത്തിന്റെ പശ്ചാത്തലത്തിൽ വീണ്ടും അവർ സാധാരണനിലയിലേയ്ക്ക് മടങ്ങുന്നത് അതീവശ്രദ്ധയോടെയാണ് ഗ്രന്ഥകർത്താവ് രേഖപ്പെടുത്തുന്നത്. എയ്ഡ്സിന്റെ ആക്രമണത്തിൽപ്പെട്ട് ജീവിതം ഹോമിക്കുന്ന ഡോക്ടർ ഡാനിയലിന്റെ കഥ അസാധാരണം എന്നതിനേക്കാൾ അവിശ്വസനീയ

മായിട്ടുള്ളതാണ്. തീവ്രമായ വിഷാദരോഗം കീറിമുറിച്ച സരോജിനി എന്ന വീട്ടമ്മയും മനോരോഗത്തിന്റെ തടവറയിൽപ്പെട്ട മാളുവും മേരിക്കുട്ടിയും ലിസ്സിയും അതിസങ്കീർണ്ണമായ ജീവിതവ്യഥകളുടെ പ്രഹരത്തിൽപ്പെട്ട് തകരുകയും അതിൽനിന്ന് ഉയിർത്തെഴുന്നേൽക്കുകയും ചെയ്യുന്ന രവി ശങ്കറും മനോരോഗം കീഴടക്കിയ സദാശിവൻ - രാജലക്ഷ്മി ദമ്പതി മാർ സ്നേഹത്തിന്റെ ശക്തിയിൽ രക്ഷപ്പെടുന്നതും, മെഡിസിൻ പഠന ത്തിനിടയിൽ മനോരോഗം കീറിമുറിച്ച രാംദാസിന്റെ മോചനവും അമ്മ യുടെ മരണവുമായി ബന്ധപ്പെട്ട രഹസ്യവും തുടർന്നുണ്ടായ ഒറ്റപ്പെടലും മാനസികാഘാതമായി പരിണമിക്കുകയും അതിൽ വിവശയാവുകയും ചെയ്ത സുനിത എന്ന നാല്പതുകാരി രോഗവിമുക്തനായി സാധാര ണജീവിതത്തിലേയ്ക്ക് മടങ്ങിവരുന്നതും അതിവിഷാദരോഗം ബാധിച്ച ആൻസിയും മേധാക്ഷയത്തിൽപ്പെട്ട ത്രേസ്യാമ്മയും രോഗപരിചരണ ത്തിലൂടെ നഷ്ടപ്പെട്ട മനസ്വാസ്ഥ്യവും ശാന്തിയും വീണ്ടെടുക്കുന്നതും സുരേഷും അനിതയും വിവേകുമടങ്ങുന്ന കുടുംബം മനോരോഗത്തെ കീഴടക്കുന്നതും - കണ്ണുനനയാതെയും വികാരവിക്ഷോഭത്തിൽപ്പെടാ തെയും വായിച്ചു പൂർത്തിയാക്കാവുന്നതല്ല ഈ അനുഭവസാക്ഷ്യങ്ങൾ.

ഗ്രന്ഥകർത്താവിന്റെ നാല്പതിൽപ്പരം കൊല്ലങ്ങൾ നീളുന്ന അനുഭ വങ്ങളുടെ ചൂടും വെളിച്ചവും നിറഞ്ഞ ഈ ലേഖനങ്ങൾ വായനക്കാ രനെ വിനയാന്വിതനാക്കും. ദുരഹങ്കാരങ്ങളിൽ നിന്ന് ഓടിഒളിക്കാനും നന്മയുടെ ശീതളിമയിൽ വസിക്കാനും പ്രാപ്തമാക്കുന്ന ഈ സമാഹാരം വായനക്കാരുടെ പരിലാളനത്തിനായി സമർപ്പിക്കുന്നു.

സഹയാത്രികരോട്

ഒരോ രോഗവും നൽകുന്നത് സഹനത്തിന്റെ വെല്ലുവിളിയാണ് -- രോഗം ബാധിച്ച വ്യക്തിക്കും, കുടുംബാംഗങ്ങൾക്കും. വ്യക്തിയുടെയും കുടുംബത്തിന്റെയും ജീവിതപഥങ്ങൾ ദുർഘടവും, തുടർന്നുള്ള ജീവിതയാത്ര ക്ലേശകരവുമാകുന്നു. മാനസികരോഗം ബാധിച്ചവരുടെ കാര്യത്തിലാകുമ്പോൾ, ഈ സഹനത്തിന്റെ പാത കൂടുതൽ സങ്കീർണവും ക്ലേശകരവുമാകുന്നു. സ്വന്തം രോഗബാധയെക്കുറിച്ച് ധാരണയില്ലാതെയും, വികലമായ ധാരണകൾ പുലർത്തിയും, മാനസിക രോഗം ബാധിച്ച വ്യക്തി, കുടുംബാംഗങ്ങളുടെ സഹനവും സഹയാത്രയും കൂടുതൽ വിഷമകരമാക്കുന്നു.

ആദ്യം മറ്റു രോഗങ്ങളെ കുറിച്ച് പറയാം. ചികിത്സയുടെ ചുമതല ഏറ്റെടുക്കുന്ന ഏത് ഡോക്ടർക്കും രോഗിയോടും കംടുംബാംഗങ്ങളോടും ഒപ്പമുള്ള ഈ ജീവിതയാത്രയുടെ ക്ലേശവും ആയാസവും, ഒരളവുവരെ, പങ്കിടേണ്ടി വരും. അങ്ങനെ ഓരോ ചികിത്സയും രോഗിയോടും കുടുംബാംഗങ്ങളോടുമൊപ്പമുള്ള സഹയാത്ര ആകുന്നു. സങ്കീർണവും അപകടകരവുമായ രോഗം ബാധിച്ച്, ജീവിതത്തിനും മരണത്തിനുമിടയിൽ തീവ്രമായി പൊരുതുന്ന രോഗിക്കും, സ്നേഹ സാന്ത്വനങ്ങളും പ്രാർത്ഥനകളുമായി കൂടെ നിൽക്കുന്ന വേണ്ടപ്പെട്ടവർക്കും, ഒരു പർവതാരോഹണം തന്നെയാണ് നിർവഹിക്കാനുള്ളത്. തൊട്ടു മുൻപിലും, മുകളിലും നിന്ന് അവരെ മുകളിലേക്ക് വലിച്ചു കയറ്റുന്ന ശ്രമകരമായ യത്നം ചികിത്സകൻ നടത്തുന്നു. ധീരവും ശ്രമകരവുമായ ആ യത്നം വൈദ്യശാസ്ത്രത്തിന്റെ തീക്ഷ്ണ യുദ്ധങ്ങൾക്ക് കളമൊരുക്കുന്നു. വിജയകരമായോ, അല്ലാതെയോ, അത് പൂർത്തിയാക്കുമ്പോൾ, ചികിത്സകന് താൽക്കാലിക മോചനമായി. കുടുംബത്തിനാകട്ടെ, തങ്ങളുടെ നഷ്ടവും നേട്ടവുമായി പൊരുത്തപ്പെട്ടു കൊണ്ട്, ജീവിതപ്പാതയിൽ മുന്നോട്ട് നീങ്ങാം. ആതുര സേവനത്തിലെ തീവ്ര ചികിത്സയുടെ തട്ടകങ്ങളിലെ സ്ഥിതിയാണിത്.

എന്നാൽ ദീർഘകാലം നിലനിൽക്കുന്ന, ശാരീരിക വൈകല്യങ്ങളും ജീവിത പരാധീനതകളും ഉണ്ടാകുന്ന ക്രോണിക് രോഗങ്ങളുടെ ചികിത്സയിലെയും ശുശ്രൂഷയിലെയും സഹയാത്രയിൽ, ഈ തീവ്രതയും

തീക്ഷ്ണ നിമിഷങ്ങളും ഇല്ല. പക്ഷെ, അത് മാസങ്ങളോളം, വർഷങ്ങളോളം, നീണ്ടു നിൽക്കുകയും രോഗിയുടെ ജീവിത വ്യവഹാരത്തിന്റെ വിവിധ മേഖലകളിൽ ചികിത്സകനെ കൊണ്ടെത്തിക്കുകയും ചെയ്യുന്നു. അവയോട് നിസ്സംഗതയോ ഉദാസീനതയോ പുലർത്തി, സാങ്കേതികാർത്ഥത്തിൽ ചികിത്സയുടെ നിർവഹണ ക്രിയകളിൽ മാത്രം ശ്രദ്ധ ചെലുത്തി, ചികിത്സകന് നീങ്ങാം, പല ചികിത്സകരും അതാണ് ചെയ്യുന്നതും. ജീവൻ നിലനിറുത്തുകയും വേദന ഇല്ലാതാക്കുകയും ചെയ്യുന്നതിൽ മാത്രം ഏർപ്പെട്ടു കൊണ്ട്, ചികിത്സകൻ പിൻവാങ്ങും. പക്ഷെ രോഗിയുടെയും, അവനെ സംരക്ഷിക്കുകയും, മുന്നോട്ടു നയിക്കുകയും ചെയ്യുന്ന കുടുംബാംഗങ്ങളുടെയും, ശ്രമങ്ങളിൽ കഴിയുന്നത്ര, പങ്കെടുത്തു കൊണ്ടും മാർഗ നിർദ്ദേശം നൽകി കൊണ്ടും, നീങ്ങുന്ന ചികിത്സകർ കുറവല്ല. ചികിത്സ, അവർക്ക്, രോഗിക്കും കുടുംബാംഗങ്ങൾക്കും ഒപ്പമുള്ള സഹനത്തിന്റെയും സഹയാത്രയുടേയും നിയോഗമാണ്.

മാനസിക രോഗ ചികിത്സകരെ സംബന്ധിച്ച് ആകുമ്പോൾ സഹയാത്രയുടെ ഈ നിയോഗം ജോലിയുടെ അവിഭാജ്യ ഘടകം തന്നെയാകുന്നത് കൂടുതൽ സ്വാഭാവികവും സാധാരണവുമാണ്. ജീവന്റെ അനിശ്ചിതാവസ്ഥയും അപകടസ്ഥിതിയും (ആത്മഹത്യയൊഴിച്ചാൽ) വളരെ അപൂർവമായി മാത്രം കൈകാര്യം ചെയ്യേണ്ടി വരുന്ന മാനസിക രോഗ ചികിത്സകന്, തന്റെ രോഗിയുടെ ജീവിത സംബന്ധിയായ പല കാര്യങ്ങളിലും ശ്രദ്ധചെലുത്താതെ, തൃപ്തികരമായ ചികിത്സ നൽകാൻ കഴിയുന്നതല്ല. കുടുംബാംഗങ്ങളോടൊപ്പം, ആ ചുമതല ഏറ്റെടുക്കാൻ മാനസിക ചികിത്സകൻ നിയുക്തനാകുന്നു. ഒരു നടനെപ്പോലെ, വിവിധ വ്യക്തിത്വങ്ങളുടെ പുറന്തോടിനുള്ളിൽ കടന്നു കയറാനും, വ്യത്യസ്തങ്ങളായ ജീവിത സന്ധികളിലും സമസ്യകളിലും പങ്കു ചേരാനും മാനസികരോഗ ചികിത്സകന് അവസരവും ഉത്തരവാദിത്തവും കൈവരുന്നു. ഓരോ കലാസൃഷ്ടിയും, ക്ലേശവും സാഫല്യവുമാകുന്ന നടനെ പോലെ, മാനസികരോഗ ചികിത്സകന് താൻ ചികിത്സിക്കുന്ന വ്യക്തിയുടെ വിവിധവും വിലപ്പെട്ടതുമായ ജീവിതാവസ്ഥകളെ പരിചയപ്പെട്ടും, അവയിൽ പങ്കു ചേർന്നും മാത്രമെ തന്റെ ചികിത്സാ നിയോഗം നിർവഹിക്കാൻ കഴിയൂ. വ്യത്യസ്തമായ ശൈലിയിലും, അളവിലുമാണ് ഓരോ മാനസികരോഗ ചികിത്സകനും ഈ നിയോഗം നിർവഹിക്കുന്നത്.

ചികിത്സ ഒരു ജൈവീകബന്ധം ആകുമ്പോൾ അത് രോഗാതുരന്റെ ജീവിതവഴികളിലും, മനസ്സിന്റെ ഇടനാഴികളിലുമുള്ള യാത്രാനുഭവം കൂടി ആകാതെ വയ്യ.

ക്രിയോന്മുഖമായി ചികിത്സകൻ എന്ന നിലയിലും, സർഗ്ഗാത്മകമായി രചയിതാവ് എന്ന നിലയിലും, എന്റെ മനസ്സിനെ സ്നേഹാർദ്രവും

ധന്യവും ആക്കിയ അനുഭവസ്മരണകളെ മാന്യവായനക്കാർക്ക് ഈ ലേഖനങ്ങളിൽ പിന്തുടരാം.

സവിനയം, സ്വാഗതം

തിരുവനന്തപുരം,

ഡോ. കെ.എ. കുമാർ

20.04.2021

ഉള്ളടക്കം

അച്ഛന്റെ വഴി

അറുപത്തിനാലു വയസായ മേരിക്കുട്ടിയെയും കൂട്ടിക്കൊണ്ട് ഏകമകൻ റോയി ആണ് ക്ലിനിക്കിൽ എത്തിയത്. വളരെക്കാലം വടക്കെ ഇന്ത്യയിലെ ഒരു പട്ടണത്തിലാണവർ ജീവിച്ചത്. പൊതു മേഖലാ സ്ഥാപനത്തിലെ ഉദ്യോഗസ്ഥനായിരുന്നു ഭർത്താവ് മാത്യു. ഒരു പ്രൈവറ്റ് സ്കൂൾ അധ്യാപികയായി മേരിക്കുട്ടിയും ജോലി നോക്കി. രണ്ടു പേരും പെൻഷൻ പറ്റി മൂന്നു നാലു വർഷം കൂടി കഴിഞ്ഞാണ് നാട്ടിലേക്ക് താമസം മാറ്റിയത്. ബാങ്ക് ജീവനക്കാര നായ മകൻ റോയിക്ക് നാട്ടിലേക്ക് സ്ഥലം മാറ്റം കിട്ടിയപ്പോഴാണ് അതിന് തയ്യാറായത്. ഒറ്റമകനായ അയാളെ പിരിഞ്ഞു ജീവിക്കു ന്നത് മേരിക്കുട്ടിക്കാലോചിക്കാൻ പോലും കഴിഞ്ഞില്ല. റോയിയുടെ വിവാഹം കഴിഞ്ഞ് നാലഞ്ചു വർഷമായി. ഭാര്യ ലിസി ഒരു സോഫ്റ്റ്വെയർ കമ്പനിയിൽ ജോലിയിലായിരുന്നു. അത് വിട്ടാണ് നാട്ടിലേക്ക് മടങ്ങിയത്. ഇനി നാട്ടിൽ എവിടെയെങ്കിലും അവൾക്കൊരു ജോലി കണ്ടുപിടിക്കണം.

പത്രമാസികകളും ഷെയറിന്റെ കണക്കുകളും വിശദമായ കുളിയും ശുശ്രൂഷാ പരിപാടികളുമായി ഭർത്താവ് മാത്യുവിന്റെ ദിവസങ്ങൾ നീണ്ടു. റിട്ടയർമെന്റിന് മുൻപും ഏതാണ്ട് അങ്ങനെ തന്നെയായിരുന്നു അയാൾ. തന്റെ കാര്യങ്ങളിലൊക്കെ കർശന മായ നിഷ്ഠ. ഞായറാഴ്ച പള്ളിയിൽ പോകും. ഒഴിവാക്കാൻ പാടി ല്ലാത്ത ചടങ്ങുകളിൽ പങ്കു ചേരും. കാളയും കരടിയും കളിക്കുന്ന ഓഹരിക്കമ്പോളത്തിൽ കണ്ണും കാതും അർപ്പിച്ച് മനസിൽ ഏതാണ്ട് ഒറ്റയാനായി അയാൾ വിഹരിക്കുന്നു. ചെറിയ ചെറിയ ഓഹരികൾ, തിരിച്ചും മറിച്ചും വിറ്റും വാങ്ങിയും ഉത്സാഹത്തോടെ അയാൾ കഴിയുന്നു. ആഹാരത്തിലോ മറ്റ് കാര്യങ്ങളിലോ തന്റെ ചിട്ടകൾക്ക് ഭംഗം തട്ടിയാൽ അയാൾ രോഷാകുലനാകും. മേരി

ക്കുട്ടി അതിനുള്ള അവസരം ഉണ്ടാക്കാറില്ല. പിണങ്ങാനും ഇണങ്ങാനും പ്രയാസമുള്ള ഒരാളെയാണ് ദൈവം തമ്പുരാൻ തനിക്ക് ഇണയായിത്തന്നത് എന്ന് വിവാഹം കഴിഞ്ഞ് വളരെ വേഗം അവർ മനസിലാക്കി. നീണ്ട നാൽപ്പത്തിരണ്ടു വർഷങ്ങൾ അവർ ഒരുമിച്ച് ജീവിച്ചു. മദ്യപാനം, പുകലി, മറ്റ് ദോഷങ്ങൾ എന്നിവയൊന്നും ഇല്ലാത്ത മനുഷ്യൻ. ഫാക്ടറിയിലെ ജോലിയിലും തന്റെ സ്വകാര്യ ജീവിതത്തിലും പൂർണമായി മുഴുകി കഴിയുന്ന മനുഷ്യൻ. മിക്കവാറും മര്യാദ തെറ്റിക്കാതെയുള്ള വാക്കുകളും പെരുമാറ്റവും. പിണങ്ങേണ്ട കാര്യമൊന്നുമില്ല. എന്നാൽ ഇണങ്ങാനോ? അതിനും കാരണങ്ങളില്ല. ഇണങ്ങാനുള്ള ശ്രമങ്ങൾ മേരിക്കുട്ടി നടത്തി. അത്യാവശ്യമുള്ള പ്രതികരണങ്ങളിൽ കൂടി രക്ഷപ്പെട്ട അയാൾ തന്റെ സ്വകാര്യതയിലേക്ക് തന്നെ ഊളിയിട്ടു പോയിക്കൊണ്ടിരുന്നു. ഭാഗ്യത്തിന് മേരിക്കുട്ടിക്ക് ഒരു പ്രൈവറ്റ് സ്കൂളിൽ അധ്യാപികയായി താമസിയാതെ ജോലി കിട്ടി. അത് രക്ഷയായി. ജീവിതത്തിൽ ചുറ്റിത്തിരിയാൻ ഒരു വഴി കിട്ടി.

ആറേഴു വർഷങ്ങൾക്ക് ശേഷമാണ് ആ ജീവിതത്തിൽ മകന്റെ കടന്നു വരവ്. അവന്റെ ശുശ്രൂഷയിലും പരിചരണത്തിലും ആ അമ്മ മുഴുകി. ബാല്യകാലം മുതൽ പഠന കാര്യത്തിലും ശ്രദ്ധിച്ചു. പഠിക്കാൻ മിടുക്കനായ കുട്ടിയായിരുന്നു റോയി. ബാല്യത്തിലും അൽപം അകന്നാണ് അവൻ പെരുമാറിയിരുന്നത്. എന്നാൽ ചെറിയ പ്രായത്തിൽ അച്ഛൻ അവനെ അകറ്റി നിറുത്തി. ബാല്യം വിട്ട് കൗമാരത്തിലെത്തിയപ്പോൾ, അവൻ അച്ഛനുമായി അകന്നു. ഊണു മേശയിലും പ്രാർത്ഥനാ വേളയിലും, വീട്ടിൽ അപൂർവമായിട്ടാണെങ്കിലും അതിഥികൾ എത്തുമ്പോഴും മാത്രമായി, മിക്കവാറും അവരുടെ സമാഗമം. അച്ഛനെപ്പോലെ മകനും സ്വന്തം മാന്യത കൈവിട്ടു പെരുമാറുകയില്ല. ഇവരെ രണ്ടുപേരെയും തമ്മിൽ ഇണക്കാൻ അമ്മ മേരിക്കുട്ടി കുറെയധികം ശ്രമിച്ചു. വലിയ ഫലം കണ്ടില്ല. ആ ശ്രമങ്ങളിൽ ഇരുവരും കൂടുതൽ അസ്വസ്ഥരാവുകയും ചെയ്തു. ക്രമേണ മേരിക്കുട്ടി ആ ശ്രമം ഉപേക്ഷിച്ചു.

റോയിയുടെ വിവാഹം കഴിഞ്ഞിട്ട് നാലഞ്ചു വർഷമായിരിക്കുന്നു. കുട്ടികളായിട്ടില്ല. റോയിയോടും ഭാര്യ ലിസിയോടും മേരിക്കുട്ടി ഇടക്കിടെ അത് സൂചിപ്പിക്കുകയും എന്തെങ്കിലും പ്രശ്നമുണ്ടോ എന്ന് ഇടക്കിടെ ആരായുകയും ചെയ്തു. ഇനിയും സമ

യമുണ്ടല്ലോ എന്നായിരുന്നു റോയിയുടെ നിലപാട്. ലിസ്സി വളരെ ഒതുക്കവും സങ്കോചവും ഉള്ള കുട്ടിയാണ്. നാട്ടിൽ വന്നതോടെ ബന്ധുക്കളും അയൽക്കാരും ഇടക്കിടെ കുട്ടിയുടെ കാര്യം സൂചിപ്പിച്ചു തുടങ്ങി. എന്തെങ്കിലും കാര്യമായ തകരാറു റോയിക്കോ ലിസ്സിക്കോ ഉണ്ടോ? മേരിക്കുട്ടി ആകുലപ്പെട്ടു. രണ്ടുപേരുടെയും പെരുമാറ്റം കണ്ടാൽ കണ്ണു കുളിർക്കും. അത്രക്ക് ഇണങ്ങിയും, ഇടകലർന്നുമാണ് അവർ കഴിയുന്നത്. അയൽക്കാരിലൊക്കെ മതിപ്പും അസൂയയും ജനിപ്പിക്കുന്ന അളവിൽ, സ്നേഹത്തിലും ലോഹ്യത്തിലുമാണവർ കഴിയുന്നത്. വിവാഹം കഴിഞ്ഞ് നാലഞ്ചു വർഷമായെങ്കിലും മധുവിധു നാളുകളിലെ കുളിരും നിലാവും നിലനിർത്തുന്ന അവരെ കാണുമ്പോൾ മേരിക്കുട്ടിക്ക് മനസ് കുളിർക്കും.

ചിലപ്പോൾ ഉള്ളിൽ ഒരു തേങ്ങൽ ഉയരും. തന്റെ വരണ്ടുണങ്ങിയ വിവാഹ ജീവിതത്തിന്റെ നീറുന്ന ഓർമ്മകൾ മനസിൽ ഊറിവരും. അത് പെട്ടെന്ന് കെട്ടടങ്ങും. റോയിയെ താൻ ആറ്റുനോറ്റു വളർത്തിയത് വെറുതെയായില്ല. അവനെ സ്നേഹിക്കാനും സന്തോഷിപ്പിക്കാനും കഴിയുന്ന ഒരു ഭാര്യയെ കിട്ടണമെന്നായിരുന്നു പ്രാർത്ഥന. അത് വെറുതെയായില്ല.

സന്താന സൗഭാഗ്യമില്ലാത്ത സ്ത്രീപുരുഷന്മാരുടെ എണ്ണം കൂടിക്കൊണ്ടിരിക്കുകയാണ്. വാരികകളിൽ വായിക്കുമ്പോൾ അവർക്ക് സംശയം തോന്നും. ആ വിഭാഗത്തിലാണോ ഇവരും? ആണെങ്കിൽ, അതിന് വിദഗ്ദ്ധ പരിശോധന വേണ്ടതല്ലേ? അങ്ങനെയായി അവരുടെ ചിന്ത.

അതുകൊണ്ടാണ് മേരിക്കുട്ടി ലിസ്സിയോട് കാര്യങ്ങൾ നിർബന്ധിച്ച് ചോദിച്ചത്.

ഏറെ സങ്കോചിച്ചും ഇടക്കിടെ മുറിഞ്ഞും മുടങ്ങിയുമൊക്കെയാണ് ലിസ്സി കാര്യം പറഞ്ഞത്.

ലിസ്സിയിൽ നിന്ന് വിവരങ്ങൾ ഏതാണ്ട് മേരിക്കുട്ടി മനസിലാക്കി. റോയിക്ക് കുട്ടികളുണ്ടാവുന്ന കാര്യത്തിൽ വലിയ താൽപര്യമില്ലത്രെ. ആദ്യമൊക്കെ ലിസ്സി തന്റെ അഭിലാഷവും ആഗ്രഹവും ഒക്കെ പറയുമ്പോൾ അയാൾ എതിർത്തൊന്നും പറയില്ല. കുറച്ചുകൂടി കഴിയട്ടെ എന്ന് പറഞ്ഞൊഴിയും. ഈയിടെയായി ലിസ്സി അൽപം കൂടുതൽ നിർബന്ധം ചെലുത്താറുണ്ട്. അപ്പോൾ ഓരോ അസുഖങ്ങളും അസൗകര്യങ്ങളും പറഞ്ഞ് റോയി ഒഴിഞ്ഞുമാറുക

യാണ്.

ആ അമ്മ തളർന്നു പോയി. അവർക്ക് ഉറക്കവും വിശപ്പും നഷ്ട പ്പെട്ടു. മനസിൽ കാർമേഘങ്ങൾ നിറഞ്ഞു നിന്നു. വളരെ പെട്ടെന്ന് അവരുടെ ശരീരം ശോഷിച്ചു. വീട്ടിലെ കാര്യങ്ങളിൽ ശ്രദ്ധയില്ലാ തായി. ഇങ്ങനെയൊരു അവസ്ഥയിൽ, വീട്ടിലാരും മേരിക്കുട്ടിയെ കണ്ടിട്ടില്ല. അങ്ങനെയാണ് അവർ കൺസൾട്ടേഷനെത്തുന്നത്. റോയിയും ലിസ്സിയും കൂടെയുണ്ട്.

രോഗവിവരങ്ങൾ ഏതാണ്ട് പറഞ്ഞു കഴിഞ്ഞപ്പോൾ സ്വകാര്യ മായി ഡോക്ടറോട് സംസാരിക്കണമെന്ന് അവർ ആവശ്യപ്പെട്ടു. മകനും മരുമകളും മുറിക്ക് പുറത്തിറങ്ങി.

'ആരോടും ഇതുവരെ പറഞ്ഞിട്ടില്ലാത്ത, ആർക്കുമറിയാത്ത കാര്യമാണ് ഞാൻ പറയുന്നത്....' അതായിരുന്നു അവരുടെ മുഖവുര!

വിവാഹ ശേഷം തനിക്കുണ്ടായ അനുഭവം തന്നെയാണ് ഇപ്പോൾ തന്റെ മരുമകൾ ലിസ്സിക്ക് ഉണ്ടാകുന്നത്. വളരെ അപൂർവ മായി മാത്രം ശാരീരിക ബന്ധത്തിൽ ഏർപ്പെടുന്ന ഭർത്താവായി രുന്നു തന്റേത്. കുട്ടികളുണ്ടാകുന്ന സാഹചര്യം ഒഴിവാക്കാൻ അയാൾ യത്നിക്കുന്നുവെന്ന് വളരെ വൈകിയാണ് മേരിക്കുട്ടി മന സിലാക്കിയത്. അതിനിടയിൽ, എങ്ങനെയോ താൻ ഗർഭിണിയാ യപ്പോൾ മേരിക്കുട്ടിയുടെ മനസ് തുള്ളിച്ചാടി. ഇതറിയുമ്പോൾ ഭർത്താവും സന്തുഷ്ടനാകും എന്നാണവർ കരുതിയത്. ആ ധാരണ തെറ്റി. ഗർഭം അലസിപ്പിക്കണമെന്നായി അയാൾ. മേരിക്കുട്ടി വഴ ങ്ങിയില്ല. മൂന്നുനാലാഴ്ചകൾക്ക് ശേഷം ഗർഭകാല പരിശോധന കൾക്കായി അയാൾ അവരെ ആശുപത്രിയിൽ കൂട്ടിക്കൊണ്ടു പോയി. ഭർത്താവ് വെളിയിൽ ഇരിക്കവെ അവരെ ഉള്ളിലേക്ക് വിളിപ്പിച്ചു. അവിടത്തെ ചിട്ടവട്ടങ്ങൾ കണ്ടപ്പോൾ ആണ് ഗർഭം അലസിപ്പിക്കുന്നതിനാണ് ഭർത്താവ് തന്നെ കൂട്ടിക്കൊണ്ടു വന്നി രിക്കുന്നത് എന്ന് അവർ മനസിലാക്കിയത്. തന്റെ കുഞ്ഞിനെ രക്ഷി ക്കണമെന്ന് ഡോക്ടറോട് അവർ കേണപേക്ഷിച്ചു. അപ്പോഴാണ് തന്നെ തെറ്റിധരിപ്പിച്ചാണ് ആ മനുഷ്യൻ ഭാര്യയെ കൂട്ടിക്കൊണ്ടു വന്നിരിക്കുന്നതെന്ന് ഡോക്ടർക്ക് മനസിലായത്.

മേരിക്കുട്ടിയുടെ വിലാപവും കണ്ണീരും ഡോക്ടറെ സ്പർശി ച്ചു. ഡോക്ടറും സീനിയർ നഴ്സും വളരെ സഹായിച്ചു. ഗർഭം അലസിപ്പിക്കാൻ കുത്തിവെയ്പ് നടത്തിയെന്നു പറഞ്ഞ് ഭർത്താ

വിനോടൊപ്പം അവരെ പറഞ്ഞയച്ചു. രണ്ടു മാസം കഴിഞ്ഞ് പരിശോധനക്ക് വരണമെന്ന് നിർദ്ദേശിച്ചു. ഗർഭം തുടരുന്ന വിവരം ഒരു കാരണവശാലും ഭർത്താവിന്റെ ശ്രദ്ധയിൽ പെടാതെ സൂക്ഷിക്കണമെന്ന് പറഞ്ഞാണ് മേരിക്കുട്ടിയെ മുറിയിൽ നിന്നിറക്കിയത്. മേരിക്കുട്ടി അത് പാലിച്ചു. രണ്ടുമാസം കഴിഞ്ഞ് ചെന്നപ്പോൾ പരിശോധനക്ക് ശേഷം, ഭർത്താവിനോട് ക്ഷമാപണത്തോടെ, ഗർഭം അലസിപ്പിക്കാനുള്ള ശ്രമം വിജയിച്ചില്ല എന്ന് കുറ്റസമ്മതം പോലെ ഡോക്ടർ പറഞ്ഞു. ഇനി അത് സാധ്യമല്ല. അമ്മയുടെ ആരോഗ്യത്തിന് അപകടമാകും.

ഗർഭകാലത്തെ പരിശോധനകൾക്കും, പ്രസവത്തിനും, മേരിക്കുട്ടിയെ ആശുപത്രിയിൽ കൊണ്ടു പോകുന്നതിനും മാത്യു മടിച്ചില്ല. വീട്ടുകാരുടെയും, അപൂർവമായി സന്ദർശനത്തിനെത്തുന്ന കുടുംബ സുഹൃത്തുക്കളുടെയും മുമ്പിൽ അയാൾ സ്നേഹവും ഉത്തരവാദിത്തവുമുള്ള ഭർത്താവായി തന്നെ പെരുമാറി. എന്നാൽ ഒരിക്കൽ പോലും തന്റെ പങ്കാളിയുടെ ഉദരത്തിൽ വളരുന്ന കുഞ്ഞിനെപ്പറ്റി അയാൾ അന്വേഷിച്ചില്ല. ഒരിക്കൽ പോലും ആ വയറിൽ അയാൾ സ്പർശിച്ചില്ല.

പ്രസവം കഴിഞ്ഞ്, കുഞ്ഞിനെ കാണുമ്പോൾ ഇതെല്ലാം മാറും, മേരിക്കുട്ടി പ്രത്യാശിച്ചു. അതും വെറുതെയായി.

തന്റെ മടിയിലും, തൊട്ടിലിലും കട്ടിലിലും ഒക്കെ കിടന്ന കുഞ്ഞിനെ വാത്സല്യത്തോടെ ഒരു നിമിഷം അയാൾ നോക്കുന്നത് പോലും കണ്ടിട്ടില്ല. അനധികൃതമായി കടന്നു വന്ന്, അസ്ഥാനത്ത് കിടക്കുന്ന ഒരു വസ്തുവിനെയെന്ന പോലെയാണ് അയാൾ കുഞ്ഞിനെ നോക്കുന്നത് എന്ന് മേരിക്കുട്ടിക്ക് തോന്നി. വീടിന്റെ അകത്തളത്തിലും മുറ്റത്തുമൊക്കെ റോയി മോൻ ഓടിക്കളിച്ചപ്പോൾ അയാൾ അവനെ ശല്യക്കാരനായി കണ്ടു തുടങ്ങി. ഒരിക്കലും അയാൾ കുഞ്ഞിനെ ശാസിക്കുകയോ ശിക്ഷിക്കുകയോ ചെയ്തിട്ടില്ല.

'മേരിക്കുട്ടീ..........' ഒരൊറ്റ വിളിയിൽ അയാൾ തന്റെ അസഹ്യത പ്രകടിപ്പിക്കും.

മേരിക്കുട്ടിയോ, വീട്ടിലെ ജോലിക്കാരിയോ വന്ന് കുട്ടിയെ എടുത്തു കൊണ്ടു മാറുന്നതിനാണ് ആ വിളി.

അങ്ങനെ റോയി മോൻ വളർന്നു. അച്ഛന്റെ ചുറ്റും നടന്ന് കളി

ച്ചിരുന്ന ശൈശവം പിന്നിട്ടതോടെ അവൻ അച്ഛനെ തന്റെ വീക്ഷണ മണ്ഡലത്തിൽ നിന്ന് ഒഴിവാക്കിയത് പോലെയായി. അച്ഛൻ ഇരിക്കുന്ന ഡ്രോയിംഗ് റൂമിലോ, ഡൈനിംഗ് ഹാളിലോ പുസ്തകത്തിൽ തല പൂഴ്ത്തി അവൻ ഇരിക്കും. സാധാരണ കുട്ടികളെ പോലെ ഒച്ചപ്പാടോ, വികൃതിയോ, വാശിയോ ഒന്നും ഇല്ലാതെ അവൻ വളർന്നു. തന്റെ പരിമിതമായ ആവശ്യങ്ങൾ അമ്മയോട് പറയും. അമ്മ പറയുന്ന കാര്യങ്ങൾ കഴിയുന്നതും അനുസരിക്കും. അങ്ങനെയാണ് അവൻ വളർന്നു വലുതായത്.

പഠിത്തത്തിൽ മിടുക്കനായ അവന് ഇരുപത്തിയഞ്ചാം വയസിൽ തന്നെ ബാങ്കിൽ ഉയർന്ന ഉദ്യോഗം കിട്ടിയപ്പോൾ മേരിക്കുട്ടി സന്തോഷിച്ചു. ഓഹരി വിപണിയിലെ പ്രവർത്തനങ്ങൾക്കായി, മകൻ ജോലി ചെയ്യുന്ന ബാങ്കിൽ തന്നെ, മാത്യുവിന് ധാരാളം ഇടപാടുകൾ നടത്തേണ്ടിയിരുന്നു. ആ സാഹചര്യത്തിലെങ്കിലും, അച്ഛനും മകനുമായി ആശയവിനിമയം ഉണ്ടാകുമെന്നും, അടുപ്പം വളർന്നു വരുമെന്നും മേരിക്കുട്ടി പ്രതീക്ഷിച്ചു. അത് ഉണ്ടായില്ല. മകന്റെ പഠന കാലത്തെന്നത് പോലെ, അവനെ അംഗീകരിക്കാനോ, അവനുമായി ഇടപഴകാനോ ആ അച്ഛൻ തയ്യാറായില്ല.

അച്ഛന് അസൗകര്യമുണ്ടാക്കുന്നതൊന്നും റോയി ചെയ്തില്ല. അതേ സമീപനം തന്നെയാണ് അച്ഛൻ മകനോടും അനുവർത്തിച്ചത്.

ഉദ്യോഗം കിട്ടിയതു മുതൽ റോയിയെ വിവാഹം കഴിപ്പിക്കുക എന്നതിലായി മേരിക്കുട്ടിയുടെ ശ്രദ്ധയും പരിശ്രമവും. ആ ഒരു കാര്യത്തിനെങ്കിലും ഭർത്താവിന്റെ സഹായവും സഹകരണവും കൂടിയേ കഴിയൂ. ആ വിഷയം ഇടക്കിടെ അവതരിപ്പിച്ചു ഭർത്താവിന്റെ സഹായം തേടാൻ അവർ ശ്രമിച്ചു. ആദ്യമൊക്കെ തികഞ്ഞ ഉദാസീനതയാണ് അയാൾ പുലർത്തിയത്. എന്നാൽ മേരിക്കുട്ടിയുടെ ആവർത്തിച്ചുള്ള അപേക്ഷക്കും ശ്രമത്തിനുമൊടുവിൽ, തനിക്ക് കല്യാണലോചനയുമായി നാടൊട്ടുക്ക് നടക്കാനൊന്നും കഴിയില്ലെന്നും, ഏതെങ്കിലും നല്ല ആലോചന വരുമ്പോൾ വേണ്ടത് ചെയ്യാമെന്നും അയാൾ പറഞ്ഞു. തന്റെ ചില ബന്ധുക്കളുടെയും കുടുംബസുഹൃത്തുക്കളുടെയും സഹായത്തോടെ മേരിക്കുട്ടി റോയിക്ക് വേണ്ടിയുള്ള കല്യാണാലോചനകൾ നടത്തി. അങ്ങനെയാണ് ലിസ്സിയെ കണ്ടെത്തിയത്.

മാത്യു മേരിക്കുട്ടിയോടും റോയിയോടുമൊപ്പം ലിസ്സിയുടെ വീട് സന്ദർശിച്ചു. റോയിക്കും ലിസ്സിയെ ഇഷ്ടപ്പെട്ടു. വിവാഹശേഷം വീട്ടിൽ, സന്തോഷത്തിന്റെ തിരിനാളങ്ങൾ കൊളുത്താൻ മേരിക്കുട്ടി ശ്രമിച്ചു. അവരുടെ ഇണക്കം കണ്ടപ്പോൾ തങ്ങളുടെ വീടിനുള്ളിൽ, സ്നേഹമുള്ള ഒരു കുടുംബം മെല്ലെ രൂപം കൊള്ളുന്നതായി മേരിക്കുട്ടിക്ക് തോന്നി. ഇനി, കാര്യങ്ങൾ ഒരുപക്ഷെ മെച്ചപ്പെടും — അവർ പ്രത്യാശിച്ചു.

ഒന്നും സംഭവിച്ചില്ല. ഭർത്താവ് പഴയശീലങ്ങളിലേക്കും രീതികളിലേക്കും പോയി. റോയിയും ലിസ്സിയും തമ്മിലുള്ള സ്നേഹബന്ധം ആ അമ്മക്ക് ആശ്വാസം നൽകി. മാസങ്ങൾ കഴിഞ്ഞപ്പോൾ അവരുടെ സ്നേഹവായ്പ് കൂടുതൽ ഹൃദ്യമായി അനുഭവപ്പെട്ടു.

അവർക്ക് ഒരു കുഞ്ഞുണ്ടാകുന്നതായി മേരിക്കുട്ടിയുടെ സ്വപ്നം. ലിസ്സി ഗർഭവതിയാകാൻ ആ അമ്മ കാത്തിരിക്കുകയാണ്. വർഷങ്ങൾ നാലഞ്ചു കഴിഞ്ഞു. നല്ല ഇണക്കവും ഇടപഴകലും ഒക്കെയുള്ള ആ ഭാര്യാഭർത്താക്കന്മാരുടെ ജീവിതത്തിലേക്ക് സന്താനഭാഗ്യം കടന്നു വരുന്നില്ല.

ലിസ്സിയോട് മേരിക്കുട്ടി വിവരങ്ങൾ ആരാഞ്ഞു. ആദ്യമൊക്കെ ലിസ്സി ഒഴിഞ്ഞു മാറി. ആവർത്തിച്ചു ചോദിച്ചപ്പോൾ കാര്യം പറഞ്ഞു. റോയിക്ക് കുട്ടികളുണ്ടാകുന്നതിൽ താൽപര്യമില്ല. കുറച്ചു കൂടി കഴിയട്ടെ, എന്നായിരുന്നു ആദ്യത്തെ നിലപാട്. കൂടുതൽ നിർബന്ധിച്ചപ്പോൾ തന്റെ ചില ആരോഗ്യ പ്രശ്നങ്ങളെക്കുറിച്ചും അസൗകര്യങ്ങളെ കുറിച്ചുമൊക്കെ അയാൾ പറഞ്ഞു. ശാരീരികബന്ധത്തിന്റെ കാര്യത്തിലും അയാൾ ഉദാസീനനാണ്. അതിനോടും താൽപര്യമില്ല.

'ഇതെന്താ ഡോക്ടറെ? അച്ഛനും മകനും തമ്മിൽ ഒരു തരത്തിലുള്ള ആശയവിനിമയവും സമ്പർക്കവും ഇല്ലാതെയാണ് ജീവിച്ചത്. എന്നിട്ടും റോയി, അവന്റെ അച്ഛനെ പോലെയായിത്തീർന്നത് എങ്ങനെയാണ്?'

മേരിക്കുട്ടി ചോദിച്ചു.

വൈദ്യശാസ്ത്രത്തിനും മന:ശാസ്ത്രത്തിനും കൃത്യമായ ഉത്തരമില്ലാത്ത അതേ ചോദ്യം തന്നെയാണ് സൈക്യാട്രിസ്റ്റിന്റെ മനസിലും ചുറ്റിത്തിരിഞ്ഞത്. ശരീര ഘടനയിലെ സവിശേഷതകൾ മാത്രമാണ് പാരമ്പര്യമായി, സന്തതികളിലേക്ക് പകരുന്നത്

എന്നാണ് ജനിതകശാസ്ത്രം കരുതിയിരുന്നത്.

'ചെറുപ്പകാലത്ത് റോയി അച്ഛനെ കണ്ട് പഠിച്ചതാകും എന്ന് കരുതാനും നിവൃത്തിയില്ല. ആണെങ്കിൽ പോലും, എന്റെ മോന്, അവന്റെ അച്ഛന്റെ സ്വഭാവ വൈകല്യങ്ങളൊന്നും കണ്ടു പഴകാനും കണ്ടുപഠിക്കാനും അവസരമൊന്നുമുണ്ടായിട്ടില്ല. അച്ഛൻ അവനോട് അകന്നു പെരുമാറിയിട്ടുണ്ട്, എന്നതൊഴിച്ചാൽ, ഞങ്ങൾ തമ്മിലുള്ള അകൽച്ചയും പരസ്പര വിരക്തിയുമൊന്നും എന്റെ ഭർത്താവ് അവന്റെ മുൻപിൽ പ്രകടിപ്പിക്കാറില്ല. ഞാനൊട്ട് പറയാറുമില്ല. അപ്പോൾ പിന്നെ, റോയിക്കെങ്ങനെ അച്ഛന്റെ സ്വഭാവം പകർത്താനാകും?'

മേരിക്കുട്ടി സംശയം ഉന്നയിച്ചു. അച്ഛനമ്മമാരുടെ സ്വഭാവ സവിശേഷതകളിൽ ചിലതും, ജനിതക പരിക്രമത്തിലൂടെ കുട്ടികളിലെത്തുമെന്ന് ചില സമീപകാല പരീക്ഷണങ്ങൾ തെളിയിച്ചിട്ടുണ്ട്. അതിനെ പറ്റി സൈക്യാട്രിസ്റ്റ് സൂചിപ്പിച്ചു.

'അതാകുമോ, റോയി അച്ഛനെ പോലെ സന്താന വിരോധിയാകാൻ കാരണം?' മേരിക്കുട്ടി ചോദിച്ചു.

'ആണോ എന്ന് ഉറപ്പില്ല, ആകാം എന്ന് പറയാം.'

സൈക്യാട്രിസ്റ്റ് പറഞ്ഞു.

റോയിയെ ചികിത്സിപ്പിച്ചാൽ എന്തെങ്കിലും പ്രയോജനമുണ്ടാകുമോ? എന്നായി ആ അമ്മ.

ഭാര്യയുടെയും അമ്മയുടെയും ആവർത്തിച്ചുള്ള അപേക്ഷയും തുടർച്ചയായുള്ള നിർബന്ധവും കൊണ്ടാണ് റോയി കൺസൾട്ടേഷനെത്തിയത്. സ്വകാര്യ ജീവിതത്തെ കുറിച്ച് തുറന്നു സംസാരിക്കാൻ അയാൾ ആദ്യമൊക്കെ വിമുഖനായിരുന്നു. വിഷാദത്തിന്റെ ഒരു അന്തർധാരയും, ചില വിചിത്രമായ ഫോബിയകളും അയാൾക്കുണ്ടായിരുന്നു. അവ ലഘൂകരിക്കുന്നതിന് ആദ്യ ചികിത്സ നൽകി. അയാൾക്ക് കൂടുതൽ ഊർജ്ജസ്വലതയും മനസിന് അയവും കിട്ടി. ധിഷണാപരമായ മന:ശാസ്ത്ര ചികിത്സ (Cognitive Therapy) സങ്കേതത്തിലൂടെ അയാൾക്ക് കൗൺസലിംഗ് നൽകി. ചികിത്സയുടെ വിവിധ ഘട്ടത്തിൽ ലിസ്സിയെയും പങ്കാളിയാക്കി. വിവാഹ ബന്ധത്തിനെ സജീവമാക്കാനുള്ള മാർഗ നിർദ്ദേശവും കൗൺസലിംഗിൽ ഉൾപ്പെട്ടിരുന്നു.

ലിസ്സി ഗർഭിണിയായ വിവരം അറിയിക്കാൻ എത്തിയപ്പോൾ

അവർ രണ്ടുപേരും ഉത്സാഹത്തിലായിരുന്നു. അടുത്ത തവണ വന്ന പ്പോൾ മേരിക്കുട്ടിയും കൂടെയുണ്ടായിരുന്നു.

മനസിന്റെ പൊരുത്തക്കേട് കൊണ്ട് കുട്ടികൾ ഉണ്ടാകാതിരി ക്കുന്നവരെയെല്ലാം സുഖപ്പെടുത്തി, കുട്ടികളെ നൽകാൻ, മന:ശാസ്ത്ര ചികിത്സ കൊണ്ടു കഴിയുമോ? എന്നായി മേരിക്കുട്ടി.

'ഇല്ല. വളരെ കുറച്ചു പേരെ മാത്രമെ അങ്ങനെ സഹായിക്കാ നാകൂ. പലരിലും വിവാഹബന്ധത്തിലെ പ്രശ്നങ്ങൾ തുടരും. ചികി ത്സയോടൊപ്പം, ഭാഗ്യമെന്നോ, ദൈവാനുഗ്രഹമെന്നോ വിളിക്കുന്ന ഘടകവും കൂടിയുണ്ടാകുമ്പോഴാണ് ചികിത്സ വിജയിക്കുന്നത്. അതാണ് റോയിയുടെയും ലില്ലിയുടെയും കാര്യത്തിൽ സംഭവിച്ച ത്.'

കണ്ണുകളടച്ച് പ്രാർത്ഥനയുടെ ഒരു നിമിഷം പങ്കുവച്ചതിന് ശേഷം അവർ യാത്ര ചോദിച്ച് മടങ്ങി.

അച്ചുവിന്റെ അച്മ

നഗരത്തിലെ വ്യവസായ പ്രമുഖനും പ്രമാണിയുമായ വേണുഗോപാലമേനോൻ മകളെയും മരുമകനെയും കൂട്ടിയാണ് കൺസൾട്ടേഷന് വന്നത്. എട്ടു വർഷം മുൻപ് വിവാഹിതയായ മകൾ ലക്ഷ്മി ഭർത്താവുമൊത്ത് ഇപ്പോൾ ദുബായിലാണ്. മൂന്നു വർഷം മുൻപാണ് അവർക്കൊരു ആൺ കുഞ്ഞ് ജനിച്ചത്.

വിവാഹം കഴിഞ്ഞ് നാലു വർഷത്തിനു ശേഷമാണ് ലക്ഷ്മി ഗർഭിണിയാകുന്നത്. അതിന് മുൻപ് രണ്ടുമൂന്നു തവണ ഗർഭം അലസിപ്പോയി. ഡോക്ടറുടെ പ്രത്യേക ചികിത്സയും, പൂർണ വിശ്രമവും എടുത്താണ് ഈ ഗർഭകാലം പൂർത്തിയാക്കിയത്. തന്റെ ഭാര്യയുടെ കുടുംബത്തിൽ മൂന്നു നാലു സ്ത്രീകൾക്ക് സന്താനങ്ങളില്ല. തന്റെ കുടുംബത്തിലും മിക്ക സ്ത്രീകൾക്കും ഗർഭധാരണത്തിനും പ്രസവത്തിനുമൊക്കെ പ്രശ്നങ്ങളുണ്ടായിട്ടുണ്ട്. ലക്ഷ്മിയുടെ ഗർഭധാരണം വൈകുന്തോറും, ഈ കുടുംബ പശ്ചാത്തലം അവരിരുവരെയും ആശങ്കപ്പെടുത്തിയിരുന്നു. സന്താനോൽപാദന ശേഷിക്കും ഗർഭധാരണത്തിനും, പാരമ്പര്യ ഘടകങ്ങൾക്ക് സ്വാധീനമുണ്ടോ എന്ന്, വ്യക്തിപരമായി അടുപ്പമുള്ള ഡോക്ടർമാരോട് മേനോൻ തിരക്കിയിട്ടുണ്ട്. പ്രമുഖ ഗൈനക്കോളജിസ്റ്റുകളോടും ഇക്കാര്യം സംസാരിച്ചിട്ടുണ്ട്. ഉണ്ടെന്ന് അനുമാനിക്കാനാകും എന്നാണ് മിക്ക ഡോക്ടർമാരും പറഞ്ഞത്. പുണ്യക്ഷേത്രങ്ങളിലെ വഴിപാടുകളും നേർച്ചകളുമായി കാത്തിരിക്കുന്നതിനിടയിലാണ് ലക്ഷ്മി ഗർഭിണിയാണെന്ന് മരുമകൻ മോഹൻ വിളിച്ച് പറയുന്നത്.

ദുബായിയിൽ ഒരു അമേരിക്കൻ കമ്പനിയിൽ സാമാന്യം ഉയർന്ന ശമ്പളമുള്ള ജോലിയിലായിരുന്നു മോഹൻ. അവിടെ അത്യാധുനിക ആശുപത്രികളുണ്ട്. ശാരീരികാരോഗ്യത്തിനും ഗർഭകാല സുരക്ഷക്കും വേണ്ടി, കൃത്യമായി മെഡിക്കൽ ചെക്കപ്പുകൾ നടത്തണമെന്ന് ലക്ഷ്മിയോടും മോഹനനോടും, ഇരുവരുടെയും അച്ഛനമ്മമാർ ആവർത്തിച്ച് നിർദ്ദേശിച്ചു കൊണ്ടിരുന്നു. ഓരോ ദിവസത്തെയും ലക്ഷ്മിയുടെ

ആരോഗ്യനിലയെ കുറിച്ചും ഫോണിൽ വിളിച്ച് അവർ അന്വേഷിച്ചു കൊണ്ടിരുന്നു. നാട്ടിലുള്ള ഇരുവരുടെയും മാതാപിതാക്കൾ അത്യാഹ്ലാ ദത്തിലായിരുന്നു.

ഏതാണ്ടൊരു മാസം പിന്നിട്ടപ്പോൾ മുതൽ ലക്ഷ്മിക്ക് കലശലായ ഛർദ്ദിയും ആഹാരം വേണ്ടായ്കയും ക്ഷീണവും ഉണ്ടായി. ദുബായി യിലെ ഏറ്റവും മികച്ച ആശുപത്രിയിലെ സീനിയർ ഗൈനക്കോളജിസ്റ്റിനെ തന്നെയാണ് ലക്ഷ്മിയും മോഹനനും സമീപിച്ചത്. ഒന്നു രണ്ടാഴ്ച ചികിത്സ കഴിഞ്ഞെങ്കിലും, ലക്ഷ്മിയുടെ അസുഖങ്ങൾ കാര്യമായി കുറ ഞ്ഞില്ല. ലക്ഷ്മിയെ നാട്ടിൽ കൊണ്ട് വരണമെന്ന് ലക്ഷ്മിയുടെയും മോഹന്റെയും അച്ഛനമ്മമാർ നിർദ്ദേശിച്ചു. കൂടുതൽ മെച്ചപ്പെട്ട ചികി ത്സ ഇവിടെ കിട്ടും എന്നത് കൊണ്ട് മാത്രമല്ല, ശ്രദ്ധാപൂർവമുള്ള പരിച രണം സദാസമയവും കിട്ടുമല്ലോ. ദുബായിലാണെങ്കിൽ മോഹൻ ജോലിക്ക് പോകുന്ന സമയത്ത്, ഫ്ളാറ്റിൽ ലക്ഷ്മിയും ജോലിക്കാരിയും മാത്രമെയുള്ളു. അച്ഛനമ്മമാരുടെ, പ്രത്യേകിച്ച് അമ്മയുടെ സാമീപ്യവും ശുശ്രൂഷയും ഏത് ഗർഭിണിയും ആഗ്രഹിക്കുന്നതാണ്. അത് പ്രയോ ജനം ചെയ്യുന്നതുമാണ്. ലക്ഷ്മിയെ നാട്ടിൽ കൊണ്ടുവിട്ട്, ഒരാഴ്ച മോഹൻ കൂടെ നിന്നു. മടങ്ങിപ്പോകാൻ അയാൾക്ക് പ്രയാസവുമായിരു ന്നു. വിവാഹശേഷം അവർ ഏതാനും ദിവസങ്ങൾക്കപ്പുറം അകന്നു നിന്നിട്ടില്ല. പക്ഷെ, ഇപ്പോഴത്തെ സാഹചര്യത്തിൽ അത് കൂടാതെ വയ്യ. മികച്ച ശമ്പളവും മറ്റ് ആനുകൂല്യങ്ങളും കിട്ടുന്ന ജോലി ഉപേക്ഷിക്കു ന്നതിനെ പറ്റി മോഹനും ലക്ഷ്മിക്കും ആലോചിക്കാൻ പോലുമായില്ല. ലക്ഷ്മിയാണ് മോഹന് ധൈര്യം പകർന്നത്. എല്ലാ മാസവും ഒരിക്കൽ രണ്ടുമൂന്നു ദിവസത്തേക്ക് മോഹൻ ലക്ഷ്മിയെ കാണാനെത്തും. അങ്ങ നെയൊരു ധാരണയോടാണ് മോഹൻ ദുബായിക്ക് മടങ്ങിയത്.

ചെറിയ അസുഖങ്ങളും പ്രശ്നങ്ങളുമുണ്ടായെങ്കിലും സാമാന്യം സ്വസ്ഥതയോടെ സുഗമമായി ലക്ഷ്മി ഗർഭകാലം പിന്നിട്ടു. പ്രസവത്തിന് അൽപം കാലതാമസം നേരിട്ടു. സിസേറിയൻ ഓപ്പറേഷനും വേണ്ടി വന്നു. 3.9 കിലോഗ്രാം തൂക്കമുള്ള തുടുത്ത് വെളുത്ത ആൺകുഞ്ഞ്. ആശുപത്രിയിൽ തുടങ്ങിയ ഉത്സവാരവം വീട്ടിലും ദിവസങ്ങളോളം തുടർന്നു.

ആറുമാസത്തിനു ശേഷം ലക്ഷ്മി കുഞ്ഞിനെയും കൂട്ടി ദുബായ്ക്ക് പോയി. വേണുഗോപാലനമേനോനും ഭാര്യയും ഒരു മാസം കഴിഞ്ഞ് അവരെ സന്ദർശിച്ചു. രണ്ടാഴ്ച അവിടെ നിന്നതിനു ശേഷമാണ് അവർ മടങ്ങിയത്. അവർ നാലഞ്ചു പ്രാവശ്യം ഇതുപോലെ സന്ദർശനങ്ങൾ

നടത്തി. മോഹന്റെ മാതാപിതാക്കളും അവരെ സന്ദർശിച്ചു കൊണ്ടിരുന്നു. രണ്ടു കുടാംബാംഗങ്ങളുടെയും അഭിമാനവും ആനന്ദവും ആ കുഞ്ഞിനെ ചുറ്റിക്കൊണ്ടിരുന്നു.

രണ്ട് രണ്ടര വയസായപ്പോഴാണ് അച്ചുവിന്റെ അസാധാരണമായ ചില രീതികൾ ലക്ഷ്മിയും മോഹനും ശ്രദ്ധിച്ചത്. കുട്ടിയുടെ മുഖത്ത് പുഞ്ചിരിയോ പ്രസന്നതയോ സംതൃപ്തിയോ ഒന്നും കാണാനില്ല. അമ്മേയോടും അച്ഛനോടും പ്രത്യേകിച്ച് മമതയില്ല. സംസാരിക്കുന്നില്ല, എന്തോ ശബ്ദങ്ങൾ പുറപ്പെടുവിക്കുമെന്ന് മാത്രം. ആഹാരമോ കളിപ്പാട്ടമോ എന്തെങ്കിലും വേണമെങ്കിൽ അമ്മയെയോ, അച്ഛനെയോ, ജോലിക്കാരിയേയോ കൈ പിടിച്ച്, അതിരിക്കുന്നിടത്ത് കൊണ്ടു നിറുത്തി തൊട്ടു കാണിക്കുകയോ, ചൂണ്ടിക്കാണിക്കുകയോ മാത്രമാണ് അവൻ ചെയ്യുക. സാധനം കൈയിൽ കിട്ടിയാൽ സന്തോഷമില്ല. കിട്ടിയില്ലെങ്കിൽ അലറി നിലവിളിക്കും. കളിപ്പാട്ടങ്ങൾ അവൻ കൊണ്ടു വച്ചിടത്ത് നിന്ന് അൽപം മാറിയിരുന്നാൽ അച്ചു നിലവിളിക്കും. തറയിൽ കിടന്നുരുളും. ഒരു വസ്തുവിന്റെ പോലും പേര് പറയില്ല. ഒരു ക്രിയാപദവും അറിയില്ല. 'അച്ഛൻ' 'അമ്മ' എന്നു പോലും വിളിക്കുന്നില്ല. അവന്റെ പേര് വിളിക്കുകയോ ലാളിക്കുകയോ ചെയ്താൽ വിളി കേൾക്കില്ല. അവൻ ശ്രദ്ധിക്കുന്നതായി പോലും തോന്നുന്നില്ല. കുട്ടിയുടെ കേൾവിക്ക് തകരാറാണെന്നാണ് ആദ്യം കരുതിയത്. വളരെ പണിപ്പെട്ട് ശ്രവണശക്തി പരിശോധിച്ച ഇ.എൻ.ടി. വിദഗ്ദ്ധൻ കേൾവിക്ക് തകരാറില്ല എന്ന് കണ്ടെത്തി. ബുദ്ധിമാന്ദ്യം ഉണ്ടെന്ന് കരുതി ശിശുരോഗ വിദഗ്ദ്ധനെയും മാനസിക വിദഗ്ദ്ധനെയും കാണിച്ചു. കുട്ടിക്ക് ബുദ്ധിക്ക് കുറവില്ല, എന്നാൽ ആശയവിനിമയം ചെയ്യുന്നതിനോ, വൈകാരിക ബന്ധം സ്ഥാപിക്കുന്നതിനോ ഉള്ള കഴിവില്ല. ഇത് രണ്ടും അസാധ്യമാക്കുന്ന ആട്ടിസം (Autism) രോഗമാണെന്ന് കണ്ടെത്തിയത് അങ്ങനെയാണ്. രോഗത്തിന്റെ ലക്ഷണങ്ങൾ ഡോക്ടർ വിശദമായി പറഞ്ഞു കൊടുത്തു. അച്ഛനമ്മമാരോട് പോലും വൈകാരിക ബന്ധം ഉണ്ടാവില്ല. മനുഷ്യരോടും ജീവനില്ലാത്ത വസ്തുക്കളോടുമുള്ള സമീപനം ഒരുപോലെ. വസ്തുക്കളെ കൈകാര്യം ചെയ്യുന്ന അതേ രീതിയിലാണ് മനുഷ്യരോടും പെരുമാറുക. സാമൂഹ്യ മന്ദഹാസം (Social Smile) എന്ന ഒരു പരിപാടിയില്ല രോഗലക്ഷണങ്ങൾ ഡോക്ടർ വിവരിച്ചു. ഓരോന്നും തങ്ങളുടെ മകനുണ്ടായിരുന്നല്ലോ? ഇന്നും ഉണ്ടല്ലോ?

തുടർന്ന് ചികിത്സയുടെ കാര്യം പറഞ്ഞപ്പോൾ ഡോക്ടർക്ക് വാക്കുകളും ശബ്ദവും കുറഞ്ഞു. ഔഷധങ്ങൾ കൊണ്ട് വലിയ ഫലമില്ല. പരിശീലനവും പരിചരണവും മാത്രമാണ് ചെയ്യാനാകുന്നത്. ചികിത്സ

കൊണ്ടുള്ള പ്രയോജനം എന്തെന്നും, എത്രകാലം അതിനായി ചികിത്സി ക്കണമെന്നും ചോദിച്ചപ്പോൾ ഡോക്ടർക്ക് ഉടനെ ഉത്തരം പറയാൻ കഴി ഞ്ഞില്ല.

'സാവധാനം, വളരെ സാവധാനം, കുട്ടിയുടെ സ്ഥിതി കുറെ മെച്ച പ്പെടും. അച്ഛനെയും അമ്മയെയും അടുത്ത് ഇടപഴകുന്നവരെയും കുറെയൊക്കെ തിരിച്ചറിയും. അൽപം അടുപ്പം കാണിക്കും. കുറെ യൊക്കെ സംസാരിക്കും. പത്ത് പതിനെട്ട് വയസാകുമ്പോൾ ഒരു മാറ്റ മൊക്കെ പ്രതീക്ഷിക്കാം.' അങ്ങനെയാണ് ഡോക്ടർ പറഞ്ഞു വച്ചത്.

തുടുത്ത മുഖവും വിശാലമായ കണ്ണുകളും ചുവന്ന കവിളുകളുമുള്ള അതി സുന്ദരനായ കുട്ടിയായിരുന്നു അവൻ. രോഹിത് ലക്ഷ്മി മോഹൻ എന്നാണ് അവന് ലക്ഷ്മിയും മോഹനും പേരിട്ടത്. വീട്ടിൽ വിളിക്കാനും ഒരു പേര് വേണമല്ലോ, അച്ചുവെന്ന് വിളിപ്പേര്. നിർദ്ദേശിച്ചത് ലക്ഷ്മി യുടെ അച്ഛനാണ്. രോഹിത് എന്നും മറ്റും വിളിക്കാൻ അത്ര എളുപ്പമല്ല. വിളിപ്പേര് എപ്പോഴും ലളിതമായിരിക്കണം. കുട്ടിക്ക് തന്നെ സ്വാഭാവിക മായി ഉച്ചരിക്കാൻ ആകുന്നതായിരിക്കണം. അപ്പു, കിച്ചു, കുട്ടൻ, ഉണ്ണി എന്നിവയൊക്കെ നമ്മുടെ നാട്ടിൽ വിളിപ്പേരുകൾ ആയത് അങ്ങനെയാ ണ്. വേണുഗോപാലമേനോൻ കുട്ടികളുടെ നാമകരണത്തെക്കുറിച്ചുള്ള തന്റെ സിദ്ധാന്തം വിശദീകരിച്ചു. മോഹന്റെ അച്ഛൻ, മലയാളം പ്രൊഫ സറായിരുന്ന കർത്താസാർ വിട്ടുകൊടുത്തില്ല – ശരിയാണ്, വിളിക്കാൻ സൗകര്യമുള്ള ചെറിയ പേരാണ് കുട്ടികൾക്ക് നൽകേണ്ടത്. പക്ഷെ, അത് യഥാർത്ഥ പേരിനോട് സാമ്യമുള്ളതായിരിക്കണം, ജയചന്ദ്രൻ എന്നു പേരുള്ള കുട്ടിയെ ജയൻ എന്ന് വിളിക്കാം. അല്ലെങ്കിൽ ചന്ദ്രൻ. രാധാകൃഷ്ണനെന്നാണ് പേരെങ്കിൽ കൃഷ്ണനെന്നോ, കിഷൻ എന്നോ വിളിക്കാം.

'കിച്ചുവെന്നും വിളിക്കാമല്ലോ അല്ലെ' ? മേനോൻ ചോദിച്ചു.

'ഇല്ല, ഒരിക്കലുമില്ല. കൃഷ്ണനും കിച്ചുവും തമ്മിൽ ഭാഷാപരമായി ബന്ധമൊന്നുമില്ല. മന:ശാസ്ത്രം അനുസരിച്ച്, കുട്ടി കേൾക്കുന്ന ഭാഷയും, കുട്ടിയുടെ മനസിന്റെ വികാസവും തമ്മിൽ ബന്ധമുണ്ട്.'

ഭാഷാശാസ്ത്രത്തെയും മന:ശാസ്ത്രത്തെയും കൂട്ടുപിടിച്ചാണ് കർത്താ സാറിന്റെ വാദം.

രണ്ട് അച്ഛന്മാരും തമ്മിലുള്ള സംഘർഷം അവസാനിക്കുന്ന മട്ടില്ല. അമ്മമാരും മോഹനും ലക്ഷ്മിയും വിഷമിച്ചു.

'രണ്ടു അപ്പൂപ്പന്മാരും കൂടി കൊച്ചിനെ ഞങ്ങൾ എന്ത് വിളിക്കണ മെന്ന് പറ', മോഹന്റെ അമ്മ ഇടപെട്ടു.

'സംശയമെന്ത്, രോഹി എന്നുതന്നെ വിളിക്കണം', കർത്താ സാർ പ്രഖ്യാപിച്ചു.

'അത് ശരിയാവില്ല, വിളിച്ചു വിളിച്ച് അത് രോഗീ, രോഗീ എന്നാകും'. ലക്ഷ്മിയുടെ അമ്മ ആ നിർദ്ദേശത്തെ എതിർത്തു.

അപ്പൂപ്പന്മാർക്ക് സന്ധിയിലെത്താൻ കഴിഞ്ഞില്ല. ലക്ഷ്മിയും മോഹനും അവനെ അച്ചുവെന്ന് വിളിക്കാൻ തീരുമാനിച്ചു. ആ പേരിനൊരു സുഖമുണ്ട്.

അങ്ങനെയാണവൻ അച്ചുവായത്. പക്ഷെ, മോഹന്റെ അച്ഛൻ, അവനെ രോഹി എന്നും രോഹിത് എന്നും മാത്രമെ വിളിച്ചിട്ടുള്ളൂ. മോഹന്റെ അമ്മ, അവനെ മോനെ, കുഞ്ഞെ എന്നൊക്കെ വിളിക്കും. ഞങ്ങളെല്ലാം അവനെ അങ്ങനെ വിളിച്ചിട്ടുണ്ട്.

പല പേരുകളിൽ വിളിക്കുന്നത് കുട്ടിയുടെ ആശയവിനിമയ ശേഷിയെ (Communication) ബാധിക്കുമെന്ന് ഞാൻ എവിടെയോ വായിച്ചു ഡോക്ടർ? അമ്മാവൻ (ഭർത്താവിന്റെ അച്ഛൻ) പറഞ്ഞത് ശരിയായിരിക്കുമോ? രോഹിത്, രോഹി, അച്ചു, മോൻ, കുഞ്ഞ്.. അങ്ങനെ എത്രയെത്ര പേരുകൾ. അവന് കേൾക്കേണ്ടി വന്നിട്ടുണ്ട്. ഇതെല്ലാം താനാണെന്നും, ഇത് വിളിക്കുന്നവർ എല്ലാം തനിക്ക് വേണ്ടപ്പെട്ടവർ ആണെന്നും അവന് തിരിച്ചറിയാൻ കഴിയാതെ പോയത് കൊണ്ടാണോ, അവനിങ്ങനെ ഓട്ടിസം ഉണ്ടായത്?

ലക്ഷ്മി വിതുമ്പി.

'ഡോക്ടറെ, ഇതാണിവളുടെ തകരാറ്. നമ്മുടെ എന്തോ കുറ്റം കൊണ്ടാണ്, മോനിങ്ങനെ ആയിപ്പോയതെന്ന് ധരിച്ചു കൊണ്ടാണ് അവൾ കുഞ്ഞിന്റെ രോഗത്തെ കാണാൻ ശ്രമിക്കുന്നത്. ധരിച്ച് കൊണ്ടല്ല, ഉറച്ചു വിശ്വസിച്ചു കൊണ്ടാണ്. ഇതൊരു ബ്രെയിൻ വളർച്ചയുടെ പ്രശ്നമാണെന്നും, അതിന് അങ്ങനെ കാരണമൊന്നുമില്ല എന്നും നമ്മൾ വളർത്തുന്ന രീതിയുമായി ബന്ധമില്ലെന്നും ഡോക്ടർ തന്നെ എത്രതവണ പറഞ്ഞതാണ്? എല്ലാത്തിനും അവൾക്കൊരു കാരണം വേണം, അതിന്റെ കുറ്റം നമ്മളിൽ തന്നെ ചാരണം, ഇതൊരു മാനസിക കുരുക്ക് (Aberration) ആണോ?

'ഇത് ലക്ഷ്മിയുടെ മാത്രം പ്രശ്നമല്ല. ആട്ടിസം ബാധിച്ച മിക്ക കുഞ്ഞുങ്ങളുടെയും അമ്മമാരും, ചിലപ്പോൾ അച്ഛന്മാരും ഇതേ രീതിയിൽ ചിന്തിക്കുന്നവരാണ്. തങ്ങളുടെ ശീലങ്ങളിലും സ്വഭാവത്തിലുമുള്ള തകരാറുകളും, ഗർഭകാലത്തോ കുട്ടിയുടെ ശൈശവത്തിലോ ഉണ്ടായ ദുരനുഭവങ്ങളോ ആണ് കുട്ടിയെ ഓട്ടിസം രോഗിയാക്കിയതെന്ന് വിശ്വ

സിക്കുന്ന അച്ഛനമ്മമാർ വളരെയുണ്ട്.'

മോചനം ഇല്ലാത്തതോ, വളരെ പരിമിതമായ മോചനം മാത്രമുള്ളതോ ആയ ദു:ഖമാണ് ഓട്ടിസം ബാധിച്ച ഓരോ കുട്ടിയും അതിന്റെ അച്ഛനമ്മമാർക്ക് നൽകുന്നത്. കട്ടി പിടിച്ച് മനസിൽ നിറഞ്ഞ് തളം കെട്ടി നിൽക്കുന്ന ദു:ഖം. അതിന്റെ ഒരു ഭാഗം കുറ്റബോധമായി മനസ് മാറ്റിയെടുക്കുമ്പോൾ ചിലർക്ക് ഒരാശ്വാസം തോന്നുന്നുണ്ടാവാം. കുറ്റബോധം, ദു:ഖത്തെക്കാൾ ഭയങ്കരം എന്നാണ് നാമെല്ലാം കരുതുന്നത്. പക്ഷെ, കുറ്റബോധം നൽകുന്ന നീറ്റൽ, ശമനമില്ലാത്ത ദു:ഖം നൽകുന്ന ഭാരത്തെക്കാൾ സ്വീകാര്യമായി ചിലർക്ക് തോന്നുന്നുണ്ടാവാം. അത് മനസിന്റെ ഒരു പ്രതിരോധം എന്നു കരുതാം. വഴി പിഴച്ച പ്രതിരോധം.

'ഇവനൊന്നും മിണ്ടിയില്ലെങ്കിലും സാരമില്ല. പക്ഷെ, സന്തോഷമോ, തൃപ്തിയോ, ആശ്ചര്യമോ എന്തെങ്കിലും ഒന്ന് പ്രകടിപ്പിക്കുമോ എന്ന് ഞങ്ങൾ കണ്ണുനട്ട് നോക്കിയിരുന്നതാണ്. ഒന്നുമില്ല. ഉയരത്തിലിരിക്കുന്ന കളിപ്പാട്ടം, കൈയിൽ കിട്ടുന്നതു വരെ അവൻ എന്നെ തള്ളിക്കൊണ്ട് അതിനരികിൽ നിറുത്തും. എന്റെ കൈകളെ മുകളിലേക്ക് തള്ളി, കളിപ്പാട്ടത്തിൽ എത്തിക്കാൻ നോക്കും. അത് ലഭിക്കുന്നത് വരെ ഈ തള്ളലും തോണ്ടലും ആവർത്തിക്കും. കളിപ്പാട്ടം കൈയിൽ കിട്ടിയാൽ അതിലാകും അവന്റെ ശ്രദ്ധ. നമ്മുടെ കൈയും ശരീരവും ഒന്നും അവൻ പിന്നെ ശ്രദ്ധിക്കില്ല. മുഖത്ത് സന്തോഷത്തിന്റെ ഒരു ലാഞ്ഛന പോലുമുണ്ടാവില്ല. ഇത്രയും നിർവികാരനായിരിക്കാൻ ഒരു കുട്ടിക്ക് കഴിയുന്നതെങ്ങനെ?'

'എന്താണ് ഇവന്റെ മനസിൽ നിറയുന്നത്, അറിയാൻ എന്തെങ്കിലും മാർഗമുണ്ടോ ഡോക്ടർ,' ലക്ഷ്മി അങ്ങനെയൊക്കെ ചോദിച്ചുകൊണ്ടിരുന്നു. ലക്ഷ്മി കനത്ത വിഷാദത്തിലേക്ക് വഴുതി വീണു.

ആഴ്ചയിൽ ഒരു പ്രാവശ്യം വച്ച്, ലക്ഷ്മിയെ ചികിത്സക്ക് കൊണ്ടുവന്നു കൊണ്ടിരുന്നു.

ആദ്യഘട്ട കൗൺസലിംഗിൽ ലക്ഷ്മിക്ക് മന:സാന്നിധ്യവും യാഥാർത്ഥ്യബോധവും പകരാൻ ശ്രമിച്ചു. മനസിൽ തളം കെട്ടിക്കിടക്കുന്ന വിഷാദം ഇടക്കിടെ ആധിയുടെ തിരയിളക്കങ്ങളായി പ്രത്യക്ഷപ്പെട്ടു കൊണ്ടിരുന്നു. ഇത് നിയന്ത്രിക്കുന്നതിന് ഔഷധങ്ങളും നൽകി. ഏതാനും ആഴ്ചകൾ കൊണ്ട് ലക്ഷ്മിയുടെ മനസിലെ കോളിളക്കങ്ങൾ ശമിച്ചു. പക്ഷെ, കാര്യക്ഷമമായ ചികിത്സയും, മോചന സാധ്യതയുമില്ലാത്ത ഓട്ടിസം ബാധിച്ച തന്റെ മകന്റെ പരിചരണത്തെയും പരിശീലനത്തെയും കുറിച്ചുള്ള ആശങ്ക അവളുടെ മനസിൽ നിറഞ്ഞു. എല്ലാ

കാര്യങ്ങളിലും കൂടെ നിന്നു കൊണ്ട് മോഹൻ അവൾക്ക് ധൈര്യം പകർന്നു. അപസ്മാരം, ബുദ്ധിമാന്ദ്യം, ചലനവൈകല്യം തുടങ്ങിയവ ബാധിച്ച കുട്ടികളുമായി പ്രയാസപ്പെടുന്ന നൂറുകണക്കിന് അച്ഛനമ്മമാരുണ്ടല്ലോ. ആഹാരം കഴിക്കാനും, വിസർജന കാര്യങ്ങൾക്കും ശുചിത്വപാലനത്തിനുമൊക്കെ അച്ഛനമ്മമാരെയോ പരിചാരകരെയോ ജീവിതകാലം മുഴുവൻ പൂർണമായി ആശ്രയിക്കേണ്ടി വരുന്ന എത്രയോ കുട്ടികൾ. ആ കുട്ടികളുമായി താരതമ്യപ്പെടുത്തിയാൽ തങ്ങളുടെ അച്ചുവിന്റെ സ്ഥിതി എത്ര ഭേദമാണ്. അവനെ പരിചരിക്കുന്നത് എത്രയോ എളുപ്പമാണ്. അങ്ങനെ ചിന്തിക്കാനുള്ള കഴിവ് ലക്ഷ്മി ക്രമേണ നേടിയെടുത്തു.

ദുബായിയിലെ ജോലി ഉപേക്ഷിച്ച് മോഹൻ നാട്ടിലെത്തി, ലക്ഷ്മിയുടെ അച്ഛൻ നടത്തുന്ന ബിസിനസിന്റെ മേൽനോട്ടം ഏറ്റെടുത്തു.

അച്ചുവിന്റെ ജനനത്തിന് ശേഷം തങ്ങളുടെ ജീവിതത്തിനുണ്ടായ മാറ്റത്തെക്കുറിച്ച് മോഹൻ അടിക്കടി ആലോചിച്ചു. ലക്ഷ്മി സൗന്ദര്യവും ബുദ്ധിയും കൊണ്ടനുഗ്രഹിക്കപ്പെട്ട യുവതിയായിരുന്നു. കൊച്ചിയിലെ പ്രസിദ്ധമായ കോളേജിൽ നിന്നാണ് ഇംഗ്ലീഷ് സാഹിത്യത്തിൽ അവൾ എം.എ. എടുത്തത്. ഗായിക, നർത്തകി, പ്രാസംഗിക, സമ്പന്നരും, സംസ്ക്കാര സമ്പന്നരുമായ അച്ഛനമ്മമാരുടെ ഏക മകൾ. മോഹനും സമാനമായ സാഹചര്യങ്ങളിൽ നിന്ന് വന്ന ചെറുപ്പക്കാരനാണ്. അച്ഛനമ്മമാരുടെ ഏകമകൻ. എഞ്ചിനിയറിംഗ് പാസായി, അമേരിക്കയിലെ വിശ്രുത യൂണിവേഴ്സിറ്റിയിൽ നിന്ന് എം.ബി.എ, ബിരുദമെടുത്തതിന് ശേഷമാണ് ദുബായിയിലെ അമേരിക്കൻ കമ്പനിയിൽ ഉയർന്ന ജോലി നേടിയത്. എല്ലാ സന്തോഷങ്ങളും ഐശ്വര്യങ്ങളും തികഞ്ഞ ജീവിതമാണ് വിവാഹശേഷം അവർ ഇരുവരും പ്രതീക്ഷിച്ചിരുന്നത് - ഇരുവരുടെയും വീട്ടുകാരും..

രാത്രി കാലങ്ങളിൽ കിടക്കയിലിരുന്ന് ലക്ഷ്മി വിങ്ങിക്കരയുമ്പോൾ, മോഹൻ അവളെ ആശ്വസിപ്പിക്കാൻ ശ്രമിക്കും. മറ്റു സമയങ്ങളിൽ, മറ്റുള്ളവരുടെ മുന്നിൽ തങ്ങളുടെ നിരാശയും മാനസിക ക്ലേശവും അവരിരുവരും പുറത്ത് കാണിച്ചില്ല. അച്ചുവിന്റെ മുഖത്ത് മിന്നുന്ന പ്രസന്നതയുടെ ചെറിയ കണങ്ങളും, അർത്ഥത്തിന്റെ അകമ്പടിയില്ലാതെ അവന്റെ ചുണ്ടിൽ നിന്ന് വീഴുന്ന ചെറിയ വാക്കുകളും ആ അച്ഛനമ്മമാർ നിധിപോലെ ഏറ്റുവാങ്ങി.

അച്ചുവിന്റെ അരികിൽ നിന്ന് അര ക്ഷണം പോലും മാറാതെ അവനെ ശുശ്രൂഷിച്ചും പരിചരിച്ചും ലക്ഷ്മി സമയം പിന്നിട്ടു. സ്വന്തം കാര്യങ്ങളിലോ വീട്ടിലെ കാര്യങ്ങളിലോ ഒന്നും അവൾ ശ്രദ്ധിക്കാതെയായി. അച്ചു

വിനെ സ്നേഹ പരിചരണങ്ങൾ കൊണ്ടു മൂടിയും, അവന്റെ ഓരോ ചലനങ്ങളും നിരീക്ഷിച്ചും ലക്ഷ്മി രാപകലുകൾ പിന്നിട്ടു.

ഇതിൽ എന്തോ പന്തികേടില്ലേ?, മോഹന് തോന്നി.

'ലക്ഷ്മീ... അവന് ശ്രദ്ധയും വാത്സല്യവും ഒക്കെ വേണം. പക്ഷെ, ഇത്രയധികം ആകുന്നത് നല്ലതാണോ? അവൻ ഒട്ടും ഇംപ്രൂവ് ചെയ്യാതെ ആയാലോ?'

'മോഹനേട്ടന് ഓട്ടിസത്തെപ്പറ്റി അറിയാഞ്ഞിട്ടാ.. ഓട്ടിസം ബാധിച്ച കുട്ടികൾക്ക് കൊടുക്കുന്ന ശ്രദ്ധയും ശുശ്രൂഷയും വളരെ പ്രധാനമാണെന്നാണ് എല്ലാ വിദഗ്ദ്ധരും പറയുന്നത്.'

ലക്ഷ്മി താൻ വായിച്ച ഒന്നുരണ്ടു പുസ്തകങ്ങളെ പരാമർശിച്ചു കൊണ്ട് പറയും.

'ആയിരിക്കാം... പക്ഷെ, നീ സ്വന്തം ആരോഗ്യം കൂടി ശ്രദ്ധിക്കണ്ടേ? ലക്ഷ്മിയെ ഇന്നു കണ്ടാൽ പതിനഞ്ചു വയസു കൂടിയത് പോലെ തോന്നും'.

മോഹന്റെ ശബ്ദത്തിൽ വേദന പുരണ്ടു.

'അതൊന്നും സാരമില്ല മോഹനേട്ടാ... ഞാൻ ശ്രദ്ധിച്ചോളാം.'

ഓട്ടിസത്തെ പറ്റിയുള്ള പുസ്തകങ്ങളും ശബ്ദലേഖനങ്ങളും, പൊതു വിജ്ഞാന ശകലങ്ങളും ഒക്കെ തപ്പിയെടുത്ത് ലക്ഷ്മി വായിച്ചു തീർത്തു. അച്ചുവിന് നാലു വയസു കഴിഞ്ഞു. ഇന്നും ആശയവിനിമയത്തിനുള്ള സംഭാഷണം അൽപം പോലും അവന് വശമില്ല. ഏതോ വാക്കുകളും ശബ്ദങ്ങളും ഇടക്കിടെ ഉപയോഗിക്കും. കളിപ്പാട്ടങ്ങളുടെ വലിയൊരു ശേഖരം അവനുണ്ട്. ഒരു മുറിയിലാകെ പ്രത്യേക രീതിയിൽ അടുക്കി വച്ചിട്ടുണ്ട്. അതിൽ ഏതെങ്കിലും ഒന്ന്, ഇരിക്കുന്ന സ്ഥാനത്ത് നിന്ന് അപ്രത്യക്ഷമായാലോ, സ്ഥാനം മാറിയിരുന്നാലോ അവൻ അത്യന്തം അസ്വസ്ഥനാകും. അത് കണ്ടുപിടിച്ച് പൂർവസ്ഥാനത്ത് വയ്ക്കുന്നത് വരെ അവൻ അലറി വിളിക്കും. ലക്ഷ്മിയോ, മറ്റാരെങ്കിലുമോ അത് കണ്ടുപിടിച്ച് യഥാസ്ഥാനത്ത് വച്ചാൽ അവൻ ശാന്തനാകും. നന്ദിയുടെയോ സന്തോഷത്തിന്റെയോ ഒരു കണിക അവന്റെ മുഖത്ത് സ്ഫുരിക്കില്ല.

ഓട്ടിസം ബാധിച്ച കുട്ടികളുടെ പരിശീലനത്തിനുള്ള കൂടുതൽ സൗകര്യങ്ങൾ അന്വേഷിച്ച് മോഹനും ലക്ഷ്മിയും പരിചയമുള്ള ശിശുരോഗ ചികിത്സകരെയും സൈക്യാട്രിസ്റ്റുകളെയും മന:ശാസ്ത്രജ്ഞന്മാരെയും സമീപിച്ചു. കേരളത്തിൽ അങ്ങനെയുള്ള സ്ഥാപനങ്ങളോ പരിശീലകരോ ഇല്ല. ബാംഗ്ലൂരിൽ മിസിസ് വരദാമൂർത്തിയെന്ന വിദഗ്ദ്ധയായ സ്ത്രീ നടത്തുന്ന ഓട്ടിസം സ്പെഷ്യൽ പരിശീലന കേന്ദ്രമുണ്ട്. അച്ചുവുമൊത്ത്

അവരെ കാണാൻ ലക്ഷ്മിയും മോഹനും പോയി. നാലഞ്ചു ദിവസം അവിടെ തങ്ങി. ഡോ. വരദാമൂർത്തി മന:ശാസ്ത്രത്തിലും സ്പെഷ്യൽ എഡ്യൂക്കേഷനിലും ഡോക്ടറേറ്റ് നേടിയ ശേഷം, ഓട്ടിസം പരിശീലന ത്തിൽ യു.കെ.യിൽ നിന്ന് പ്രത്യേക പരിശീലനം നേടിയ വ്യക്തിയാ ണ്. മൂന്നുനാലു പരിശീലകരെ സഹായികളായി വച്ച് സാമാന്യം നല്ല രീതിയിൽ നടക്കുന്ന ഓട്ടിസം സ്പെഷ്യൽ സ്കൂളാണ് അവരുടേത്.. ദൂരെ നിന്ന് ഓട്ടിസ്റ്റിക് കുട്ടികളുമായി വരുന്നവർക്ക്, അവരുടെ സ്ഥാപ നത്തിന് സമീപം ഹോം സ്റ്റേ സൗകര്യങ്ങളുമുണ്ട്.

അച്ചുവിനെ ബാധിച്ചിട്ടുള്ള ഓട്ടിസം സാമാന്യം ഗുരുതരമാണെന്ന് ഡോ. വരാദാമൂർത്തി കണ്ടെത്തി. മൂന്നു മാസത്തേക്ക് അവിടെ താമസി ച്ച് പരിശീലനം എടുക്കുന്നത് നന്നായിരിക്കും. അതിനുള്ള പ്രായോഗിക പ്രയാസങ്ങൾ മോഹനും ലക്ഷ്മിയും പറഞ്ഞപ്പോൾ, എല്ലാ മാസവും വന്ന് ഒരാഴ്ച വീതം താമസിച്ചാൽ കുട്ടിക്ക് പരിശീലനം നൽകാമെന്ന് അവർ സമ്മതിച്ചു. മറ്റിടങ്ങളിൽ നിന്ന് അങ്ങനെ വരുന്നവർ വേറെയും ഉണ്ട്. ആ പ്രതിമാസ പരിശീലന പദ്ധതിയിൽ അച്ചുവിന് രജിസ്ട്രേ ഷൻ എടുത്തിട്ടാണ് മോഹനും ലക്ഷ്മിയും നാട്ടിലേക്ക് മടങ്ങിയത്. ആദ്യത്തെ മൂന്നുനാലു മാസം അവർ ഇരുവരും മാസത്തിൽ ഓരോ ആഴ്ച വീതം അച്ചുവുമൊത്ത് അവിടെ താമസിച്ചു. വീട്ടിലെ ആവശ്യ ങ്ങളും ബിസിനസ് കാര്യങ്ങളും തകരാറിലാകാതിരിക്കാൻ, മോഹൻ നാട്ടിൽ ഉണ്ടായാലേ മതിയാകൂ. എല്ലാ മാസവും ഒരാഴ്ച വീതം മാറി നിൽക്കാൻ മോഹന് ആകില്ല. അത്കൊണ്ട്, മിക്ക മാസങ്ങളിലും ലക്ഷ്മി മാത്രം അച്ചുവിനെയും കൊണ്ട് ബാംഗ്ലൂരിൽ പോയി.

കുട്ടികൾക്ക് നൽകുന്ന പരിശീലന പദ്ധതികൾക്കൊപ്പം ഓട്ടിസം കുട്ടി കളുടെ രക്ഷകർത്താക്കൾക്കും മാർഗനിർദ്ദേശവും ട്രെയിനിംഗും നൽകാൻ ഡോ. വരദാ മൂർത്തി ശ്രദ്ധിക്കും. ഓട്ടിസത്തെ പറ്റി സാമാന്യം നന്നായി വായിച്ചിട്ടുള്ള ലക്ഷ്മിയെ അവർക്ക് വളരെ ഇഷ്ടപ്പെട്ടു. ല ക്ഷ്മിയുടെ മാനസിക ലോകം, അച്ചുവിനെ കേന്ദ്ര ബിന്ദുവാക്കി, ഓട്ടിസം ബാധിച്ച കുട്ടികളുടെയാകെ ലോകമായി മാറിക്കഴിഞ്ഞിരുന്നു.

ആറേഴു മാസത്തെ പരിശീലനം കൊണ്ട് അച്ചുവിന് ചില മാറ്റങ്ങൾ കണ്ടു തുടങ്ങി. ഓട്ടിസത്തോടൊപ്പം ശ്രദ്ധാവൈകല്യവും (Attention Deficit) അവനുണ്ടായിരുന്നു. അത് ക്രമേണ കുറഞ്ഞു. കൂടുതൽ സമയം അവൻ കളികളിൽ മുഴുകിത്തുടങ്ങി. പലപ്പോഴും അർത്ഥശൂ ന്യവും വിരസവുമായ കളികളാണ് അവൻ ആവർത്തിച്ചു കൊണ്ടിരുന്ന ത്. ലക്ഷ്മിയെയും, പരിശീലകയായ അധ്യാപികയെയും അവൻ കൂടു

തൽ ശ്രദ്ധിക്കുന്നതായി തോന്നി.. തിരിച്ചറിയുന്നുണ്ടോ, സ്നേഹം തോന്നുന്നുണ്ടോ എന്ന് നിശ്ചയിക്കാനായില്ലെങ്കിലും, ഈ മാറ്റം വലിയൊരു നാഴികക്കല്ലായി ലക്ഷ്മിക്ക് തോന്നി. അച്ചുവിന്റെ കാര്യങ്ങൾ നോക്കാൻ നല്ലൊരു പരിചാരികയെ ആയിടെ അവർ കണ്ടെത്തി. അവരുമായി അച്ചു കുറെശ്ശേ അടുപ്പം കാണിച്ചു തുടങ്ങി. അതൊരു നല്ല വഴിത്തിരിവായിരുന്നു. ലക്ഷ്മിക്ക് സ്വന്തം കാര്യങ്ങൾ ശ്രദ്ധിക്കാൻ കുറേക്കൂടി സമയം കിട്ടി.

ഓട്ടിസം ബാധിച്ച കുട്ടികളുടെ വൈകാരിക വികാസവും ആശയവിനിമയ പ്രാപ്തിയും വർദ്ധിപ്പിക്കുന്നതെങ്ങനെയെന്ന വിഷയത്തിൽ ഒരു രണ്ടുവർഷ കോഴ്സ് ഇംഗ്ലണ്ടിലെ നാലു സർവകലാശാലകൾ ചേർന്ന് നടത്തുന്ന വിവരം ലക്ഷ്മിക്ക് നൽകിയത് ഡോ. വരദാ മൂർത്തി തന്നെയാണ്. ലക്ഷ്മിയുടെ ഓട്ടിസം സംബന്ധമായ വിഷയങ്ങളിലുള്ള അതീവ താൽപര്യവും പ്രതിബദ്ധതയും അവർക്കറിയാം. ലക്ഷ്മിയെ പോലുള്ളവരാണ് ഇത്തരം കോഴ്സുകൾ ചെയ്യേണ്ടത്, ചെയ്തതിനു ശേഷം ഇന്ത്യയിൽ പരിശീലന കേന്ദ്രങ്ങൾ ആരംഭിക്കേണ്ടത്. അവർ ആവേശത്തോടെ പറഞ്ഞു.

വരദാമൂർത്തിയുടെ വാക്കുകൾ ലക്ഷ്മിയുടെയും മോഹന്റെയും മനസിൽ ചുറ്റിത്തിരിഞ്ഞു. അച്ചുവിന്റെ ശ്രദ്ധാവൈകല്യവും (Attention Deficit) അക്രമ വാസനയും നിയന്ത്രിക്കുന്നതിൽ ചെറിയ ഡോസിൽ ഔഷധങ്ങൾ നൽകുന്നുണ്ട്. മൂന്നു നാലു മാസത്തിൽ ഒരിക്കൽ അവനെ സൈക്യാട്രിക് കൺസൾട്ടേഷന് കൊണ്ടുവരുന്നുണ്ട്.

'ലക്ഷ്മിക്ക് ലണ്ടനിൽ പോയി ഈ കോഴ്സ് ചെയ്താൽ കൊള്ളാമെന്നുണ്ട്. ഡോക്ടർ എന്തു പറയുന്നു'? ഒരിക്കൽ കൺസൾട്ടേഷന് എത്തിയപ്പോൾ മോഹൻ ചോദിച്ചു.

'സംഗതി വളരെ നല്ലതാണ് എന്നാണ് തോന്നുന്നത്. ലക്ഷ്മിയുടെ അറിവും താൽപര്യവും, പ്രതിബദ്ധതയും ലക്ഷ്മിയെ ഈ പരിശീലനത്തിന് പ്രാപ്തയാക്കും. മടങ്ങി വന്ന്, ഓട്ടിസം കുട്ടികൾക്ക് പരിശീലനം നൽകുന്ന നല്ലൊരു കേന്ദ്രം തുടങ്ങാം. കേരളത്തിൽ അങ്ങനെ ഒരു സ്ഥാപനമെങ്കിലും വേണ്ടതല്ലേ?'

'അത് തന്നെയാണ് ഡോക്ടർ ഞങ്ങളുടെ ലക്ഷ്യവും. മീനച്ചിലാറിന്റെ കരയിലായി, ഞങ്ങൾക്കൊരു അഞ്ചേക്കർ ഭൂമിയും, ആറേഴു മുറികളുള്ള പഴയ ഒരു കെട്ടിടവും ഉണ്ട്. അതിന്റെ മുന്നിലൂടെ പുതിയൊരു റോഡ് വരുന്നുണ്ട്. അവിടെ ഒരു ഓട്ടിസം പരിശീലന കേന്ദ്രം തുടങ്ങണം എന്ന ചിന്ത കുറെ നാളായി ഞങ്ങൾ ഇരുവരുടെയും മനസിലുണ്ട്. വീട്ടു

കാർക്കും താൽപര്യമുണ്ട്.'

'പക്ഷെ, ലക്ഷ്മി പോയിക്കഴിഞ്ഞാൽ അച്ചുവിന്റെ കാര്യങ്ങൾ നോക്കാൻ പ്രയാസങ്ങൾ ഉണ്ടാവില്ലെ? ബിസിനസ് തിരക്കുകൾക്കിടയിൽ മോഹന് അതിന് സമയം കിട്ടുമോ...'

'ഇപ്പോൾ ഞങ്ങളുടെ വീട്ടിലുള്ള അച്ചുവിന്റെ ഹോംനഴ്സ് സരസ്വതി വളരെ കഴിവും ആത്മാർത്ഥതയുമുള്ള നല്ല സ്ത്രീയാണ്. അച്ചുവിന് ലക്ഷ്മിയെ പോലെ അവരെയും വളരെ ഇഷ്ടമാണ്.'

'ലക്ഷ്മിക്ക് താൽപര്യമുണ്ടെങ്കിൽ, ലണ്ടനിലെ ട്രെയിനിംഗിന് ലക്ഷ്മിയെ വിടാൻ ഞാൻ തയ്യാറാണ്. ലക്ഷ്മിയാണ് നിശ്ചയിക്കേണ്ടത്. ലക്ഷ്മി നിശ്ചയിക്കട്ടെ.'

'ഏതായാലും സമയമുണ്ട്. ഇപ്പോൾ അപേക്ഷിക്കാം. ചെറിയൊരു തുക അടച്ച്, അപേക്ഷ സമർപ്പിക്കാം. മുന്നുനാലു മാസം കഴിഞ്ഞ് മാത്രമെ കോഴ്സ് തുടങ്ങുകയുള്ളൂ. അപ്പോഴേക്ക് തീരുമാനമെടുത്താൽ മതി.'

ഏതാനും ആഴ്ചകൾക്ക് ശേഷം മോഹനും ലക്ഷ്മിയും കാണാനെത്തിയത് വളരെ ഉത്സാഹത്തോടെയാണ്. ലക്ഷ്മി ലണ്ടനിൽ പോയി പരിശീലനം നടത്തുന്നതിൽ അച്ഛനമ്മമാരും അനുകൂലമായിട്ടുണ്ട്. ലക്ഷ്മി മടങ്ങി വരുമ്പോഴേക്ക് ഒരു കുടുംബ ട്രസ്റ്റ് സ്ഥാപിച്ച് ഓട്ടിസം പരിശീലന കേന്ദ്രം ആരംഭിക്കണമെന്നും അവർ താൽപര്യപ്പെടുന്നു.

'മോഹനേട്ടനെയും അച്ചുവിനെയും പിരിഞ്ഞു പോകുന്നതിൽ വിഷമം തോന്നുന്നുണ്ട്. പക്ഷെ, എല്ലാം അവർക്കും വേണ്ടിയാണല്ലോ എന്ന് ചിന്തിച്ച് ഞാൻ ധൈര്യം കണ്ടെത്തുന്നു'.

യാത്ര പറയാൻ എത്തിയ ലക്ഷ്മി പറഞ്ഞു. മോഹനും ലക്ഷ്മിയെ ലണ്ടനിലേക്ക് അനുഗമിക്കുന്നുണ്ട്. അഡ്മിഷനും താമസ സൗകര്യങ്ങളും ശരിയാക്കിയതിന് ശേഷം മോഹൻ മടങ്ങും. വർഷത്തിലൊരിക്കൽ ഇരുപത് ദിവസത്തെ ലീവിന് ലക്ഷ്മിക്ക് നാട്ടിൽ വരാം. ഇടക്ക് ഒന്നോ രണ്ടോ പ്രാവശ്യം മോഹന് അവിടേക്ക് പോയി അവളെ സന്ദർശിക്കാം – ഇതാണ് അവരുടെ പദ്ധതി.

യാത്ര പറഞ്ഞ് പോകുമ്പോൾ ലക്ഷ്മി ചോദിച്ചു,

'എല്ലാം ശരിയാകും അല്ലെ ഡോക്ടർ?'

അവളുടെയും മോഹന്റെയും കണ്ണ് നനഞ്ഞിരുന്നു. അടുത്ത കസേരയിൽ ഇരുന്ന അച്ചു രണ്ടു കൈയിലെയും വിരലുകൾ മാറി മാറി തടവിക്കൊണ്ടിരുന്നു.

ബ്രിട്ടണിലെ പ്രസിദ്ധമായ ഒരു കേന്ദ്രത്തിൽ തന്നെ ലക്ഷ്മി പരിശീ

ലനത്തിന് പ്രവേശനം നേടി. ആദ്യമൊക്കെ അച്ചുവിനെ പിരിഞ്ഞിരിക്കുന്നതിൽ അവൾക്ക് വലിയ വിഷമം തോന്നി. മിക്ക ദിവസവും രാത്രി ഒന്നും രണ്ടും മണിക്കൂർ ഫോണിൽ മോഹനുമായി സംസാരിക്കും. അച്ചുവിന്റെ കാര്യങ്ങൾ തന്നെയാണ് സംസാര വിഷയം. മൂന്നുനാലു മാസത്തിലൊരിക്കൽ കൺസൾട്ടേഷന് വരുമ്പോൾ അച്ചുവിന്റെ കാര്യങ്ങളും ലക്ഷ്മിയുടെ വിദേശ പരിശീലനത്തിന്റെ കാര്യങ്ങളും മോഹൻ അറിയിച്ചിരുന്നു. അതിനിടയിൽ അയാളുടെ അമ്മ പക്ഷവാതം ബാധിച്ച് വീട്ടിൽ കിടപ്പായി. അച്ചുവിന്റെയും അമ്മയുടെയും ശുശ്രൂഷയും ബിസിനസ് കാര്യങ്ങളും കാര്യക്ഷമമായി നിർവഹിച്ചു കൊണ്ട്, മോഹൻ പ്രസന്നനായി ജീവിച്ചു.

എട്ടൊമ്പത് മാസം പിന്നിട്ടപ്പോൾ ലക്ഷ്മിയുടെ ഫോൺ കാളുകൾ കുറഞ്ഞു. അങ്ങോട്ട് വിളിക്കുമ്പോഴും എന്തെങ്കിലും അസൗകര്യങ്ങൾ പറഞ്ഞ് ഫോൺ പെട്ടെന്ന് വയ്ക്കുന്നത് പതിവായി. കാരണമായി ലക്ഷ്മി പറഞ്ഞത് പഠിക്കുന്നതിന്റെ ഭാരമാണ്. ലക്ഷ്മിയുടെ വെക്കേഷന് ഇനി രണ്ടുമൂന്നു മാസമല്ലേയുള്ളൂ? അപ്പോൾ അവൾ നാട്ടിൽ വരുമല്ലോ? തനിക്ക് ഒരു പ്രധാനപ്പെട്ട പ്രോജക്ടിൽ നിയമനം കിട്ടിയെന്നും ഒരു വർഷം കൂടി ലണ്ടനിൽ കഴിയേണ്ടി വരുമെന്നും ലക്ഷ്മി അറിയിച്ചത് ആയിടെയാണ്. ബുദ്ധിമാന്ദ്യം, ഓട്ടിസം, പെരുമാറ്റവൈകല്യം എന്നിവ ബാധിച്ച കുട്ടികൾക്ക് വിദഗ്ദ്ധ പരിശീലനം നൽകുന്ന അതിവിദഗ്ദ്ധമായ ഒരു ചികിത്സാപദ്ധതിയാണ് ആ പ്രോജക്ട്. പ്രോജക്ടിന്റെ ഉപജ്ഞാതാവും മേധാവിയുമായ ജോൺ ബ്രൗൺ എന്ന പ്രൊഫസറെക്കുറിച്ച് ലക്ഷ്മി വാചാലയായി സംസാരിച്ചു. ആ പ്രോജക്ടിൽ കൂടി പ്രവർത്തിച്ച് കൂടുതൽ പ്രാവീണ്യംനേടി മടങ്ങിയാൽ തനിക്ക് കൂടുതൽ നല്ല രീതിയിൽ നാട്ടിലെ സ്ഥാപനം നടത്താനാകുമെന്ന പ്രത്യാശ അവൾ പങ്കിട്ടു. അതിന് തന്നെ അനുവദിക്കണമെന്ന് അവൾ ആവർത്തിച്ച് അപേക്ഷിച്ചു.

ലണ്ടനിൽ ഒരു ഹ്രസ്വയാത്ര പോയി ലക്ഷ്മിയുമായി കണ്ടു സംസാരിക്കാൻ മോഹൻ തയ്യാറെടുക്കുന്നതിനിടയിൽ ലക്ഷ്മി അയാളെ ഫോണിൽ വിളിച്ചു. കുറേ സമയം കരഞ്ഞതിന് ശേഷമാണ് അവൾ കാര്യം പറഞ്ഞത്. പ്രോജക്ടിന്റെ ഡയറക്ടർ ആയ ജോൺ ബ്രൗണും അവളും ഇപ്പോൾ അനുരക്തരാണ്. പരസ്പരം വേർപെട്ട് ജീവിക്കുന്ന കാര്യം അവർക്കിരുവർക്കും ആലോചിക്കാൻ പോലും വയ്യ. തനിക്ക്, മോഹൻ വിവാഹമോചനം നൽകണം. എക്കാലവും മോഹനെ തന്റെ പ്രിയപ്പെട്ട സഹോദരനും ഏറ്റവും അടുത്ത സുഹൃത്തുമായി താൻ കരുതുകയും സ്നേഹിക്കുകയും ചെയ്യും. ഇതാണ് ലക്ഷ്മി ഫോണിലൂടെ

പറഞ്ഞത്. തലക്കടിയേറ്റ പോലെ മോഹൻ സ്തബ്ധനായി.

ലണ്ടനിൽ പോയി ലക്ഷ്മിയെ കാണണമോയെന്ന് അയാൾ പല തവണ ആലോചിച്ചുവെങ്കിലും തീരുമാനിക്കാൻ കഴിഞ്ഞില്ല. അതിനിടയിൽ എല്ലാ രാത്രികളിലും ലക്ഷ്മിയുടെ ദീർഘമായ ഫോൺ വിളികൾ മോഹനെ തേടിയെത്തി. തന്നോട് മോഹൻ ക്ഷമിക്കണമെന്നും, തന്റെയോ മോഹന്റെയോ കുടുംബത്തിലാരെയും ഇക്കാര്യങ്ങൾ അറിയിക്കരുതെന്നും അവൾ അപേക്ഷിച്ചു.

നിലാവും നിഴലുകളും പിണഞ്ഞു കിടക്കുന്ന രാത്രികളിൽ, വീട്ടിലെ വിശാലമായ ടെറസിൽ നടന്നു കൊണ്ട് മോഹൻ ദീർഘനേരം ആലോചിച്ചു. ലക്ഷ്മിയുടെ ജീവിതത്തിന്റെ ഗതിയെക്കുറിച്ച് അയാൾ അനുതാപത്തോടെ ചിന്തിച്ചു. എല്ലാ രീതിയിലും, സന്തോഷവും സംതൃപ്തിയും ഐശ്വര്യവും നിറഞ്ഞ ജീവിതത്തിന് അർഹതയുള്ളവളാണവൾ. തങ്ങളുടെ ദാമ്പത്യത്തിലെ ആഹ്ലാദം നിറഞ്ഞ ആദ്യത്തെ രണ്ടു മൂന്നു വർഷങ്ങൾ. അച്ചുവിന്റെ ജനനത്തിന് ശേഷം അതൊരു യാതനയും ക്ലേശവും നിറഞ്ഞ യജ്ഞമായി. അവളുടെ ബുദ്ധിയും ആരോഗ്യവും സൗന്ദര്യവും, അർത്ഥശൂന്യവും നിഷ്ഫലവുമായി തീർന്ന ഈ ജീവിതത്തിൽ നിന്നൊരു മോചനം, നല്ലൊരു ജീവിതത്തിന്റെ സാധ്യത, അവൾക്ക് താൻ നിഷേധിക്കുന്നതെന്തിന്? അവളെങ്കിലും രക്ഷപ്പെടട്ടെ!

നിയമപരമായ എല്ലാ നടപടി ക്രമവും പാലിച്ച്, ഉഭയസമ്മത പ്രകാരം വിവാഹമോചനത്തിനുള്ള സമ്മതിപത്രം മോഹൻ ലക്ഷ്മിക്ക് അയച്ചു കൊടുത്തു.

അച്ഛന്റെ പെട്ടെന്നുള്ള മരണവും തുടർന്ന് ബിസിനസിലെ പ്രശ്നങ്ങളും അയാളുടെ തുടർന്നുള്ള ജീവിതം ശ്രമാവഹമാക്കി. ലക്ഷ്മി ലണ്ടനിൽ സ്ഥിരതാമസമാക്കുന്നുവെന്നും മടങ്ങി വരാൻ തയ്യാറല്ല എന്നുമുള്ള വിവരം ക്രമേണ രണ്ടുവീട്ടുകാരും കുടുംബ സുഹൃത്തുക്കളും ബന്ധുക്കളും അറിഞ്ഞു. ഒരു വർഷം കഴിഞ്ഞപ്പോഴേക്ക് എന്ത് കൊണ്ട് മോഹൻ ലണ്ടനിൽ ചെന്ന് അവളെ നിർബന്ധിച്ചു കൂട്ടിക്കൊണ്ടു വന്നില്ല എന്നാണ് അവളുടെ വീട്ടുകാരും ബന്ധുക്കളും ചോദിച്ചത്. മറ്റൊരാളുടെ കൂടെ അങ്ങനെ പോകുന്നവളോ പോകേണ്ടവളോ അല്ല അവൾ. തന്റെ വീഴ്ചയാണ് അവരിൽ പലരും ഈ സാഹചര്യത്തിന് കാരണമായി കണ്ടത്. ആരോടും വിശദീകരണം നൽകാൻ മോഹൻ ശ്രമിച്ചില്ല.

-- തീർച്ചയായും അങ്ങനെ പോകേണ്ടവൾ അല്ല അവൾ. ഡോക്ടർക്കറിയാമോ, അവൾ പഠിക്കാൻ അതിസമർത്ഥയായിരുന്നു. കോളേജിലെ എക്സ്ട്രാ കരിക്കുലർ കാര്യങ്ങൾക്ക് മിടുക്കിയായിരുന്നു.

സഹപാഠികളുടെയും ടീച്ചർമാരുടെയും കണ്ണിലുണ്ണി.

അവളുടെ സൗന്ദര്യവും ബുദ്ധിയും പ്രസരിപ്പും കഴിവുകളും ഒക്കെ നിഷ്ഫലമാകുന്ന ജീവിതത്തിലാണവൾ വീണത്. ഓട്ടിസം ബാധിച്ച കുട്ടിയുടെ പരിപാലനത്തിന്റെ തടവറയിൽ തളഞ്ഞു കിടക്കുന്ന ആ ജീവിതത്തിലേക്ക് അവളെ നിർബന്ധിച്ചു തിരികെ കൊണ്ടു വരണമെന്ന് എനിക്ക് തോന്നിയില്ല. അവളെങ്കിലും രക്ഷപ്പെടട്ടെ. അങ്ങനെയൊക്കെ ചിന്തിച്ചാകാം ഞാൻ വിവാഹമോചനത്തിന് ഒപ്പിട്ടത്. ഏതാനും മാസങ്ങൾ കഴിയുമ്പോൾ അവൾ അച്ചുവിനെയും തന്നെയും തേടി തിരിച്ചു വരാതിരിക്കില്ല എന്നൊരു മൂഢവിശ്വാസവും കൂടി ഉണ്ടായിരുന്നിരിക്കണം എന്ന് തോന്നുന്നു. എന്തായാലും ഞാൻ ലണ്ടനിലേക്ക് പോയില്ല. അവൾ വന്നതുമില്ല. എനിക്ക് അങ്ങനെ അവളെ നഷ്ടപ്പെട്ടു.

തന്റെ ജീവിതത്തിലും ഇന്ന് വലിയ പ്രശ്നങ്ങളില്ല. അച്ചുവിന്റെ കാര്യത്തിൽ നല്ല പുരോഗതിയുണ്ട്. പത്തുനാൽപതു വാക്കുകളും ഏഴെട്ടു ചെറിയ വാക്യങ്ങളും അർത്ഥവത്തായി ഉപയോഗിക്കാൻ അവന് കഴിയുന്നുണ്ട്. അവനെ നോക്കാനായി വീട്ടിൽ സരസ്വതിയുണ്ട്. അവളുടെ ശ്രദ്ധയും സ്നേഹവും കൂടി കൊണ്ടാണ് അവൻ ഈ നിലയിൽ എത്തിയത്. തന്നെയും അവളെയും പുഞ്ചിരിയോടെ അവൻ തിരിച്ചറിയുന്നു. അച്ഛാ എന്ന് വിളിക്കുന്നതിന് പകരം അവൻ എന്നെ അച്മ എന്ന് വിളിക്കുന്നു. അച്ഛനും അമ്മയും ചേർന്നതാകാം ആ വിളിപ്പേര്. പിന്നെ ഇടക്കിടെ ഉണ്ടായിരുന്ന അലർച്ചയും വിളിയും ഇപ്പോൾ തീരെയില്ല. ശരീര ശുദ്ധിയും മറ്റ് കാര്യങ്ങളും അവൻ സ്വയം ചെയ്ത് തുടങ്ങിയിട്ടുണ്ട്. ഒരൊറ്റ ആശ്വാസമുണ്ട്. അമ്മയെവിടെ എന്നവൻ തിരക്കാറേയില്ല.

രണ്ടു വർഷത്തിന് ശേഷമാണ് മോഹൻ പിന്നെ കാണാനെത്തിയത്. ഓട്ടിസവും മറ്റ് വൈകല്യങ്ങളും ബാധിച്ച കുട്ടികൾക്ക് പരിശീലന കേന്ദ്രം ആരംഭിക്കാൻ പണി കഴിപ്പിച്ച കെട്ടിടം ഇനിയെങ്കിലും ഉപയോഗിച്ചാൽ കൊള്ളാമെന്നുണ്ട്. ഒരു വിദഗ്ദ്ധ അധ്യാപകനെ കണ്ടെത്തണം, അല്ലെങ്കിൽ മറ്റേതെങ്കിലും സേവന കേന്ദ്രം നടത്താൻ സാമൂഹ്യ സേവന സംഘടനക്ക് കെട്ടിടവും 50 സെന്റ് സ്ഥലവും വാടകയില്ലാതെ നൽകണമെന്നുണ്ട്. ഒരു ഓട്ടിസം പരിശീലകനെ കണ്ടെത്താൻ സഹായം തേടിയാണയാൾ എത്തിയത്.

'ലക്ഷ്മിയെ ലണ്ടനിൽ പരിശീലനത്തിന്നയക്കാൻ നിർദ്ദേശിച്ചത് ഡോക്ടറാണ്....' ഒരിക്കൽ അയാൾ പറഞ്ഞു.

'ശരിയാണ്. അങ്ങനെയൊരു നിർദ്ദേശം ഉണ്ടായത് എന്നിൽ നിന്നു തന്നെയാണ്.'

അതിന്റെ ദുരന്തഫലം ഏറ്റുവാങ്ങിയ ചെറുപ്പക്കാരൻ മുന്നിലിരിക്കുന്നു. അയാളുടെ ദാമ്പത്യം മുറിഞ്ഞു വീണു. ഗുരുതരമായ വൈകല്യം ബാധിച്ച ഏകപുത്രനെ വളർത്തിയെടുക്കുന്ന ഭാരം അയാളുടെ ചുമലിൽ വീണു. ലക്ഷ്മിയുടെ വിദേശ പരിശീലനം തികച്ചും ഒരു ദുരന്തമായി, എന്റെ മനസിൽ ക്ഷമാപണത്തിന്റെ നനവ് പരന്നു.

അത് മനസിലാക്കിയെന്നോണം മോഹൻ പറഞ്ഞു.

'ഡോക്ടറുടെ തെറ്റോ കുറ്റമോ പറയാനല്ല. യഥാർത്ഥത്തിൽ ഡോക്ടർ അത് പറഞ്ഞപ്പോൾ ഞാനും ലക്ഷ്മിയും ഉത്സാഹത്തോടെ അത് ഏറ്റുവാങ്ങിയതാണ്. നമ്മളാഗ്രഹിച്ചതു പോലെ ലക്ഷ്മി മടങ്ങി വന്ന് നല്ലൊരു പരിശീലന കേന്ദ്രം തുടങ്ങിയിരുന്നെങ്കിൽ, അതെന്തൊരു പുണ്യമായിരുന്നേനെ? ഒന്നും നടന്നില്ല. നിർഭാഗ്യം എന്ന് മാത്രം പറയാമോ. തെറ്റ് എന്റേതുമായിരുന്നു. അവളോടൊപ്പം അച്ചുവിനെയും കൊണ്ട് ഞാൻ കൂടി ലണ്ടനിലേക്ക് പോകേണ്ടതായിരുന്നു. അതിനുള്ള സാഹചര്യവും സമ്പത്തും ഒക്കെ എനിക്ക് ഉണ്ടായിരുന്നു. അങ്ങനെ പോയിരുന്നെങ്കിൽ ഇതൊന്നും സംഭവിക്കുമായിരുന്നില്ല.

തന്റെയും അച്ചുവിന്റെയും സാന്നിധ്യം ലക്ഷ്മിയെ കൂടുതൽ യാഥാർത്ഥ്യ ബോധത്തോടെ ചിന്തിക്കാൻ സഹായിച്ചേനെ? പക്ഷെ താനെങ്ങനെ പോകാനാണ്. അച്ഛന്റെ മരണശേഷം വീട്ടിലെ എല്ലാ കാര്യങ്ങളും, ബിസിനസ് ചുമതലകളും തന്റെ ചുമരിൽ വന്നു വീണു. പക്ഷാഘാതം വന്ന് ചലനശേഷിയും സംസാരശേഷിയും നഷ്ടപ്പെട്ട് അമ്മ കിടപ്പിലുമായി... പിന്നെ അച്ചുവിന്റെ കാര്യം! അവനെ ശുശ്രൂഷിക്കാനെത്തിയ സരസ്വതി, യഥാർത്ഥത്തിൽ ദൈവത്തിന്റെ വരദാനമായി ഞങ്ങൾ കണ്ടു. അച്ചുവിന്റെ വൈകാരിക വികാസവും സംഭാഷണ ശേഷിയും മെച്ചപ്പെട്ടു തുടങ്ങിയിട്ടുണ്ട്. അത് നഷ്ടപ്പെടുത്തി, അവനെ ലണ്ടനിൽ കൊണ്ടു പോകുന്ന കാര്യം എനിക്ക് ആലോചിക്കാനുമായില്ല.

ലക്ഷ്മിയെ തേടിയും കൊണ്ടുവരാനുമായി ലണ്ടനിലേക്ക് പോകണമോ എന്നു ഇടക്കിടെ ഞാൻ ആലോചിച്ചു കൊണ്ടിരുന്നു.

ഇതിനിടയിൽ ജീവിതത്തിന് മറ്റൊരു രംഗവേദിയും, സ്ക്രിപ്റ്റും കിട്ടിയതു പോലെയായി. വൈകാരിക വൈകല്യങ്ങളുടെയും സംഭാഷണ വൈകല്യത്തിന്റെയും പരിമിതിക്കിടയിൽ, എന്നോട് ഒരു സ്നേഹബന്ധം അച്ചുവിൽ മെല്ലെമെല്ലെ രൂപപ്പെട്ടു വരുന്നത് ഞാൻ ശ്രദ്ധിച്ചു. ഞാൻ അവന് സ്നേഹത്തിന്റെ ദാതാവ് ആകുന്നു. അതെന്നെ സംതൃപ്തനാക്കി. കിടക്കയിലും വീൽച്ചെയറിലും നിശബ്ദയായി ജീവിക്കുന്ന എന്റെ അമ്മയുടെ കണ്ണുകളിലും, ഞാൻ തൃപ്തിയുടെ തിളക്കം കണ്ടു. അന

ക്കമറ്റ കൈവിരലുകൾ സ്പർശിച്ച്, സ്നേഹത്തിന്റെ സ്വീകർത്താവായി ഞാൻ നിർവൃതി നുകർന്നു. സംസാരശേഷി നഷ്ടപ്പെട്ട അമ്മക്കും, സംസാരശേഷി ഇനിയും ലഭിച്ചിട്ടില്ലാത്ത പുത്രനുമിടയിൽ, സ്നേഹത്തിന്റെ ഒരു തുരുത്ത് സൃഷ്ടിച്ച്, സംരക്ഷിച്ച്, ഞാനങ്ങനെ മാസങ്ങൾ കഴിച്ചു കൂട്ടി.

ലക്ഷ്മിയെ കുറിച്ച് വീണ്ടും വീണ്ടും ഞാൻ ആലോചിച്ചു. ഞാൻ പോയി വിളിച്ച്, അവൾ നാട്ടിൽ തിരിച്ചെത്തിയാൽ എന്താകും അവളുടെ സ്ഥിതി? അച്ചു തന്നെ അവളെ അംഗീകരിക്കുമോ, തിരിച്ചറിയുകയെങ്കിലും ഉണ്ടാകുമോ? എനിക്ക് തീർച്ചയാക്കാൻ ആയില്ല.

ലക്ഷ്മി ദൈവത്തെ പോലെ ആരാധിച്ച്, സ്വയം സമർപ്പിച്ച് ജീവിത പങ്കാളിയായി സ്വീകരിച്ച പ്രൊഫസർ ജോൺ ബ്രൗൺ ഇന്ന് അവളോടൊപ്പമുണ്ടോ? അവരുടെ വിശിഷ്ടമായ പ്രോജക്ട്, അവൾ കരുതിയത് പോലെ നൂറു കണക്കിന് ഓട്ടിസം ബാധിച്ച കുട്ടികൾക്കും, അവരുടെ നിസ്സഹായരായ രക്ഷകർത്താക്കൾക്കും ആശ്വാസം നല്കി ഇന്ന് പ്രവർത്തിക്കുന്നുണ്ടോ?

അന്വേഷിക്കണമെന്ന് തോന്നിയെങ്കിലും ഞാനതിന് തുനിഞ്ഞില്ല. നല്ല രീതിയിലും സ്തുത്യർഹ്യമായും ആ പ്രസ്ഥാനം നടന്നു കൊണ്ടിരിക്കുന്നവെന്നും, അതിൽ കേന്ദ്രസ്ഥാനത്ത് ലക്ഷ്മി തുടരുന്നുവെന്നും അറിഞ്ഞാൽ എനിക്ക് ചാരിതാർത്ഥ്യം തോന്നിയേനെ? മറിച്ചാണ് അറിയുന്നതെങ്കിലോ? അന്വേഷിക്കാൻ എനിക്ക് അധൈര്യം തോന്നി.

സ്വന്തം നിലയിൽ, എന്നെങ്കിലും ലക്ഷ്മി ബന്ധപ്പെടുകയാണെങ്കിൽ, അതെല്ലാം അറിയാം. അതു മതി.

ആലോചിക്കാറുണ്ട്. ഡോക്ടറും ഞങ്ങൾ ഇരുവരും, പിന്നെ ഞങ്ങളുടെ അച്ഛനമ്മമാരും ആഗ്രഹിച്ച രീതിയിൽ ലക്ഷ്മി പരിശീലനം കഴിഞ്ഞുമടങ്ങുകയും, നമ്മൾ ഉദ്ദേശിച്ച പോലെ ഓട്ടിസം പരിശീലന കേന്ദ്രം തുടങ്ങാൻ കഴിയുകയും ചെയ്തിരുന്നെങ്കിൽ, ജീവിതം എത്ര മഹത്താകുമായിരുന്നു. അർത്ഥവത്താകുമായിരുന്നു?

'ചെറിയൊരു ജീവിതത്തിൽ അർത്ഥവും മഹത്വവും നിർവചിക്കാനും തേടാനും നാം ആര്? അങ്ങനെയൊരു ചിന്ത ഇന്ന് കൂട്ടിനുണ്ട്.'

മോഹൻ യാത്ര പറഞ്ഞു പിരിഞ്ഞു. കാറിനടുത്തേക്ക് നടക്കുന്ന അയാളെ നോക്കി നിന്നപ്പോൾ മനസ് മന്ത്രിച്ചു

'എത്ര അന്തസും വിശുദ്ധിയുമുള്ള മനുഷ്യൻ!'

അനുരഞ്ജനം

സന്ധ്യക്ക് ശേഷം വീടിനു മുന്നിൽ നടന്നു കൊണ്ടിരുന്നപ്പോഴാണ് ഗേറ്റിലെ കോളിംഗ് ബെൽ ശബ്ദിച്ചത്. മരങ്ങളുടെ നിഴലുകൾക്കിടയിലൂടെ വീഴുന്ന വഴിവിളക്കിന്റെ വെളിച്ചത്തിൽ ആഗതനെ തിരിച്ചറിഞ്ഞു. ഹൈറേഞ്ചിലെ പ്രമുഖനായ തോട്ടമുടമയായ ജോയി ജേക്കബ്. ജോയിയുടെ ഭാര്യ ആൻസിയും, അമ്മ ത്രേസ്യാമ്മയും എന്റെ ചികിത്സയിൽ കഴിയുന്നവരാണ്. മുപ്പത്തിയഞ്ചുകാരിയായ ആൻസിക്ക് ആവർത്തിച്ചുണ്ടാകുന്ന അതിവിഷാദ രോഗം (Major Depressive Disorder). എൺപത് വയസിനുമേൽ പ്രായമുള്ള ത്രേസ്യാമ്മക്ക് ലഘുവായ മേധാക്ഷയ (Dementia)വും. ഇവരെ രണ്ടുപേരെയും പ്രത്യേകം പ്രത്യേകമായി മാത്രമേ ജോയി കൺസൾട്ടേഷന് കൊണ്ടു വരാറുള്ളൂ. പത്ത് മുപ്പത് കിലോമീറ്റർ അകലെ നിന്നാണവർ വരുന്നത്. ഒരുമിച്ചു കൊണ്ടു വരുന്നതല്ലേ സൗകര്യം എന്നു ചോദിച്ചപ്പോൾ ജോയി പറഞ്ഞു,

'അത് ശരിയാകില്ല ഡോക്ടർ. ഇവിടന്ന് ചികിത്സയെടുക്കുന്ന കാര്യം അവർക്കിരുവർക്കും പരസ്പരം അറിയില്ല. അറിയാനും പാടില്ല. എന്റെ അമ്മക്ക് മാനസികരോഗം ആണെന്നറിഞ്ഞാൽ എന്റെ ഭാര്യ വീട്ടുകാർക്ക് അതൊരു ആയുധമാകും. പല കാരണങ്ങൾ കൊണ്ട് അവർക്ക് ഞങ്ങളോട് നീരസമുണ്ട്. ആൻസിക്ക് മാനസിക രോഗത്തിന് ചികിത്സയുണ്ടെന്നറിഞ്ഞാൽ എന്റെ ബന്ധുക്കളും അപവാദം പറയും. അവരിൽ പലരുടെയും ആഗ്രഹങ്ങൾക്ക് എതിരായിട്ടാണ് ഞാൻ ആൻസിയെ വിവാഹം കഴിച്ചത്.'

'അതുകൊണ്ട്, ഇത് ഡോക്ടറും ഞാനും തമ്മിലുള്ള രഹസ്യമായിട്ടിരിക്കട്ടെ,' ജോയി പറഞ്ഞു.

ഗേറ്റ് തുറന്ന് അകത്തേക്ക് കടന്ന ജോയിയുടെ മുഖത്ത് നല്ല പരിഭ്രമം കണ്ടു.

'ഡോക്ടർ... നമുക്ക് ഇവിടെ നിൽക്കണ്ട. അകത്തിരുന്നു സംസാരി

ക്കാം.' ജോയി സ്വീകരണ മുറിയിലേക്ക് കയറാൻ ഒരുങ്ങി.

കസേരയിൽ ഇരുന്ന്, ശക്തിയായി കറങ്ങുന്ന ഫാനിന്റെ കാറ്റ് ഏറ്റിട്ടും അയാളുടെ നെറ്റിയിലെ വിയർപ്പു തുള്ളികൾ മായുന്നില്ല. കണ്ണുകളുടെ പരിഭ്രമം മുഖത്താകെ പടരുന്നുണ്ട്. നല്ല പൊക്കത്തിൽ തടിച്ച ശരീര പ്രകൃതമാണയാൾക്ക്. മുഖം ക്ഷീണിച്ച് കരുവാളിച്ചിരിക്കുന്നു. വളരെ താഴ്ന്ന ശബ്ദത്തിലാണ് അയാൾ സംസാരിച്ചത്.

– വലിയൊരു പ്രശ്നത്തിലാണ് ഡോക്ടർ ഞാൻ വീണിരിക്കുന്ന ത്. ആൻസി... ആൻസി ഒരു കടുംകൈ....'

അയാൾ പൊട്ടിക്കരഞ്ഞു.

'ആൻസി ആത്മഹത്യ ചെയ്തു. മൂന്നാഴ്ച മുൻപ്... തൂങ്ങി മരിച്ചു....'

അപ്പറഞ്ഞത് സൈക്യാട്രിസ്റ്റിന് വലിയൊരാഘാതമായിരുന്നു.

ശക്തമായ അതിവിഷാദരോഗം ആൻസിക്കുണ്ടായിരുന്നു. നാലഞ്ചു വർഷം മുൻപാണ് ആദ്യമായി ചികിത്സ തേടി എത്തിയത്. രണ്ടുമൂന്നു മാസക്കാലത്തെ ചികിത്സ കൊണ്ട് രോഗം ശമിച്ചു. അടുത്ത വർഷവും രോഗം ആവർത്തിച്ചു. രോഗശമനം വന്നപ്പോഴും ചെറിയ അളവിൽ മരു ന്നുകൾ തുടരണമെന്നും, രണ്ടു മാസത്തിൽ ഒരിക്കൽ ചെക്കപ്പിനു വര ണമെന്നും പറഞ്ഞാണ് വിട്ടത്. ഒന്നുരണ്ടു തവണ പരിശോധനക്കെത്തും. പിന്നെ വരികയില്ല. മാസങ്ങൾക്ക് ശേഷം അതി വിഷാദരോഗത്തിന്റെ ശക്തമായ ആവർത്തനവുമായി വീണ്ടും വരും. അതാണവരുടെ രീതി.

മിക്ക രോഗികളും അങ്ങനെയാണ്. ചെക്കപ്പിന് വരാൻ അവരിൽ പലർക്കും സ്വന്തം നിലയിൽ വിമുഖതയുണ്ടാവില്ല. പക്ഷെ, കുടുംബാം ഗങ്ങൾക്ക് വൈമനസ്യം തോന്നും. മാനസിക രോഗ വിദഗ്ദ്ധന്റെ ക്ലിനി ക്കിലോ ആശുപത്രിയിലോ പരിശോധനക്ക് എത്തുന്നത് അൽപം റിസ്ക്കുള്ള കാര്യമാണ്. അവിടെ വച്ച് പരിചയക്കാർ ആരെങ്കിലും കാണാനിടയായാലോ?

നാലഞ്ചു മാസങ്ങൾക്ക് മുൻപാണ് ആൻസിയെ അവസാനമായി കണ്ടത്. അതിവിഷാദ രോഗത്തിന്റെ മൂന്നാമത്തെ ആവർത്തനത്തിൽ നിന്ന് രക്ഷ നേടി വരുന്ന സമയമായിരുന്നു. ഇനി മരുന്നുകൾ മുടക്കി ല്ലെന്നും, ഓരോ മാസവും മുടങ്ങാതെ പരിശോധനക്കെത്താമെന്നും സമ്മതിച്ചാണ് ആൻസിയും ജോയിയും പോയത്. പക്ഷെ, നാലഞ്ചു മാസ മായിട്ടും അവരെ കണ്ടില്ല.

ആത്മഹത്യാ സാധ്യതയുള്ള രോഗമാണെന്നും, പ്രത്യേകം ശ്രദ്ധി ക്കണമെന്നും, ഓരോ ചെക്കപ്പിനു ശേഷവും ജോയിയോട് പ്രത്യേകം പറയാറുണ്ട്. എന്നിട്ടും ഇത് സംഭവിച്ചല്ലോ.

സൈക്യാട്രിസ്റ്റിന്റെ വ്യസനമോ നീരസമോ വായിച്ചത് കൊണ്ടാകും ജോയി പറഞ്ഞു.

'ആൻസിക്ക് പൂർണമായി രോഗശമനം കിട്ടിയിരുന്നു. ഷീ വാസ് വെരി ഹാപ്പി... അവൾ തികച്ചും സന്തോഷവതിയായിരുന്നു. എല്ലാത്തവണയും അങ്ങനെയാണ്. വിഷാദത്തിൽ നിന്ന് കരകയറുമ്പോൾ അവൾ പണ്ടെത്തെക്കാൾ പ്രസന്നയാകും.'

'ഇത്തവണ മറ്റൊരു കാര്യവുമുണ്ട്. എന്റെ അനുജൻ ജോണി. ജോണിയെ കുറിച്ച് ഞാൻ ഡോക്ടറോട് പറഞ്ഞിട്ടുണ്ട്. അവൻ യു.എസിൽ എഞ്ചിനീയറാണ്. ടെക്സാസിലെ പ്രസിദ്ധമായ ഒരു ഇലക്ട്രിക്കൽ എഞ്ചിനീയറിംഗ് കമ്പനിയിലെ ചീഫ് എഞ്ചിനീയറാണ്. അവിവാഹിതൻ. എല്ലാ വർഷവും നാട്ടിൽ വരും. ഒരാഴ്ച മാത്രമെ വീട്ടിലുണ്ടാകൂ. പിന്നൊരു രണ്ടാഴ്ച ഇന്ത്യയിൽ ഏതെങ്കിലും സ്ഥലം സന്ദർശിക്കാൻ പോകും. ഇത്തവണ മൂന്നുമാസത്തെ അവധിക്കാണ് എത്തിയതെന്ന് പറഞ്ഞു. എത്തിയപ്പോൾ വീട്ടിൽ ഒരു ഉത്സവമായി. അയാൾ വളരെ സ്മാർട്ട് ആണ്. നന്നായി പാടും. ഫോട്ടോഗ്രാഫിയിൽ നല്ല മികവാണ്. ധാരാളം വായിക്കും.'

– ഇത് മൂന്നും ആൻസിക്ക് ഏറ്റവും പ്രിയപ്പെട്ട ഹോബികളാണ്. അവരുടെ സൗഹൃദം വളരെ വേഗം വളർന്നു. ആൻസി പൂർണ സന്തോഷവതിയായിരുന്നു.'

– ഞങ്ങൾക്ക് കുട്ടികളില്ലെന്ന് ഡോക്ടർക്കറിയാമല്ലോ. കുറെയധികം ചികിത്സ ചെയ്തു കഴിഞ്ഞപ്പോൾ ഞങ്ങൾ രണ്ടുപേർക്കും മടുപ്പായി. നേർച്ചയും തീർത്ഥാടനവും തുടരാനും മടിയായി. പക്ഷെ, അത് നിറുത്താൻ അമ്മച്ചി സമ്മതിക്കില്ല. അമ്മച്ചിയെ ഡോക്ടർക്ക് അറിയാമല്ലോ.'

– എനിക്ക് പത്ത് വയസും ജോണിക്ക് ആറു വയസുമുള്ളപ്പോൾ അപ്പൻ മരിച്ചതാണ്. എസ്റ്റേറ്റുകളുടെയും കുട്ടനാട്ടിലെ നെൽപ്പാടങ്ങളുടെയും കാര്യങ്ങൾ അമ്മച്ചി ഏറ്റെടുത്തു. അപ്പന്റെ മരണത്തെ തുടർന്ന്, കൃഷിക്കാര്യങ്ങൾ ഏറ്റെടുക്കാൻ മോഹിച്ചു എത്തിയ ബന്ധുക്കളെയൊന്നും അമ്മച്ചി അടുപ്പിച്ചില്ല. ഇളം പച്ചയും, കറുപ്പും നിറമടിച്ച ജീപ്പിൽ, മുൻസീറ്റിൽ ഇരുന്ന് യാത്ര ചെയ്ത് അമ്മച്ചി കൃഷിക്കാര്യങ്ങൾക്ക് നേരിട്ട് മേൽനോട്ടം വഹിച്ചു. ആത്മാർത്ഥതയുള്ള രണ്ടു കാര്യസ്ഥന്മാരെ അമ്മച്ചി നിലനിറുത്തി. മറ്റുള്ളവരെ പറഞ്ഞയച്ചു. സാമ്പത്തിക കാര്യങ്ങളിൽ തികഞ്ഞ ശ്രദ്ധയും അച്ചടക്കവും പാലിച്ചു.'

– ആ പ്രാപ്തിയും തന്റേടവും കണ്ടാണ് ഞങ്ങൾ വളർന്നത്. ഇടത്തെ കാൽ ഫുട്ബോർഡിൽ വച്ച്, ജീപ്പിന്റെ മുൻസീറ്റിലിരുന്നു തോട്ടത്തി

ലേക്കും, കായൽ നിലങ്ങളിലേക്കും പോയി വന്ന അമ്മച്ചിയുടെ ചിത്രം മനസിലുണ്ട്. അത് കണ്ടാണ് ഞങ്ങൾ ഇരുവരും വളർന്നത്.'

— ആൻസിയുടെ കുടുംബത്തെക്കുറിച്ച് ഡോക്ടർക്കറിയാമല്ലോ. അതിസമ്പന്നർ. നാട്ടുപ്രമാണിമാർ. കോട്ടയം - കുമിളി റോഡിലൂടെ ആദ്യം ഓടിയ പ്രൈവറ്റ് കാർ ആ വീട്ടുകാരുടേതാണ്. സമ്പത്തിനോടൊപ്പം വിദ്യാസമ്പന്നരും ആണ് ആ വീട്ടുകാർ. ആൻസിയുടെ ഏറ്റവും മൂത്ത ജ്യേഷ്ഠൻ കേന്ദ്രസർക്കാരിലെ പ്രമുഖനായ ഐ.എ.എസ്. ഉദ്യോഗസ്ഥൻ. രണ്ടാമത്തെ ജ്യേഷ്ഠൻ അസ്സം കേഡറിലെ സമർത്ഥനായ ഐ.പി.എസ്. ഉദ്യോഗസ്ഥൻ, ഇപ്പോൾ സി.ബി.ഐ.യിൽ ഐ..ജി.

ആൻസിയുടെ പോസ്റ്റുമാർട്ടം നടക്കുന്ന ആശുപത്രിക്ക് വെളിയിൽ, ഞാൻ കാറിനുള്ളിൽ ദു:ഖം സഹിക്കാതെ കണ്ണടച്ചിരുന്നു. കാറിന്റെ പുറത്ത് തട്ടുന്ന ശബ്ദം കേട്ട് കണ്ണ് തുറന്നു. കാറിനു ചുറ്റും പരിഭ്രമത്തോടെ ഏതാനും ബന്ധുക്കൾ.

— അമ്മച്ചിയെ വീട്ടിൽ നിന്ന് പോലീസുകാർ അറസ്റ്റ് ചെയ്തു കൊണ്ടുപോയ വിവരം അവർ അറിയിച്ചപ്പോൾ, ഞാൻ തകർന്നു. ലോക്കൽ പോലീസ് സ്റ്റേഷനിൽ കാർ ഓടിച്ചെത്തി. അവിടത്തെ എസ്.ഐ.യും പോലീസുകാരും പരിചയക്കാർ ആണ്. അമ്മച്ചി അവിടെയില്ല. എവിടെയാണെന്ന് അവർക്കറിയില്ല. കോട്ടയം ടൗൺ പോലീസ് സ്റ്റേഷനിലെത്തിയപ്പോൾ, പോലീസുകാരുടെ ഭാവം തികച്ചും വ്യത്യസ്തം. സ്റ്റേഷൻ ഓഫീസർ ആയ സർക്കിൾ ഇൻസ്പെക്ടറെ കണ്ടു. സാമാന്യം പരിചയമുണ്ട്.

— സ്ത്രീധനക്കുറ്റമാണ്. ജാമ്യമില്ല എന്നറിയാമല്ലോ... മജിസ്ട്രേറ്റിന് മുൻപിൽ ഹാജരാക്കും... മിക്കവാറും സബ് ജയിലിലേക്കയക്കും.'

'സ്വത്തും പണവും ഉണ്ടായിട്ടെന്ത് കാര്യം? സംസ്ക്കാരം വേണം, മര്യാദ വേണം.' സർക്കിൾ ഇൻസ്പെക്ടർ അൽപം സാരോപദേശം നൽകി.

'അമ്മക്ക് വയസ് എൺപതിന് മേൽ. അമിത ഭാരം. ഷുഗർ, കൊളസ്ട്രോൾ, ബി.പി., രണ്ട് മേജർ ഓപ്പറേഷൻ കഴിഞ്ഞതാണ്, മുട്ടുകൾ മടക്കാൻ കഴിയില്ല. ലോക്കപ്പിലോ ജയിൽ വാസത്തിനോ വേണ്ട ആരോഗ്യവുമില്ല' — ജോയി സർക്കിൾ ഇൻസ്പെക്ടറോട് അമ്മയുടെ ആരോഗ്യ പരാധീനതകൾ വിവരിച്ചു.

'എങ്കിലും പണത്തിന്റെ ആർത്തിക്ക് കുറവില്ലല്ലോ. കതിരുപോലത്തെ ആ പെൺകുഞ്ഞിനെ കുരുതി കൊടുത്തില്ലേ...?' — അയാളുടെ രോഷം അടങ്ങിയിട്ടില്ല.

ജോയിയുടെ മനസിൽ അരിശവും സങ്കടവും ഇരമ്പിക്കയറി. ആൻസിയോട് അളവറ്റ സ്നേഹവും, പൊങ്ങച്ചക്കാരായ അവളുടെ വീട്ടുകാരോട് അത്ര തന്നെ അവജ്ഞയും, അമ്മച്ചി പുലർത്തിയിരുന്നു. ആൻസിയെ ജീവനായിരുന്നു. അവൾക്ക് ഒരു ജലദോഷമോ പനിയോ വന്നാൽ പോലും അമ്മച്ചിക്ക് പരിഭ്രമമാണ്. ജോലിക്കാരിയെ പൂർണസമയം ഡ്യൂട്ടിക്കിട്ട് അവളെ പരിചരിപ്പിക്കും, അതിന് മേൽനോട്ടം വഹിക്കും.

ആ അമ്മയെയാണ് സ്ത്രീധനക്കേസിൽ പ്രതിയാക്കിയിരിക്കുന്നത്.

അവിടെ നിന്നിട്ട് ഫലമില്ല എന്ന് ജോയിക്ക് മനസിലായി. അതിനിടയിൽ, ജോയിയെ പരിചയവും, അവരുടെ വീടുമായി അടുപ്പവുമുള്ള ഒരു ഹെഡ് കോൺസ്റ്റബിൾ പ്രത്യക്ഷനായി. ജോയിയെ അടുത്തു വിളിച്ച് അയാൾ പറഞ്ഞു.

'ജോയിച്ചൻ വേഗം സ്ഥലം വിട്ടോ, കേസിൽ ജോയിച്ചനും പ്രതിയാകും. ഉടനെ പൊക്കും. വേഗം പോയി നല്ല ഏതെങ്കിലും വക്കീലിനെ പിടിച്ചോ.'

കോട്ടയം ബാറിലെ ഏറ്റവും പ്രമുഖനായ ക്രിമിനൽ അഭിഭാഷകരിൽ ഒരാളെ ജോയിക്കറിയാം. അദ്ദേഹത്തെ ചെന്നു കണ്ടു. ആൻസിയുടെ അച്ഛനമ്മമാരും പ്രബലരായ സഹോദരന്മാരും ജോയിയോടും അമ്മച്ചിയോടും നീരസത്തിലാണ്. പല കാരണങ്ങൾ കൊണ്ട് വളർന്നു വന്ന ശത്രുതയാണ്. അടുത്ത കാലത്തായി അത് വളരെ മൂർച്ഛിച്ചിട്ടുണ്ട്. അവർ തന്നെയാകും ഈ സ്ത്രീധന പീഡനക്കേസിന്റെ സൂത്രധാരന്മാർ.

വക്കീലിനൊപ്പം കാറിൽ ജില്ലാ ജയിലിലേക്ക് പോയി. വക്കീലിനു ജയിൽ സുപ്രണ്ടിനെ നല്ല പരിചയമാണ്. അദ്ദേഹം പറഞ്ഞു.

— വക്കീൽ സാറെ. എനിക്ക് കണ്ടിട്ട് സഹിക്കാൻ കഴിഞ്ഞില്ല. അവർക്ക് ഒരു നൂറു നൂറ്റിയഞ്ചു കിലോ ഭാരമുണ്ട്. എൺപത്-എൺപത്തിയഞ്ചു വയസ് പ്രായം. നടക്കാൻ വയ്യ. കാൽ മടക്കി ഇരിക്കാനും വയ്യ. ഞാൻ ഒരു മരക്കട്ടിൽ സംഘടിപ്പിച്ചു സെല്ലിൽ ഇട്ടു കൊടുത്തു. ഒരു കൊതുകുതിരിയും കത്തിച്ചു വച്ചു. പട്ടാപ്പകലും ആ ഇരുട്ടു മുറിയിൽ കൊതുകിന്റെ തേർവാഴ്ചയാണ്.

'ജനലഴികളിലൂടെ അമ്മച്ചിയെക്കണ്ട് ഞാൻ ബോധം കെട്ടു വീണില്ല എന്നു മാത്രം. ജീവച്ഛവമായിട്ടാണ് ഞാൻ വക്കീലിനൊപ്പം വെളിയിലേക്ക് നടന്നത്.'

— ഉടൻ തന്നെ ഒളിവിൽ പോകാനാണ് വക്കീൽ നിർദ്ദേശിച്ചത്. എന്നെ പിടിക്കാൻ വാറന്റുമായി പോലീസുകാർ സംസ്ഥാനമൊട്ടാകെ അലഞ്ഞു നടക്കുന്നു. ഒളിവിലായ ഞാനാണ് ഇപ്പോൾ ഡോക്ടറുടെ മുൻപിൽ

എത്തിയിരിക്കുന്നത്.'

— ഈ പതിനെട്ടു ദിവസമായി അമ്മച്ചി സബ്ജയിലിൽ കിടന്ന് കഷ്ട പ്പെടുകയാണ്. മൂന്നു പ്രാവശ്യം ജാമ്യാപേക്ഷ കൊടുത്തു. കിട്ടിയില്ല. എങ്ങനെയെങ്കിലും അമ്മച്ചിക്ക് ജാമ്യം വാങ്ങിയിട്ട്, പോലീസിന് പിടി കൊടുക്കാമെന്നാണ് ഞാൻ കരുതുന്നത്.'

'ഹൈക്കോടതിയിലേക്ക് പോവുകയാണ്. അമ്മച്ചിയുടെ ചികിത്സയെ ക്കുറിച്ചും മാനസിക വീഴ്ചകളെക്കുറിച്ചും, ഡോക്ടർ ഒരു സർട്ടിഫിക്കറ്റ് തരണം. ജയിലിൽ കിടന്നാൽ മാനസിക പ്രശ്നങ്ങൾ വർദ്ധിക്കാൻ ഇട യുണ്ടെന്നും എഴുതിത്തരണം. പിന്നെ ആൻസിയുടെ രോഗത്തെക്കുറി ച്ചും, ആത്മഹത്യാ പ്രവണതയെക്കുറിച്ചും മറ്റൊരു സർട്ടിഫിക്കറ്റ് നൽക ണം. രണ്ടും അത്യാവശ്യമാണ് എന്ന് വക്കീൽ പറഞ്ഞു. അതുകൊ ണ്ടാണ് പോലീസിന്റെ റിസ്ക് കണക്കാക്കാതെ ഞാൻ എത്തിയത്.'

വസ്തുനിഷ്ഠമായി എഴുതി രണ്ടു സർട്ടിഫിക്കറ്റു കളും തയ്യാറാക്കി. ഒരു മാസം മുൻപ് ആൻസി പരിശോധനക്ക് വന്നെന്നും, ആത്മഹത്യാ പ്രേരണ ശക്തമായി ഉണ്ടായിരുന്നെന്നും എഴുതിയാൽ കൊള്ളാമെന്നു വക്കീൽ പറഞ്ഞിട്ടുണ്ട്. അത് നൽകാൻ പ്രയാസമുണ്ട്. പക്ഷെ ആൻസിയെ ബാധിച്ച അതിവിഷാദരോഗം ബാധിച്ചവർക്ക് ശക്തിയായ ആത്മഹത്യാ പ്രവണതയുണ്ടാകും എന്നത് വ്യക്തമാക്കി സർട്ടിഫിക്കറ്റ് നൽകി, നന്ദി പറഞ്ഞ് ഇറങ്ങുമ്പോൾ ജോയി പറഞ്ഞു,

'അമ്മച്ചിക്ക് ജാമ്യം കിട്ടിയാൽ ഞാൻ പോലീസിന് കീഴടങ്ങും. പിന്നെ, ഭാഗ്യമുണ്ടെങ്കിൽ കാണാം, ഡോക്ടർ.'

അടുത്ത ദിവസം ആശുപത്രിയിലെ ഓ.പി.യിൽ ഇരിക്കുമ്പോൾ പോസ്റ്റ്മാൻ ഒരു രജിസ്റ്റേർഡ് കത്ത് കൊണ്ടു തന്നു. ആൻസി, ... (മേൽവിലാസം). ഇതെങ്ങനെ സാധ്യമാകും. മൂന്നാഴ്ച മുൻപ് മരണമ ടഞ്ഞ ആൻസി അയച്ച കത്ത്, ഇപ്പോൾ മാത്രം കിട്ടുന്നതെങ്ങനെ? മുപ്പ ത്തിയഞ്ചു കിലോമീറ്റർ യാത്ര ചെയ്യാൻ രജിസ്റ്റേർഡ് തപാലിന് ഇരു പത് ദിവസമോ. വീട്ടിൽ എത്തിയപ്പോൾ ലറ്റർ ബോക്സിൽ ഒരു ഇൻലന്റ് എഴുത്തു കിട്ടി.

'പ്രിയപ്പെട്ട ഡോക്ടർ, ആൻസിയുടെ പ്രത്യേക നിർദ്ദേശപ്രകാരമാ ണ്, ഇത്രയും ദിവസത്തിന് ശേഷം അവളെഴുതിയ കത്ത് ഡോക്ടർക്ക് രജിസ്റ്റേർഡ് ആയി അയക്കുന്നത്.' അയച്ചയാളുടെ പേരോ, വിലാസ മോ, ഒപ്പോ ഒന്നുമില്ലാത്ത കത്ത്.

രജിസ്റ്റേർഡ് കത്ത് സാമാന്യം വലുതാണ്, നാലഞ്ചു പേജ് നീളമു ണ്ട്.

'ബഹുമാനപ്പെട്ട ഡോക്ടർ,

ഇത് കിട്ടുമ്പോഴേക്ക് ഞാൻ ഭൂമിയിൽ ഉണ്ടാകാനിടയില്ല. അഥവാ ആശുപത്രിയിലെത്തി ചികിത്സിക്കപ്പെട്ടാലും, ഇത്രയും ദിവസത്തിനുള്ളിൽ മരണം ഉറപ്പാകും എന്ന് വിശ്വസിച്ചു കൊണ്ടാണ്, അതിനുശേഷം മാത്രം കിട്ടാവുന്ന രീതിയിൽ ഈ കത്ത് അയക്കാൻ ഞാൻ എന്റെ കൂട്ടുകാരിയെ ഏർപ്പാട് ചെയ്തത്.

– അതെ, ലോകത്ത് ഏറ്റവും നീചവും നികൃഷ്ടവുമായി പെരുമാറിയ ഒരു ഭാര്യയാണ് ഞാൻ. എന്റെ അച്ഛനമ്മമാരെയും, എന്റെ ഭർത്താവ് ജോയിച്ചായനെയും ഒഴിച്ചാൽ, ഏറ്റവും സ്നേഹത്തോടെ എന്നോട് പെരുമാറിയത് ഡോക്ടറാണ്. എന്റെ ശാപമാണ് എനിക്ക് ബാധിച്ച വിഷാദരോഗം. അതിന്റെ തീവ്രവേദന ആർക്കും മനസിലാകില്ല. അത് മനസിലാക്കി, എന്നെ ചികിത്സിച്ചു സുഖപ്പെടുത്തിയത് ഡോക്ടറാണ്. ഒരിക്കലല്ല, മൂന്നു പ്രാവശ്യം. എന്നിട്ടും ജീവിതത്തെ ഞാൻ കുരുതി കൊടുത്തു.

ജോയിച്ചൻ തനി തങ്കമാണ്. ഇത്ര ശുദ്ധിയും തെളിച്ചവുമുള്ള മനസ് ഞാൻ ആരിലും കണ്ടിട്ടില്ല. പക്ഷെ, സ്നേഹിക്കാനും, കൃഷികാര്യങ്ങൾ നടത്താനും വീട്ടുകാര്യങ്ങൾ നടത്താനുമുള്ള കഴിവല്ലാതെ, കലയും സാഹിത്യവും സംഗീതവുമൊന്നും ജോയിച്ചനറിയില്ല. ഞാനാകട്ടെ, ഹൈസ്കൂളിലും കോളേജിലും പഠിക്കുമ്പോൾ പങ്കെടുത്ത എല്ലാം സംഗീത പരിപാടികളിലും കലാമേളകളിലും സമ്മാനം വാങ്ങിയവളാണ്. ഒരിക്കലും സമ്മാനങ്ങൾ ആയിരുന്നില്ല എന്റെ സന്തോഷം. സത്യം പറഞ്ഞാൽ, എന്റെ മനസിന്റെ അകത്തളത്തിലാകെ നിറഞ്ഞൊഴുകിയത് കലയും, സാഹിത്യവും സംഗീതവുമായിരുന്നു, അതിന്റെ സന്തോഷമായിരുന്നു എനിക്ക് പ്രധാനം.

അതാണ്, അനിയൻ ജോണിച്ചനുമായി എന്നെ അടുപ്പിച്ചത്. എന്നെക്കാൾ എത്രയോ അധികം സംഗീതവും സാഹിത്യവും കലയും ജോണിച്ചന്റെ മനസിലുണ്ട്. അദ്ദേഹം അമേരിക്കയിൽ നിന്ന് അവധിക്ക് വന്ന് ഒന്നുരണ്ടു ആഴ്ച കഴിഞ്ഞപ്പോൾ മുതൽ ഞങ്ങൾ അറിഞ്ഞും പറഞ്ഞും തുടങ്ങി. ക്രമേണ പരസ്പരം അലിഞ്ഞും ലയിച്ചും തുടങ്ങി. വീട്ടിൽ ഞങ്ങൾക്ക് ഇടപഴകാൻ യാതൊരു തടസ്സവുമുണ്ടായില്ല. ജോയിച്ചന് ഞങ്ങളെ രണ്ടുപേരെയും തികഞ്ഞ വിശ്വാസമായിരുന്നു. എന്നല്ല, ഞങ്ങളുടെ സൗഹൃദത്തെ അദ്ദേഹം പ്രോത്സാഹിപ്പിച്ചു. അദ്ദേഹത്തിനു ജോണിച്ചനെ ജീവനായിരുന്നു, അയാളുടെ കഴിവുകളെപ്പറ്റി മതിപ്പും അഭിമാനവുമായിരുന്നു.എനിക്ക് സാഹിത്യവും സംഗീതവും ജീവനാ

ണെന്ന് ജോയിച്ചനറിയാം. ഞങ്ങളുടെ സൗഹൃദം അതിന് അവസരം ഒരുക്കുന്നതിൽ ജോയിച്ചന് സന്തോഷമായിരുന്നു.

ജോണിച്ചൻ ദൈവത്തിൽ അടിയുറച്ചു വിശ്വസിക്കുകയും, ദൈവവഴിയിൽ സ്വയം സമർപ്പിക്കുകയും ചെയ്തിരുന്നു. അമേരിക്കയിൽ അതിസമ്പന്നമായ ബിസിനസിൽ ഏർപ്പെട്ടിരിക്കുമ്പോഴും, തിരുസഭയുടെ കീഴിലുള്ള വിദ്യാഭ്യാസ സ്ഥാപനങ്ങളുടെ സാങ്കേതിക ഉപദേഷ്ടാവും ജോയിന്റ് കോർഡിനേറ്ററും ആയി പ്രവർത്തിച്ചിരുന്നു. യഥാർത്ഥത്തിൽ രണ്ടു വർഷക്കാലത്തേക്ക് നാട്ടിൽ മടങ്ങിയെത്തി പ്രസ്തുത ചുമതലകളിൽ പൂർണമായി മുഴുകാൻ ഉദ്ദേശിച്ചാണ് ജോണിച്ചൻ ഇത്തവണ നാട്ടിൽ വന്നത്.

വിവാഹം, കുട്ടികൾ, കുടുംബം ഇവയൊന്നും ജോയിച്ചന്റെ മനസിൽ ഇല്ലായിരുന്നു.

മനസിൽ തളിർത്ത് പൊന്തിയ സൗഹൃദത്തിൽ അനുരാഗത്തിന്റെ നിറവും മണവും പരന്നത്, ഞങ്ങൾ ഇരുവരും അറിഞ്ഞിരുന്നു, പക്ഷെ, പിന്തിരിയാൻ തോന്നിയില്ല. കുറ്റബോധത്തെ പരസ്പരം തഴുകി ഞങ്ങൾ അതിജീവിച്ചു. ജോയിച്ചനുമായുള്ള വിവാഹ ജീവിതത്തിൽ എനിക്ക് നിഷേധിക്കപ്പെട്ട ശരീരത്തിന്റെ ആനന്ദങ്ങൾ ജോണിച്ചനിൽ നിന്ന് എനിക്ക് കിട്ടി. കിട്ടിത്തുടങ്ങിയപ്പോൾ അതൊരു കുത്തൊഴുക്കായി.

വീട്ടിലെ തിരുരൂപത്തിനു മുൻപിൽ നിന്ന് ജോണിച്ചൻ കണ്ണുനീരൊഴുക്കുന്നത് കണ്ടു ഞാൻ വേദനിച്ചു. സ്നേഹിക്കുന്ന സ്വന്തം ജ്യേഷ്ഠനെയും സ്നേഹം നിറഞ്ഞ കുടുംബത്തെയും വഞ്ചിക്കുന്ന കുറ്റബോധമാകും ജോണിച്ചനെന്നു ഞാൻ കരുതി.

'ആൻസി... അതൊക്കെയുണ്ട്. പക്ഷെ, അതു മാത്രമല്ല എന്റെ വിഷമം... എന്റെ ജീവിതം ദൈവത്തിന്റെ വഴിയിലേക്ക് തിരിച്ചു വിടാൻ ഉറച്ചാണ് ഞാൻ നാട്ടിലേക്ക് മടങ്ങിയത്. വീട്ടിൽ പോലും ഞാനത് പറഞ്ഞില്ല. പറയാൻ സമയമാകട്ടെയെന്നു കരുതി കാത്തിരുന്നു. അപ്പോഴാണ് നിന്നെ അറിഞ്ഞതും, നിന്നിൽ അലിഞ്ഞതും. ഇനി എനിക്ക് നീയില്ലാതെ ഒരു ജീവിതം, മുന്നോട്ടൊരു യാത്ര, അത് സാധ്യമല്ല. ജോയിച്ചനും അമ്മച്ചിയും ഇതെങ്ങനെ സഹിക്കും? കത്തോലിക്കാ സഭയുടെ വിശ്വാസസംഹിതകൾക്ക് മുന്നിൽ എന്റെ പാപം എങ്ങനെ കഴുകിയെടുക്കും?

'ഞാൻ സ്വയം പഴിച്ചു. തെറ്റായ രീതിയിൽ ഈ ബന്ധം വളർത്തിയെടുത്തതിൽ ജോണിച്ചനെക്കാൾ ഉത്തരവാദിത്തം എനിക്കാണ്. ഞാൻ സ്വയം ശപിച്ചു. ജോണിച്ചനെ കാണാതിരിക്കാൻ നടത്തിയ ശ്രമങ്ങ

ളൊന്നും വിജയിച്ചില്ല. ഒന്നുരണ്ടു ദിവസം കാണാതിരുന്നു. സൗകര്യ പൂർവം കാണുമ്പോൾ മനസ് കൂടുതൽ ജ്വലിച്ചു. ഓരോ ജ്വലനവും കഴി യുമ്പോൾ കുറ്റ വിചാരത്തിന്റെയും പാപബോധത്തിന്റെയും തീമഴ മന സിൽ പെയ്തു.'

– രാത്രികളിൽ ഞാൻ ചെവിയോർത്തു കിടന്നു. റബർ മരങ്ങളെ കോരിത്തരിപ്പിച്ചെത്തുന്ന കാറ്റിന്റെ മൂളലിൽ, വിട്ടിലുകളുടെയും പുൽച്ചാ ടികളുടെയും പരുക്കൻ ഇരമ്പലിൽ, ഇടക്കിടെ കേൾക്കുന്ന ഏതൊ ക്കെയോ പക്ഷികളുടെ കാഹളത്തിൽ, മരണത്തിന്റെ വിമോചന മന്ത്രം കേൾക്കുന്നുണ്ടോ?

– കേട്ടുവെന്നു തോന്നുന്നു. അതുകൊണ്ട് ഞാൻ പോകുന്നു. ഡോക്ടർ എന്നോട് ക്ഷമിക്കണം. ഔഷധ ചികിത്സക്കൊപ്പം, അങ്ങ് നൽകിയിരുന്ന കൗൺസലിംഗ് വേളകളിൽ എത്ര അനായാസമായാണ് ഞാൻ ആത്മഹത്യാ പ്രേരണയിൽ നിന്ന് രക്ഷപ്പെട്ടതും, ജീവിതത്തിന്റെ സുഗമ സംഗീതം കേട്ടു തുടങ്ങിയതും. അത് എന്നും നില നിറുത്താമെ ന്നായിരുന്നു എന്റെ പ്രതിജ്ഞ. എനിക്ക് അതിന് കഴിഞ്ഞില്ല. തെറ്റാ ണെന്നറിഞ്ഞിട്ടും, വികാരത്തിന്റെ ചങ്ങാടത്തിൽ കയറി ഞാൻ ചുഴിയും അടിയൊഴുക്കുമുള്ള ആഴങ്ങളിലേക്ക് നീങ്ങി...

തെറ്റാണോ? ദുർവിധിയാണോ? ശാപമാണോ? പാപമാണോ?, എനിക്ക് തീർച്ചയില്ല... എങ്കിലും ഞാൻ ക്ഷമ ചോദിക്കുന്നു.

– ഇത് ജോയിച്ചനോട് പറയണമോ എന്നുള്ളത് ഞാൻ ഡോക്ടർക്ക് വിടുന്നു. മറ്റാരോടും പറയരുത് എന്ന് ഞാൻ എഴുതേണ്ടതില്ലല്ലോ.

സ്വന്തം ആൻസി

ജീവിതത്തിന്റെ വർണച്ചിറകുകളുള്ള പട്ടം, പൂക്കളും തളിരിലകളും നിറഞ്ഞ് മനോഹരമെങ്കിലും, വൃക്ഷത്തിൽ കുരുങ്ങി നിർജീവമായതു മനസിനെ വേദനിപ്പിച്ചു.

മൂന്നു നാലു ദിവസം കഴിഞ്ഞ്, ഒരുച്ചക്ക് ജോയിച്ചൻ ഫോണിൽ വിളിച്ചു.

'ഡോക്ടറെ, സന്തോഷം പറയാനുണ്ട്. അമ്മച്ചിക്ക് ഇന്നലെ ജാമ്യം കിട്ടി. അരമണിക്കൂർ മുൻപ് ജയിലിൽ നിന്നിറങ്ങി. ഞാൻ ഉച്ചക്ക് ശേഷം സി.ജെ.എം. കോടതിയിൽ കീഴടങ്ങാൻ ഉദ്ദേശിക്കുന്നു. ഡോക്ടറുടെ സർട്ടിഫിക്കറ്റ് അമ്മച്ചിക്ക് ജാമ്യം കിട്ടാൻ കുറെ സഹായിച്ചു. ആൻസി യുടെ സർട്ടിഫിക്കറ്റും വളരെ ഗുണം ചെയ്തെന്ന് വക്കീൽ പറയുന്നു.'

'പുറത്തിറങ്ങിയിട്ട്, ഞാൻ വന്നു കാണാം.'

നാലഞ്ചു മാസങ്ങൾക്കു ശേഷമാണ് അഡീഷണൽ സെഷൻസ് കോടതിയിൽ നിന്ന് സാക്ഷി വിസ്താരത്തിന് എത്താനുള്ള സമൻസ് കിട്ടിയത്. ആൻസി ജോർജിനെ പീഡിപ്പിക്കുകയും, ആത്മഹത്യക്ക് പ്രേരിപ്പിക്കുകയും ചെയ്തതിൽ ഭർത്താവ് ജോയി, ഭർത്തൃ സഹോദരൻ ജോണി, ഭർത്തൃ മാതാവ് ത്രേസ്യാമ്മ എന്നിവരുടെ പേരിലുള്ള ക്രിമിനൽ കേസ്. റിമാൻഡിൽ നിന്ന് പുറത്തിറങ്ങിയ ജോയി ഒരിക്കൽ വിളിച്ചിരുന്നു. തുടർന്ന് കേസിന്റെ ഗതിയെക്കുറിച്ചൊന്നും അറിഞ്ഞിരുന്നില്ല.

സമൻസ് കൈയിൽ കിട്ടിയതിന് രണ്ടു മൂന്നാഴ്ച മുൻപൊരു വൈകിട്ട്, ഒരു യുവ അഭിഭാഷകനും പരിചയക്കാരനായ ജില്ലയിലെ ഒരുയർന്ന പോലീസ് ഉദ്യോഗസ്ഥനും കാണാനെത്തി. ആൻസി കേസിൽ ആൻസിയുടെ കുടുംബം കക്ഷി ചേർന്നിട്ടുണ്ട്. ഒരു പ്രമുഖ ക്രിമിനൽ അഭിഭാഷകനെയാണ് അവർ ഏർപ്പെടുത്തിയിരിക്കുന്നത്. അദ്ദേഹത്തിന്റെ ജൂനിയർ ആണ് ഞാൻ — വക്കീൽ പരിചയപ്പെടുത്തി.

ആന്ധ്ര കേഡറിലെ ഐ.പി.എസ്. ഉദ്യോഗസ്ഥൻ ജോർഡ് വെള്ളൂരാന് വേണ്ടിയാണ് താൻ എത്തിയിരിക്കുന്നതെന്ന് പോലീസ് ഉദ്യോഗസ്ഥൻ പറഞ്ഞു. വെള്ളൂരാൻ അതിസമർത്ഥനായ പോലീസ് ഉദ്യോഗസ്ഥനാണ്. ആന്ധ്ര സർവീസിലാണെങ്കിലും നമ്മുടെ കേരളത്തിലെ ആഭ്യന്തരമന്ത്രിക്ക് ഏറ്റവും വേണ്ടപ്പെട്ട ഓഫീസറാണ് ആൻസിയുടെ അമ്മാവൻ. മധ്യതിരുവിതാംകൂറിലെ പ്രാദേശിക പാർട്ടിയുടെ പ്രമുഖ നേതാവാണ്, ആ പാർട്ടിക്കാരനാണ് ആഭ്യന്തരമന്ത്രിയും.

— ഡോക്ടർ, വെള്ളൂരാൻ സാറിന്റെ കുടുംബം ഈ കേസ് പ്രസ്റ്റീജ് ആയി എടുത്തിരിക്കുകയാണ്. ആ പൊണ്ണൻ ജോയിച്ചനെയും തടിച്ചി, അഹങ്കാരി അമ്മച്ചിയെയും ശിക്ഷിപ്പിക്കുമെന്ന് അവർ ശപഥം ചെയ്തിരിക്കുന്നു. ആൻസിയെ ഡോക്ടർ ചികിത്സിച്ചിട്ടുണ്ട്. ഒരു സഹായം അവർക്ക് വേണം... ഞാൻ വെള്ളൂരാൻ സാറിനെക്കൊണ്ടു ഫോണിൽ സംസാരിപ്പിക്കാം... അയാൾ കൈയിലിരുന്ന വാക്കിടാക്കിയിൽ വെള്ളൂരാനമായി ബന്ധപ്പെട്ടു.

ബെല്ലടിച്ചപ്പോൾ, ഫോൺ കയ്യിലെടുത്തു.

'ഞാൻ ജേക്കബ് വെള്ളൂരാൻ, ഫ്രം ഹൈദരാബാദ്, ഐ.ജി. ഓഫ് പോലീസ്. ആൻസിയെ ചികിത്സിച്ചിട്ടുണ്ടെന്നും അവൾക്ക് ആത്മഹത്യ ചെയ്യാനുള്ള മാനസിക രോഗമുണ്ടെന്നും ഡോക്ടർ സർട്ടിഫിക്കറ്റ് കൊടുത്തല്ലോ. അത് ചെയ്യരുതായിരുന്നു. വൈ ഷുഡ് യു ഗിവ് സച്ച് എ സർട്ടിഫിക്കറ്റ്. ടു സേവ് എ മർഡർ കേസ് അക്ക്യൂസ്ഡ് (ഒരു കൊലപാതക ക്കേസിലെ പ്രതിക്ക് നിങ്ങൾ എന്തിന് അത്തരം സർട്ടിഫിക്കറ്റ് നൽകി).'

'സാർ, സർട്ടിഫിക്കറ്റ് സത്യമാണ്. അതിൽ എഴുതിയതെല്ലാം സത്യവുമാണ്.

'ആയിരിക്കാം... പക്ഷെ, ആൻസിയെ നിങ്ങൾ ചികിത്സിച്ചതിന് റിക്കാർഡ് ഉണ്ടോ? വീട്ടിൽ കൺസൾട്ട് ചെയ്യുന്നതിന് റിക്കാർഡ് സൂക്ഷിക്കുന്നുണ്ടോ? അതില്ലാതെ എങ്ങനെ സർട്ടിഫിക്കറ്റ് കൊടുക്കും? അതൊരു കള്ള സർട്ടിഫിക്കറ്റ് ആണെന്ന് പറഞ്ഞാൽ എങ്ങനെ നിങ്ങൾ പ്രതിരോധിക്കും? മാത്രമല്ല, കൊലക്കേസ് പ്രതികളെ കേസിൽ നിന്ന് രക്ഷപ്പെടുത്താൻ ശ്രമിച്ചതിന് പോലീസ് ആക്ട് അനുസരിച്ചു നിങ്ങളെ ചാർജ് ചെയ്യാം... അറസ്റ്റ് ചെയ്യാം.'

ഐ.ജി. ഭീഷണിയുടെ വഴിയിൽ കൂടിയാണ് നീങ്ങുന്നത്!

'അതൊന്നും സത്യമല്ലല്ലോ സാർ.....' സൈക്യാട്രിസ്റ്റ് പ്രതിവചിച്ചു.

'ഡോക്ടർ..., സത്യമല്ല, നിയമം ആണ് ഇവിടെ പ്രധാനം. ഒരു കാര്യം ചെയ്യൂ.... മരിക്കുന്നതിന് രണ്ടാഴ്ച മുൻപ് ആൻസി കൺസൾട്ടേഷൻ ചെയ്തിരുന്നെന്നും, ഡിപ്രഷൻ പൂർണമായി മാറിയിരുന്നെന്നും ഒരു സർട്ടിഫിക്കറ്റ്, ലെറ്റർ ഹെഡിൽ എഴുതി, സീൽ വച്ച് അവരുടെ കൈയിൽ ഏൽപിക്കൂ...'

'പക്ഷെ, അത് സത്യമല്ലല്ലോ..... മാത്രമല്ല, കോടതി ആവശ്യപ്പെടാതെ അതെഴുതുന്നത് ശരിയുമല്ല.'

'സത്യമല്ല... പക്ഷെ, അങ്ങനെ എഴുതുന്നതു കൊണ്ട് നിങ്ങൾക്ക് ഒരു ദോഷവും വരില്ല... കോടതിയുടെ കാര്യമൊന്നും നിങ്ങൾ നോക്കണ്ട....' പിന്നെയും ഐ.ജി. എന്തൊക്കെയോ പറഞ്ഞു.

വക്കീലും പോലീസുദ്യോഗസ്ഥനും സർട്ടിഫിക്കറ്റിനായി അനുനയിപ്പിക്കാനും നിർബന്ധിക്കാനും ശ്രമിച്ചു. അവരെ പറഞ്ഞയക്കേണ്ടി വന്നു. തുടർന്നുള്ള ദിവസങ്ങളിൽ സാമുദായിക രാഷ്ട്രീയ നേതാക്കളിൽ നിന്നും പല തവണ സമ്മർദ്ദം നേരിട്ടു. പ്രതിരോധിക്കുക ശ്രമകരമായിരുന്നു.

വിചാരണ ദിവസം കോടതിയിലെത്തി. ആൻസിയുടെ ചികിത്സയെക്കുറിച്ചെഴുതിയ സർട്ടിഫിക്കറ്റ് കോടതിയിൽ വായിച്ചു മൊഴിയാക്കി. പ്രോസിക്യൂട്ടറും അഭിഭാഷകരും സാക്ഷി വിസ്താരം നടത്തി.

'ചികിത്സയെടുത്ത് ആൻസിയുടെ വിഷാദരോഗം പൂർണമായി മാറിയിരുന്നെന്ന്, ജോയിയുടെ തന്നെ മൊഴിയുണ്ട്. അസുഖം മാറിയ സ്ഥിതിക്ക് അതിന്റെ ഫലമായുള്ള ആത്മഹത്യാ പ്രവണത നിലനിൽക്കുന്നതെങ്ങനെ?' പ്രോസിക്യൂട്ടറും, സഹായിയായ ആൻസിയുടെ കുടുംബത്തിന്റെ അഭിഭാഷകനും ആ വാദത്തിൽ പിടിച്ചു കയറുകയാണ്.

കോടതി നടപടികളുടെ പോക്കിൽ നിന്നും, പ്രതികളായ ജോയിയുടെയും അമ്മയുടെയും മേൽ കുറ്റം സ്ഥാപിക്കപ്പെടാൻ സാധ്യതയുള്ളതായി തോന്നി.

നീതി ബലി കഴിക്കപ്പെടുകയാണ്. ആൻസിയുടെ ആത്മഹത്യക്ക് പ്രേരകമായ വലിയ മാനസിക സമ്മർദ്ദം കോടതിയുടെ മുമ്പിൽ എത്തിയിട്ടില്ല.... മനസ് പ്രക്ഷുബ്ധമായി... ഇത് കോടതിയുടെ മുൻപിൽ പറയേണ്ടത് തന്റെ ചുമതലയല്ലേ? വിസ്താരം പൂർത്തിയാക്കി സാക്ഷിക്കൂട്ടിൽ നിന്ന് ഇറങ്ങുന്നതിന് മുൻപ് കോടതിയോട് ഉണർത്തിച്ചു.

'ആൻസിയുടെ മാനസിക നിലയെ കുറിച്ച് പ്രധാനപ്പെട്ട ഒരു കാര്യം കോടതി മുൻപിൽ ഉണർത്താനുണ്ട്.... പക്ഷെ, അത് തുറന്ന കോടതിയിൽ പറയാവുന്നതല്ല. ഒരു ട്രയൽ ഇൻ കാമറാ (രഹസ്യ വിചാരണ) അനുവദിക്കണം.'

കോടതി നിശബ്ദമായി... ജഡ്ജി അഭിഭാഷകരെ അടുത്ത് വിളിച്ച് ചർച്ച ചെയ്തു തുടങ്ങി. ഏതാനും നിമിഷങ്ങൾക്ക് ശേഷം അദ്ദേഹം പറഞ്ഞു.

'ഒരു ഔദ്യോഗികമായ ഇൻകാമറാസെഷൻ നടത്താൻ ഏറെ നടപടികളുണ്ട്. കാലതാമസം വരും. പക്ഷെ, മൂന്നു വക്കീലന്മാരും സമ്മതിച്ച സ്ഥിതിക്ക് ഉച്ചക്ക് രണ്ടര മണിക്ക് ചേംബറിൽ വച്ച് വിചാരണ തുടരാം. സാക്ഷിയും മൂന്നു അഭിഭാഷകരും മാത്രം.'

കോടതി ഉച്ച ഭക്ഷണത്തിന് പിരിഞ്ഞു.

അഭിഭാഷകരും അല്ലാത്തവരും ആയ ഏറെ പേരുടെ കൗതുകം നിറഞ്ഞ നോട്ടങ്ങളും കുശലാന്വേഷണങ്ങളും, പറയാനുള്ള കാര്യത്തെ കുറിച്ചുള്ള ലോലമായ അന്വേഷണങ്ങളും ചുറ്റുമുണ്ട്. അവരിൽ നിന്ന് രക്ഷപ്പെടാൻ കോടതിക്ക് വെളിയിലേക്ക് നടന്നു. പുറത്തൊരു കടയിൽ നിന്ന് ലഘു ഭക്ഷണം കഴിച്ച്, കാറിനകത്ത് കയറിയിരുന്നു.

ആൻസിയെ ചികിത്സിച്ച വിവിധ ഘട്ടങ്ങൾ മനസിൽ ഒന്നിനു പുറകെ ഒന്നായി എത്തി. സ്നേഹശീലയും സൗമ്യയും ആയ പെൺകുട്ടിയായിരുന്നു. കലയും സംഗീതവും സാഹിത്യവും താലോലിച്ച കോളേജ് പഠന കാലത്തെ ഓർമ്മകളിൽ മുഴുകുമ്പോൾ അവൾ ഏറ്റവും പ്രസന്നയായിരുന്നു. അതൊന്നും പങ്കു വയ്ക്കാൻ കഴിയാത്ത ജോയിച്ചനെയാണ് ഭർത്താവ് ആയി കിട്ടിയതെന്നതിലെ വ്യാകുലത അവൾ സൂചിപ്പിച്ചിട്ടുണ്ട്. പക്ഷെ അയാളുടെ നിർമ്മലമായ സ്നേഹവും, നിഷ്ക്കളങ്കമായ പെരുമാറ്റവും അവളെ സന്തോഷിപ്പിച്ചിരുന്നു. തന്റെ കുടുംബവും ജോയിച്ചന്റെ അമ്മച്ചിയും തമ്മിലുള്ള ശീതസമരം അവളെ വേദനിപ്പി

ച്ചിരുന്നു. ശരിക്കും യാതൊരു കഴമ്പുമില്ലാത്ത ശീത സമരം.

ജോയിച്ചൻ അമ്മച്ചിയെ അമ്മയെന്നാണ് വിളിച്ചിരുന്നത്. അതായിരുന്നു അമ്മച്ചിക്ക് ഇഷ്ടം. 'എന്റെ ഇഷ്ടം മാത്രമല്ല... അവന്റെ അച്ഛനും ഇഷ്ടം പിള്ളേർ എന്നെ അമ്മയെന്നു വിളിക്കുന്നതായിരുന്നു' – അമ്മച്ചി പറഞ്ഞിട്ടുണ്ട്.

ജോയിച്ചന് പത്ത് വയസുള്ളപ്പോൾ അപ്പനെ നഷ്ടപ്പെട്ടു.പിന്നെ ആ വീടിന്റെ ചുമതലയത്രയും ഏറ്റെടുത്തത് അമ്മച്ചിയായിരുന്നു. ധൈര്യവും സ്ഥിരോത്സാഹവവും കൂസലില്ലായ്മയും അവരെ മുന്നോട്ട് നയിച്ചു... അതൊക്കെ അവരുടെ സ്വഭാവമായി... പെരുമാറ്റത്തിന്റെ രീതികളായി. തലയെടുപ്പുള്ള നടപ്പ്. തെളിച്ചമുള്ള സംസാരം.

വിവാഹാലോചനക്ക് എത്തിയപ്പോൾ അമ്മച്ചി മുൻവശത്തെ സ്വീകരണമുറിയിൽ തന്റെ അപ്പനോടും സഹോദരങ്ങൾക്കുമൊപ്പം ഇരുന്നു. അതിഥികളായെത്തുന്ന സ്ത്രീകൾ അടുക്കളയിലേക്ക് നടക്കുന്നതാണ് ഞങ്ങളുടെ വീട്ടിലെ പതിവ്. അവരെ ആൻസിയുടെ സഹോദരൻ ഓർമ്മിപ്പിച്ചു.

'അവന്റെ അച്ഛനും അമ്മയും ഒക്കെ ഞാൻ തന്നെ. അപ്പന്റെ സ്ഥാനത്താണ് ഞാൻ ഇവിടെയിരിക്കുന്നത്.' അമ്മച്ചി അകത്തേക്ക് പോയില്ല. ആ സെറ്റിയിൽ തന്നെ ഇരുന്നു.

വിദ്യാസമ്പന്നരെങ്കിലും പലകാര്യങ്ങളിലും യാഥാസ്ഥിതികരായ ആൻസിയുടെ വീട്ടുകാർക്ക് അമ്മച്ചിയുടെ ആ 'ആൺചമയൽ' അത്ര രസിച്ചില്ല.

വിവാഹം കഴിഞ്ഞുള്ള സന്ദർശനങ്ങളിലും തന്റെ രീതികൾ മാറ്റാൻ അമ്മച്ചി തയ്യാറായില്ല. ഏത് വീട്ടിൽ പോയാലും കാറിൽ നിന്നിറങ്ങി, കാലൻ കുടയും ബാഗുമായി അമ്മച്ചി വീട്ടിനകത്തേക്ക് നടക്കും. കുട കസേരയുടെ പുറകിൽ തൂക്കും. ബാഗ് മേശപ്പുറത്ത് വയ്ക്കും.

അടുക്കളയിലേക്കോ, വീടിന്റെ പിന്നാമ്പുറത്തേക്കോ അവർ കടക്കില്ല. 'മറ്റൊരാളുടെ അടുക്കളയിൽ കയറുന്നത് അത്ര ശരിയല്ല'. ഇതായിരുന്നു അവരുടെ നിലപാട്.

വിവാഹം കഴിഞ്ഞ് പല സന്ദർഭങ്ങളിലായി അമ്മച്ചിയുടെ രീതികളും ആൻസിയുടെ വീട്ടിലെ പതിവുകളും തമ്മിലുള്ള ഉരസൽ തുടർന്നു. അരമനയിലൊരു പുതിയ ചാപ്പൽ പണിയാൻ ആൻസിയുടെ കുടുംബം പതിനായിരം രൂപ നൽകി. അമ്മച്ചി പതിനായിരത്തി ഒന്നു എന്ന് രസീതു ബുക്കിലെഴുതി ചെക്ക് ഒപ്പിട്ടു കൊടുത്തു. അതൊരു വലിയ വിഷയമായി.

'അതൊന്നും സാരമില്ല... ചെറുക്കന്റെ വീട്ടുകാർ തന്നെയാണ് മുൻപിൽ നിൽക്കേണ്ടത്.. അമ്മച്ചിയുടെ നീതീകരണം അതാണ്.

അമ്മച്ചിയുടെ ഇത്തരത്തിലുള്ള പെരുമാറ്റങ്ങളെ മാറ്റിയെടുക്കാൻ ജോയിച്ചൻ ശ്രമിക്കുന്നുണ്ടായിരുന്നു. അതൊന്നും അമ്മച്ചി ശ്രദ്ധിച്ചില്ല.

'എന്റെ കണ്ണ് അടയുന്നത് വരെ നിന്റെ അപ്പൻ എങ്ങനെ ചെയ്യുമായിരുന്നോ, അതുപോലെ ഞാൻ കാര്യങ്ങൾ ചെയ്യും. നീയും നിന്റെ ഭാര്യ ആൻസിയും ഒരു കാര്യത്തിലും, ഒരാളുടെയും പുറകിൽ നിൽക്കരുത്. അതന്റെ ആഗ്രഹമാണ്. നിശ്ചയമാണ്.'

'അതെ... ആ അമ്മ സ്നേഹസമ്പന്നയായിരുന്നു.' ആൻസി പറഞ്ഞു. എന്റെ ആഹാരം, വസ്ത്രം, വിശ്രമം, ആഭരണം എല്ലാ കാര്യത്തിലും അവർ ശ്രദ്ധ ചെലുത്തി. മാസത്തിൽ ഒരിക്കലെങ്കിലും എനിക്ക് മൈഗ്രോയ്ൻ വന്ന് അവശയാകും. തലയിൽ ഐസ് വെള്ളത്തിൽ മുക്കിയ തുണി വിടർത്തിയിട്ട്, അമ്മ അരികിൽ ഉണ്ടാകും. ഓക്കാനും വരുമ്പോൾ നെഞ്ചും മുതുകും തടവി തരും. കട്ടിലിൽ മലർത്തി കിടത്തി, കാലുകൾ മടക്കി വച്ച്, വയർ തടവും.

'കൊടിഞ്ഞി (Migrain) തലയിലാണ് കുത്തിപ്പറിക്കുന്നതെങ്കിലും മോളെ ഗർഭപാത്രത്തിലാണ് അത് തുടങ്ങുന്നത്. ഇളം ചൂടുള്ള ഹോട്ട് വാട്ടർ ബാഗ്, അടിവയറ്റിൽ അമർത്തി വച്ചു കൊണ്ട് അവർ തന്നെ ശുശ്രൂഷിക്കും.

'ഡോക്ടർ... ഇത്ര സ്നേഹം എനിക്ക് ആരിൽ നിന്നും കിട്ടിയിട്ടില്ല.' ആൻസി പറഞ്ഞതാണ്.

കാറിലിരിക്കവെ മനസിൽ വീണ്ടും ഉച്ചക്ക് ശേഷമുള്ള ട്രയലിനെ പറ്റിയായി ചിന്ത. മരണശേഷം കിട്ടിയ ആൻസിയുടെ കത്ത് കൈയിലുണ്ട്. അത് ജഡ്ജിയുടെ കൈയിലേൽപ്പിച്ചാൽ എല്ലാം വ്യക്തമാകും. പക്ഷെ... ഈ കത്തിന്റെ സ്വകാര്യത നഷ്ടപ്പെടില്ലേ? 'ജോയിച്ചനെ ഈ കത്ത് കാണിക്കണമോ എന്ന് ഡോക്ടർ നിശ്ചയിച്ചാൽ മതി.. പക്ഷെ മറ്റാരെയും കാണിക്കരുത്' – അതായിരുന്നില്ലെ ആൻസിയുടെ നിർദ്ദേശം?

കത്തിലെ വിവരങ്ങൾ പറയാം. കത്തിനെപ്പറ്റി പറയണ്ട. അങ്ങനെ തീരുമാനിച്ചു.

ആൻസി ഫോൺ ചെയ്ത് തന്നോട് പറഞ്ഞ കാര്യമെന്ന നിലയിലാണ്, ജോണിയുമായുള്ള ബന്ധത്തെക്കുറിച്ചും തുടർന്നുണ്ടായ മാനസിക വിക്ഷോഭത്തെ കുറിച്ചുമൊക്കെ ജഡ്ജിയുടെ മുറിയിൽ സംസാരിച്ചത്. ജഡ്ജിയും അഭിഭാഷകരും ശ്രദ്ധയോടെ എല്ലാം കേട്ടു ബഞ്ചുക്ലാർക്ക്

സൈക്യാട്രിസ്റ്റ് പറഞ്ഞതൊക്കെ എഴുതിയെടുത്തു.

ഇത്രയും വിക്ഷോഭകരമായ കാര്യം എന്തുകൊണ്ട് ഭർത്താവ് ജോയിയെ അറിയിച്ചില്ല എന്നൊരു ചോദ്യം പ്രോസിക്യൂട്ടർ ചോദിച്ചു.

'അത് ശരിയാണെന്ന് തോന്നിയില്ല. മാത്രമല്ല, ആ ബന്ധത്തിൽ നിന്ന് പിൻവാങ്ങുമെന്ന് ആൻസി പറഞ്ഞതുമാണ്. പിന്നെ, ആൻസിയുടെ മനസിലെ ക്ഷോഭം ഇത്രത്തോളം വളരുമെന്നും കരുതിയില്ല'.

ഇതാണ് ഉത്തരമായി നൽകിയത്.

'അതിന്റെയർത്ഥം, അവരുടെ മാനസിക നില നിർണയിക്കുന്നതിൽ സൈക്യാട്രിസ്റ്റ് എന്ന നിലയിൽ ഡോക്ടർ പരാജയപ്പെട്ടു, എന്നല്ലേ?....' പ്രോസിക്യൂട്ടർ ചോദിച്ചു.

ജഡ്ജി, പ്രോസിക്യൂട്ടറെ രൂക്ഷമായി നോക്കി.

'അല്ല.. ചോദിച്ചുവെന്നേയുള്ളൂ...' പ്രോസിക്യൂട്ടർ പിൻവാങ്ങി.

മനസിൽ നിന്ന് വലിയൊരു ഭാരം ഒഴിഞ്ഞത് പോലെ വീട്ടിലേക്ക് മടങ്ങി.. മൂന്നാഴ്ച കഴിഞ്ഞ ജോയിയുടെ ഫോൺ വന്നു. കേസിൽ വിധി വന്നു. തന്നെയും ജോണിയെയും അമ്മയെയും നിരപരാധികളായി കണ്ടെത്തി കോടതി വിധിച്ചിരിക്കുന്നു.

സന്തോഷത്തെക്കാൾ ആശ്വാസം തോന്നി. കടുത്ത വഴികളിലൂടെ നീങ്ങിയെങ്കിലും അവസാനം സത്യവും നീതിയും വിജയിച്ചിരിക്കുന്നു.

'ഡോക്ടറുടെ സർട്ടിഫിക്കറ്റും, മൊഴിയും, പിന്നെ ജഡ്ജിക്ക് നൽകിയ രഹസ്യമൊഴിയും വളരെ സഹായിച്ചുവെന്ന് വക്കീൽ പറഞ്ഞു. വളരെ വളരെ നന്ദിയുണ്ട്. ഞാൻ വന്നു കാണും. പറ്റുമെങ്കിൽ അമ്മയെയും കൂട്ടിക്കൊണ്ടു വരാം'. ജോയിയുടെ ശബ്ദത്തിൽ ആശ്വാസവും സന്തോഷവുമുണ്ട്.

നാലഞ്ചു മാസങ്ങൾക്ക് ശേഷം ഒരു ഞായറാഴ്ച വൈകുന്നേരം ജോയിച്ചനും ആജാനുബാഹുവായ ഒരു മധ്യവയസ്കനും വീട്ടിലെത്തി. അവരെ സ്വീകരണ മുറിയിലേക്ക് ക്ഷണിച്ചു.

'ഇത്... ഇത്..' ജോയിച്ചൻ ആഗതനെ പരിചയപ്പെടുത്താൻ തുടങ്ങി.

'വേണ്ട, ജോയി... ഞാൻ സ്വയം പരിചയപ്പെടുത്താം.' അദ്ദേഹം പറഞ്ഞു.

'ഡോക്ടർ നാം തമ്മിൽ കണ്ടിട്ടില്ല.. പക്ഷെ, സംസാരിച്ചിട്ടുണ്ട്. ഫോണിൽ സംസാരിച്ചിട്ടുണ്ട്.'

'?'

'ഞാൻ ജേക്കബ് വെള്ളൂരാൻ ഐ.പി.എസ്. മനസിലായല്ലോ?'

'ഞാൻ ക്ഷമ ചോദിക്കാൻ കൂടി വന്നതാണ്. അന്ന് കേസ് ജയിക്ക

ണമെന്ന വാശിയിലാണ് ഡോക്ടറോട് ഞാൻ കടുത്ത വാക്കുകൾ പറഞ്ഞത്.... പറയുന്നത് തെറ്റും മര്യാദകേടുമാണെന്ന് എനിക്കറിയാമായിരുന്നു. പക്ഷെ, ഡോക്ടറുടെ ധൈര്യം, സമചിത്തത എന്നിൽ മതിപ്പുളവാക്കി.

'ഇപ്പോൾ ഞങ്ങൾ കുടുംബങ്ങൾ തമ്മിലുള്ള എല്ലാ പിണക്കവും മാറി... എന്നല്ല, ഏറ്റവും നല്ല യോജിപ്പിലുമാണ്.' ജോയി പറഞ്ഞു

'അതേ ഡോക്ടർ... എല്ലാം വെറും പൊങ്ങച്ചവും, അർത്ഥമില്ലാത്ത അഹങ്കാരവും കൊണ്ടുള്ള വഴക്കും പിണക്കവുമായിരുന്നു. എന്റെ സഹോദരി ആൻസി പോയി.... അതിൽ ദു:ഖമുണ്ട്... പക്ഷെ, ഈ ജോയിച്ചനെ പോലെ ശുദ്ധനായ, നല്ലവനായ, ഓരാളെ കാണാൻ കഴിയില്ല. ഞങ്ങൾ എല്ലാം അവസാനിപ്പിച്ചു'. വെള്ളൂരാൻ പൂർത്തിയാക്കി.

'പിന്നെ... ഞങ്ങൾ ഒരുമിച്ചു വന്നത് ഒരു കാര്യത്തിനാ... അമ്മക്ക് അടുത്ത വെള്ളിയാഴ്ച തൊണ്ണൂറു വയസാകുന്നു. അതിന്റെ ഒരു ആഘോഷം ഞായറാഴ്ച പാരിഷ് ഹാളിൽ നടത്തുന്നുണ്ട്. ഞങ്ങൾ രണ്ടു വീട്ടുകാരും കൂടി നടത്തുകയാണ്. ഡോക്ടറെ ക്ഷണിക്കാൻ ഞങ്ങൾ ഒന്നിച്ചു വന്നതാണ്. ഡോക്ടർ വരണം, വരണമെന്നല്ല. മുഖ്യാതിഥികളിൽ ഒരാളായി വരണം.'

'ഡോക്ടർ... എന്റെ വീട്ടുകാരും, ജോയിച്ചന്റെ അമ്മച്ചിയും തമ്മിലുള്ള ഈ വൃത്തികെട്ട പിണക്കം, എങ്ങനെയെങ്കിലും മാറിക്കിട്ടിയെങ്കിൽ, എന്ന് എന്നും ഞാൻ പ്രാർത്ഥിക്കും',. ആൻസി ഇടക്കിടെ പറഞ്ഞിരുന്നത് സൈക്യാട്രിസ്റ്റ് ഓർമ്മിച്ചു.

'ഞങ്ങൾ കാറയയ്ക്കും.... ഡോക്ടറും ഭാര്യയും തീർച്ചയായും വരണം. പറ്റുമെങ്കിൽ കുട്ടികളെയും കൊണ്ടു വരണം. ഞായറാഴ്ചയല്ലെ?'

യാത്ര പറയുന്നതിന് മുമ്പ് ജോയി പറഞ്ഞു.

'ജഡ്ജിയോട് രഹസ്യ മൊഴിയായി ഡോക്ടർ എന്താണ് പറഞ്ഞത് എന്ന് അറിയണമെന്നുണ്ട്.'

'അതെ, അത് എന്താണെന്ന് അറിഞ്ഞാൽ കൊള്ളാം... വക്കീൽ പറഞ്ഞില്ല, അങ്ങനെ പറയുന്നത് തൊഴിലിലെ എത്തിക്സിന് എതിരാണ് എന്ന് പറഞ്ഞൊഴിഞ്ഞു.' ജോയി തുടർന്നു.

'അതെ, അത് തന്നെയാണ് എനിക്കും പറയാനുള്ളത്. ചികിത്സക്കിടയിൽ ആൻസി എന്നോട് പറഞ്ഞ കാര്യങ്ങളാണ്. അത് പുറത്ത് പറയാൻ മെഡിക്കൽ എത്തിക്സ് എന്നെയും അനുവദിക്കുന്നില്ല.'

'ശരി ഡോക്ടർ.. ഞാൻ അത് അംഗീകരിക്കുന്നു. ബഹുമാനിക്കുന്നു.'

'ഞാനും' – വെള്ളൂരാൻ കൂട്ടിച്ചേർത്തു.

പാരിഷ് ഹാളിലെ സ്വീകരണയോഗം ഹൃദ്യമായിരുന്നു. നാട്ടിലെ പൗര മുഖ്യന്മാർ, പുരോഹിതർ, കന്യാസ്ത്രീകൾ, ഉയർന്ന ഉദ്യോഗസ്ഥർ എന്നിവർ സദസിലുണ്ട്. ജോയിയുടെയും ആൻസിയുടെയും കുടുംബാംഗങ്ങൾ ഒരുപോലെ ആതിഥേയരായി നിറഞ്ഞു നിന്നു.

വിടർന്ന പുഞ്ചിരിയും ചടുലമായ ചലനങ്ങളുമായി അവർക്കിടയിൽ ഒഴുകുന്ന ആൻസിയെ മനസിന്റെ കണ്ണുകൾ തിരഞ്ഞു.

ഭക്തി

ഭാര്യ രാജലക്ഷ്മിയുടെ പെരുമാറ്റത്തിൽ പെട്ടെന്നുണ്ടായ മാറ്റങ്ങളെ സദാശിവൻ ആദ്യം അത്ര കാര്യമായെടുത്തില്ല. അവളുടെ ഉന്മേഷവും ഊർജസ്വലതയും വർധിച്ചു. അല്ലെങ്കിൽ തന്നെ, രാജലക്ഷ്മിക്ക് നല്ല പ്രസരിപ്പും ചുണയും ചൊടിയുമുള്ള പ്രകൃതമാണ്. ആരോടും വേഗം പരിചയപ്പെടും. നല്ല ചാതുര്യത്തോടെ സംസാരിക്കും. ഏതു സദസിൽ കടന്നു ചെന്നാലും അവൾ ശ്രദ്ധിക്കപ്പെടും. വസ്ത്രങ്ങളിലും ആഭരണങ്ങളിലും അതീവ ശ്രദ്ധ. ഇതൊക്കെത്തന്നെയല്ലേ ആദ്യം ഇഷ്ടപ്പെടാനും പിന്നെ പ്രേമിക്കാനും, പന്ത്രണ്ടു വർഷം മുമ്പ് അവളെ വിവാഹം കഴിക്കാനും തനിക്കു പ്രേരണയായത്! അന്ന് അവൾക്കു വയസ് പതിനെട്ട് തികഞ്ഞിട്ടില്ല. തനിക്ക് മുപ്പത്തിനാല്. സാഹിത്യ പ്രവർത്തനം, നാടക സമിതി, പൊതുക്കാര്യം എന്നിവയോടൊപ്പം ട്യൂട്ടോറിയൽ കോളേജ് നടത്തിപ്പുമായി അങ്ങനെ ഉത്സാഹത്തോടെയും, ഉത്തരവാദിത്തമില്ലാതെയും കഴിഞ്ഞ കാലം.

സദാശിവൻ ചരിത്രം ഐച്ഛിക വിഷയമായി എം.എ. ബിരുദം എടുത്തു. ചരിത്രത്തെക്കാൾ താൽപര്യം സാഹിത്യം, സിനിമ, ചിത്രകല. ഒന്നിലും ഉറച്ചു നിൽക്കാത്ത പ്രകൃതം. അൽപം രാഷ്ട്രീയ പ്രവർത്തനവും കൂടിയുണ്ട്. വീട്ടിൽ നിന്ന് എട്ടു മണിക്കു മുമ്പ് ഇറങ്ങും. രാത്രി മടങ്ങിയെത്തുന്നത് പതിനൊന്ന് പന്ത്രണ്ടു മണി കഴിഞ്ഞ്. നഗരത്തിന്റെ പ്രാന്തത്തിലുള്ള ഗ്രാമത്തിൽ റെയിൽവെ ലൈനിനു സമീപമുള്ള കൊച്ചു വീട്ടിലായിരുന്നു അച്ഛനമ്മമാരും മുത്തശ്ശിയും താമസിച്ചിരുന്നത്. അച്ഛൻ ഒരു തയ്യൽക്കാരനായിരുന്നു. ഗ്രാമത്തിലെ പഴയ തയ്യൽക്കാരൻ. ഗാന്ധിയുടെയും കോൺഗ്രസിന്റെയും ആരാധകൻ. ഖദർ ഉടുപ്പും മുണ്ടുമായി അച്ഛനെ കാണുന്നത് വീട്ടിനു പുറത്തും കടയുടെ പുറത്തും മാത്രം. കടയിൽ എത്തിയാലുടൻ ഷർട്ട് അഴിച്ച് അയയിലെ ക്ലിപ്പിൽ തൂക്കിയിടും. തുണി വെട്ടുമ്പോഴും, മെഷീനിൽ താളത്തോടെ ചവിട്ടുമ്പോഴും

ഷർട്ട് ഇടില്ല. ഗാന്ധിയോടുള്ള ആരാധനയാണോ, കടയിട്ടിരിക്കുന്ന കുടുസു മുറിയിലെ അസഹ്യമായ ചൂടാണോ ഈ ക്രമീകരണത്തിന് കാരണമെനന്ന് നാട്ടുകാർക്ക് തീർച്ചയില്ല. പക്ഷെ, ചട്ടരഹിതൻ എന്നൊരു പേര് പത്നാഭൻ ടെയിലർക്ക് നാട്ടുകാർ ചാർത്തിക്കൊടുത്തു.

വീട്ടിലെ സാമ്പത്തിക നില തീരെ മോശമായിരുന്നു. ചെറിയ പറമ്പിലെ ഏഴെട്ടു തെങ്ങുകൾ മാത്രമായിരുന്നു വരുമാനം നൽകിയത്. ഒരു വയസിനു മൂപ്പുള്ള സഹോദരിയെ വിവാഹം കഴിച്ചയച്ചത് ഒരു സ്കൂളിലെ പ്യൂൺ ആയ മുരളിയോടൊപ്പമാണ്. മുരളിയും കുടുംബവും സ്നേഹസമ്പന്നരാണ്. അതൊഴിച്ചു, ഒരു സമ്പത്തുമില്ല.

എം.എ. പാസായ സദാശിവൻ ജോലി അന്വേഷിച്ചു നടന്നു. ഒരു സ്കൂളിലെങ്ങാനും അധ്യാപകനാകാൻ കഴിയുമെന്നായിരുന്നു പ്രത്യാശ. പത്ഭനാഭന് പലരെയും പരിചയമുണ്ട്. പലരു വഴിയും ശ്രമം നടത്തി. എല്ലാം വിഫലമായി. നഗരത്തിലെ ഒരു പലചരക്കു കടയിലെ കണക്കെഴുത്ത് ജോലി കിട്ടി. ഒരാഴ്ച അവിടെ പോയി സദാശിവൻ ജോലി നോക്കി. ചാക്കുകെട്ടുകൾക്കിടയിലെ ഒരു സ്റ്റൂളിലാണിരുപ്പ്. ഒരു തടി മേശയിലാണ് കണക്കു പുസ്തകങ്ങൾ. മുളകും മല്ലിയും പലവ്യഞ്ജനങ്ങളും മണമായും പൊടിയായും അന്തരീക്ഷത്തിലുണ്ട്. മുതലാളി രണ്ടു ഭാഷ ഉപയോഗിക്കും. ഉപഭോക്താക്കളോട് സാമാന്യം മര്യാദയുള്ളത്, കടയിലെ ജോലിക്കാരോട് അസഭ്യവും ശാപവും ഭീഷണിയും നിറഞ്ഞ മറ്റൊരു ഭാഷ. എം.എ.ക്കാരനും കണക്കെഴുത്തുകാരനുമായ സദാശിവനോട് ഒരു സങ്കര ഭാഷയിലാണ് സംസാരം. ഒരാഴ്ച കഴിഞ്ഞപ്പോൾ സദാശിവൻ ജോലി മതിയാക്കി. അമ്മക്ക് വലിയ വിഷമമായി. അച്ഛൻ പത്മനാഭൻ എതിർത്തില്ല. 'ങ്ഹാ, അയാളൊരു ഗുണമില്ലാത്തവനാണ്' എന്ന് മുതലാളിയെ പറ്റി അഭിപ്രായം പറഞ്ഞു.

രണ്ടുമൂന്നു കൂട്ടുകാരുമായി ചേർന്നാണ് ട്യൂഷൻ സെന്റർ തുടങ്ങിയത്. ഏതാനും മാസങ്ങൾ കുട്ടികളെ കിട്ടിയില്ല. കുട്ടികൾ വന്നപ്പോൾ സന്തോഷമായി. മിക്ക കുട്ടികളിൽ നിന്നും ഫീസ് കിട്ടിയില്ല. ഫീസ് ചോദിച്ചപ്പോൾ കുട്ടികൾ വിട്ടു പോയി. അങ്ങനെ ഇഴഞ്ഞും നീങ്ങിയും പരിപാടി നീണ്ടു. നാലഞ്ചു വർഷം കൊണ്ടു കാര്യങ്ങൾ അൽപം മെച്ചപ്പെട്ടു. ബസ് സ്റ്റാൻഡിനടുത്ത് സൗകര്യമുള്ള ഒരു കെട്ടിടം വലിയ വാടകയില്ലാതെ കിട്ടി. ആത്മാർത്ഥതയുള്ള മൂന്നു നാലു ചെറുപ്പക്കാരെ അധ്യാപകരായി ലഭിച്ചു. ഇംഗ്ലീഷും, സാമൂഹ്യപാഠവും, ചരിത്രവും ഒക്കെ സദാശിവൻ തന്നെ കൈകാര്യം ചെയ്തു. ഇംഗ്ലീഷ് അധ്യാപകനെന്ന നിലയിൽ അയാൾക്കൽപം പ്രശസ്തി കിട്ടി. രാവിലെയും വൈകിട്ടും

കോളേജ് ഗോയിംഗ് ബാച്ചുകളും, ഇടക്കുള്ള സമയം റെഗുലർ ക്ലാസു കളും ആരംഭിച്ചു. തട്ടിയും മുട്ടിയും പോകുന്ന സാമ്പത്തിക സ്ഥിതി ആയിരുന്നെങ്കിലും, അൽപം സംതൃപ്തിയും ഉത്സാഹവും ഒക്കെയുണ്ടാ യിരുന്നു.

ഇംഗ്ലീഷ് ട്യൂഷനു വേണ്ടിയാണു ഡിഗ്രി വിദ്യാർത്ഥിനിയായ രാജ ലക്ഷ്മി ട്യൂട്ടോറിയലിൽ എത്തിയത്. കറുത്ത് മെലിഞ്ഞ ശരീര പ്രകൃ തിയായിരുന്നെങ്കിലും ഐശ്വര്യമുള്ള മുഖവും സുന്ദരമായ വലിയ കണ്ണു കളും രാജലക്ഷ്മിയ്ക്ക് ആകർഷകത്വം പകർന്നു. ചിരിച്ച് ചിരിച്ച് മണി യൊച്ച പോലെയുള്ള സംസാരം. ചടുലമായ ചലനങ്ങൾ. സ്വാതന്ത്ര്യ ത്തോടെയുള്ള പെരുമാറ്റം. ഇംഗ്ലീഷ് ക്ലാസുകളിൽ അവൾ ബദ്ധശ്രദ്ധ യായിരിക്കും. കവിതകളും, ഡയലോഗുകളും അതിമനോഹരമായി ഓർത്ത് ചൊല്ലും. തനിക്കും ഇംഗ്ലീഷും മലയാളവും ഒരുപോലെ ഇഷ്ട മാണ് എന്ന് രാജലക്ഷ്മി ഇടക്കിടെ പറയും. അർത്ഥം ചോദിക്കാനും സംശയം തീർക്കാനുമായി ഇടക്കിടെ ഓഫീസ് മുറിയിൽ സാറിനെ തന്നെ തേടിയെത്തും. ഇടക്ക് അവൾ എഴുതിയ ഒന്നുരണ്ടു കഥകളും കവിത കളും വായിച്ചു നോക്കി തിരുത്തിക്കൊടുക്കാൻ ആവശ്യപ്പെട്ടു തന്നെ ഏൽപിച്ചു. കഥയിലും കവിതയിലുമെല്ലാം, പ്രണയവും ദിവ്യപ്രേമവും മധുരസ്വപ്നങ്ങളും ഉദ്യാന പുഷ്പങ്ങളും ഇണപ്രാവുകളും ഒക്കെയാ ണ്. അവൾ തന്നെ വലയിൽ വീഴ്ത്തി വലിച്ചെറിയാൻ ശ്രമിക്കുകയാണോ എന്ന് സദാശിവന് സംശയമായി, കരുതലോടെ പെരുമാറി. പക്ഷെ, ആ പ്രതിരോധം തകർന്നു പോയി,

പ്രത്യേകമായി തോന്നിയ ഇഷ്ടം പ്രേമമായിക്കഴിഞ്ഞു എന്നു മന സിലായപ്പോൾ വിവാഹത്തെപ്പറ്റി ആലോചിച്ചു. അധ്യാപകൻ വിദ്യാർത്ഥി നിയെ വിവാഹം കഴിക്കുന്നതിൽ അഭംഗിയുണ്ടെന്ന് ആദ്യം തോന്നി. തെല്ലു സംശയിച്ചു. പിന്നെ അതു കാര്യമാക്കണ്ട എന്നു കരുതി. അന്നു തന്റെ സാമ്പത്തിക സ്ഥിതി മോശമാണ്. അതു കൊണ്ട് രാജലക്ഷ്മി യുടെ വീട്ടുകാർക്ക് കല്യാണക്കാര്യത്തിൽ ആദ്യം സമ്മതമില്ലായിരുന്നു. എങ്കിലും അവർ തടസം നിന്നില്ല. അവരുടെ സഹകരണത്തോടെ തന്നെ യാണു കല്യാണം നടന്നതും. വിവാഹം കഴിഞ്ഞ് തന്റെ ചെറിയ വീട്ടി ലെത്തിയ രാജലക്ഷ്മി അസ്വസ്ഥയായി. അച്ഛനോടും അമ്മയോടും അവൾ അളവറ്റ സ്നേഹത്തോടെ പെരുമാറി. പക്ഷെ, വീട്ടിലെ സൗക ര്യങ്ങളിലും സാഹചര്യങ്ങളിലുമുള്ള അതൃപ്തി മറച്ചു വച്ചില്ല. വാടകക്ക് വേറൊരു വീടെടുത്ത് താമസിക്കണമെന്ന് അവൾ നിർബന്ധിച്ചു. പാര ലൽ കോളേജിൽ നിന്നുള്ള തന്റെ വരുമാനത്തിൽ അത് പ്രയാസമാണ്.

വീട്ടിൽ നിന്ന് ഒന്നും കിട്ടാനുമില്ല. ആറേഴു മാസം കഴിയട്ടെ എന്ന് പറഞ്ഞത് അവൾ അംഗീകരിച്ചില്ല. ഒടുവിൽ അവളുടെ നിർബന്ധം കൊണ്ട് ഏതാനും ആഴ്ചകൾക്കുള്ളിൽ തന്നെ ഒരു വീട് വാടകയ്ക്കെടുത്ത് ഒരുമിച്ചു താമസമായി. ആദ്യത്തെ പ്രസവം കഴിഞ്ഞ് രണ്ടു മാസം കഴിഞ്ഞപ്പോൾ രാജലക്ഷ്മിക്ക് ഉറക്കവും വിശപ്പും നഷ്ടപ്പെട്ടു. ഇടക്കിടെ കരച്ചിൽ. അവ്യക്തമായ പേടി. അന്നൊരു സൈക്യാട്രിസ്റ്റിനെ കണ്ടിരുന്നു.

പ്രസവാനന്തരം ചില സ്ത്രീകൾക്കുണ്ടാകുന്ന വിഷാദരോഗം ആണ് രാജലക്ഷ്മിക്കുണ്ടായതെന്ന് ഡോക്ടർ വിശദീകരിച്ചു. പല സ്ത്രീകളിലും പ്രസവം കഴിഞ്ഞ് നാലഞ്ചു ദിവസം കഴിയുമ്പോൾ അത്തരം ഒരു വിഷാദാവസ്ഥ കാണാറുണ്ട്. നാലഞ്ചു ദിവസം നീണ്ടു നിൽക്കുന്ന അത് വളരെ ലഘുവായ പ്രശ്നമാണ്. നാലു ദിവസത്തേക്കുള്ള ഒരിത്തിരി ശോകം (Four-day Blues) എന്നാണ് അതിനെ വിശേഷിപ്പിക്കുന്നത്. മിക്കപ്പോഴും പ്രത്യേക ചികിത്സയോ കൗൺസലിംഗോ ഒന്നും ഇല്ലാതെ തന്നെ അത് മാറിപ്പോകും. ചുരുക്കം സ്ത്രീകളിൽ മാത്രമാണ് അൽപം കൂടി ശക്തിയായ വിഷാദരോഗം പ്രത്യക്ഷപ്പെടുന്നത്. രോഗി അടിക്കടി തേങ്ങിക്കരയും. കുഞ്ഞിന്റെ ആരോഗ്യത്തെക്കുറിച്ചും വളർച്ചയെക്കുറിച്ചും ആശങ്കകൾ വെളിപ്പെടുത്തും. കുഞ്ഞിന്റെ സുരക്ഷിതത്വത്തെക്കുറിച്ചും സംശയങ്ങളും ഉണ്ടാകാം. ഉറക്കം കുറയും. ആഹാരം കഴിക്കാനും, ശരീര ശുശ്രൂഷയുടെ കാര്യങ്ങൾ ചെയ്യാനും മടി കാണിക്കും. കുഞ്ഞിനെ പാലൂട്ടാൻ ചിലർ വിമുഖത കാണിക്കും. മറ്റു ചിലരാകട്ടെ, കുഞ്ഞിനെ നിലത്ത് വയ്ക്കാതെ ചേർത്ത് പിടിക്കുകയും അടിക്കടി പാലൂട്ടുകയും ചെയ്യും. അപൂർവം ചിലരിൽ രോഗം വളരെ കടുത്തതാകും. കുഞ്ഞിന്റെ സുരക്ഷിതത്വത്തെ പറ്റിയുള്ള അതിയായ ഭീതിയും മറ്റുള്ളവരുടെ പെരുമാറ്റത്തിൽ സംശയവും ഉണ്ടാകും. കുഞ്ഞ് തന്റേതല്ലെന്നും, കുഞ്ഞ് മനുഷ്യ ശിശുവല്ലെന്നും വരെയുള്ള മിഥ്യാധാരണകൾ ഉണ്ടാകാം. കുഞ്ഞിന്റെ ജീവൻ അപകടത്തിലാക്കുന്നവരുമുണ്ട്.

രാജലക്ഷ്മിക്ക് വളരെ ലഘുവായ ഒരു വിഷാദരോഗം മാത്രമാണ് ഉണ്ടായിട്ടുള്ളത്. ഡോക്ടർ ഗുളികകൾ നല്കി. മൂന്നു നാലാഴ്ച കൊണ്ടു പ്രശ്നങ്ങൾ നിശ്ശേഷം മാറി. അതിനു ശേഷമാണ് രാജലക്ഷ്മി ബാങ്ക് ടെസ്റ്റ് എഴുതി ഉദ്യോഗം കരസ്ഥമാക്കിയത്. വീട്ടുകാര്യങ്ങളും കുട്ടിയുടെ സംരക്ഷണവും ജോലിയും വളരെ സമർഥമായാണവൾ കൈകാര്യം ചെയ്തത്. വീട്ടിലെ ചിട്ടകൾ പോലെ തന്നെ ഭർത്താവിന്റെ കാര്യങ്ങളും

ക്രമപ്പെടുത്തി. പ്രത്യേകിച്ചും സാമ്പത്തിക കാര്യങ്ങൾ. ഫലം അത്ഭുതാവഹമായിരുന്നു. നാലഞ്ച് വർഷങ്ങൾക്കുള്ളിൽ ഒരു വിധം തട്ടിമുട്ടി നടത്തിക്കൊണ്ടിരുന്ന ട്യൂട്ടോറിയൽ കോളേജ് വലിയൊരു പാരലൽ കോളേജായി. കാറു വാങ്ങി. സമ്പാദ്യങ്ങളും സ്വന്തം വീടും ഉണ്ടായി. സമ്പന്നവും സംതൃപ്തവുമായ ജീവിതം. രാജലക്ഷ്മി തന്റെ ജീവിതത്തിലേക്കു കടന്നു വന്ന് ചുക്കാൻ പിടിച്ചിരുന്നില്ലെങ്കിൽ ഇതൊന്നും നേടാൻ തനിക്കാകുമായിരുന്നില്ല, സദാശിവന് അൽപം പോലും അക്കാര്യത്തിൽ സംശയമില്ല.

ഇക്കഴിഞ്ഞ രണ്ടാഴ്ചയായിട്ടാണു രാജലക്ഷ്മിയുടെ പെരുമാറ്റത്തിൽ മാറ്റം പ്രത്യക്ഷപ്പെട്ടത്. ചെറിയ ഒരു പനിയായി ഒന്നു രണ്ടു ദിവസം ജോലിക്ക് പോകാതെ വീട്ടിലിരുന്നു. അൽപം മൗനവും ഉദാസീനതയും കണ്ടു. മൂന്നാം ദിവസം അമിതമായി സംസാരിച്ചു തുടങ്ങി. തുടർച്ചയായി ഉച്ചത്തിൽ സംസാരം. പറയുന്ന കാര്യങ്ങൾ ഒക്കെ ശരിതന്നെ. പക്ഷെ, ഇടതടവില്ലാതെ തുടർച്ചയായി ഉച്ചത്തിലാണ് സംസാരം. ഒരു വിഷയത്തിൽ നിന്ന് മറ്റൊന്നിലേക്ക് നീങ്ങും. മുറിയിലിരിക്കുന്ന സാധനങ്ങൾ എല്ലാം എടുത്ത് പല സ്ഥലത്ത് വക്കും. മേശയും കസേരയുമെല്ലാം തുടച്ചു വൃത്തിയാക്കും. ഇടക്കിടക്ക് കണ്ണാടിയിൽ നോക്കി മേക്കപ്പ് ചെയ്യും.

ദിവസങ്ങൾക്കുള്ളിൽ രാജലക്ഷ്മിയുടെ രീതികൾ മാറി. അതിരാവിലെ ഉണർന്നു കുളിച്ചു പൂജാ മുറിയിൽ കടക്കും. സ്വീകരണ മുറിയിൽ ഷോക്കേസിൽ വച്ചിരിക്കുന്ന ചെറുതും വലുതുമായ നിലവിളക്കുകൾ പൂജാമുറിയിൽ നിരത്തി വച്ച് എണ്ണ നിറച്ചു കത്തിക്കും. സാമാന്യം ഉറക്കെ കീർത്തനങ്ങൾ പാടി, ഒന്നുരണ്ടു മണിക്കൂർ പ്രാർത്ഥനയും പൂജയും കഴിഞ്ഞു വെളിയിൽ ഇറങ്ങിപ്പോകുന്നത് സ്വീകരണ മുറിയിലെ മ്യൂസിക് സിസ്റ്റത്തിനരികെ, വെങ്കിടേശ സുപ്രഭാതവും ഹരിനാമ കീർത്തനവും ഭജനകളും സീഡികളിൽ നിന്ന് ഉച്ചത്തിൽ ഒഴുക്കും. വീടാകെ ഭക്തിമയം! ഭക്തിഗാനപ്രളയം!

ആദ്യം ഇതൊന്നും സദാശിവനെ വലുതായി ബാധിച്ചില്ല, വലിയ വിഷമം ഉണ്ടാക്കിയില്ല. രാവിലെ ഏഴ് ഏഴര മണിവരെ നന്നായിട്ട് ഉറങ്ങി എഴുന്നേൽക്കുന്നതാണ് അയാളുടെ പതിവ്. രാജലക്ഷ്മിയുടെ പ്രഭാത പൂജയും ഭക്തി സംഗീതവും അപ്പോഴേക്കും മിക്കവാറും കഴിഞ്ഞിട്ടുണ്ടാകും. തുടർന്നു രാജലക്ഷ്മി വീട്ടിനകത്ത് പുതിയ ചിട്ടകൾ നടപ്പാക്കി ത്തുടങ്ങി. സമ്പൂർണ സസ്യാഹാര പദ്ധതിയായിരുന്നു ആദ്യത്തേത്. പ്രാതലിന് പതിവുള്ള പുഴുങ്ങിയ മുട്ട കാണാതായി. ഊണിനും അത്താ

ഴത്തിനും തീൻമേശയിൽ എത്തിയിരുന്ന മത്സ്യവും ഇടക്കിടെ കാണുമായിരുന്ന ചിക്കനും അപ്രത്യക്ഷമായി. സസ്യാഹാരത്തിന്റെ ഗുണഗണങ്ങളെക്കുറിച്ചു വാചാലമായി രാജലക്ഷ്മി സംസാരിച്ചു. വീട്ടിലുള്ളവരെല്ലാം കുളികഴിഞ്ഞതിനു ശേഷമേ ബെഡ്കോഫി പോലും കുടിക്കാവൂ എന്ന നിബന്ധന കൂടി വന്നപ്പോൾ രംഗം വഷളായി. പത്തു വയസുകാരി മോൾ ലക്ഷ്മി പിണങ്ങി. സദാശിവൻ വലഞ്ഞു. പഴയ ദിനചര്യയിലേക്കും രീതിയിലേക്കും രാജലക്ഷ്മിയെ മടക്കിക്കൊണ്ടു വരാൻ നടത്തിയ ശ്രമങ്ങൾ വിജയിച്ചില്ല. ആജ്ഞകളും ആത്മീയഭാഷണങ്ങളും സഹിക്കാനാകാതെ വന്നപ്പോൾ രാവിലെ തന്നെ ജോലിസ്ഥലത്തേക്കു പോയി രക്ഷപ്പെടാൻ സദാശിവൻ ശ്രമിച്ചു. മോളെയും കൂട്ടി വീട്ടിൽ നിന്നു രക്ഷപ്പെടും. മോളുടെയും തന്റെയും രാവിലത്തെ ആഹാരം അടുത്തുള്ള നല്ലൊരു ഹോട്ടലിലേക്ക് മാറ്റി. രാജലക്ഷ്മി തടഞ്ഞില്ല. നാലഞ്ചു ദിവസങ്ങൾ കഴിഞ്ഞപ്പോൾ അതിലെ അപകടം മനസിലായി. അച്ഛനും മകളും വീട്ടിൽ നിന്നിറങ്ങിയതിനു പുറകെ, രാജലക്ഷ്മി കാറുമെടുത്ത് കൂടുതൽ ക്ഷേത്ര ദർശനയാത്രകൾ തുടങ്ങി. പത്തുമുപ്പതു കിലോമീറ്റർ അകലെയുള്ള ക്ഷേത്രങ്ങൾ വരെ ഈ യാത്ര നീണ്ടു.

ഭക്തിയുടെ ഇളംകാറ്റോ, ആത്മീയതയുടെ സുഗന്ധമോ അല്ല പ്രശ്നമെന്നും തന്റെ ഭാര്യയുടെ മാനസിക നില തകരാറിലാണെന്നും സദാശിവനു മനസിലായി. അങ്ങനെയാണു അവർ സൈക്യാട്രിസ്റ്റിനെ കാണാൻ എത്തിയത്.

സൈക്യാട്രിസ്റ്റിനെ കണ്ടയുടൻ രാജലക്ഷ്മി ഉല്ലാസവതിയായി. 'ഡോക്ടറെ, ഞാൻ ഡോക്ടറെ ടി.വി.യിൽ കണ്ടിട്ടുണ്ടല്ലോ. ആ പരിപാടി – 'മദ്യപാനത്തിന്റെ മുഖങ്ങൾ, മുദ്രകൾ', അത്യുഗ്രമായിരുന്നു. കൺസൽട്ടേഷനു വെളിയിലെ ചെറിയ പുൽത്തകിടി നോക്കി രാജലക്ഷ്മി കൈചൂണ്ടി. അവിടെ കസേരയിട്ടിരുന്നാണല്ലോ ഡോക്ടറും ആ ലേഡിയും സംസാരിച്ചത്. ഡോക്ടർ ആൽക്കഹോളിസത്തിന്റെ ഓരോ സ്റ്റേജുകൾ വിവരിച്ചത് വളരെ മനോഹരമായി. വണ്ടർഫുൾ സ്ക്രിപ്റ്റ്... ഡോക്ടർ യൂ ആർ എ റൈറ്റർ... നിങ്ങൾ എഴുത്തുകാരനും, ഫിലിം മേക്കറും ആകേണ്ട ആളാണ്....'

രാജലക്ഷ്മി നിറുത്തുന്നില്ല. വളരെ പരിശ്രമിച്ച് രാജലക്ഷ്മിയുടെ സംസാരം മുറിച്ചു. എന്താണ് പ്രശ്നങ്ങൾ എന്നു ചോദിച്ചു.

തനിക്ക് യാതൊരു കുഴപ്പവുമില്ല എന്നും, അവിശ്വാസിയും യുക്തിവാദിയുമൊക്കെയായ ഭർത്താവിന് തന്റെ ദൈവഭക്തിയും പ്രാർത്ഥനയുമൊന്നും മനസിലാകാത്തതാണ് പ്രശ്നമെന്നും രാജലക്ഷ്മി പറഞ്ഞു.

'ഈ സാറൊരു മുരട്ട് സാധനമാണ് ഡോക്ടർ.'

മുമ്പ് തന്റെ അധ്യാപകനായിരുന്ന ഭർത്താവിനെ രാജലക്ഷ്മി സാറെന്നാണു വിളിക്കുന്നത്.

'വലിയ തത്വചിന്തകനും രാഷ്ട്രീയക്കാരനും ബുദ്ധിജീവിയും ആണെന്നാ ഭാവം. അങ്ങനെയൊക്കെ പാടിപുകഴ്ത്തി നടക്കാൻ കുറെ ശിങ്കിടികളുമുണ്ട്.'

കൺസൾട്ടേഷൻ റൂമിലും രാജലക്ഷ്മി നിറുത്താതെ സംസാരിച്ചികൊണ്ടിരുന്നു. ഇടയ്ക്കിടെ പൊട്ടിച്ചിരിയും ഫലിതങ്ങളും ആത്മീയതയും ബാങ്കിംഗും സംഗീതവും സാഹിത്യവും ഒക്കെ വിഷയങ്ങൾ. ഒന്നിൽ നിന്ന് മറ്റൊന്നിലേക്ക് അനായാസം പറന്നു കയറുന്ന സംസാരം. അളവില്ലാത്ത ആനന്ദം. തന്റെ കഴിവുകളെക്കുറിച്ചും പുതിയ പദ്ധതികളെക്കുറിച്ചുമുള്ള വീരവാദങ്ങൾ. വളരെ പഴയ കാര്യങ്ങൾ കൂടി വിശദമായി ഓർമ്മയിലെത്തുന്നു.

രാജലക്ഷ്മി മാനിയ (Mania) രോഗത്തിന്റെ ചിറകിലാണെന്നത് വ്യക്തമായിരുന്നു. മാനിക് ഡിപ്രസിവ് രോഗത്തിന്റെ (Manic Depressive Psychosis) ഒരു ഘട്ടമാണു മാനിയ. വൈകാരിക അസ്ഥിരത (Emotional lability), അതിയായ ആനന്ദം (Elation), പറന്നു പായുന്ന ചിന്തകൾ (Flight of ideas), അമിത ആത്മപ്രശംസ (Grandiosity) ഇവയൊക്കെ അതിന്റെ ലക്ഷണങ്ങളാണ്. രോഗിക്കാവശ്യം പൂർണ വിശ്രമവും വൈകാരിക നില സ്ഥിരപ്പെടുത്താനുള്ള ഔഷധങ്ങളും (Mood Stabilizers) ആണ്. നാലഞ്ചു ദിവസം ആശുപത്രിയിൽ വിശ്രമിച്ചു ചികിത്സിക്കുന്നതാണുത്തമം.

അതു നടപ്പില്ലെന്നായി രാജല്കഷ്മി. തനിക്കു ബാങ്കിൽ പോയേ മതിയാകൂ. ഏതാനും ക്ഷേത്ര ദർശനത്തിന്റെയും വഴിപാടുകളുടെയും പട്ടികയും അവർ നിരത്തി. വേണമെങ്കിൽ ഈ മരുന്നു കഴിക്കാം. എന്നാൽ ആശുപത്രിയിൽ താമസിക്കലൊന്നും നടപ്പില്ല. വീണ്ടും നിർബന്ധിച്ചപ്പോൾ വേണമെങ്കിൽ വീട്ടിൽത്തന്നെ ഇരുന്നു വിശ്രമിക്കാം എന്നായി. വീട്ടിൽ നിന്നു പുറത്തിറങ്ങാതെ നോക്കിക്കൊള്ളാം എന്നു സദാശിവനും ഏറ്റു. മരുന്നുകൾ എഴുതിക്കൊടുത്ത്, ഒരാഴ്ച കഴിഞ്ഞു വരാൻ നിർദ്ദേശിച്ച് അവരെ അയച്ചു.

ഒരാഴ്ച വേണ്ടി വന്നില്ല. മൂന്നാം ദിവസം രാജലക്ഷ്മി എത്തിയത് അല്പം കൂടി ശബ്ദായമാനമായാണ്. സദാശിവനും ഏതാനും ബന്ധുക്കളും കൂടി ഏറെ പണിപ്പെട്ടാണു രാജലക്ഷ്മിയെ കൊണ്ടു വന്നത്. തൂവെള്ള വസ്ത്രത്തിൽ ശരീരമാകെ പൊതിഞ്ഞു, നെറ്റിയിൽ ഭസ്മവും

ചന്ദനവും കുങ്കുമവും കൊണ്ടു നീളൻ സമാന്തര രേഖകൾ. കൈക ളിൽ ധാരാളം മന്ത്രച്ചരടുകൾ. കഴുത്തിൽ ഒരുഗ്രൻ രുദ്രാക്ഷമാല.

ഒന്നുരണ്ടു ദിവസം ഗുളിക കഴിച്ചിട്ടു രാജലക്ഷ്മി അതു മതിയാക്കി. വീട്ടിലെ ഭക്തി ഗാന പ്രക്ഷേപണവും പൂജയും കൂടുതൽ ശക്തമായി. അതിരാവിലെ മുതൽ ക്ഷേത്ര ദർശന യാത്രകൾ തുടങ്ങി.

ഇത്തവണ രാജലക്ഷ്മിയുടെ തടസവാദവും പ്രതിഷേധവും ഒന്നും സ്വീകരിക്കാൻ നിർവാഹമില്ല. ഈ ഘട്ടത്തിൽ ആശുപത്രിയിൽ കിടത്തി ചികിത്സിക്കുകയല്ലാതെ മാർഗമില്ല. അതിനുള്ള ഏർപ്പാടുകൾ ചെയ്ത് അവരെ ആശുപത്രിയിലേക്കയച്ചു.

അടുത്ത ദിവസം രാവിലെ ആശുപത്രിയിൽ റൗണ്ട്സിനു ചെന്ന പ്പോൾ രാജലക്ഷ്മി കിടക്കയിൽ ചമ്രം പടഞ്ഞിരുന്നു സംസാരിച്ചു കൊണ്ടിരിക്കുകയാണ്. ചുറ്റും സദാശിവനും രണ്ടു സ്ത്രീകളുമുണ്ട്. ‘ഡോക്ടർക്ക് തൃപ്തിയായല്ലോ, എന്നെ പിടിച്ച് ഇതിനകത്തിട്ടപ്പോൾ. ഞാൻ തേനൂർ ശ്രീകൃഷ്ണ ക്ഷേത്രത്തിൽ 41 ദിവസത്തെ ശീവേലി തൊഴുതു പൂജയും നടത്താൻ നേർച്ച വച്ചതാണ്. ഏഴു ദിവസം കഴി ഞ്ഞേയുള്ളൂ. അപ്പോഴാണ് ഇവരെല്ലാം കൂടി എന്നെ പിടിച്ചു കെട്ടി ഇവിടെ കൊണ്ടിട്ടത്. ഇഡിയറ്റ്സ്...’ ഭർത്താവിനെ ചൂണ്ടിയാണു രാജ ലക്ഷ്മി ഇതു പറഞ്ഞത്.

‘നാല്പത്തിയൊന്നു ദിവസം ചെയ്യേണ്ട പൂജയായിരുന്നു, അതാണ് മുടങ്ങിയത്. അതു മുടങ്ങാതെ നടത്തിയിരുന്നെങ്കിൽ ശ്രീകൃഷ്ണ ഭഗ വാൻ എന്നോടൊത്ത് സ്ഥിരമായി ഉണ്ടാകുമായിരുന്നു. ഭഗവാന്റെ ശക്തി, ചൈതന്യം ഒക്കെ എനിക്കു കിട്ടുമായിരുന്നു. ദുഷ്ടന്മാർ! എന്നെ ഇവിടെ പിടിച്ചു കൊണ്ടു വന്നു.’ ഭർത്താവിന്റെ നേരെ കൈ ചൂണ്ടി രാജല്കഷ്മി പല്ലു കടിച്ചു.

കൂടെയുണ്ടായിരുന്ന സ്ത്രീ രോഗ വിവരം പറഞ്ഞു.

തലേദിവസം രാത്രി രാജലക്ഷ്മി അധികം ഉറങ്ങിയിട്ടില്ല. ഓരോ രണ്ടു മണിക്കൂറിലൊരിക്കൽ കുളിമുറിയിലേക്കോടും. ഉറക്കെ പാട്ടും പാടി തല യിൽ വെള്ളം കോരിയൊഴിച്ചുള്ള കുളിയാണ്. പൈപ്പു പൂർണമായി തുറന്നു വച്ചാണ് കുളി. ബക്കറ്റ് നിറഞ്ഞു വെള്ളം, കുളിമുറിയുടെ വാതി ലിനടിയിൽ കൂടെ മുറിയിലേക്ക് ഒഴുകിയിറങ്ങും. കുളി കഴിഞ്ഞിറങ്ങി വന്ന് പുതിയ വസ്ത്രങ്ങൾ അണിയും. പിന്നെ വിശദമായ മേക്കപ്പിടുക യാണ്. അമിതമായ വിശപ്പാണ്. രാത്രി ക്യാന്റീനിൽ വിളിച്ച് പറഞ്ഞ് പലഹാരങ്ങളും ഫ്രൂട്ട് ജ്യൂസും വാങ്ങിക്കുടിക്കുകയാണ്. ടി.വി. അത്യു ച്ചത്തിലാണ് പ്രവർത്തിപ്പിക്കുന്നത്. പക്ഷെ ഒരു പരിപാടിയും ഒരു മിനി

ട്ടിനപ്പുറം കാണില്ല.

ഭാഗ്യത്തിന് ഗുളിക കഴിക്കാൻ മടിയില്ല. ഔഷധങ്ങൾ ക്രമപ്പെടുത്തി മുറി വിട്ടു. സദാശിവന്റെ മുഖത്ത് ക്ഷീണവും സങ്കടവും നിരാശയും ഒക്കെ കാണാനുണ്ട്.

റൗണ്ട്സ് പൂർത്തിയാക്കി ആശുപത്രിയുടെ ഓഫീസ് റൂമിൽ എത്തി അൽപം കഴിഞ്ഞപ്പോൾ സദാശിവൻ അകത്തു വന്നു. 'ഡോക്ടർ, എനിക്ക് ഒരഞ്ച് മിനിട്ട് സംസാരിക്കാനുണ്ട്. ദയവായി സമയം തരണം.' കസേരയിൽ ഏതാനും നിമിഷം സദാശിവൻ നിശ്ശബ്ദനായിരുന്നു. വികാര വികഷോഭം കൊണ്ടും മുഖം വലിഞ്ഞു മുറുകുന്നതു കാണാം. 'എങ്ങനെ പറയണമെന്നറിയില്ല'. അത്രയും പറഞ്ഞ് അയാൾ സാമാന്യം ഉച്ചത്തിൽ കരഞ്ഞു തുടങ്ങി.

സൗമ്യനും ദൃഢചിത്തനും ആയി തോന്നിച്ചിരുന്ന മധ്യവയസ്കനായ ആ അധ്യാപകന്റെ അപ്രതീക്ഷിതമായ തേങ്ങിക്കരച്ചിൽ അൽപം അരോചകമായി തോന്നി.

'രാജലക്ഷ്മി പറഞ്ഞതു ഡോക്ടർ ശ്രദ്ധിച്ചല്ലോ. പൂജാരി പ്രത്യേകമായി പൂജ ചെയ്ത് അവൾക്കു ദൈവത്തെ പ്രത്യക്ഷപ്പെടുത്തി'.

പണ്ടു ദിവസം മുമ്പ് അതിരാവിലെ അവൾ കാറെടുത്തു ക്ഷേത്രത്തിൽ പോയതിനു പിന്നാലെ ബൈക്കിൽ ഞാനും പോയി. ക്ഷേത്രത്തിന്റെ മുന്നിൽ തന്നെ കാറു കിടപ്പുണ്ട്. ഭക്തജനങ്ങൾ ആരുമില്ല. അടിച്ചുതളിക്കാരിയായ പ്രായം ചെന്ന സ്ത്രീ ഒരു മുറം മടിയിൽ വെച്ച് അരിയിൽ നിന്നു കല്ലു പെറുക്കിക്കൊണ്ടിരിക്കുന്നു. ശ്രീകോവിലിന്റെ മുമ്പിൽ രാജലക്ഷ്മിയെ കണ്ടില്ല. ഉള്ളിൽ പൂജാരിയെയും കണ്ടില്ല. പ്രദക്ഷിണ വഴിയിലൂടെ നടന്നപ്പോൾ ഒരു വശത്തെ പകുതി വാതിൽ ചാരിയ ഒരു മുറിക്കുള്ളിൽ നിന്നും ആരുടെയോ അടങ്ങിയ ശബ്ദം കേട്ടതു പോലെ തോന്നി. ഇത് രാജിയുടെ ശബ്ദമാണല്ലോ. അവിടെ കയറി നോക്കണമെങ്കിൽ പടി കയറി മുകളിലെ തിട്ടയിൽ കയറണം. ക്ഷേത്ര ജീവനക്കാർക്കു മാത്രം പ്രവേശനമുള്ള സ്ഥലമാണ് അത്. രണ്ടും കൽപിച്ചു ഞാൻ വാതിലിനു മുന്നിലെത്തി. വാതിലിന്റെ വിടവിലൂടെ ഉള്ളിലേക്ക് നോക്കി. സാമാന്യം നല്ല ഇരുട്ടാണ്. പക്ഷെ, രണ്ടു രൂപങ്ങൾ കണ്ടു. ഒന്നു രാജി തന്നെയാണ്. പിന്നാരാ? അകത്തേക്ക് കടന്നു കയറി രണ്ടുപേരെയും പിടിച്ച് വെളിയിൽ ഇറക്കണമെന്ന് തോന്നി. പക്ഷെ, എന്തോ ഒരു സങ്കോചം. ദൈവവിശ്വാസവും കുടചക്രവും ഒന്നുമില്ലെങ്കിലും, എന്തോ ഒരു അരുതായ്ക തോന്നി. വാതിലിനു വെളിയിൽ കാത്തു നിന്നു. അൽപം കഴിഞ്ഞ് രാജലക്ഷ്മിയും പൂജാരിയും പുറ

ത്തേക്കു വരുന്നു. തലയ്ക്കടിയേറ്റതു പോലെ സ്തബ്ധനായി. അപ്പോഴാണു രാജലക്ഷ്മി തന്നെ കണ്ടത്.

'ങ്ഹാ... സാറും ഇവിടെയെത്തിയോ? ഞാൻ പറഞ്ഞില്ലെ തിരുമേനി? എന്റെ ഈ ഭർത്താവിന് അശേഷം ഈശ്വര വിശ്വാസമില്ല. എന്റെ ഭക്തിയെ എപ്പോഴും കളിയാക്കുകയും ചെയ്യും. കണ്ടോ, കണ്ടോ ഇപ്പോൾ തനിയെ അമ്പലത്തിൽ വന്നതു കണ്ടോ?' രാജലക്ഷ്മി അത്യുത്സാഹത്തോടെ പറഞ്ഞു.

സുമുഖനും ചെറുപ്പക്കാരനുമായ പൂജാരിയുടെ മുഖത്താണ് എന്റെ കണ്ണു തറച്ചത്. അയാളുടെ മുഖത്ത് പരിഭ്രമമുണ്ട്. പക്ഷെ, രാജലക്ഷ്മിക്ക് അശേഷം പരിഭ്രമമോ സങ്കോചമോ ഇല്ല. അവളുടെ വസ്ത്രങ്ങൾ നനഞ്ഞു ഒട്ടിപ്പിടിച്ചു കിടക്കുന്നു. സാരി വലിച്ചു വാരിയുടുത്തത് പോലെ. മുടിക്കെട്ട് അഴിഞ്ഞു കിടക്കുന്നു. മുഖത്ത് വിയർപ്പാണോ വെള്ളത്തുള്ളികളാണോ എന്ന് തീർച്ചയില്ല.

എന്റെ ശരീരം വിറച്ചു തുടങ്ങി. രണ്ടിനെയും അടിച്ചു നിലത്തു വീഴ്ത്തണം. കോപാകുലനായി ഞാൻ ചുറ്റും നോക്കി. മുറം കൊണ്ട് പാറ്റിക്കൊണ്ടിരുന്ന വൃദ്ധയുടെ ചുറ്റും രണ്ടു മൂന്നു പേർ കൂടിയുണ്ട്. ശ്രീകോവിലിനു മുമ്പിൽ നാലഞ്ചു ഭക്ത ജനങ്ങൾ കൈകൂപ്പി നിൽക്കുന്നു. ശ്രീകോവിലിലെ വിളക്കുകളിലെ ജ്വാലകൾ താളത്തിൽ ഇളകികത്തി നിൽക്കുന്നു. ചെണ്ടയും നാദസ്വരവുമായി വാദ്യക്കാരും തയ്യാറെടുക്കുന്നു.

എന്തെങ്കിലും അക്രമമോ അവിവേകമോ പ്രകടിപ്പിക്കാനുള്ള സന്ദർഭമല്ലിത് – മനസ് മന്ത്രിച്ചു.

രാജലക്ഷ്മി സംസാരം തുടരുകയാണ്.

'സാറെ, ഇനി നാളെ മുതൽ രാവിലെ നമുക്കൊരുമിച്ച് വരാം. നാൽപത്തിയൊന്നു ദിവസത്തെ പൂജ പൂർത്തിയാക്കാം. അല്ലെ തിരുമേനി?' രാജലക്ഷ്മി പൂജാരിയോട് ആരാഞ്ഞു. ഒരക്ഷരം മിണ്ടാതെ താൻ ക്ഷേത്രത്തിൽ നിന്നു പുറത്തു കടന്നു. വീട്ടിൽ വന്നു. ആറു മണി കഴിഞ്ഞപ്പോൾ കാറിന്റെ ശബ്ദം കേട്ടു. രാജലക്ഷ്മി പ്രസന്നയായി കടന്നു വന്നു.

'ഇതാ സാറെ... ഈ പ്രസാദം നെറ്റിയിലിട്. സാറ് കുളിച്ചിട്ടൊന്നുമില്ല. എന്നാലും സാരമില്ല. ആദ്യമായി അമ്പലത്തിൽ കയറിയതല്ലേ. സാറിനെ കൃഷ്ണഭഗവാൻ വലിച്ചെടുത്ത് ക്ഷേത്രത്തിൽ കൊണ്ടെത്തിച്ചത് കണ്ടോ? ഇനിയെങ്കിലും ഈ നിരീശ്വരവും യുക്തിവാദവും പറഞ്ഞ്, ഞെളിഞ്ഞു നടക്കാതിരിക്ക്. മനുഷ്യനായാൽ ഈശ്വര വിശ്വാസം

വേണം. ഭക്തി വേണം. മനസിൽ നിറഞ്ഞ ഭക്തിയോടെ അമ്പലത്തിൽ ചെന്നു നിൽക്കുമ്പോൾ അറിയാം ഈശ്വരന്റെ ശക്തി. എനിക്ക് കൃഷ്ണ ഭഗവാൻ നേരിട്ട് വരുന്ന അനുഭവമുണ്ട്. തിരുമേനിയാണ് പ്രത്യേക പൂജ യിലൂടെ കൃഷ്ണനെ എന്റെയടുത്ത് എത്തിച്ചത്. എന്ത് ചൈതന്യമാണ് ഭഗവാനെന്ന് സാറിനറിയാമോ'?

രാജലക്ഷ്മി കണ്ണടച്ചു നിർവൃതി നുകരുന്ന മട്ടിൽ നിൽപ്പായി.

അമർഷവും സങ്കടവും തലയ്ക്കകത്തേക്ക് ഇരച്ചു കയറുന്നതു പോലെ, സദാശിവൻ അട്ടഹസിച്ചു. 'എന്ത് തോന്ന്യാസമാടീ നീ കാണി ക്കുന്നത്. ഇതാണ് നിന്റെ ശീവേലിയും പൂജയുമൊക്കെ അല്ലേ? അമ്പല ത്തിൽ പോകുന്നവൾ ശ്രീകോവിലിന്റെ മുൻപിൽ നിന്നല്ലേ പ്രാർത്ഥി ക്കുന്നത്? നീയും അയാളും കൂടി ആ ഇരുട്ടു മുറിയിൽ കയറി എന്ത് ചെയ്യുകയായിരുന്നു. നിന്റെ തുണിയൊക്കെ നനഞ്ഞും ഒട്ടിയും, അഴിഞ്ഞും കിടന്നത് പോലും നീ അറിഞ്ഞില്ല. സത്യം പറ! നീയും ആ കള്ളൻ പൂജാരിയും അവിടെ എന്തു ചെയ്യുകയായിരുന്നു?'

പിന്നൊരു ആളിക്കത്തലായിരുന്നു. കൈയിൽ കിട്ടിയതെല്ലാം രാജ ലക്ഷ്മി വലിച്ചെറിഞ്ഞു. തന്റെ കഴുത്തു ഞെരിക്കാനായി പാഞ്ഞു വന്നു. മുറിവേറ്റ സിംഹത്തെപ്പോലെ അവൾ മുറിക്കകത്ത് അങ്ങോട്ടുമിങ്ങോട്ടും ഓടി നടന്നു.

'ങ്ഹാ.. അതാണോ സാറിന്റെ മനസിലിരിപ്പ്..? സാർ... നിങ്ങൾ എന്തു സാറാണെടോ..? സംസ്കാരം വേണം... ആ തിരുമേനിയെപ്പറ്റി പറഞ്ഞ വേണ്ടാതീനമുണ്ടല്ലോ... നിങ്ങടെ മനസു മുഴുവൻ വിഷമാണ്. സംസ്കാ രമില്ലാത്ത മനുഷ്യൻ..! മനുഷ്യനല്ല മൃഗം... മൃഗം. നിങ്ങൾ മൃഗമാണ്...' അവൾ കിതച്ചു.

'നമുക്ക് ഈ പരിപാടി ഇപ്പോൾ മതിയാക്കാം. ഞാൻ എന്റെ കാര്യം നോക്കാം. നിങ്ങൾ പാട്ടിനു പോ... എന്നെ വിശ്വാസമില്ലാത്ത, സംസ്ക്കാ രമില്ലാത്ത ഒരു ഭർത്താവ് എനിക്ക് വേണ്ട. ഒരു കുടുംബം എനിക്ക് വേണ്ട'. രാജലക്ഷ്മി തേങ്ങിക്കരഞ്ഞു.

അൽപനേരം മിണ്ടാതിരുന്നിട്ടു സദാശിവൻ പറഞ്ഞു.

'അവൾ അറിയാതെ ഒരു തെറ്റു ചെയ്താൽ സഹിക്കാൻ ഞാൻ ശ്രമി ക്കാം.... പക്ഷേ, അവൾ തെറ്റു ചെയ്തിട്ടുണ്ടോ? എങ്ങനെയറിയാം? ഈ രോഗം അങ്ങനെ പ്രശ്നങ്ങൾ ഉണ്ടാക്കുമോ? സ്വയം അറിയാതെ, ഓർമ യില്ലാതെ, ഒരു മയക്കത്തിലെന്ന പോലെ, ഒരു ശാരീരിക ബന്ധം? അതോ തനിക്കു പറ്റിയ തെറ്റു മറയ്ക്കാൻ അവൾ നിഷ്കളങ്കയായി അഭിനയി ക്കുന്നതാണോ? എനിക്ക് ഒന്നും മനസിലാകുന്നില്ല ഡോക്ടർ.., എനിക്ക്

ഒരു രൂപവുമില്ല.'

'മാനിയയുടെ രീതിയും രാജലക്ഷ്മിയുടെ സ്വഭാവവും പരിഗണിക്കുമ്പോൾ രാജലക്ഷ്മി പറഞ്ഞത് സത്യമാകാനാണു സാധ്യത. മാനിയയുടെ ചിറകിലേറി ഭക്തിയുടെ ചക്രവാളങ്ങളിലേക്ക് പറന്നു കയറിയപ്പോൾ ഉണ്ടായ അനുഭവ വിശേഷമാകാം. ഈശ്വരന്റെ പ്രത്യക്ഷപ്പെടലും വെളിച്ചവും ഓടക്കുഴൽ നാദവുമൊക്കെ അങ്ങനെയുണ്ടായതാകാം. ഇത്തരം ദൃശ്യശ്രവ്യാനുഭവങ്ങൾ മാനിയയിൽ അസാധാരണമല്ല. അതീന്ദ്രീയാനുഭവം, ഹാലൂസിനേഷൻസ് ഇവയൊക്കെ ഉണ്ടാകാം'. സദാശിവനെ ധരിപ്പിച്ചു.

മാനിയ രോഗം ചികിത്സ കൊണ്ടു പൂർണമായും സുഖപ്പെടാൻ സാധ്യതയുള്ളതാണെന്നു പറഞ്ഞ് അയാളെ സമാധാനിപ്പിച്ചയച്ചു. നാലഞ്ചു ദിവസത്തിനുള്ളിൽ രാജലക്ഷ്മിയുടെ നില മെച്ചപ്പെട്ടു. പത്തു ദിവസം കഴിഞ്ഞ് ആശുപത്രി വിട്ടു. മൂന്നു നാലു മാസക്കാലം നിർദ്ദേശം അനുസരിച്ചു മരുന്നു കഴിച്ചു കൊണ്ട് അവർ ചെക്കപ്പിനു വന്നു. രോഗലക്ഷണങ്ങൾ നിശ്ശേഷം മാറി. പൂർണ രോഗ ശമനം ലഭിച്ചതു കൊണ്ടു തുടർ ചികിത്സ തൽക്കാലം വേണ്ടെന്നും തീരുമാനിച്ചു.

ആറേഴു മാസങ്ങൾക്കു ശേഷം ഒരു വൈകുന്നേരം സദാശിവനും രാജലക്ഷ്മിയും മകളെയും കൂട്ടി ഒരു സൗഹൃദ സന്ദർശനത്തിന് എത്തി. ഇപ്പോൾ പ്രശ്നങ്ങളൊന്നുമില്ല. ബാങ്കിലെ ജോലിയുടെ ഉത്തരവാദിത്തം വർധിച്ചു. വീട്ടിലും പിടിപ്പതു പണിയുണ്ട്. സദാശിവന്റെ പാരലൽ കോളേജ് ബിസിനസും വളർന്നു കൊണ്ടിരിക്കുന്നു. അവിടത്തെ സാമ്പത്തിക മാനേജ്മെന്റും രാജലക്ഷ്മിയാണ് നിർവഹിക്കുന്നത്. എല്ലാം സമർഥമായി കൈകാര്യം ചെയ്യുന്നു.

'പിന്നെ ഒരു വിശേഷമുണ്ട് ഡോക്ടർ... നമ്മുടെ സാറിനു ഭക്തിയുണ്ടായിരിക്കുന്നു. ഇപ്പോൾ ഞാനും സാറും കൂടിയാണ് ക്ഷേത്രങ്ങളിൽ പോകുന്നത്.' രാജലക്ഷ്മി പറഞ്ഞു.

'അങ്ങനെയൊന്നുമില്ല.... രാജിക്ക് ക്ഷേത്രങ്ങളിൽ പോകാതിരിക്കാൻ കഴിയില്ല... വളരെ കുറച്ച് സമയമാണ് ഞങ്ങൾക്കിരുവർക്കും ഒരുമിച്ച് കിട്ടുന്നത്. അതിൽ നിന്നു വലിയൊരു പങ്ക് രാജി ദൈവത്തിന് മാത്രമായി കൊടുത്താൽ ഞാൻ കുഴങ്ങും. അതു കൊണ്ടു ഞാനും കൂടി ഇവളുടെ കൂടെ ക്ഷേത്രങ്ങളിൽ പോയിത്തുടങ്ങി. അത്രതന്നെ.....'

സദാശിവൻ തന്റെ 'ചേയ്ഞ്ച്' ലഘൂകരിക്കാനാണു ശ്രമിച്ചത്.

'കണ്ടോ ഡോക്ടർ... ഇതാണു സാറിന്റെ കുഴപ്പം. ഭക്തിയുണ്ടെന്ന് ഇനിയും സമ്മതിക്കാൻ വയ്യ... വെറുതെ ക്ഷേത്രത്തിൽ വരുന്നതൊന്നു

മല്ല... സാർ കണ്ണടച്ചു പ്രാർത്ഥിക്കുന്നത് ഞാൻ കണ്ടിട്ടുണ്ട്. ശരിക്കും ഭക്തി തന്നെയാണ്. സാർ സമ്മതിച്ചൊന്നും തരണ്ട... സാറിന് ഭക്തിയുണ്ടാകണമെന്നും എന്നോടൊപ്പം ക്ഷേത്രങ്ങളിൽ വരണമെന്നും ഞാൻ എത്ര ആഗ്രഹിച്ചതാണെന്നോ? അതു സാധിച്ചല്ലോ! ദൈവാനുഗ്രഹം! അതാണു ദൈവത്തിന്റെ ശക്തി!!

രാജലക്ഷ്മി ഉത്സാഹത്തോടെ പറഞ്ഞു.

'ആവോ എനിക്ക് അറിയില്ല... പക്ഷേ, ഇവളെ... ഈ രാജിയെ എനിക്ക് സ്നേഹമാണ്... ദൈവത്തിന്റെ ശക്തി. എനിക്ക് അത് അത്ര അറിയില്ല... പക്ഷേ, സ്നേഹത്തിന്റെ ശക്തി... അത് എനിക്കറിയാം. അതിൽ സംശയവുമില്ല....' സദാശിവൻ വിട്ടു കൊടുത്തില്ല.

'ദൈവത്തിന്റെ ശക്തി. സ്നേഹത്തിന്റെ ശക്തി. രണ്ടും ഒന്നുതന്നെ അല്ലേ, ഡോക്ടർ?' തത്വജ്ഞാനത്തിന്റെ സ്വരമോ ഭാവമോ തെല്ലും ഇല്ലാതെ, ഒരു പാഠപുസ്തകത്തിലെ സംശയം ചോദിക്കുന്ന കൗതുകത്തോടെ ചോദിച്ചു കൊണ്ട് രാജലക്ഷ്മി പുഞ്ചിരിച്ചു.

ചക്രം

തൊണ്ടി മുതൽ ഹാജരാക്കുന്നത് പോലെയാണ് ശങ്കരൻ നായർ ഭാര്യ സരോജിനിയമ്മയെ കൺസൽട്ടേഷൻ മുറിയിലേക്ക് ആനയിച്ചത്. അത്രക്ക് കൃത്യതയും ശ്രദ്ധയും അയാളുടെ ചലനങ്ങളിൽ കാണാനുണ്ട്.

മുൻസീഫ് കോടതിയിലെ ബഞ്ചു ക്ലാർക്ക് ജോലിയിൽ നിന്നാണ് ശങ്കരൻ നായർ പെൻഷൻ പറ്റി പിരിഞ്ഞത്. അത് പതിനഞ്ചു വർഷം മുൻപ്. അന്നുതന്നെ നാട്ടിലെ ചെറിയ പ്രമാണി ആയിരുന്നു. കരയോഗം, കർഷകസംഘം എന്നിവയിലെ സജീവ അംഗം. ക്ഷേത്ര ഭരണ സമിതിയിലും അംഗമാണ്. പക്ഷെ, ഇത്രയധികം പ്രസ്ഥാനങ്ങളിൽ അംഗമാണെങ്കിലും, കയ്യിൽ നിന്നു ഒരൊറ്റ പൈസ പോലും കൈവിടാതെയാണ് അയാൾ സാമൂഹ്യ പ്രവർത്തനങ്ങളിൽ നിറഞ്ഞു നിന്നത്. അയാളുടെ സാമ്പത്തിക ഇടപാടിലുള്ള കണിശത നാട്ടിലെല്ലാവർക്കും അറിയാം. നല്ല സംഘാടകനും ഉത്സാഹിയുമാണയാൾ. മറ്റുള്ളവരെ ഓരോ ചുമതലകൾ ഏൽപിച്ച്, ഏറ്റെടുക്കുന്ന ഏത് കാര്യവും ഭംഗിയായി ചെയ്യാൻ അയാൾക്കുള്ള കഴിവ് നാട്ടുകാരിൽ മതിപ്പുണ്ടാക്കി. അതാണയാളുടെ ജനസമ്മതിക്ക് അടിസ്ഥാനം.

സർവീസിൽ ഇരിക്കുമ്പോൾ തന്നെ ചെറിയ തോതിൽ ധനകാര്യ ഇടപാടുകൾ അയാൾ ആരംഭിച്ചിരുന്നു. സ്വർണപണയത്തിന്മേൽ പണം കടം കൊടുക്കുന്ന പരിപാടി. റിട്ടയർ ചെയ്തതിനു ശേഷം അത് പുരോഗമിച്ചു. പലിശയിലും പണയ ഉരുപ്പടിയുടെ കാര്യത്തിലും ചിട്ടയായും കണിശമായും മാത്രമെ അയാൾ ഇടപെടുകയുള്ളൂ.

മറ്റ് പല പണമിടപാടുകാരെ പോലെ അത്യാവശക്കാരിൽ നിന്നോ ഗതികേടിൽ നട്ടം തിരിയുന്നവരുടെ കൈയിൽ നിന്നോ കൂടുതൽ പലിശ വാങ്ങാനൊന്നും അയാൾ ഒരുമ്പെടാറില്ല. ഷൈലോക്ക്! ചിലരൊക്കെ അയാളെ അങ്ങനെ വിളിച്ചിരുന്നെങ്കിലും മിക്ക നാട്ടുകാർക്കും അയാ

ളോട് മതിപ്പായിരുന്നു.

പണയപ്പണ്ടമായി എത്ര സ്വർണം അയാളുടെ കൈവശമുണ്ടെന്നും എത്ര ലക്ഷം രൂപ ബിസിനസിൽ ഉരുളുന്നുണ്ടെന്നും ആർക്കും അറിയില്ല. രാവിലെ കുളിച്ച് നാമജപവുമായി അയാൾ പൂജാമുറിയിൽ കയറി വാതിലടക്കും. അരമണിക്കൂറിലേറെയാണ് പൂജ. ആ സമയത്ത് അയാളെ വിളിക്കാനോ പൂജാ മുറിയിലേക്ക് കടന്നു ചെല്ലാനോ ഭാര്യ സരോജിനിയമ്മക്ക് പോലും അധികാരമില്ല. പൂജാ ചിത്രങ്ങളും ചെറിയ വിഗ്രഹങ്ങളും അടുക്കി വച്ചിരിക്കുന്ന മേശയുടെ നാലു വലിപ്പുകളും ഭദ്രമായി പൂട്ടിയിരിക്കും. മേശയുടെ പുറകിൽ ഒരു സ്റ്റീൽ അലമാരയും സേഫുമുണ്ട്. സരോജിനിയമ്മ ആ അലമാരയുടെ സേഫും മേശവലിപ്പുകളും ഒരിക്കലും തുറന്നു കണ്ടിട്ടില്ല. പണയം കിട്ടുന്ന സ്വർണവും നോട്ടുകെട്ടുകളും മുഴുവൻ അവിടെയാണോ സൂക്ഷിക്കുന്നത്, അങ്ങനെ സൂക്ഷിക്കുന്നത് സുരക്ഷിതമാണോ എന്ന് സരോജിനിയമ്മക്ക് ആശങ്ക തോന്നിയിട്ടുണ്ട്. അത് ഭർത്താവിനോട് ചോദിച്ചിട്ടുണ്ട്.

'അതൊക്കെ വേണ്ട പോലെ ചെയ്തോളാം സരോജിനി. അതൊന്നും ഓർത്ത് നീ വിഷമിക്കണ്ട'.

അതായിരുന്നു അയാളുടെ ഉത്തരം.

ആഴ്ചയിൽ രണ്ടു ദിവസം ജംഗ്ഷനിലെ ബാങ്കിലേക്ക് ശങ്കരൻ നായർ തന്റെ സന്തതസഹചാരിയായ മോപ്പഡിൽ കയറി പോകുന്നുണ്ട്. പണയ ഉരുപ്പടികൾ കൊണ്ടു വയ്ക്കാനാകും സരോജിനിയമ്മ അനുമാനിച്ചു, ചോദിച്ചപ്പോൾ, ആണെന്നോ അല്ലെന്നോ അയാൾ പറഞ്ഞില്ല.

രാവിലെയുള്ള വിശാലമായ പൂജ കഴിഞ്ഞ് വാതിൽ തുറന്ന് ഇറങ്ങുമ്പോൾ ശങ്കരൻ നായർ ഭാര്യയെ വിളിക്കും. പൂജാമുറി അടിച്ചുവാരി നിലം തുടച്ചു വൃത്തിയാക്കാനാണ്. വാതിലിന്റെ തൊട്ടു വെളിയിൽ അയാൾ കാവൽക്കാരനെ പോലെ നിൽക്കും.

'ഞാൻ അടിച്ചു വാരിക്കൊള്ളാം. അവിടെ പോയി ഇരുന്നാട്ടെ.' സരോജിനിയമ്മ അയാളോട് പറയാറുണ്ടായിരുന്നു.

'ഓ... വേണ്ട.. വേണ്ട... ഞാൻ ഇവിടെ നിൽക്കാം'. അയാൾ അവിടം വിട്ട് പോകില്ല.

'എന്നെ വിശ്വാസമില്ലാത്തത് കൊണ്ടാണോ? ഞാൻ ഒന്നും തുറന്നു നോക്കില്ല'. സരോജിനിയമ്മ പറഞ്ഞിട്ടുണ്ട്.

'വിശ്വാസവും സത്യവും ഒന്നുമല്ല പ്രശ്നം. എല്ലാത്തിനും ഒരു ചിട്ടയും വ്യവസ്ഥയും വേണം. പൂജ നടത്തും പോലെ തന്നെ, പൂജാമുറി വൃത്തിയാക്കുന്നതും ഭക്തിയുടെ കാര്യമാണ്. ഞാൻ തന്നെ നിന്ന് ചെയ്യേണ്ട

താണ്.' അയാൾ തന്റെ നിലപാട് നീതീകരിച്ചു.

കർശനമായ പണയ വ്യവസ്ഥകളും, പലിശ നിരക്കും, തിരിച്ചടവ് ചിട്ടകളും പാലിച്ചാണ് അയാൾ പണമിടപാടുകൾ നടത്തിയത്. ഒരു രൂപ പോലും കൈവിട്ടു പോകാതിരിക്കാനുള്ള ശ്രദ്ധയും കഴിവും അയാൾക്കുണ്ട്. പ്രായം ഇത്രയായെങ്കിലും ഇരുമ്പു പോലത്തെ ശരീരം. ഉരുക്കു കൊണ്ടുള്ള മനസ്. ആരെയും കൂസാത്ത പെരുമാറ്റം, ശങ്കരൻ നായർ ഇതെല്ലാം ചേർന്നതാണ്.

ആറു മക്കളാണ് ശങ്കരൻ നായർ - സരോജിനിയമ്മ ദമ്പതികൾക്ക്. മൂന്നു പെൺകുട്ടികളുടെയും വിവാഹം കഴിഞ്ഞു. കുട്ടികൾ ആണായാലും പെണ്ണായാലും കൂടുതൽ പഠിപ്പിക്കണമെന്നൊന്നും അയാൾക്ക് താൽപര്യമുണ്ടായിരുന്നില്ല. പെൺകുട്ടികൾക്ക് സ്കൂൾ വിദ്യാഭ്യാസം ധാരാളം മതി. പിന്നെ ആരെയെങ്കിലും കൊള്ളാവുന്ന ഒരുത്തനെ കണ്ടു പിടിച്ച് കെട്ടിച്ചു വിടണം. ആൺപിള്ളാർ കോളേജിൽ പോകണമെങ്കിൽ പോകട്ടെ, പക്ഷെ, ഏതെങ്കിലും തൊഴിൽ പരിശീലിച്ച് ഗൾഫിലേക്ക് പോകാനാണ് ശ്രമിക്കേണ്ടത്. പോളിടെക്നിക് പഠിച്ച മൂത്ത മകൻ ഗൾഫിൽ പോകാൻ ശ്രമിക്കുന്നു, ഇളയ രണ്ടു ആൺകുട്ടികൾ കോളേജിൽ പോകുന്നുണ്ട്. അവരുടെ പഠിപ്പിലും പത്രാസിലുമൊന്നും ശങ്കരൻ നായർക്ക് വലിയ താൽപര്യമില്ല. അതിലൊന്നും വലിയ കാര്യമില്ല. ബിസിനസിലെ വരവിന്റെ കോളവും വീട്ടിലെ ചെലവിന്റെ കോളവും ആണ് അയാൾ പ്രധാനമായി കണ്ടത്. എല്ലാത്തരം ചെലവുകൾക്കും കർശന നിയന്ത്രണം അയാൾ ഏർപ്പെടുത്തി. കുട്ടികളുടെ ന്യായമായ ആവശ്യങ്ങൾ പോലും അയാൾ പരിഗണിച്ചില്ല. പറമ്പിലെ തേങ്ങയും വാഴക്കുലകളും വിറ്റു കിട്ടുന്ന വരവും കൊണ്ട് വളരെ ബദ്ധപ്പെട്ടാണ് സരോജിനിയമ്മ വീട്ടു ചെലവുകൾ നടത്തുന്നത്. കുട്ടികൾ ഓരോരോ ആവശ്യം പറഞ്ഞ് സമീപിക്കുന്നത് അമ്മയെയാണ്. അത് ഭർത്താവിന്റെ മുൻപിൽ അവർ അവതരിപ്പിക്കും. ശങ്കരൻ നായർ ഒന്നും കേട്ടതായി പോലും ഭാവിക്കില്ല. കുട്ടികളുടെ നീരസവും പിണക്കവും വഴക്കിടലും ഭർത്താവിന്റെ അനങ്ങാമ്പാറ നയവും — രണ്ടിനുമിടയിൽ പെട്ട്, ആ സ്ത്രീ വളരെ കഷ്ടപ്പെട്ടിരുന്നു.

പെൺകുട്ടികളുടെ വിവാഹ കാര്യത്തിലെങ്കിലും ഭർത്താവ് ന്യായമായും ഉദാരമായും പെരുമാറുമെന്ന് അവർ കരുതി. അതും വൃഥാവിലായി. മൂത്ത മകൾ പഠിക്കാൻ മിടുക്കിയായിരുന്നു. അവൾക്ക് എഞ്ചിനീയറിംഗ് പഠിക്കാൻ താൽപര്യമുണ്ടായിരുന്നു. പക്ഷെ, പത്താം ക്ലാസ് കഴിഞ്ഞയുടൻ തന്റെ അനന്തരവനായ ഒരു എയ്ഡഡ് സ്കൂൾ അധ്യാപക

നുമായി അവളുടെ കല്യാണം ഉറപ്പിക്കാനാണ് ശങ്കരൻ നായർ തുനിഞ്ഞത്. ആ ചെറുപ്പക്കാരൻ, സൗന്ദര്യവും കലാവാസനയും പ്രസരിപ്പുമുള്ള അവൾക്ക് ഒട്ടും യോജിച്ച വരൻ ആയിരുന്നില്ല. അതിൽ നിന്ന് ഭർത്താവിനെ പിന്തിരിപ്പിക്കാൻ സരോജിനിയമ്മ വളരെ ശ്രമിച്ചെങ്കിലും ഫലമുണ്ടായില്ല.

'അവന് സ്കൂളിൽ നിന്ന് കിട്ടുന്ന ശമ്പളം മാത്രമല്ല ഉള്ളത്. പത്തെഴുപത് പറ നിലമുണ്ട്. ഒഴിക്ക് രണ്ടായിരം തേങ്ങയെങ്കിലും വെട്ടുന്ന പറമ്പുണ്ട്. പിന്നെ സൗന്ദര്യവും തടിമിടുക്കും! സിനിമയിലഭിനയിക്കാനൊന്നുമല്ലല്ലോ കല്യാണം കഴിക്കുന്നത്. അവളെ അവൻ പൊന്നു പോലെ നോക്കിക്കൊള്ളും. ഒരൊറ്റ പൈസ സ്ത്രീധനം കോടുക്കണ്ട'. അതായിരുന്നു ശങ്കരൻ നായരുടെ നിലപാട്.

മറ്റു രണ്ടു പെൺകുട്ടികളുടെ വിവാഹവും ഏതാണ്ട് ഇതേ രീതിയിൽ തന്നെ അയാൾ നടത്തി. ഒരു വില്ലേജാഫീസറെയാണ് രണ്ടാമത്തെ മകളുടെ വരനായി കണ്ടുപിടിച്ചത്. അത് കുഴപ്പമില്ലല്ലോ എന്നു സരോജിനിയമ്മ കരുതി. പക്ഷെ, പെണ്ണുകാണാൻ എത്തിയപ്പോഴാണ് പ്രശ്നം മനസിലായത്. അയാൾ ജന്മനാ ബധിരനാണ്. അയാൾ മാത്രമല്ല, ആ കുടുംബത്തിലെ മിക്ക പുരുഷന്മാരും അങ്ങനെയാണ്. ഇതൊരു പാരമ്പര്യ പ്രശ്നമല്ലേ? അവർക്കുണ്ടാകുന്നത് ആൺകുട്ടിയാണെങ്കിൽ അങ്ങനെയാകുമോ? ശങ്കരൻ നായർ അത് കാര്യമായി എടുത്തില്ല.

'ആ കുടുംബത്തിൽ കേൾവിക്ക് കുഴപ്പമില്ലാത്ത ആണുങ്ങളും ഉണ്ട്, പിന്നെ അവരുടെ കുട്ടിക്ക് കേൾവിക്ക് കുറവുണ്ടായാലും പേടിക്കാനൊന്നുമില്ല. അതിനൊക്കെ ഇപ്പോൾ നല്ല ചികിത്സയുണ്ട് സരോജിനി. ചെവിക്കകത്ത് ഓപ്പറേഷൻ ചെയ്യാം,. നല്ല കേൾവി യന്ത്രങ്ങളും ഉണ്ട്. അയാൾ മിടുക്കനായ ചെറുപ്പക്കാരനാണ്. നല്ല വരുമാനം ഉണ്ടാക്കുന്നുവെന്നാണ് അറിഞ്ഞത്. വലിയ സ്ത്രീധനം ഒന്നും ചോദിക്കുന്നില്ല'. ശങ്കരൻ നായർ അതിൽ നിന്നും പിന്തിരിഞ്ഞില്ല. ഇളയ പെൺകുട്ടിയെ ഒരു ഗൾഫുകാരനാണ് വിവാഹം കഴിച്ചു കൊടുത്തത്.

രണ്ടു പെൺകുട്ടികൾക്കും ഓരോ വീടുണ്ടാക്കി കൊടുക്കാമെന്ന് വാഗ്ദാനം ചെയ്താണ് അയാൾ വിവാഹങ്ങൾ നടത്തിയത്. നാലഞ്ചു വർഷമായിട്ടും കാര്യം നടന്നില്ല.മരുമക്കളും അവരുടെ വീട്ടുകാരും മുറുമുറുപ്പ് തുടങ്ങിയപ്പോൾ സരോജിനിയമ്മക്ക് വേവലാതിയായി.

ചെയ്യാമെന്ന് പറഞ്ഞ കാര്യം ചെയ്യാതെയിരിക്കുന്നത് നെറികേടാണ്. അപകടവുമാണ് എന്നും പിള്ളാരുടെ ജീവിതം കുഴപ്പത്തിലാകുമെന്നും അവർ ഭർത്താവിനോട് പറഞ്ഞു നോക്കി. കെട്ടിട നിർമ്മാണത്തിന്റെ

വലിയ ചിലവും മിനക്കേടും പറഞ്ഞാണ് അയാൾ അതിനെ പ്രതിരോധിച്ചത്. തന്റെ അടുത്ത സുഹൃത്ത് ഒരു കൂപ്പ് കോൺട്രാക്ടറാണ്, അയാൾ കാട്ടിൽ നിന്നുള്ള തടി ആദായ വിലക്ക് തരുമെന്ന് ഏറ്റിട്ടുണ്ട്. അത് കിട്ടുമ്പോൾ പണി തുടങ്ങുന്ന കാര്യം ആലോചിക്കാം. അത് അനിശ്ചിതമായി നീണ്ടു.

പോളിടെക്നിക് പൂർത്തിയായ മകന് ദുബായിൽ ഒരു തൊഴിൽ വിസ ശരിയായി. അതിന് ഒരു ലക്ഷം രൂപ കൊടുക്കണം. യാത്രക്ക് പത്ത് മുപ്പതിനായിരം രൂപയും വേണം. മകൻ അമ്മ വഴി ആവശ്യം ഉന്നയിച്ചു.

'ഒരു ലക്ഷം രൂപ പലിശക്ക് കൊടുത്താൽ വർഷം മുപ്പതിനായിരം കിട്ടും. കാശു കൊടുക്കാതെ എത്രപേർക്ക് ഗൾഫിലേക്ക് വിസ കിട്ടുന്നുണ്ട്? കുറച്ചു കാത്തിരുന്നാൽ മതി'. ശങ്കരൻ നായർ അതും തള്ളിക്കളഞ്ഞു.

വില്ലേജാഫീസർ മരുമകൻ, മകളെ വീട്ടിലേക്ക് അയക്കാതെ ഭാര്യയുടെ വീടുമായുള്ള ബന്ധം വിലക്കി. ഇനി ഒരിക്കലും അവളെയും കുഞ്ഞിനെയും വീട്ടിലേക്കയക്കില്ല എന്നും, അവിടെ നിന്ന് ആരും തങ്ങളെ സന്ദർശിക്കേണ്ടതില്ലെന്നും മരുമകൻ അറിയിച്ചു. അവരുടെ കൊച്ചു മോളെ ഇടക്കിടെ കാണുന്നത് സരോജിനിയമ്മക്ക് വലിയ സന്തോഷമായിരുന്നു. അത് ഇനി കഴിയില്ല എന്നോർത്തപ്പോൾ അവർക്ക് വലിയ പ്രയാസമായി. അവരെക്കണ്ട് എങ്ങനെയെങ്കിലും സമാധാനിപ്പിക്കണമെന്ന് സരോജിനിയമ്മ പറഞ്ഞു.

'ഓ.... അതിന്റെ ആവശ്യമൊന്നുമില്ല. പിന്നെ കുഞ്ഞുങ്ങളെല്ലാം ഒരു പോലെയാണ്. ഇടക്കിടെ കണ്ടില്ലെങ്കിലും കുഴപ്പമൊന്നുമില്ല'.

ശങ്കരൻ നായർ ഭാര്യയുടെ നിവേദനം തള്ളിക്കളഞ്ഞു.

ഇളയ മരുമകൻ നേരെ മറിച്ചുള്ള നടപടിയാണ് സ്വീകരിച്ചത്. ഭാര്യയെ സ്വന്തം വീട്ടിൽ സ്ഥിര താമസത്തിന് കൊണ്ടു വിട്ടിട്ട് അയാൾ സ്ഥലം വിട്ടു. മകൾ വീട്ടിൽ കരച്ചിലുമായി ഇരുപ്പായി. വിസക്ക് രൂപ കിട്ടാത്ത മകൻ വീട്ടിൽ വലിയ ബഹളം ഉണ്ടാക്കി. മകളുടെയും ഭാര്യയുടെയും കരച്ചിലും, അപേക്ഷകളും മകന്റെ രോഷപ്രകടനവുമൊന്നും ശങ്കരൻ നായരെ അശേഷം ബാധിച്ചില്ല.

'പോയവനെല്ലാം തിരികെ വരും സരോജിനി. അതുവരെ അവൾ ഇവിടെ നിൽക്കട്ടെ. പിന്നെ ചന്ദ്രൻ. അവന് കാലണ ചിലവില്ലാതെ ഒരു വിസ കിട്ടും. ഞാൻ അതിന് ഏർപ്പാട് ചെയ്തിട്ടുണ്ട്.'

കോടതി ഉത്തരവ് വായിക്കുന്നത് പോലെ ശങ്കരൻ നായർ തുടർന്നു

പറഞ്ഞു —

'പൈസയിലാണ് ലോകം ഉരുളുന്നത്. അത് കൊണ്ടാണ് പൈസയെ ചക്രമെന്നു വിളിക്കുന്നത്.' തത്വജ്ഞാനിയെ പോലെ അത് കൂടി പറഞ്ഞിട്ട് ശങ്കരൻ നായർ തന്റെ ബാഗുമെടുത്ത് മോപ്പഡിൽ കയറി ബാങ്കിലേക്ക് തിരിച്ചു.

***

നേരം വെളുത്തപ്പോൾ സരോജിനിയമ്മയെ കാണാനില്ല. അയൽപക്കത്തും ബന്ധു വീടുകളിലും തിരഞ്ഞു, ഫലമില്ല. കഴിഞ്ഞ ഏതാനും ദിവസങ്ങളായി ആ വിട്ടിലെ അന്തരീക്ഷം കലുഷമായിരുന്നു. മകനും മകളും പ്രതിഷേധത്തിന്റെ വഴിയിലായിരുന്നു. ഭർത്താവ് അനങ്ങാപ്പാറ പോലെ. രണ്ടിനുമിടയിൽപെട്ട് സരോജിനിയമ്മ വട്ടം തിരിഞ്ഞു. ഇതുപോലുള്ള പല സന്ദർഭങ്ങളും അവരുടെ കുടുംബ ജീവിതത്തിൽ ഉണ്ടായിട്ടുണ്ട്. തന്റെ അഭിപ്രായങ്ങളും ആവശ്യങ്ങളും പറഞ്ഞിട്ട്, ഭർത്താവ് വഴങ്ങില്ലെങ്കിലും മക്കൾ അനുസരിച്ചില്ലെങ്കിലും അവർ അധികം ഉലയാറില്ല. നിരാശകളെ ഉള്ളിലൊതുക്കുകയും തന്റെ കടമ നിർവഹിച്ചു കഴിഞ്ഞുവെന്നു കരുതി സമാധാനിക്കുകയും ചെയ്യുന്ന ഒരു രീതിയാണ് അവർക്കുണ്ടായിരുന്നത്. എന്നാൽ ഇപ്പോൾ ഉണ്ടായതു പോലെ രൂക്ഷമായ ഒരു വടംവലി, അച്ഛനും മക്കളും തമ്മിൽ വീട്ടിൽ ഉണ്ടായിട്ടില്ല. മക്കൾ രണ്ടുപേരും ഉന്നയിക്കുന്ന ആവശ്യങ്ങൾ പൂർണമായും ന്യായമാണെന്നും, തന്റെ ഭർത്താവിന്റെ കർക്കശ നിലപാട് തികച്ചും തെറ്റാണെന്നും ക്രൂരമാണെന്നും അവർ കരുതി. ഇതിന്റെ പ്രത്യാഘാതങ്ങൾ വളരെ ഗൗരവമായിരിക്കുമെന്നും അവർ വീണ്ടു വീണ്ടും ചിന്തിച്ചു. അവരുടെ പെരുമാറ്റം വളരെ മാറി. ആഹാരം കഴിക്കാതെ, കുളിക്കാതെ, വസ്ത്രം മാറാതെ ആരോടും ഒന്നും സംസാരിക്കാതെ ഒരു യന്ത്രം പോലെ അവർ വീട്ടിനുള്ളിൽ കഴിഞ്ഞു. ഭർത്താവിന്റെ പൂജാമുറി ഒരുക്കാൻ അവർ പോയില്ല. അദ്ദേഹത്തിന്റെ ആഹാരത്തിന്റെ ചിട്ടകൾ തെറ്റിച്ചു. ശങ്കരൻ നായർ ഇതെല്ലാം കണ്ടെങ്കിലും, കണ്ടതായി ഭാവിച്ചില്ല. തന്റെ കയ്യിലുള്ള പണം വെളിയിൽ ഇറക്കാനായി അമ്മയും മക്കളും കൂടി ആടുന്ന നാടകമായാണ് അയാൾ ഇതെല്ലാം കണ്ടത്. അങ്ങിനെയിരിക്കുമ്പോഴാണ് അവർ പെട്ടെന്ന് അപ്രത്യക്ഷമായത്.

അച്ഛന്റെ അവഗണനയും പീഡനവും സഹിക്കാനാകാതെ അമ്മ ജീവൻ ഒടുക്കിയതാണെന്നായി മക്കൾ. അയൽക്കാരും അത് തന്നെ ഏറ്റു പറഞ്ഞു. പോലീസിൽ അറിയിക്കാമെന്നായി നാട്ടുകാർ. 'അതി

ന്റെയൊന്നും ആവശ്യമില്ലെന്നും പോയവൾ അത് പോലെ തിരിച്ചു വരുമെന്നും' പറഞ്ഞു ധൈര്യത്തിലിരുന്ന ശങ്കരൻ നായർ നേരം വൈകുന്തോറും ഭയന്നു തുടങ്ങി. ഭാര്യയുടെ തിരോധാനത്തെക്കുറിച്ച് പരാതി പറയാൻ നാട്ടിലെ പോലീസ് സ്റ്റേഷനിൽ എത്തിയപ്പോൾ അത്ര സുഖകരമല്ലാത്ത അനുഭവവുമുണ്ടായി.

പണമിടപാട് സംബന്ധിച്ച് ഒരിക്കൽ തനിക്ക് പ്രശ്നമുണ്ടാക്കിയ ഒരു കക്ഷിയുടെ അടുത്ത ബന്ധുവാണ് അവിടെ റൈട്ടർ ആയി ഇരിക്കുന്നതു കണ്ടത്. കോടതിയിൽ നിന്നു പെൻഷൻ പറ്റിയതാണെന്നൊക്കെ പറഞ്ഞെങ്കിലും, റൈട്ടറുടെ പ്രേരണ കൊണ്ടാകാം എസ്. ഐ, പരുഷമായി സംസാരിച്ചു. മകനെയും മകളെയും കൂടെ വന്ന നാട്ടുകാരെയും വെളിയിൽ ഇറക്കി വിട്ടിട്ട് ശങ്കരൻ നായരെ മുറിയുടെ മൂലയിൽ ഒന്നൊന്നര മണിക്കൂർ നിറുത്തി അതിനു ശേഷം വിളിച്ചു വരുത്തി അൽപം വിരട്ടുകയും ചെയ്തു. തന്റെ ധൈര്യവും ശരീര ശക്തിയും ചോർന്നു പോകുന്നതായി അയാൾക്കു തോന്നി.

സരോജിനിയമ്മയെക്കുറിച്ചു വിവരങ്ങൾ ഒന്നുമറിയാതെ ദിവസങ്ങൾ കടന്നു പോയി. ശങ്കരൻ നായരുടെ ദിനചര്യയൊക്കെ തെറ്റി. ബിസിനസിൽ ശ്രദ്ധിക്കാനും വയ്യ. രാത്രിയിലെ കാര്യം ഏറെ കഷ്ടം, ഇടക്കിടെ മടിച്ചുമടിച്ചെത്തുന്ന ഉറക്കത്തിൽ ആഴമുള്ള കിണറുകളും താഴ്ന്ന മരക്കൊമ്പുകളും റെയിൽപ്പാളങ്ങളും സ്വപ്നം കണ്ട് അയാൾ ഞെട്ടിയുണർന്നു. വീട്ടിനു വെളിയിൽ പോകുമ്പോഴും സ്വസ്ഥത കിട്ടാതെയായി. ഭാര്യയുടെ ദുർമരണത്തിനു കാരണക്കാരനെന്ന മട്ടിലാണ് ബന്ധുക്കളും നാട്ടുകാരും തന്നെ കാണുന്നതെന്ന് അയാൾക്കു തോന്നി.

തന്റെ ഉരുമ്പു പോലത്തെ ശരീരം തുരുമ്പു പിടിച്ചു പൊടിഞ്ഞതായും, ഉരുക്കു പോലത്തെ മനസ് നിഷ്ഫലമായതായും അയാൾക്ക് തോന്നി. വീട്ടിലെ പൂജാമുറിയിൽ പതിവിലും കൂടുതൽ സമയം നിന്ന് അയാൾ പ്രാർത്ഥിച്ചു. വാതിൽ പൂട്ടാനും മിനക്കെട്ടില്ല. അച്ഛൻ പൂജാമുറിയിൽ നിന്ന് കണ്ണീർ വാർക്കുന്നതും, എന്തോ പിറുപിറുത്തു കൊണ്ട് പ്രാർത്ഥിക്കുന്നതും മകനും മകളും കണ്ടു.

പത്താമത്തെ ദിവസം പോലീസ് സ്റ്റേഷനിൽ നിന്നറിയിപ്പ് കിട്ടി. മധുര ക്ഷേത്ര പരിസരത്തു കണ്ടെത്തിയ സരോജിനിയമ്മയെ അവിടുത്തെ പോലീസ് സൂക്ഷിക്കുന്നുണ്ട്. മകനും സരോജിനിയുടെ സഹോദരീ ഭർത്താവും പോയി രേഖകൾ ഒപ്പിട്ട് അവരെ വീട്ടിൽ കൂട്ടിക്കൊണ്ടു വന്നു. സരോജിനിയമ്മയുടെ ശരീരം ഏതാണ്ട് എല്ലും തൊലിയുമായിരുന്നു, തലമുടി ജട കെട്ടിത്തുടങ്ങി. നെറ്റിയിലും കഴുത്തിലുമൊക്കെ ചന്ദനവും

ഭസ്മവും കുങ്കുമവും വരകളും കുറികളുമായി. വീട്ടിൽ വന്നതിന്റെയോ, വേണ്ടപ്പെട്ടവരെ കണ്ടതിന്റെയോ തെളിച്ചമൊന്നും മുഖത്തില്ല. മുഖത്ത് ഒരു വികാരവുമില്ല. ഒരൊറ്റ വാക്കു പോലും അവർ പറഞ്ഞില്ല.

തീവ്രമായ വിഷാദരോഗമോ ശക്തമായ ഉൾവലിയൽ (withdrawal) പ്രധാന ലക്ഷണമായ ഒരു സൈക്കോസിസ് ആണ് സരോജിനിയെ ബാധിച്ചിരുന്നത്. തലയിൽ നീളത്തിൽ ഒരു മുറിവിന്റെ അടയാളവും കാണുന്നുണ്ട്. തലയ്ക്കു ക്ഷതം പറ്റിയെന്നും നോക്കണം. പരിശോധനകളോടു സഹകരിക്കാനോ ആഹാരവും മരുന്നും കഴിക്കാനോ വിസമ്മതിച്ച അവരെ ആശുപത്രിയിൽ കിടത്തി.

തീവ്രമായ വിഷാദ രോഗത്തിൽ അവരുടെ മനസിന്റെ എല്ലാ തലങ്ങളും വിറങ്ങലിച്ചു പോയതാണു പ്രശ്നം. മസ്തിഷ്കത്തിന് ക്ഷതമോ, മസ്തിഷ്ക്ക സംബന്ധമായ രോഗമോ ബാധിച്ചിട്ടില്ല എന്നു ഉറപ്പു വരുത്താൻ തലയുടെ സ്ക്കാനിംഗും ഇ.ഇ.ജി. പരിശോധനയും നടത്തി. വിശദമായ ശാരീരിക പരിശോധനകളും നടത്തി. ജലം പോലും കുടിക്കാൻ അവർ തയ്യാറായില്ല. ഔഷധങ്ങൾ കൊടുക്കാനും നിവൃത്തിയില്ല. മൂക്കിലൂടെ റൈൽസ് ട്യൂബ് കടത്തി ദ്രവാഹാരവും ഔഷധങ്ങളും നൽകി. ഇടക്ക് അവർക്ക് ശക്തിയായ പനിയും ചുമയും ശ്വാസംമുട്ടും ഉണ്ടായത് ചികിത്സയിൽ പ്രശ്നങ്ങൾ സൃഷ്ടിച്ചു. ചികിത്സക്കു വേണ്ട ചിലവുകൾ വഹിക്കാനും പരിചരണങ്ങളിൽ പങ്കു ചേരാനും സന്നദ്ധനായ ശങ്കരൻ നായർ ആശുപത്രി മുറിയിൽ തന്നെ താമസിച്ചു. അയാളുടെ ക്ഷീണിച്ച മുഖത്ത് സരോജിനിയമ്മയുടെ രോഗാവസ്ഥകൾക്കനുസരിച്ച് ആശ്വാസവും ആശങ്കയും മാറിമാറി നിഴലിച്ചു.

ഏതാനും ആഴ്ചകൾക്കുള്ളിൽ അവർ ആഹാരം കഴിക്കാനും കുറേശ്ശേ സംസാരിക്കാനും തുടങ്ങി. വിഷാദ രോഗത്തിന്റെ തീവ്രാവസ്ഥയിൽ ചിലർക്കുണ്ടാകുന്ന വിഷാദപലായനം (Depressive Fugue) ആണ് അവരെ ബാധിച്ചത്. മാസങ്ങൾ കൊണ്ടാണ് സരോജിനിയമ്മയുടെ സ്ഥിതി പൂർണമായും മെച്ചപ്പെട്ടത്. തന്റെ ഭർത്താവ് മക്കൾക്കിരുവർക്കും വീടു വെയ്ക്കാൻ പ്ലാൻ വരപ്പിക്കുന്നതും, വിസക്കും വിമാന ടിക്കറ്റിനുമുള്ള പണം മകനു കൊടുക്കുന്നതും കണ്ടപ്പോൾ അവരുടെ കണ്ണു വിടർന്നു.

മക്കളും മരുമക്കളും ചെറുമക്കളുമൊക്കെയായി വീട്ടിൽ ചിരിയും കളിയും സന്തോഷവും മടങ്ങി വരികയാണ്. മാസങ്ങൾക്കു ശേഷം പരിശോധനക്കു വന്നപ്പോൾ ഒരിക്കൽ സരോജിനിയമ്മ പറഞ്ഞു,

'ആശുപത്രിയിൽ കിടത്തിയും മരുന്നു തന്നുമൊക്കെ ഡോക്ടർ ചികി

ത്സിച്ചത് എന്നെയാണ്. പക്ഷേ, എന്നെക്കാൾ മെച്ചപ്പെട്ടത് എന്റെ ഭർത്താവാണ്. ഒരു വെടിക്ക് രണ്ടു പക്ഷി, അല്ലേ ഡോക്ടർ?'

അടുത്തിരുന്ന ഭർത്താവിനെ നോക്കി പുഞ്ചിരിച്ചു കൊണ്ടാണ് അവർ ചോദിച്ചത്.

'അങ്ങനെ തനിയെ ശരിയായതൊന്നുമല്ല, സരോജിനീ... ഓരോ പ്രാവശ്യം നിന്നെ പരിശോധനക്കു കൊണ്ടു വന്നപ്പോഴും ഡോക്ടർ എന്നോട് സംസാരിക്കുമായിരുന്നു. അതാണ് കുറേശ്ശേ കുറേശ്ശെയായി എന്റെ മനസ്സിൽ വെളിച്ചം വീഴ്ത്തിയത്. ഇതിനെയാണ് കൗൺസലിങ്ങ് എന്നൊക്കെ പറയുന്നത്, അല്ലേ ഡോക്ടർ?', ശങ്കരൻ നായർ ചോദിച്ചു.

'എന്തായാലും എന്റെ അസുഖം ഞങ്ങൾക്കെല്ലാവർക്കും അനുഗ്രഹമായി. എല്ലാവർക്കും സന്തോഷവുമായി... പണയപ്പണ്ടം ഇരട്ടിയായി തിരികെ കിട്ടിയതു പോലെ, അല്ലേ'? ഭർത്താവിനെ നോക്കി സരോജിനിയമ്മ കണ്ണിറുക്കി ചിരിച്ചു.

'അതെയതെ, പിന്നെ പണവും പണ്ടവുമൊക്കെയാണ് ജീവിതത്തിന്റെ ചക്രം എന്നാണ് ഞാൻ വിചാരിച്ചിരുന്നത്. സ്നേഹം, കടമ അങ്ങനെയും ചില ചക്രങ്ങൾ ഉണ്ടെന്ന് എനിക്ക് മനസിലായി! മനസിലാക്കി തന്നത് ഇവളാണ്.'

ഭാര്യയുടെ കൈ പിടിച്ചു കൊണ്ട് ശങ്കരൻ നായർ എഴുന്നേറ്റു.

മകൾ

നാൽപതു വയസുകാരിയായ ഭാര്യ സുനിതയെ കൺസൾട്ടേഷന് കൂട്ടിക്കൊണ്ടു വന്നത് നഗരത്തിലെ പ്രമുഖ കോളേജിലെ ഇംഗ്ലീഷ് പ്രൊഫസറായ ശശിധരനാണ്. അദ്ദേഹം സുനിതയുടെ രോഗ വിവരം വിശദമായി പറഞ്ഞു:

'ഒന്നൊന്നര ആഴ്ചയായി വിചിത്രമായ ഒരു പെരുമാറ്റമാണ് സുനിത കാണിക്കുന്നത്. ചലിക്കുന്നുണ്ട്, സംസാരിക്കുന്നുണ്ട്, ദൈനംദിന കാര്യങ്ങൾ എല്ലാം നിർവഹിക്കുന്നുണ്ട്. പക്ഷെ, ഏതോ ഒരു പകൽ സ്വപ്നത്തിൽ ചെയ്യുന്നതു പോലെയാണിതെല്ലാം അവൾ ചെയ്യുന്നത്. ഒരു തരം ട്രാൻസ് (Trance)! എന്താണവൾക്ക് പറ്റിയതെന്ന് മനസിലാക്കാനാകുന്നില്ല. ഡിപ്രഷൻ ആണോ? പക്ഷെ, സംസാരത്തിലും പെരുമാറ്റത്തിലും വിഷാദം ഓന്നും കാണാനില്ല.'

സുനിതയുടെ അമ്മ മരിച്ചത് നാലഞ്ചു മാസങ്ങൾക്ക് മുൻപാണ്. അതൊരു വലിയ ഷോക്ക് ആയിരുന്നു. മൂന്നു സഹോദരന്മാരുണ്ടെങ്കിലും അമ്മയെ ശുശ്രൂഷിച്ചതും പരിചരിച്ചതും ഒക്കെ അവളാണ്. പാർക്കിൻസൺ രോഗം ബാധിച്ച അമ്മ വളരെ അവശയായിരുന്നു. അമ്മയെ ചിത്രാ മെഡിക്കൽ സെന്ററിൽ ഇടക്കിടെ കൂട്ടിക്കൊണ്ട് പോയിരുന്നത് അവളാണ്.

അമ്മയുടെ മരണം അവളെ തളർത്തി. അവൾ മനസു കൊണ്ട് തകർന്നു പോകുമെന്നും കടുത്ത വിഷാദത്തിലേക്ക് വീഴുമെന്നും ഞാൻ ഭയന്നു. അതൊന്നും ഉണ്ടായില്ല. അവൾക്ക് ദു:ഖമുണ്ടായിരുന്നു. ഇടക്കിടെ പരിതപിച്ചു. ഇത്രയൊക്കെ ചികിത്സ കൊടുത്തു ചികിത്സിച്ചിട്ടും അമ്മയെ രക്ഷിക്കാൻ കഴിഞ്ഞില്ലല്ലോ.

അമ്മയെ വീട്ടിനകത്ത് കൈ പിടിച്ചു നടത്തിയിരുന്നത് പരിചാരികയായ സുശീലയായിരുന്നു. വളരെയധികം ശ്രദ്ധയും ഉത്തരവാദിത്തവുമുള്ള ഹോം നഴ്സ് ആയിരുന്നു സുശീല. പരിചയ സമ്പന്നയായ

അത്തരം ഒരു ഹോം നഴ്സിനെ കിട്ടിയത് ഭാഗ്യമായി തോന്നി. ഒരു മുതിർന്ന സഹോദരിയെ ശുശ്രൂഷിക്കുന്നതു പോലെ ശ്രദ്ധയോടും സ്നേഹത്തോടുമാണ് അവർ അമ്മയെ നോക്കിയിരുന്നത്. പ്രാതൽ കഴിച്ചയുടൻ കട്ടിലിൽ ചരിഞ്ഞു കിടന്ന് ഉച്ചവരെ ഉറങ്ങുന്ന അമ്മയുടെ ആശീലം മാറ്റണം എന്ന് ഡോക്ടറും ഫിസിയോതെറാപിസ്റ്റും നിർദ്ദേശിച്ചു. ഓരോ മണിക്കൂറിലും പത്തു മിനിട്ട്. വീട്ടിനകത്തും വരാന്തയിലും കൈപിടിച്ചു നടത്തിക്കുക എന്നതാണ് അതിന് പ്രതിവിധി. അതിനിടയിലാണ് അമ്മ തലയിടിച്ചു വീണത്. ഉടനെ ഡോക്ടറെ കാണിച്ചു. വലിയ തകരാറൊന്നും കണ്ടില്ല. പത്ത് പന്ത്രണ്ട് ദിവസം കഴിഞ്ഞപ്പോൾ, ബോധം നഷ്ടപ്പെട്ടു. ചുഴലി (Fits) ഉണ്ടായി. തലച്ചോറിൽ രക്തസ്രാവം ഉണ്ടെന്ന് കണ്ടു പിടിച്ചു. അടിയന്തിരമായി ശസ്ത്രക്രിയ നടത്തി. അമ്മയുടെ ബോധം തെളിഞ്ഞു. കുറേശ്ശേ സംസാരിച്ചു. ആഹാരം കഴിച്ചു. പക്ഷെ, പിന്നീട് കട്ടിലിൽ നിന്നെഴുന്നേറ്റില്ല. രണ്ടുമാസത്തോളം ആ കിടപ്പിൽ അങ്ങനെ കിടന്നു.

സുനിതയുടെ അച്ഛൻ ഗോപാലൻ നായർ എൺപതു വയസു പ്രായമുള്ള നാട്ടിലെ ഒരു പ്രമാണിയാണ്, ഉന്നത ഉദ്യോഗത്തിൽ നിന്ന് പെൻഷൻ പറ്റി പിരിഞ്ഞ അദ്ദേഹം, മികച്ച കൃഷിക്കാരനും. നഗരത്തിൽ പ്രതിമാസം ലക്ഷക്കണക്കിന് തുക വാടക കിട്ടുന്ന കെട്ടിടങ്ങളുടെ ഉടമയുമാണ്. സമുദായ പ്രമാണിയും, രാഷ്ട്രീയ നേതാക്കളുടെ പ്രിയ മിത്രവുമായിരുന്നു. രോഗബാധിതയാകുന്നതു വരെ, അച്ഛനെ പരിചരിക്കുന്നതിലായിരുന്നു സുനിതയുടെ അമ്മ ലളിത സമയംചിലവഴിച്ചിരുന്നതും സാഫല്യം കണ്ടെത്തിയിരുന്നതും. സാഹിത്യകലകളിലെല്ലാം താൽപര്യവുമുള്ള ബിരുദധാരിയായ ഭാര്യ ലളിതക്ക് ഒരു കാര്യത്തിലും സ്വാതന്ത്ര്യം നൽകാൻ ഗോപാലൻ നായർ തയ്യാറായിരുന്നില്ല. ആഹാരം, വസ്ത്രം, ദിനചര്യ എന്നിവയിലെല്ലാം കൃത്യനിഷ്ഠതയും കർശന രീതികളും പുലർത്തിയിരുന്ന അദ്ദേഹം, ഭാര്യയുടെ ഒരേയൊരു ധർമ്മം തന്റെ ചിട്ടകൾക്കനുസരിച്ച് വീട് നടത്തിക്കൊണ്ടു പോവുകയെന്നതാണെന്ന് ദൃഢമായി വിശ്വസിച്ചു. ഭർത്താവിനെ സേവിക്കുകയും ശുശ്രൂഷിക്കുകയും ചെയ്യുന്നത് ഭാര്യയുടെ ധർമ്മമാണെന്ന് കരുതിയുരുന്ന സുനിതക്ക് പോലും അച്ഛനോടുള്ള അമ്മയുടെ അമിതമായ വിധേയത്വവും അടിമത്ത മനോഭാവവും അരോചകവും അനാവശ്യവും ആയി തോന്നി. തന്നെ ശുശ്രൂഷിക്കുകയും പരിചരിക്കുകയും ചെയ്ത അമ്മ, പാർക്കിൻസൺ രോഗിയായപ്പോൾ അച്ഛന്റെ മട്ടുമാറി. തന്റെ ദിനചര്യകൾക്ക് ക്രമം തെറ്റുന്നതും, താൽപര്യങ്ങൾ നടക്കാതെ പോകുന്നതും

അദ്ദേഹത്തിന് ക്രോധവും നീരസവും ഉണ്ടാക്കി. അമ്മയെ കുത്തുവാക്കുകൾ കൊണ്ടും പ്രവൃത്തികൾ കൊണ്ടും അവഗണിക്കുകയാണ് അദ്ദേഹം ചെയ്തത്. മുറിവേറ്റ ഒരു സിംഹത്തിന്റെ മട്ടിലായിരുന്നു അദ്ദേഹത്തിന്റെ പ്രവൃത്തികളൊക്കെ. അമ്മയുടെ ചികിത്സാ-ശുശ്രൂഷകൾക്കൊപ്പം അച്ഛന്റെ പരിചരണത്തിന്റെ ഭാരവും സുനിതയുടെ ചുമലിൽ തന്നെ വന്നു. ആ നഗരത്തിൽ തന്നെ താമസിക്കുന്ന സമ്പന്നനും ബിസിനസുകാരനുമായ ജ്യേഷ്ഠൻ രണ്ടാഴ്ചയിൽ ഒരിക്കൽ വീട് സന്ദർശിച്ചു തന്റെ ചുമതല നിർവഹിച്ചു. വടക്കെ ഇന്ത്യയിൽ ഉന്നത ഉദ്യോഗസ്ഥനായ ഇളയ സഹോദരൻ വർഷത്തിൽ രണ്ടു തവണ ഭാര്യയോടും കുട്ടികളോടുമൊപ്പം സന്ദർശനം നടത്തി, കുശലാന്വേഷണം നടത്തി സംതൃപ്തനായി മടങ്ങി. അമ്മയുടെ ചികിത്സ, ശുശ്രൂഷ, ദുർവാശിക്കാരനായ അച്ഛന്റെ പരിചരണം, ഇതിനുള്ള ചിലവുകൾ ഇതൊന്നും അവരിരുവർക്കും വിഷയമായില്ല. ഇതൊക്കെ സുനിതയുടെയും ശശിധരന്റെയും മാത്രം ചുമതലയായി.

ഇങ്ങനെ മൂന്നുനാലു വർഷം രോഗിയായ അമ്മയെയും അസംതൃപ്തനായ അച്ഛനെയും പരിചരിക്കുക എന്നത് അത്യന്തം ദുഷ്ക്കരമായിരുന്നു. പക്ഷെ, ഒരിക്കൽ പോലും സുനിത അതിൽ വ്യസനമോ പരിഭവമോ പ്രകടിപ്പിച്ചില്ല.'

ശശിധരൻ തുടർന്നു.

'അമ്മയുടെ മരണം സുനിതയെ മാനസികമായി തകർക്കുമെന്നു തന്നെ ഞാൻ കരുതി. അങ്ങനെ ഉണ്ടായില്ല. മരണാനന്തര ചടങ്ങുകളും വീട്ടിൽ നിറഞ്ഞൊഴുകിയ സന്ദർശകരും വീട്ടിലെ ഭാരിച്ച ചുമതലയും ഒന്നും അവളെ തളർത്തിയില്ല. അവളുടെ മന:സാന്നിധ്യവും കർമ്മകുശലതയും എന്നെ അത്ഭുതപ്പെടുത്തിയിട്ടുണ്ട്.

അതെല്ലാം കഴിഞ്ഞിട്ട് ഇപ്പോൾ മൂന്നുമാസം കഴിഞ്ഞിരിക്കുന്നു. അപ്പോഴാണ് എനിക്ക് എന്താണെന്ന് മനസിലാക്കാൻ പോലും കഴിയാത്ത ഈയൊരു പെരുമാറ്റ വൈകല്യം സുനിത കാണിച്ചു തുടങ്ങുന്നത്.

ഡോക്ടർ, എന്താണിത്, ഇങ്ങനെ'? അയാൾ ചോദിച്ചു.

ദു:ഖത്തോടൊപ്പം, സുനിതയുടെ പെരുമാറ്റ വൈകല്യം അത്ഭുതവും അമ്പരപ്പും ആണ് ശശിധരനിൽ സൃഷ്ടിച്ചിരിക്കുന്നത്.

സുനിതയോട് സംസാരിച്ച് മാനസിക പരിശോധന നടത്തിയപ്പോൾ, ശശിധരൻ പറഞ്ഞത് അക്ഷരാർത്ഥം ശരിയാണ്. നടപ്പിലും സംസാരിക്കുന്നതിലും ഒക്കെ സുനിത ഏറെക്കുറെ സാധാരണ (Normal) നില

യിലാണ്. സുനിതക്ക് ശ്രദ്ധക്കുറവോ ഓർമ്മക്കുറവോ ഒന്നുമില്ല. ബോധാവസ്ഥയിൽ (Consciousness) യാതൊരു വീഴ്ചയുമില്ല. ഓർമ്മശക്തിയും ബുദ്ധിശക്തിയും സാധാരണ നിലയിൽ തന്നെ. കടുത്ത വിഷാദമോ ഉത്കണ്ഠയോ ഭീതികളോ ഇല്ല. ഗുരുതരമായ മാനസിക രോഗങ്ങളായ സൈക്കോസിസുകളിൽ കാണുന്നതു പോലെ മിഥ്യാസംവദനങ്ങളോ (Hallucination) മിഥ്യാവിശ്വാസങ്ങളോ (Delusions) പ്രകടിപ്പിക്കുന്നുമില്ല. മാനസിക രോഗങ്ങളിൽ സാധാരണ കാണുന്ന ലക്ഷണങ്ങൾ ഒന്നും തന്നെ സുനിതയിൽ കാണാനില്ല.

എന്നാൽ സുനിത തന്റെ മാനസിക നിലയെക്കുറിച്ച് പറഞ്ഞു തുടങ്ങിയപ്പോൾ കാര്യങ്ങൾ വ്യക്തമായി. ചുറ്റും നടക്കുന്ന കാര്യങ്ങളെല്ലാം അയഥാർത്ഥമാണെന്ന (Unreal) തോന്നലാണ് അവൾക്കുള്ളത്. താൻ കാണുന്ന വസ്തുക്കളും വ്യക്തികളും ദൃശ്യങ്ങളും, കേൾക്കുന്ന ശബ്ദങ്ങളും, എല്ലാം വിചിത്രമായും വിസ്മയകരവുമാ.യ രീതിയിൽ, അയഥാർത്ഥമായി മാറിയിരിക്കുന്നു. അവയുടെ രൂപവും വലിപ്പവും നിറവും ചലനവും സാധാരണ പോലെയാണ്. പക്ഷെ, അവയുടെ യാഥാർത്ഥ്യ സ്വഭാവം നഷ്ടപ്പെട്ടിരിക്കുന്നു. 'ദെ അപ്പിയർ അൺറീയൽ എവരി മിനിട്ട്' (അവയെല്ലാം ഓരോ നിമിഷവും അയഥാർത്ഥമായി നില നിൽക്കുന്നു). മാത്രമല്ല, തന്റെ മനസും ശരീരവും അതേ രീതിയിൽ തന്നെ വ്യത്യാസപ്പെട്ടിരിക്കുന്നു. തന്റെ കൈകാലുകളും, ഉടലും, തലയും ഒക്കെ അയഥാർത്ഥമാണ്.

മനസിന്റെ സ്ഥിതിയും അതുപോലെ തന്നെ. തന്റെ ചിന്തകളും വികാരങ്ങളും, സംഭാഷണവും എല്ലാം വിചിത്രവും നിഗൂഢവുമായ രീതിയിൽ മാറിയിരിക്കുന്നു. തനിക്കും താൻ ജീവിക്കുന്ന ലോകത്തിനും അതിന്റെ യഥാർത്ഥസ്വത്വം നഷ്ടപ്പെട്ടിരിക്കുന്നു. വിസ്മയകരവും വിചിത്രവുമായ ഈ മാറ്റം സൃഷ്ടിക്കുന്നത് അസാധാരണമായ അസ്വസ്ഥതയാണ്. മറ്റേതോ ലോകത്തു നിന്നോ, മറ്റേതോ ജീവിത വ്യവസ്ഥയിൽ നിന്നോ വഴി തെറ്റി ഈ ലോകത്ത് വീണതിന്റെ അസ്വസ്ഥതയും അനിശ്ചിതത്വവും മനസിനെ വേട്ടയാടുന്നു. ഈ മാറ്റം സൃഷ്ടിക്കുന്ന അപരിചിതത്വവും (Unfamiliarity) അയഥാർത്ഥബോധവും (Unreality) ഓരോ നിമിഷവും തന്നെ വേട്ടയാടുകയാണ്. വിചിത്രമായ വ്യക്തിത്വവും വിചിത്രമായ ജീവിതാവസ്ഥയുമായി ജീവിക്കേണ്ടി വരുന്നതിന്റെ സമ്മർദ്ദം ദു:സ്സഹമാണ്. അതോടൊപ്പം, സമയം വളരെ മന്ദഗതിയിലാണ് ഇഴഞ്ഞു നീങ്ങുന്നത്. സമയ ബോധത്തിലുണ്ടായ ഈ മാറ്റം മാനസികാവസ്ഥ കൂടുതൽ പരിതാപകരമാക്കുന്നു.

അതിശക്തമായ Depersonalization എന്ന വിചിത്രാവസ്ഥയിലാണ് സുനിതയുടെ മനസ് വീണിരിക്കുന്നത്. ചെറിയ അളവിലുള്ള ഹ്രസ്വമായ ഡീപെഴ്സണലൈഷേൻ പല മാനസികാസുഖങ്ങളിലും ഉണ്ടാകാം. പക്ഷെ, ഇത്രയും ശക്തവും നീണ്ടു നിൽക്കുന്നതുമായ ഡീപെഴ്സണലൈസേഷൻ അപൂർവമായി മാത്രം കാണുന്ന ഒരു മാനസിക വൈകല്യമാണ്.

തലച്ചോറിനേൽക്കുന്ന ക്ഷതം (Trauma) അപസ്മാരം (Epilepsy) ചില ലഹരി പദാർത്ഥങ്ങളുടെ ഉപയോഗം എന്നിവയിൽ ഡീപെഴ്സണലൈസേഷൻ ഉണ്ടാകാം.

അതിശക്തമായ വിഷാദം, ആധി, വിഭ്രാന്തി എന്നിവ സൃഷ്ടിക്കുന്ന മാനസിക സമ്മർദ്ദം ദുസ്സഹമാകുന്ന അവസരങ്ങളിൽ മനസ് അഭയം തേടുന്ന വിചിത്രമായ ഒരു രക്ഷാമാർഗമാണ് ഡീപെഴ്സണലൈസേഷൻ. പക്ഷെ, ഈ രക്ഷാമാർഗം സൃഷ്ടിക്കുന്ന മാനസിക വൈകല്യം, ഉത്കണ്ഠയെക്കാൾ, വിഷാദത്തെക്കാൾ, ആധിയെക്കാൾ, ദുസ്സഹമായി രോഗിക്ക് അനുഭവപ്പെടും.

തലച്ചോറിന്റെ ഘടനയും പ്രവർത്തനവും നിർണയിക്കുന്നതിനുള്ള ഇ.ഇ.ജി.യും, ബ്രെയിൻ സ്കാനും ചെയ്ത് സുനിതക്ക് മസ്തിഷ്ക്കസംബന്ധമായ തകരാറുകൾ ഒന്നുമില്ലെന്ന് ഉറപ്പ് വരുത്തി. അത്യന്തം ശക്തമായ മാനസികാഘാതം എന്തെങ്കിലും അടുത്ത നാളുകളിൽ സുനിതക്ക് ഏൽക്കേണ്ടി വന്നിട്ടുണ്ടോ എന്ന് ശശിധരനോട് ആരാഞ്ഞു. അമ്മയുടെ മരണത്തെക്കുറിച്ച് ഇടക്കിടെ ദു:ഖത്തോടെ സംസാരിക്കുന്നതല്ലാതെ, മറ്റേതെങ്കിലും ആഘാതം അടുത്തിടെ ഉണ്ടായതായി അദ്ദേഹത്തിന് അറിവില്ല.

ഡീപെഴ്സണലൈസേഷൻ സൃഷ്ടിക്കുന്ന മാനസിക സമ്മർദ്ദം (Tension) ഇടക്കിടെ വിഷാദത്തിന്റയും ഉൽകണ്ഠയുടെയും രൂപത്തിൽ സുനിതയെ അലട്ടുന്നുണ്ട്. അത് ലഘൂകരിക്കുന്നതിനുള്ള ഔഷധങ്ങൾ നല്കി. പക്ഷെ, അത് പ്രധാനമായ ചികിത്സയായി പരിഗണിക്കാൻ കഴിയില്ല. ഡീപെഴ്സണലൈസേഷന് അടിസ്ഥാനമായ മാനസികാഘാതം കണ്ടെത്തണം, അത് ലഘൂകരിക്കണം. അതിന് മാനസികാപഗ്രഥനവും, അതിലടിസ്ഥാനപ്പെടുത്തിയ മാനസിക ചികിത്സയും (Psycho analytic Psychotherapy) ആവശ്യമാണ്. സുനിതക്ക് മാനസിക ചികിത്സ (സൈക്കോതെറാപ്പി) ആരംഭിച്ചു. അമ്മയുടെ അസുഖം, നൽകിയ ചികിത്സയും ശുശ്രൂഷയും, മരണം, അച്ഛന്റെ ദുർവാശികൾ എന്നിവയെ കുറിച്ചൊക്കെ സംസാരിപ്പിച്ചു കൊണ്ടാണ് സുനിതയുടെ മനസിലേക്ക് കട

ക്കാൻ ശ്രമിച്ചത്. പലപ്പോഴും കാര്യമാത്രപ്രസക്തമായി ചുരുങ്ങിയ വാക്കുകളിൽ അവർ സംസാരിച്ചു. ചില കാര്യങ്ങൾ സംസാരിക്കുമ്പോൾ നിശബ്ദതയുടെ ഹിമപാളികൾ അവരുടെ സംഭാഷണത്തെ തളർത്തി. മറ്റു ചിലപ്പോൾ വാക്കുകൾ യാന്ത്രികമാവുകയും മനസിൽ നിന്ന് വഴിമാറുകയും ചെയ്തു. അപൂർവം ചിലപ്പോൾഅവരുടെ കണ്ണുകൾ ജ്വലിക്കുകയും ചുണ്ടു വിറക്കുകയും, വാക്കുകൾ കടിച്ചമർത്തുകയും ചെയ്തു. ഒരു കാര്യം വ്യക്തമായി. വളരെയധികം സമ്മർദ്ദം ഏൽപിക്കുന്ന ഏതോ മാനസികാഘാതത്തിന്റെ മുകളിലാണ് സുനിതയുടെ ഡീപേഴ്സണലൈസേഷൻ ഒരു കവചമായി വീണിരിക്കുന്നത്. ആഘാതത്തിൽ നിന്ന് സംരക്ഷിക്കുന്നതോടൊപ്പം, മനസിനെ തണുത്തുറഞ്ഞ ഹിമപാളികൾ കൊണ്ട് വലിഞ്ഞു മുറുക്കുന്ന കവചം ആണ് അവരെ ബാധിച്ചിരിക്കുന്ന ഡീപെഴ്സണലൈസേഷൻ.

നാർക്കോ അനാലിസിസ് എന്ന സങ്കേതം രോഗ നിർണയത്തിനും ചികിത്സക്കും ഉപയോഗിക്കാവുന്ന സന്ദർഭമാണിത്. ഏതെങ്കിലും ശക്തിയായ മാനസിക സംഘർഷം അബോധ മനസിൽ തളയ്ക്കപ്പെട്ടു കിടക്കുന്ന സന്ദർഭങ്ങളിൽ, സാധാരണ ബോധാവസ്ഥയിൽ അതിനെ ഉൾക്കൊള്ളാനും അതിനെക്കുറിച്ച് സംസാരിക്കാനും വ്യക്തിക്ക് അതിയായ വൈഷമ്യം ഉണ്ടാകും. ആ മാനസിക സംഘർഷത്തിലേക്ക് ഒരു ജാലകം തുറക്കുന്നതിനാണ് നാർക്കോ അനാലിസിസ് ചികിത്സ ഉപയോഗിക്കുന്നത്.

ചികിത്സ പുരോഗമിക്കുമ്പോൾ ഈ ജാലകം, വികസ്വരമാവുകയും സംഘർഷ ഭൂമിയിലേക്ക് ചികിത്സകന് കടക്കാനുള്ള കവാടമാവുകയും ചെയ്യും. ആ കവാടത്തിലൂടെ രോഗിയെ സംഘർഷ ഭൂമിയിൽ നിന്ന് പുറത്തേക്ക് ആനയിക്കാനും ചികിത്സകൻ ശ്രമിക്കുന്നു. ഇതിന് അനുയോജ്യമായ രീതിയിൽ നാർക്കോ സെഷൻ സമർത്ഥമായി നയിക്കുകയെന്നതിലാണ് ചികിത്സകന്റെ സാമർത്ഥ്യം. ചോദ്യോത്തരങ്ങൾ ശ്രദ്ധാപൂർവം ക്രമപ്പെടുത്തിയും വിന്യസിച്ചുമാണ് നാർക്കോ ചികിത്സയിൽ ഇത് നിർവഹിക്കുന്നത്.

സുനിതയുടെ മനസിലെ സമ്മർദ്ദമാണ് ശക്തമായ ഡീപെഴ്സണലൈസേഷൻ രോഗമായി അവരുടെ പെരുമാറ്റ വൈകല്യത്തിനു കാരണമാകുന്നത്. അമ്മയുടെ ദീർഘകാലമായുള്ള അസുഖം, സഹോദരന്മാരുടെയും അച്ഛന്റയും സഹായവും സഹകരണവുമില്ലാതെ അമ്മയെ ചികിത്സിപ്പിക്കുന്നതിനുള്ള പ്രയത്നം, ശുശ്രൂഷിക്കുന്നതിനുള്ള ക്ലേശം, ജീവനു തുല്യം സ്നേഹിച്ചിരുന്ന അമ്മയുടെ മരണം, അതിനു ശേഷം

ഏറ്റെടുക്കേണ്ടി വന്ന അച്ഛന്റെ പരിചരണം നൽകുന്ന ആയാസം, ഇവയൊക്കെ സുനിതയുടെ മനസിനെ ബാധിച്ച കാര്യങ്ങളാണ്. ഇവയെ പറ്റിയൊക്കെ ശശിധരനറിയാം. പക്ഷെ, ശ്രമാവഹമായ ഈ ജീവിത ഘട്ടങ്ങളിലൊന്നും സുനിത തളർന്നിട്ടില്ല. ആ ആഘാതങ്ങൾ ഓരോന്നിൽ നിന്ന് മോചനം നേടി, കർമ്മനിരതയാകുന്നതാണ് അവളുടെ രീതി. അതിനിടയിൽ ആണ് അപ്രതീക്ഷിതമായി ഇപ്പോഴത്തെ ഗുരുതരമായ മാനസിക വൈകല്യം ഉണ്ടാകുന്നത്.

നാർക്കോ ചികിത്സക്ക് സുനിതയെ തയ്യാറാക്കി. രോഗിയുടെ ജീവിതത്തിൽ അറിയപ്പെടുന്ന പ്രധാന സംഭവങ്ങളിൽ കൂടി സഞ്ചരിച്ചു കൊണ്ട്, അറിയപ്പെടാത്ത മാനസിക സംഘർഷത്തിലേക്ക് പ്രവേശിക്കുക എന്നതാണ് അതിന്റെ ക്രിയാംശം. ശാന്തവും സ്വസ്ഥവുമായ അന്തരീക്ഷത്തിൽ കിടക്കയിൽ വിശ്രമിക്കുന്ന രോഗിക്ക്, നിയന്ത്രിതമായ അളവിലും വേഗതയിലും ചില ഔഷധങ്ങൾ രക്തത്തിലേക്ക് കുത്തി വയ്ക്കുകയും, പ്രത്യേകമായി വിഭാവനം ചെയ്ത ചോദ്യങ്ങളിലൂടെ ഇന്റർവ്യൂ നടത്തുകയുമാണ് സൈക്യാട്രിസ്റ്റ് ചെയ്യുക. ഔഷധം സൃഷ്ടിക്കുന്ന മാനസികാവസ്ഥയിൽ ആശയവിനിമയത്തിന് തടസ്സമായി നിൽക്കുന്ന സങ്കോചം, ദുരഭിമാനം എന്നിവ ദുർബലമാകും. ഉത്കണ്ഠ, ആധി, വിഭ്രാന്തി ഇവയൊക്കെ ലഘൂകരിക്കപ്പെടുന്നു. രോഗി തുറന്നു സംസാരിക്കുന്നു. ചില രോഗികളിൽ ഒന്നോ രണ്ടോ സെഷനുകൾ വേണ്ടി വരും. സംഘർഷാത്മകമായ മനസിന്റെ തലങ്ങളിലേക്ക് ഇന്റർവ്യൂ കടക്കുമ്പോൾ രോഗിക്ക് ആശങ്കയും ഉത്കണ്ഠയും അധികമാകും. ചിലപ്പോൾ മനസ് പ്രക്ഷുബ്ധമാകും. രോഗി അത്യാവേശത്തിലാവുകയോ (Agitated) അക്രമാസക്തി പ്രകടിപ്പിക്കുകയോ (aggressive) ചെയ്തെന്നു വരും. ആ സന്ദർഭങ്ങളിൽ ഔഷധം ക്രമീകരിച്ചും, ചിലപ്പോൾ പ്രശാന്തനാ ഔഷധങ്ങൾ (Tranquilizer) നൽകിയും മാനസിക ക്ഷോഭം പരിഹരിക്കണം. സാധാരണ സൈക്കോ തെറാപ്പിയിൽ കൈകാര്യം ചെയ്യാൻ പ്രയാസമുള്ള മാനസികാഘാതങ്ങൾ വെളിച്ചത്തു കൊണ്ടു വരാൻ നാർക്കോ ചികിത്സ സഹായിക്കും.

നാർക്കോ ചികിത്സാ മുറിക്ക് പുറത്ത് ശശിധരൻ ആകാംക്ഷയോടെ കാത്തിരുന്നു.

ചികിത്സാ മുറിയിൽ കിടത്തിയ സുനിതയെ നാർക്കോ ചികിത്സയുടെ ഘട്ടങ്ങളിലേക്ക് ക്രമമായി നയിച്ചു. അമ്മയുടെ അസുഖം — പാർക്കിൻസൺ രോഗത്തിന്റെ ഫലമായുള്ള ശരീരം വിറയൽ, ചലന വൈകല്യം, വൈകാരിക നിലയിലുണ്ടായ മാറ്റം, ഓർമ്മശക്തിയിലെ കുറ

വ്, എന്നിവയെ പറ്റി സുനിത പറഞ്ഞു. അച്ഛന്റെ പരിചരണത്തിൽ സർവം അർപ്പിച്ചു കഴിഞ്ഞ അമ്മ, രോഗിയായി തീർന്നപ്പോൾ, അച്ഛൻ അസ്വസ്ഥനായി. കൺസൾട്ടേഷനും വിശദമായ പരിശോധനയും കഴിഞ്ഞ് രോഗം ഭാഗികമായി നിയന്ത്രിക്കാൻ മാത്രമെ കഴിയൂ എന്ന് അറിഞ്ഞതോടെ അമ്മയെ അച്ഛൻ നിരാകരിച്ചു. സഹോദരൻമാരും തുടർന്നുള്ള ചികിത്സയിൽ വലിയ താൽപര്യമെടുത്തില്ല. എല്ലാം തന്റെ ചുമലിലായി.

അമ്മക്ക് വീഴ്ച പറ്റിയതിനെ കുറിച്ച് സുനിത ഓർത്തു. ഓരോ മണിക്കൂറിലും പത്തു മിനിട്ടു വീതം വീട്ടിലെ ഹാളിലും വരാന്തയിലും അമ്മയെ നടത്തിക്കൊണ്ടിരുന്നു. ചിലപ്പോൾ സുനിത കൈ പിടിച്ചു അമ്മയെ നടത്തും. മിക്കപ്പോഴും ഹോംനഴ്സ് സുശീലയാണത് ചെയ്യുന്നത്. സുശീലയുടെ കാര്യശേഷിയും ആത്മാർത്ഥതയും അമ്മയുടെ ശുശ്രൂഷ വളരെ സുഗമമാക്കി. പ്രാതലും, ഉച്ചയൂണും അത്താഴവും അതിനിടയിലുള്ള ആഹാരവും കൃത്യമായി കഴിച്ച്, പുസ്തക വായനയും ടിവി. കാണലുമായി അച്ഛൻ അപ്പുറത്ത് സ്വീകരണ മുറിയിലിരിക്കും. അമ്മയുടെ ചികിത്സയുടെ ഫലശൂന്യതയെക്കുറിച്ച് ഇടക്കിടെ വിമർശനങ്ങൾ ഉന്നയിക്കും. ഇത്രയധികം ഫീസ് കൊടുത്ത് അമ്മയെ ഇടക്കിടെ കൺസൾട്ടേഷന് കൊണ്ടു പോകുന്നതിന്റെ നിഷ്ഫലതയെ കുറിച്ച് പരിതപിക്കും. പലപ്പോഴും, അമ്മ കേൾക്കവെ, ഇത് പറയുന്നതിൽ നിന്ന് താൻ അച്ഛനെ വിലക്കിയിട്ടുണ്ട്. പക്ഷെ, അച്ഛൻ പിൻമാറുകയില്ല.

'അവൾക്ക് ഓർമ്മയും ബോധവുമൊന്നുമില്ല. കേട്ടാലും ഒന്നും മനസിലാകുകയില്ല' — അതാണ് അച്ഛന്റെ നിർദയമായ നിലപാട്.

അമ്മ നിലത്ത് വീണതും തുടർന്ന് തലച്ചോറിലുണ്ടായ രക്തസ്രാവവും, ഓപ്പറേഷനും പരാമർശിച്ച സുനിത അമ്മയുടെ അവസാന നാളുകളെക്കുറിച്ച് പറഞ്ഞു തുടങ്ങി. സുശീലയുടെ ആത്മാർത്ഥ പരിചരണം കൊണ്ടു മാത്രമാണ് ദിവസങ്ങൾ പിന്നിടാനായത്. പകൽ സമയത്ത് സുശീലയോടൊപ്പം സുനിതയും മിക്കവാറും അമ്മയുടെ അരികിലുണ്ടാകും.

ഇടക്കിടെ ചുണ്ടുകൾക്കിടയിൽ കൂടി തെറിക്കുന്ന അപൂർവം വാക്കുകളിലും ശബ്ദങ്ങളിലും അമ്മയുടെ സംസാരം ഒതുങ്ങി. അമ്മ ഇഷ്ടപ്പെട്ടിരുന്ന കവിതകൾ ചൊല്ലിയും, ഗാനങ്ങൾ പാടിയും അമ്മയുടെ ശ്രദ്ധ പിടിച്ചു നിറുത്താൻ സുനിത ശ്രമിച്ചു. സ്കൂൾ, കോളേജ് വിദ്യാഭ്യാസ കാലത്ത് അമ്മ ഒരു താരമായിരുന്നു എന്ന് കേട്ടിട്ടുണ്ട്. അച്ഛനുമായുള്ള വിവാഹ ശേഷം അമ്മ ഒരു ഭാര്യ മാത്രമായി ചുരുങ്ങി. ഒരു പരിചാരിക

എന്നു പറയുന്നതാവും കൂടുതൽ ശരി. കർക്കശനായ ഒരു മുതലാളിയെ പോലെ അച്ഛൻ അമ്മയുടെ സേവനം ഊറ്റിയെടുത്തു. അമ്മയുടെ ലോകം വീട്ടിനകത്തും, അച്ഛൻ കൂട്ടിക്കൊണ്ടു പോകുന്ന അപൂർവം കുടുംബ യോഗങ്ങളിലുമൊക്കെയായി ചുരുങ്ങി. പരാതിയില്ലാതെ, പരിഭവമില്ലാതെ അമ്മ അച്ഛന്റെ ശുശ്രൂഷയിൽ മുഴുകി ജീവിച്ചു.

ഇതിനിടയിലും വായനയുടെയും കലാസ്വാദനങ്ങളുടെയും ഒരു ചെറിയ ലോകം അമ്മ രൂപപ്പെടുത്തിയെടുത്ത് തന്റെ കുട്ടികളിലേക്കും പകരാൻ ശ്രമിച്ചു. അതാണ് തന്നെ ഒരു കലാകാരിയാക്കിയത്, ഒരു മികച്ച വായനക്കാരിയാക്കിയത്.

ഓപ്പറേഷൻ കഴിഞ്ഞുള്ള അമ്മയുടെ അവസ്ഥ വേദനിപ്പിക്കുന്നതായിരുന്നു. മിക്ക സമയത്തും അമ്മ അർദ്ധ ബോധാവസ്ഥയിലായിരിക്കും. ചില സമയങ്ങളിൽ മനസ് അൽപം തെളിയും. ആഹാരം കഴിപ്പിക്കുന്നതും ഔഷധങ്ങൾ നൽകുന്നതും വളരെ പ്രയാസപ്പെട്ടായിരുന്നു. ഒരു കാരണവശാലും മരുന്നുകൾ മുടക്കരുത് എന്ന് ഡോക്ടറുടെ നിർദ്ദേശമുണ്ട്.

അച്ഛൻ ഇടക്കിടെ കിടപ്പു മുറിയുടെ വാതിലിൽ വന്നു നിന്ന് അമ്മയെ ഒന്നു നോക്കും.

'ദി സ്റ്റോറി ഡസ്നോട്ട് എൻഡ് (കഥ ഇനിയുംഅവസാനിക്കുന്നില്ല)' എന്ന് പറഞ്ഞ് പിൻവാങ്ങും. അമ്മയുടെ പരിചരണത്തിനിടയിൽ തന്റെ ആവശ്യങ്ങൾക്കോ സൗകര്യങ്ങൾക്കോ ചെറിയ ഭംഗം നേരിട്ടാൽ പോലും അദ്ദേഹം നീരസം പ്രകടിപ്പിക്കും.

പത്തു നാൽപതു കൊല്ലം, തന്നെ കുറ്റമറ്റ രീതിയിൽ സേവിച്ച്, ശുശ്രൂഷിച്ച ഭാര്യയോട് ഇത്ര നിർദയമായി പെരുമാറാൻ ഒരു മനുഷ്യന് കഴിയുന്നതെങ്ങനെ?

ഒരു വൈകുന്നേരം അമ്മയുടെ അന്ത്യം സംഭവിച്ചു. ശശിധരന്റെ സഹോദരിയുടെ രോഗം അന്വേഷിച്ചു സുനിത അൽപം അകലെ ഒരിടത്ത് പോയിരുന്നു. സന്ധ്യക്ക് മുൻപ് മടങ്ങാം എന്ന് പറഞ്ഞാണ് പോയത്. നാലുമണിയോടടുപ്പിച്ച് അമ്മയുടെ സ്ഥിതി മോശമായി. ചുഴലി രോഗം ഉണ്ടായി കൈകാലുകൾ ശക്തിയായി വെട്ടി. തൊണ്ടയിൽ നിന്ന് ഞരക്കം വന്നു. അറിയാതെ മൂത്രം പോയി. നാലഞ്ചു മിനിട്ട് ബോധം നഷ്ടപ്പെട്ടു. വീണ്ടും ശക്തിയായ ചുഴലി രോഗം. നാലഞ്ചു തവണ അങ്ങനെ ചുഴലി രോഗവും അബോധാവസ്ഥയും ആവർത്തിച്ചു. സുശീല വിളിച്ചറിയിച്ചപ്പോൾ ജോലിസ്ഥലത്തു നിന്ന് ശശിധരൻ ഓടിയെത്തി. അടുത്ത ഒരു സ്വകാര്യ ആശുപത്രിയിലേക്ക് കൊണ്ടു പോയെങ്കിലും, മിനിട്ടു

കൾക്കകം അമ്മ ജീവൻ വെടിഞ്ഞു.

വടക്കെ ഇന്ത്യയിലായിരുന്ന ഇളയ സഹോദരൻ എത്തുന്നതുവരെ അമ്മയുടെ ശരീരം, ഒരു മൊബൈൽ ഫ്രീസർ ഘടിപ്പിച്ച ശവപേടകത്തിൽ സ്വീകരണ മുറിയിൽ കിടന്നു. വീട്ടിലാകെ ബന്ധുമിത്രാദികൾ നിറഞ്ഞു. പ്രമാണിയായ മൂത്ത ജ്യേഷ്ഠൻ ചടങ്ങുകളുടെ നിയന്ത്രണം ഏറ്റെടുത്തു. ശവസംസ്കാരവും തുടർന്നുള്ള ചടങ്ങുകളും ആഘോഷമായി. അമ്മയുടെ രോഗാവസ്ഥയിലും, തുടന്നുള്ള അവശതയുടെ ദീർഘകാലത്തും, സന്ദർശകരായി മാത്രം എത്തിയിരുന്ന സഹോദരൻമാർ കാര്യസ്ഥന്മാരായി നിന്ന് ചടങ്ങുകൾ കൊഴുപ്പിച്ചു. അച്ഛൻ അമ്മയുടെ രോഗാവസ്ഥയെക്കുറിച്ചും, നൽകിയ ചികിത്സയെക്കുറിച്ചും സന്ദർശകരോട് വാചാലനായി വിവരിച്ചു.

സഞ്ചയനം കഴിഞ്ഞ് സഹോദരങ്ങൾ ഓരോരുത്തരായി യാത്ര പറഞ്ഞു പോയി. ഡൽഹിയിൽ താമസക്കാരനായ അനിയനും ഭാര്യയും മടങ്ങി പോകാനൊരുങ്ങുകയാണ്. വീട്ടിൽ ചില അടുത്ത ബന്ധുജനങ്ങളും നാട്ടു പ്രമാണിമാരുമുള്ള സദസുണ്ട്. അനുജൻ പ്രസ്താവിച്ചു.

'അമ്മയുടെ ചിതാഭസ്മം നാളെ ഞാൻ കൊണ്ടു പോകും. ഞായറാഴ്ച അലഹബാദിലേക്ക് പോകും. ത്രിവേണിയിലെ പുണ്യ തീർത്ഥത്തിൽ ഒഴുക്കും'.

'ഇന്ത്യയിൽ ജീവിക്കുന്നതിന്റെ ഏറ്റവും വലിയ പുണ്യം അതാണ്. ത്രിവേണി സംഗമത്തിൽ ആ ചിതാഭസ്മം ഒഴുകുന്നതോടെ ആത്മാവിന് പുണ്യം കിട്ടുന്നു. അതാണ് ഞാൻ ചെയ്യാൻ ഉദ്ദേശിക്കുന്നത്!' അയാൾ കേൾവിക്കാരോട് പ്രഖ്യാപിച്ചു.

മകന്റെ മഹത്തായ ഈ ഉദ്യമത്തിൽ മനം കുളിർന്ന ശ്രോതാക്കൾ അഭിനന്ദിച്ചു.

ചുമതലകൾ പൂർത്തിയാക്കി സുശീല സ്വന്തം വീട്ടിലേക്ക് മടങ്ങാൻ തയ്യാറായി. കഴിഞ്ഞ ഏഴെട്ടു മാസങ്ങൾ ഒരു ഹോംനഴ്സിനെയോ പരിചാരികയെയോ പോലെയല്ല അവർ അമ്മയെ ശുശ്രൂഷിച്ചത്. യാത്ര പറയുമ്പോൾ സുശീലയുടെ കണ്ണു നിറഞ്ഞിരുന്നു.

'സുനിതക്കുഞ്ഞേ, ഞാൻ പോയി വരട്ടെ', സുനിതയുടെ കൈ മുറുകെ പിടിച്ച് അവർ യാത്ര പറഞ്ഞു. ഈ യാത്ര പറച്ചിൽ രണ്ടു മൂന്നു പ്രാവശ്യം ആവർത്തിച്ചു. സുശീലക്ക് എന്തോ തന്നോട് പറയാനുണ്ടെന്ന് സുനിതക്ക് തോന്നി. പക്ഷെ, വീട്ടിൽ നിറയെ ആളായിരുന്നു. അമ്മയുടെ മരണത്തിന്റെ ആഘാതമായിരിക്കും സുശീലയുടെ ആവർത്തിച്ചുള്ള യാത്ര പറച്ചിലിനു കാരണം എന്നു കരുതി.

'ഞാൻ ഇടക്ക് വരാം, സുനിതക്കുഞ്ഞേ.' ഒടുവിൽ സുശീല യാത്ര പറഞ്ഞു പുറത്ത് പോയി.

****

നാർക്കോസെഷൻ തുടങ്ങിയിട്ട് ഒരു മണിക്കൂർ ആയിരിക്കുന്നു. അതു വരെ പതിഞ്ഞ ശബ്ദത്തിൽ ശാന്തമായി സംസാരിച്ചു കൊണ്ടിരുന്ന സുനിത അസ്വസ്ഥത പ്രകടിപ്പിച്ചു തുടങ്ങി. കാലുകൾ തെരുതെരെ കിടക്കയിൽ അമർത്തുകയും ഉരുട്ടുകയും ചെയ്തു. ഇഞ്ചക്ഷൻ ഘടിപ്പിച്ചിരുന്ന കൈ വലിച്ചെടുക്കാൻ ശ്രമിച്ചു. മുഖത്തെ പേശികൾ വലിഞ്ഞു കണ്ണുകൾ തുടരെ ചലിച്ചു.

ഇഞ്ചക്ഷൻ മരുന്നിന്റെ അളവ് അൽപം ക്രമീകരിച്ചു സുനിതയെ ശാന്തയാക്കി.

അന്നത്തെ സെഷൻ അവസാനിപ്പിക്കാമെന്ന് കരുതുന്നതിനിടയിൽ സുനിത പെട്ടെന്ന് ഉണർന്നു.

'ഞാൻ പറയാം ഡോക്ടർ. ഐ വിൽ ടെൽ യൂ... എനിക്ക് പറയണം. എനിക്ക് പറയണം. കരിങ്കല്ലു പോലുള്ള ഈ ഭാരവും മനസിൽ വച്ചു കൊണ്ട് എനിക്ക് ഇനി കഴിയാൻ വയ്യ, ഡിയർ ഡോക്ടർ. ഐ വാണ്ട് ടു ടെൽ യൂ. ഏഴെട്ടു ദിവസം മുൻപ് ഉച്ച കഴിഞ്ഞ് ഞാൻ അൽപം വിശ്രമിക്കുകയായിരുന്നു. സ്വീകരണ മുറിയിൽ ഇരുന്ന് അച്ഛൻ ടി.വി. കാണുകയാണ്. പെട്ടെന്നാണ് സുശീല മുറിയിലേക്ക് കടന്നു വന്നത്.'

'ഏതാനും ദിവസങ്ങൾക്കകം സുശീല പക്ഷാഘാതം ബാധിച്ച ഒരു മലയാളി വീട്ടമ്മയെ പരിചരിക്കാനായി ഗൾഫിൽ ഹോംനഴ്സായി പോകുകയാണ്. അതിനു മുൻപ് സുനിതയെ കണ്ടു യാത്ര പറയാൻ വന്നതാണ്. കൊല്ലത്തുകാരൻ ഒരു ഡോക്ടറുടെ അമ്മയാണ്. രണ്ടു വർഷമായി അവർ കിടപ്പിലാണ്. ഡോക്ടറുടെ ഭാര്യയും കുട്ടികളും അവിടെയുണ്ട്. ഭാര്യക്ക് ജോലിയുണ്ട്. മക്കൾ പഠിക്കുന്നു സാമാന്യം നല്ല ശമ്പളം തരാമെന്നാണ് അവർ പറഞ്ഞിരിക്കുന്നത്.'

'നാടുവിട്ടു പോകുന്നത് എനിക്ക് ഇഷ്ടമല്ല. എനിക്കെന്റെ മോളെ കെട്ടിക്കണ്ടേ കുഞ്ഞെ. അത് മാത്രം കരുതിയാണ് ഇതിന് ഞാൻ പോകുന്നത്.' സുശീല പറഞ്ഞു.

'പോയാൽ ഇനി ഒരു വർഷമെങ്കിലും കഴിഞ്ഞെ വരാൻ പറ്റൂ. അതാണ് ഞാൻ കുഞ്ഞിനെ ഒന്നു കണ്ടിട്ടു പോകാമെന്ന് കരുതിയത്.'

വീട്ടുകാര്യങ്ങൾ കുറെ പറഞ്ഞതിനു ശേഷം സുശീല പറഞ്ഞു.

'കുഞ്ഞെ, എനിക്ക് കുഞ്ഞിനോട് ഒരു കാര്യം രഹസ്യമായി പറ

ഞ്ഞിട്ടു പോകണമെന്നുണ്ട്.'

മുറിയുടെ വാതിൽ ചാരി, സുശീലയെ, അടുത്ത് കസേരയിൽ ഇരുത്തി.

'പറയാൻ എനിക്ക് പേടിയുണ്ട് കുഞ്ഞെ. പേടിയെക്കാൾ സങ്കടമുണ്ട്. പക്ഷെ, കുഞ്ഞിനോട് പറയാതിരിക്കുന്നത് ശരിയല്ല എന്ന് തോന്നുന്നു. അതു കൊണ്ടാണ് പറയുന്നത്. കുഞ്ഞിന് വിഷമം തോന്നും. പക്ഷെ, എന്നോട് പിണക്കം തോന്നരുത്, എന്നെ ശപിക്കരുത്.'

സുശീല മുഖവരയിൽ നിന്ന് മുന്നോട്ട് പോകാൻ സമയം എടുത്തു. സുനിതയുടെ കൈയിൽ മുറുകെ പിടിച്ച് കണ്ണടച്ചിരുന്നു. പെട്ടെന്ന് പറഞ്ഞു.

'സുനിതക്കുഞ്ഞെ, നമ്മുടെ അമ്മ... അമ്മ അന്ന് വീണതല്ല... തനിയെ വീണതല്ല... കാൽ തെറ്റി വീണതല്ല...'

'അമ്മയുടെ കൈ പിടിച്ചു ഞാൻ നടത്തിക്കൊണ്ടിരുന്നു. അഞ്ചു മിനിട്ട് നടക്കുമ്പോൾ അമ്മ മടുപ്പ് പറയും. ഞാൻ നിർബന്ധിച്ചാണ് എന്നും മൂന്നാലു മിനിട്ടു കൂടി നടത്തിക്കുന്നത്. അപ്പോഴേക്ക് അമ്മ തളരും. കട്ടിലിൽ കൊണ്ടു കിടത്തും. ഇടക്കിടക്ക്, കുഞ്ഞിന്റെ അച്ഛൻ, വലിയ സാർ അമ്മയുടെ കൈ പിടിച്ചു നടത്താൻ വരും. വയസായതല്ലെ. ഒരു സ്നേഹവും സന്തോഷവുമല്ലെ എന്നാണ് എനിക്ക് തോന്നിയിരുന്നത്.'

'അന്ന് അമ്മ ഏഴെട്ട് മിനിട്ട് നടന്നു. കട്ടിലിലേക്ക് തിരികെ നടക്കാൻ തുടങ്ങിയപ്പോൾ വലിയ സാർ വന്ന് അമ്മയുടെ കൈ പിടിച്ചു വീണ്ടും നടത്താൻ ശ്രമിച്ചു. അമ്മ ക്ഷീണിച്ചിരിക്കുകയാണെന്നും കൊണ്ടു കിടത്താമെന്നും ഞാൻ പറഞ്ഞെങ്കിലും സാർ കേട്ടില്ല. അമ്മയുടെ കൈ പിടിച്ച് വലിച്ചു നടത്താൻ തുടങ്ങി. സാറിനു കുടിക്കാൻ കട്ടൻ കാപ്പി ഇട്ടു കൊണ്ടു വരാൻ അടുക്കളയിലേക്ക് എന്നെ പറഞ്ഞയച്ചു.'

— 'കട്ടൻ കാപ്പി ഇട്ടു വയ്ക്കാൻ ഫ്ളാസ്ക്ക് എടുക്കാൻ ഞാൻ ഹാളിലേക്ക് വന്നപ്പോൾ കണ്ടതാണ് കുഞ്ഞെ! എന്റെ കണ്ണിനെ എനിക്ക് വിശ്വസിക്കാൻ പറ്റിയില്ല ആദ്യം. പക്ഷെ, ഞാൻ കണ്ടതാണ്. അമ്മയുടെ നെഞ്ചിൽ തള്ളി വലിയ സാർ അമ്മയെ നിലത്ത് വീഴ്ത്തിയത് ഞാൻ കണ്ടു.'

— ഞാൻ എന്റെ ഈ രണ്ടു കണ്ണിലും കണ്ടതാണ് കുഞ്ഞെ... പടോ എന്ന ശബ്ദത്തോടെ അമ്മ മറിഞ്ഞു വീണു. ഞാൻ ഓടിച്ചെന്ന് അമ്മയെ പിടിച്ചെഴുന്നേൽപിച്ചു. വലിയ സാറിന്റെ മുഖത്ത് ഒരു വെപ്രാളവും ധൃതിയുമൊക്കെ കണ്ടു ഞാൻ പേടിച്ചു പോയി കുഞ്ഞെ.

— പിന്നെ ചികിത്സയും ആശുപത്രിയും ഓപ്പറേഷനും ബഹളവും.

അതിനിടയിൽ എനിക്ക് കുഞ്ഞിനോട് ഇതൊന്നും പറയാൻ കഴിഞ്ഞില്ല. പക്ഷെ, വലിയ സാറിനെ എനിക്ക് വലിയ പേടിയായി... സാർ അമ്മയുടെ കിടക്കക്കരികിൽ വരുമ്പോൾ എന്റെ നെഞ്ച് പടപടാ ഇടിക്കും. ഇടക്ക് അമ്മയുടെ കിടക്കക്കരികിൽ വന്നിരുന്നു സാർ രോഗ വിശേഷങ്ങൾ ചോദിക്കും. അമ്മയെ തള്ളി താഴെയിടുന്നത് ഞാൻ കണ്ടിട്ടുണ്ട് എന്ന് സാറിന് അറിയുമോ എന്ന് എനിക്ക് സംശയം തോന്നിയിട്ടുണ്ട്, തീർച്ചയില്ല.

— ഇടക്കിടെ അമ്മക്ക് ആഹാരം എടുത്തു കൊടുക്കാനും മരുന്നുകൾ കൊടുക്കാനും വലിയ സാർ സഹായിക്കും. കുഞ്ഞെ, അമ്മയെ മരുന്നു കഴിപ്പിക്കുന്നത് വലിയ പ്രയാസമാണല്ലോ. പ്രത്യേകിച്ചും ആ വലിയ സൈസിലുള്ള ഗുളിക. വാൽപ്രോട്ട് (Valproate). പക്ഷെ, ആ മരുന്ന് ഒരിക്കലും മുടക്കാൻ പാടില്ല എന്നു ഡോക്ടർ പറഞ്ഞിട്ടുണ്ടല്ലോ'.

'ഞാൻ അവളെ പറഞ്ഞു മനസിലാക്കി അത് കൊടുത്തോളാം എന്നു പറഞ്ഞു സാർ ആ ഗുളിക വാങ്ങിക്കൊണ്ടു പോകും. ചിലപ്പോൾ എന്റെ മുൻപിൽ വച്ച് അമ്മക്ക് ആ ഗുളിക കൊടുക്കാനും ശ്രമിക്കും.'

'വയസായ ആളല്ലെ, പത്തു നാൽപതു വർഷം ഒന്നിച്ചു ജീവിച്ചതല്ലെ? ഇതിനൊക്കെ ആഗ്രഹം കാണും. ഞാൻ സാറിനെപ്പറ്റി ഓർത്തും സങ്കടപ്പെട്ടിട്ടുണ്ട്.'

'നിറുത്താതെ ചുഴലി വന്ന് അമ്മ മരിച്ചല്ലോ. അടുത്ത ദിവസം വീടു മുഴുവൻ ആളാണ്. ഇടക്ക് സാറിന്റെ മുറിയിൽ ഞാൻ പോയി. സാറിന്റെ മെത്ത ഒന്ന് കുടഞ്ഞ് വിരിക്കാം എന്നു കരുതി അത് പൊക്കി. അമ്മക്ക് കൊടുക്കാനുള്ള പത്തമ്പത് വാൽപ്രോട്ട് ഗുളികകൾ ഒരു കവറിലിട്ട് സാർ മെത്തയുടെ കീഴിൽ വച്ചിരിക്കുന്നു, അമ്മക്ക് ആ ഗുളികകൾ കൊടുത്തിട്ടില്ല.'

— ഒരിക്കലും മുടക്കാൻ പാടില്ല എന്നു പറഞ്ഞു ഡോക്ടർ എഴുതിയ ഗുളികയാണ്. ഓപ്പറേഷൻ കഴിഞ്ഞ് ചുഴലിരോഗം വരാതിരിക്കാൻ എഴുതിയ ഗുളിക. അതാണ്, അമ്മക്ക് കൊടുക്കാതെ സാർ മാറ്റി വച്ചിരിക്കുന്നത്.'

— അങ്ങനെയാണ് നമ്മുടെയമ്മ നിറുത്താതെ ചുഴലി പിടിച്ചു മരിച്ചത് കുഞ്ഞെ..'

— എനിക്ക് തീർച്ചയാണ് സുനിതക്കുഞ്ഞെ... അമ്മയെ തള്ളിയിട്ടത്, സാറിന്റെ കൈയബദ്ധമല്ല. ഗുളിക കൊടുക്കാതെ മറച്ചു വച്ചത് മറവി കൊണ്ടല്ല. കുഞ്ഞിന്റെ അച്ഛൻ വലിയ സാറ് അമ്മ ഇനി ജീവിക്കണ്ടെ

എന്ന് തീരുമാനിച്ചു... വലിയ സാർ അമ്മയെ കൊന്നതാണ്. അങ്ങനെ അമ്മ പോയതാണ്. എനിക്ക് തീർച്ചയാണ് കുഞ്ഞേ!'

സുശീല പൊട്ടിക്കരഞ്ഞു.

തന്റെ ചുറ്റും പുകമഞ്ഞിന്റെ ഒരു ആവരണം വന്നു നിറയുന്നതായി സുനിതക്ക് തോന്നി. സുശീലയെ പടിക്കൽ കൊണ്ടു വിട്ട് യാത്രയയച്ചു. വീട്ടിലേക്ക് കയറിപ്പോൾ, ചവിട്ടിക്കയറിയ പടികൾ പൂമെത്ത പോലെ തോന്നി. വരാന്തയിലെ തൂണുകൾ വളഞ്ഞും ചരിഞ്ഞും ഒഴുകുന്നതു പോലെ. വാതിലുകൾ ദീർഘചതുരത്തിലും വൃത്താകൃതിയിലും രൂപം മാറുന്നു. സ്വീകരണമുറിയിലെ കസേരകളും, ടി.വി.യും, മുകളിലെ ശര റാന്തലും, അയഥാർത്ഥമായിക്കഴിഞ്ഞു. അരികിലെ ഫിഷ് ടാങ്കിലെ അല ങ്കാര മത്സ്യങ്ങൾ, മുറിക്കുള്ളിലേക്ക് നീന്തിയിറങ്ങുന്നത് പോലെ.

തന്റെ കൈകളും കാൽപത്തികളും, ഒഴുകിപ്പടരുന്നതു പോലെ സുനി തക്ക് തോന്നി. സ്വീകരണ മുറിയുടെ ഒരരികിൽ ചാരുകസേരയിൽ ഭീമാ കാരനായ ഒരു അത്ഭുതജീവിയെ കണ്ടു സുനിത അത്ഭുതപ്പെട്ടു. അതിന്റെ മുഖം കണ്ണിൽ പതിഞ്ഞപ്പോൾ തന്റെ അച്ഛനാണല്ലോ എന്ന് അമ്പരന്നു. പുറകിൽ ചുവരിനോട് ചേർന്ന് കാൽ വലിച്ചു വലിച്ചു നട ക്കുന്ന അമ്മയെക്കാണാം. അടുത്ത കണ്ട കസേരകളൊന്നിൽ സുനിത ഇരുന്നു. കസേര ഊഞ്ഞാലുപോലെ മുൻപും പിൻപുമായി ആടിക്കൊ ണ്ടിരുന്നു. ഊഞ്ഞാൽ ക്രമേണ ട്രപ്പീസു പോലെ പൊങ്ങി പറക്കുക യും തിരമാലപോലെ പൊങ്ങിയും താഴ്ന്നും വട്ടം ചുഴറ്റുകയുമാണ്.

ട്രപ്പീസു പോലെ ഊഞ്ഞാലാടുന്നതിന്റെ ആവേശവും ഊർജവും നാർക്കോസെഷനിൽ കിടക്കുന്ന സുനിതയുടെ വാക്കുകളിലും മുഖത്തും കൈകാലുകളുടെ ചെറിയ ചലനങ്ങളിലുമുണ്ട്.

'ഇതാണ് ചികിത്സയുടെ നിർവഹണഘട്ടമായി ഉപയോഗിക്കേണ്ടത്' – സൈക്യാട്രിസ്റ്റിന്റെ മനസ് മന്ത്രിച്ചു. കൃത്യമായ പരാമർശത്തിലൂടെ, വാങ്മയത്തിലൂടെ ഈ ഘട്ടത്തിലാണ് യാഥാർത്ഥ്യം രോഗിയുടെ മന സിൽ എത്തിക്കേണ്ടത്.

'അതെ സുനിത. ട്രപ്പീസു പോലെ ഊഞ്ഞാലാടിക്കൊണ്ടിരിക്കുന്ന സുനിത. താഴേക്കു നോക്കൂ. വീട്ടിലെ സ്വീകരണമുറിയിലും വരാന്തയിലും സുശീല അമ്മയെ നടത്തിക്കുന്നു. മടിച്ചും ചരിഞ്ഞുമൊക്കെയാണ് അമ്മ നടന്നത്. അച്ഛൻ വന്ന് അമ്മയെ പിടിച്ചു നടത്തുന്നു. അമ്മക്കു ക്ഷീണവും മടിയുമാണ്. അച്ഛൻ നിർബന്ധിച്ചു നടത്തുന്നു. സുശീല അടുക്കളയിലേക്ക് പോകുന്നു. അച്ഛൻ അമ്മയെ കൈപിടിച്ചു വലിച്ചു നടത്തുന്നു.

'സുനിത കാണുന്നുണ്ടല്ലോ.... പെട്ടെന്ന്, പെട്ടെന്ന് അച്ഛൻ മുൻപിൽ നിന്ന് അമ്മയുടെ നെഞ്ചിൽ ശക്തിയായി തള്ളുന്നു. അമ്മ പുറകോട്ട് തലയിടിച്ചു വീഴുന്നു... തലയടിക്കുന്ന ശബ്ദം... ഉച്ചത്തിലുള്ള ശബ്ദം... ഉച്ചത്തിലുള്ള ശബ്ദം...'

'കേൾക്കുന്നില്ലേ സുനിതാ, അമ്മ തലയടിച്ചു വീഴുന്ന ഉച്ചത്തിലുള്ള ശബ്ദം.'

അത്രതന്നെ ഉച്ചത്തിലുള്ള നിലവിളിയോടെ, ഇഞ്ചക്ഷൻ സെറ്റ് വലിച്ചെടുത്തു കൊണ്ട് സുനിത കിടക്കയിൽ എഴുന്നേറ്റിരുന്നു. കണ്ണുകളിൽ നിന്ന് കണ്ണുനീർ ധാരയായി ഒഴുകുന്നു.

'ഡോക്ടർ, എന്റെ മരവിപ്പ് എല്ലാം മാറി. എല്ലാം സത്യമായി കാണാം. അനുഭവിക്കാം. ഐ ആം ഔട്ട് ഓഫ് ദി സ്റ്റഫ്... എനിക്ക് എന്നെ തിരിച്ചു കിട്ടി. ലോകത്തെ തിരിച്ചു കിട്ടി'.. സുനിത ഉറക്കെ വിളിച്ചു പറഞ്ഞു. അവർ പൊട്ടിക്കരഞ്ഞു.

തുടർന്നുള്ള ദിവസങ്ങളിൽ ശക്തിയായ വിഷാദരോഗ ലക്ഷണങ്ങളാണ് സുനിത പ്രകടിപ്പിച്ചത്. ഇത്രയും നിർദയനായ ഒരു അച്ഛന്റെ മകളായി ജനിച്ചവളാണല്ലോ താൻ. ആ നിഷ്ഠൂരനെ സേവിക്കാനും പരിചരിക്കാനും വേണ്ടി ഒരു ജീവിതം ഹോമിച്ച ഭാഗ്യം കെട്ടവളാണല്ലോ തന്റെ അമ്മ. മനുഷ്യത്വമില്ലാത്ത അച്ഛൻ. ജീവിതം നിഷ്ഫലമായ അമ്മ. രണ്ടുപേരെയും ശുശ്രൂഷിച്ചു ജീവിതം പാഴാക്കിയ താൻ. വിലകെട്ട ജീവിതം. തനിക്ക് ജീവിക്കാൻ എന്തെങ്കിലും അർഹതയുണ്ടോ?

മനസിനെയാകെ മരവിപ്പിച്ച ഡീപെഴ്സണലൈസേഷന്റെ തണുത്തുറഞ്ഞ തടവറയിൽ നിന്ന് രക്ഷപ്പെട്ട സുനിതയുടെ മനസിൽ വിഷാദത്തിന്റെ തീജ്വാലകൾ പടർന്നു കയറി.

ഔഷധ ചികിത്സയോടൊപ്പം സൈക്കോതെറാപ്പിയും ലഭിച്ച സുനിത വിഷാദത്തിൽ നിന്ന് ഏതാനും ആഴ്ചകൾ കൊണ്ടു കര കയറി. ശശിധരന് ആശ്വാസമായി. സുനിത മാനസിക ഭദ്രത വീണ്ടെടുക്കുമോ എന്ന് അയാൾ സന്ദേഹിച്ചിരുന്നു.

'സൈബീരിയയിലെ ഭീകരമായ ഒരു തടങ്കൽ പാളയത്തിൽ നിന്ന് രക്ഷപ്പെട്ടതു പോലെയാണ് ഡോക്ടർ ഇപ്പോൾ തോന്നുന്നുത്. ശാപവും പാപവും വിഷക്കാറ്റുപോലെ ചൂഴ്ന്നു നിന്ന തടവറ. മനസും ശരീരവും ഉറഞ്ഞ് പോയ ഡീപേഴ്സണലൈസേഷന്റെ ഭീകരാനുഭവത്തിൽ നിന്ന് ഒരിക്കലും രക്ഷപ്പെടുമെന്നു ഞാൻ കരുതിയില്ല. അതിൽ നിന്ന് രക്ഷപ്പെട്ടപ്പോൾ വിഷാദത്തിന്റെ കനലുകൾ മനസിൽ വീണു. സച്ച് എ

ബ്രൂട്ടൽ ഡിപ്രഷൻ.

അതും ഇപ്പോൾ മാറിയിരിക്കുന്നു. യൂ ഹാവ് ഡൺ ആൻ ഇൻക്രെഡിബിൾ മിഷൻ (താങ്കൾ അവിശ്വസനീയമായ ഒരു കാര്യമാണ് നിർവഹിച്ചിരിക്കുന്നത്).

'വളരെ വളരെ നന്ദിയുണ്ട്, ഡോക്ടർ, എന്നെ രക്ഷിച്ചതിനും ശശിയേട്ടനെ ആശ്വസിപ്പിച്ചതിനും.'

സുനിതയും ശശിധരനും കൈകൂപ്പി യാത്ര പറഞ്ഞു.

മനസും മംഗല്യവും

വർഷങ്ങൾക്ക് മുമ്പ് കോട്ടയത്ത് ജോലി ചെയ്യുന്ന കാലത്താണ് ഹുസൈനെ പരിചയപ്പെട്ടത്. മീനച്ചിൽ താലൂക്കിലെ ഒരു ചെറിയ ഗ്രാമത്തിൽ നിന്നാണ് ഇരുപത്തഞ്ചുകാരനായ ഹുസൈൻ എത്തിയത്, ഭാര്യ ആമിനയെ ചികിത്സിപ്പിക്കാൻ കൊണ്ടു വന്നതാണ്. സ്വന്തം ഉമ്മ, ഇളയ പെങ്ങൾ മെഹർ, ബന്ധത്തിലൊരു മുസലിയാർ, സ്ഥലത്തെ പ്രധാനിയായി രാമൻനായർ സാറെന്ന സ്കൂൾ അധ്യാപകൻ — ഇവരാണ് കൂടെയുള്ളത്. അവരെ ഹുസൈൻ പരിചയപ്പെടുത്തി. എന്താണ് കാര്യമെന്ന് ചോദിച്ചപ്പോൾ കസേരയിൽ നഖം കടിച്ചു കൊണ്ടിരുന്ന ആമിനയെ ഹുസൈൻ ചൂണ്ടിക്കാട്ടി. അയാൾ ഒന്നും പറഞ്ഞില്ല. മറ്റാരും സംസാരിക്കാൻ തുടങ്ങുന്നില്ല. ഹുസൈന്റെ ഉമ്മയുടെയും മുസലിയാരുടെയും മുഖത്ത് ഗൗരവമാണ്. 'രാമൻ നായർ സാറ് പറ' എന്നായി ഹുസൈൻ. അധ്യാപകൻ കാര്യങ്ങൾ വിശദീകരിച്ചു തന്നു. ഇന്ന് വിവാഹം കഴിഞ്ഞ് കൃത്യം ഒൻപതാം ദിവസം ആണ്. വീട്ടുകാർ ഉറപ്പിച്ചും, ഹുസൈൻ മനസിൽ നല്ലപോലെ ബോധിച്ചും കല്യാണം കഴിച്ചതാണ്. എന്നാൽ ആദ്യ പകലിൽ തന്നെ ആമിനയുടെ നിൽപ്പിലും പെരുമാറ്റത്തിലും എന്തോ ഒരു പന്തികേട് ഹുസൈൻ കണ്ടു.

ചുറ്റുപാടും നടക്കുന്ന കാര്യങ്ങൾ അവൾ ശ്രദ്ധിക്കുന്നതായി തോന്നിയില്ല. ഇരിപ്പും നടപ്പുമെല്ലാം ഒരു യന്ത്രത്തെ പോലെ. ഉമ്മ അടുക്കളയിൽ വിളിച്ചു കൊണ്ടു പോയി എന്തെങ്കിലും ജോലിയിൽ പങ്കെടുപ്പിക്കാൻ നോക്കി. പറയുന്ന കാര്യങ്ങൾ അവൾ ചെയ്തു തുടങ്ങും. പകുതി വഴിയിൽ നിറുത്തും. ഹുസൈന്റെ ഇളയ സഹോദരി മെഹർ, പ്ലസ് ടൂ പഠനം കഴിഞ്ഞ് വീട്ടിൽ നിൽക്കുകയാണ്. ഉമ്മയുടെ വലം കൈയാണവൾ. വീട്ടിലെ എല്ലാ സംഗതികളുടെയും കാര്യദർശിയെന്ന് അവളെ വിളിക്കാം. ആമിനയുടെ പറച്ചിലിലും രീതികളിലുമൊക്കെ എന്തോ വ്യത്യാസമുണ്ടെന്ന് ഉമ്മയും മെഹറും ഹുസൈനോട് പറഞ്ഞു.

വീട് മാറി വന്നതല്ലേ? അവരുടെ വീട്ടരെ പോലെയാവില്ല നമ്മൾ. അതൊക്കെ മാറിക്കൊള്ളും' – ഹുസൈൻ അവരെ സമാധാനിപ്പിച്ചു. പക്ഷെ, വീട്ടിലുള്ള സമയം ആമിനയെ അയാൾ കൂടുതൽ ശ്രദ്ധിച്ചു.

ആദ്യരാത്രി തുടങ്ങിയതും ശരിയായിട്ടല്ല. കിടക്കയുടെ അരികിൽ പ്രതിമ പോലെ ആമിന ഇരുന്നു. ചോദ്യങ്ങൾക്കൊക്കെ എന്തോ ഒരുമാതിരി ഉത്തരം. ചിലത് ശരി. ചിലത് തെറ്റ്. ചിലത് ശരിയോ തെറ്റോയെന്ന് അയാൾക്ക് പിടി കിട്ടിയുമില്ല.

'നീ പറയുന്നത് പിടി കിട്ടുന്നില്ല. ഒന്നു തെളിച്ചു പറ', ഹുസൈൻ ആവശ്യപ്പെട്ടു.

ചിലപ്പോൾ അവൾ അത് കേട്ടതായി ഭാവിച്ചില്ല. ചിലപ്പോൾ ഉത്സാഹത്തോടെ വിശദീകരണം നൽകാൻ ശ്രമിച്ചു. പറയുന്നതിലെ പകുതി കാര്യങ്ങളും തമ്മിൽ ബന്ധമില്ല. പൂക്കളെയും യാത്രകളെയും കൂട്ടുകാരികളെയും കുറിച്ചൊക്കെ ചിലത് പറയുന്നുണ്ട്.

ഇവൾ ചിന്തിക്കുന്നതും ചെ.യ്യുന്നതുമൊന്നും തമ്മിൽ ബന്ധമില്ല. നമ്മളെപ്പോലല്ല.. എന്തോ കാര്യമായി കുഴപ്പമുണ്ട്. ഹുസൈന് അത്രക്ക് മനസിലായി. ഹൈസ്ക്കൂൾ വിദ്യാഭ്യാസവും അൽപം മതപഠനവും മാത്രമെയുള്ളൂവെങ്കിലും, ജീവിതത്തിൽ ക്ഷമയും വിവേകവും കാണിക്കേണ്ട സന്ദർഭമാണ് വിവാഹത്തിന്റെ ആദ്യനാളുകൾ എന്ന് ആ ചെറുപ്പക്കാരന് അറിയാം.

ഹുസൈൻ ആശ വെടിഞ്ഞില്ല. കൈയിൽ കൂട്ടിപ്പിടിച്ചപ്പോൾ ആമിന എതിർത്തില്ല. നെഞ്ചിൽ ചേർത്ത് നിർത്തിയപ്പോൾ ആമിന ചിരിച്ചു. ചെറിയ ഒരു ചിരി. അതോടെ ഹുസൈന് ഉത്സാഹമായി. നന്നായി ഒന്നു കൂടെ ചേർത്ത് നിർത്തി ചുംബിക്കാൻ ഒരുമ്പെട്ടപ്പോൾ അവൾ വീണ്ടും ചിരിച്ചു. അത്ര ചെറുതല്ലാത്ത ചിരി. ഹുസൈൻ ഇളിഭ്യനായി. 'ഇങ്ങനെ ചിരിക്കാതെ പൊന്നേ', എന്നോ മറ്റോ പറഞ്ഞു കൊണ്ട് വായ പൊത്തിപ്പിടിക്കാൻ ഹുസൈൻ തുനിഞ്ഞപ്പോൾ ആമിനയുടെ ചിരി ഉറക്കെയായി. നിർത്തലില്ലാതെ ഉറക്കെ ഉറക്കെ ചിരിച്ചുകൊണ്ട് ആമിന കുളിമുറിയിലേക്ക് ഓടി. തലയിലൂടെ വെള്ളം കോരി ഒഴിച്ച്, മുടി വിടർത്തി, വസ്ത്രങ്ങളെല്ലാം നനഞ്ഞ് കുതിർന്ന് അവൾ മുറിയിലേക്ക് ഓടി വന്നു. തുടരെ തുടരെ ചിരിച്ചു കൊണ്ട്.

ഹുസൈന് കാര്യം മനസിലായി. ആമിനയുടെ ബുദ്ധിക്ക് സ്ഥിരതയില്ല.

അടുത്ത മുറികളിലെല്ലാം വെളിച്ചം തെളിഞ്ഞു. അച്ഛനമ്മമാരും സഹോദരങ്ങളും വാതിലിൽ എത്തി. വാതിൽ തുറന്ന് ഹുസൈൻ പുറ

ത്തിറങ്ങിയപ്പോഴും ആമിന തുടരെതുടരെ ചിരിക്കയാണ്. വീട്ടുകാർക്കും കാര്യം പിടികിട്ടി. വളരെക്കാലം കൂടി വീട്ടിലെത്തിയ പുതുപെണ്ണിന് ഭ്രാന്താണ്. ഭ്രാന്തിപ്പെണ്ണിനെ കാര്യം മറച്ചു വച്ച് കെട്ടിച്ചു വിട്ടതാണ്.

കുടുംബ സുഹൃത്തും ഉപദേശകനും ഒക്കെയായ മുസലിയാരെ രാവിലെ തന്നെ വിളിപ്പിച്ചു. ഈ വിവാഹത്തിന് ഒരു തരത്തിൽ മധ്യസ്ഥത വഹിച്ചതും ഹുസൈന്റെ ഉമ്മയുടെ ബന്ധുകൂടിയായ മുസലിയാരാണ്.

'ഈ പെണ്ണിന് തലക്ക് വെളിവില്ല. ങ്ങള് പറഞ്ഞത് കൊണ്ടാണ് ഈ കല്യാണത്തിന് ഒരുമ്പെട്ടത്. ഇത് കൊലച്ചതിയാണ്.'

ഹുസൈന്റെ ഉമ്മ മുസലിയാരോട് നേരിട്ടു പറഞ്ഞു, മുസലിയാർ വഴങ്ങിയില്ല.

'പെണ്ണിന് എന്തെങ്കിലും കുഴപ്പമുള്ളതായി താൻ അറിഞ്ഞിട്ടേയില്ല. പറ്റാവുന്നത് പോലെയൊക്കെ അന്വേഷിച്ചിട്ടാണ് കല്യാണത്തിന് മുൻകൈയെടുത്തത്'.

നമുക്കെന്തെങ്കിലും ക്രിയകൾ ചെയ്ത് പ്രശ്നം പരിഹരിക്കാമെന്നായി മുസലിയാർ. വീട്ടുകാരും അതിനോട് യോജിച്ചു.

നേരം വെളുത്ത ഉടനെതന്നെ ആമിനയുടെ വീട്ടിലേക്ക് ആളു പോയി, ആദ്യമൊക്കെ നിഷേധിച്ചെങ്കിലും ആമിനയുടെ വാപ്പയും ഉമ്മയും ആങ്ങളമാരും ഒടുവിൽ കാര്യം സമ്മതിച്ചു. മൂന്നു വർഷമായി ആമിന മാനസിക രോഗിയാണ്. അതിന് ചികിത്സ നടത്തിക്കൊണ്ടിരിക്കവെയാണ് കല്യാണം ആലോചിച്ചത്. വിവാഹം നടത്തിയാൽ അസുഖം പൂർണമായി മാറും എന്ന് പലരും പറഞ്ഞു. വിവാഹം ഉറപ്പിച്ചു കഴിഞ്ഞപ്പോൾ ആമിനക്ക് നല്ല സന്തോഷം. അവളുടെ അലസതയും ഇളക്കവുമെല്ലാം അപ്രത്യക്ഷമായി. രാവിലെ തന്നെ കുളിച്ചു വൃത്തിയാകും. വീട്ടുകാര്യങ്ങൾ നോക്കാൻ ഉമ്മയെ സഹായിക്കും. വിവാഹ കാര്യങ്ങളെക്കുറിച്ച് ഇടക്കിടെ ഉത്സാഹത്തിൽ സംസാരിക്കും. ഇത്ര സന്തോഷവും ഉന്മേഷവും ഉള്ള പെണ്ണിന് ഇനി ചികിത്സ എന്തിന്? അവശേഷിച്ച ഗുളികകളും ഗുളികയുടെ കുറിപ്പും ഉമ്മ തന്നെ എടുത്തു മാറ്റി. വീട്ടിൽ ബന്ധുക്കളും നാട്ടുകാരുമായി വളരെ പേർ വരുന്നതാണ്. ഗുളികയും, കുറിപ്പടിയും വല്ലവന്റെയും കൈയിൽ പെട്ടാലോ! ചികിത്സ നിർത്തി വച്ച് സന്തോഷത്തോടെ തന്നെ വീട്ടുകാർ കല്യാണം നടത്തി. രോഗം ഇത്ര വേഗം തിരിച്ചു വരുമെന്ന് അവർ കരുതിയില്ല. ഒന്നും മന:പൂർവം മറച്ചു വച്ചല്ല കല്യാണം നടത്തിയത്. മറച്ചു വയ്ക്കേണ്ട കുഴപ്പമൊന്നും ആ സമയത്ത് പെണ്ണിന് ഉണ്ടായിരുന്നില്ല. ഇതാണ് അവരുടെ നിലപാട്.

രോഗ നിർണയം എളുപ്പമായിരുന്നു. ദീർഘകാല ചികിത്സ ആവശ്യമുള്ള സ്കിസോഫ്രേനിയ വിഭാഗത്തിൽ പെട്ട രോഗമാണ് ആമിനക്ക്. ചികിത്സ ആരംഭിച്ചു. ഇതിനിടെ, ഇരുവീട്ടുകാരും തമ്മിൽ അനുനയ ശ്രമം നടത്തി. പക്ഷേ, ഹുസൈന്റെ വീട്ടുകാർ കർശനമായ നിലപാട് തന്നെയെടുത്തു. ഹുസൈൻ നല്ല ഭാവിയുള്ള ഒരു ചെറുപ്പക്കാരനാണ്, കോടതി കവലയിൽ, മെച്ചപ്പെട്ട ഒരു വലിയ പീടിക സ്വന്തമായുണ്ട്. സുമുഖനും ആരോഗ്യവാനും ദു:ശീലങ്ങൾ ഒന്നും ഇല്ലാത്തവനും ആണയാൾ. ഭ്രാന്തിയെ ഭാര്യയാക്കി വച്ച് തുലയ്ക്കാനുള്ളതല്ല അയാളുടെ ജീവിതം. ബന്ധമൊഴിപ്പിച്ച് പെണ്ണിനെ അവളുടെ വീട്ടിൽ കൊണ്ടാക്കുക തന്നെ വേണം. അതു മാത്രമല്ല, രോഗവിവരം മറച്ചു വച്ച്, ഇങ്ങനെയൊരു പെണ്ണിനെ അയാളുടെ തലയിൽ കെട്ടിവച്ചത് വഞ്ചനയാണ്. പൊറുക്കാനാവാത്ത വഞ്ചന. അത് വെറുതെ വിടരുത്. ഹുസൈന്റെ വീട്ടുകാരുടെ നിലപാട് അതായിരുന്നു.

താനും തന്റെ വീട്ടുകാരും വഞ്ചിക്കപ്പെട്ടുവെന്ന കാര്യത്തിൽ ഹുസൈനും അഭിപ്രായ വ്യത്യാസമില്ല. വിവാഹ ബന്ധം ഒഴിഞ്ഞാലോ എന്ന് അയാളും ചിന്തിക്കാതിരുന്നില്ല. എന്നാലും, എന്തോ ഒരു മടി. ചികിത്സ നടക്കട്ടെ. രോഗം മാറട്ടെ. അതാണ് ഇപ്പോൾ പ്രധാനം. അതിനു ശേഷം ആലോചിച്ച് വേണ്ടത് ചെയ്യാം. ആമിനയുടെ വീട്ടുകാർ അവളുടെ രോഗ വിവരം മറച്ചു വച്ചത് തെറ്റ്. ആദ്യം തങ്ങൾ ചെന്ന് അവളുടെ തകരാറുകളെ കുറിച്ച് അറിയിച്ചപ്പോൾ, പഴയ അസുഖത്തിന്റെയും ചികിത്സയുടെയും കാര്യങ്ങൾ പറയാതെ പൊട്ടൻ കളിച്ചത് അതിലും വലിയ തെറ്റ്. സ്വത്തും പണവും ഒന്നുമില്ലെങ്കിലും, വിവാഹ സംബന്ധിയായ കാര്യങ്ങളിൽ ഒരു സത്യസന്ധത വേണം. അതില്ലാതെ, എങ്ങനെ കുടുംബങ്ങൾ തമ്മിൽ ബന്ധം തുടരും. കുടുംബാംഗങ്ങൾ തമ്മിൽ അവിശ്വാസവും നീരസവുമാണെങ്കിൽ എങ്ങനെ ഭാര്യാഭർത്താക്കൻമാർക്ക് രമ്യതയോടെ കഴിയാനാകും. വിവാഹം കഴിഞ്ഞിട്ട് ഒരു മാസം തികഞ്ഞിട്ടില്ല. സ്നേഹം, പ്രണയം എന്നതൊക്കെ പോട്ടെ പരസ്പരം ഇഷ്ടം തോന്നാൻ സഹായിക്കുന്ന ഒരു അടുപ്പവും തങ്ങൾക്കുണ്ടായിട്ടില്ല. വഴക്കും വക്കാണവും ഇല്ലാതെ ബന്ധം ഒഴിപ്പിച്ച് രണ്ടുപേരും രണ്ടു വഴിക്ക് പോകുന്നത് തന്നെയാണ് നല്ലത്. ഏതാനും ദിവസങ്ങൾക്കുള്ളിൽ ആമിനയുടെ രോഗലക്ഷണങ്ങൾ വളരെ കുറയുകയും ശീലക്കേടുകൾ മിക്കവാറും മാറുകയും ചെയ്തപ്പോൾ ഹുസൈന് ചിന്താക്കുഴപ്പമായി, ആമിനയെ മൊഴി ചൊല്ലാൻ തന്റെ വീട്ടുകാർ നിർബന്ധിക്കുകയാണ്. വേണ്ടായെന്നുണ്ടെങ്കിൽ പൊന്നും പണവും തിരികെ തന്ന് അങ്ങനെ

ചെയ്യുന്നതിൽ വിരോധമില്ലെന്ന് ആമിനയുടെ വീട്ടുകാരും തർക്കങ്ങൾക്കൊടുവിൽ സമ്മതിച്ചിരിക്കുകയാണ്.

വീട്ടിലും ആശുപത്രിയിലും ആമിനയെ പരിചരിച്ച് കൊണ്ടിരുന്ന ഹുസൈന്റെ ഇളയ പെങ്ങൾ, മെഹർ മാത്രം മറിച്ചാണ് പറഞ്ഞത്.

'ഓളൊരു പാവമാണിക്കാ; അവളെ കളയണ്ട'.

എന്തായാലും ഹുസൈൻ ആമിനയെ ഉപേക്ഷിച്ചില്ല.

കൃത്യമായ പരിശോധനക്കും ചികിത്സക്കുമായി ഹുസൈൻ ആമിനയെ കൊണ്ടുവരുമായിരുന്നു. ഇടയ്ക്കൊക്കെ മെഹർ കൂടെയുണ്ടാവും. മൊഴി ചൊല്ലാതെ ആമിനയെ താൻ സ്വീകരിച്ചത് വലിയൊരു വിപ്ലവവും ത്യാഗവും ആയെന്നൊന്നും ഹുസൈൻ കരുതിയതായി തോന്നിയില്ല. ചികിത്സ കൊണ്ട് ആമിനയുടെ സ്ഥിതി കുറെയധികം മെച്ചപ്പെട്ടു. ചികിത്സമുടങ്ങാതെയിരുന്നാൽ വലിയ പ്രശ്നങ്ങളൊന്നുമില്ലാതെ അവൾക്ക് വിവാഹ ജീവിതം തുടരാൻ സാധിക്കുമെന്ന് ഡോക്ടർ പറഞ്ഞത് തന്നെ അയാൾക്ക് ധാരാളമായിരുന്നു. ആശിക്കാനും, പ്രതീക്ഷിക്കാനും, ഒരുമിച്ച് ജീവിക്കാനും, അത് അയാൾക്ക് മതിയായ കാരണമായിരുന്നു.

ഹുസൈന്റെ കഥ ഇവിടെ അവസാനിപ്പിക്കുന്നതായിരുന്നു എനിക്കിഷ്ടം. എന്നാൽ അതിന് കഴിയില്ല. മനസുള്ള മനുഷ്യരുടെയും, മിക്കപ്പോഴും അത് ഇല്ലാത്ത ഒരു ലോകത്തിന്റെയും ഇടയിൽ, മദ്ധ്യസ്ഥനായും സാക്ഷിയായും നല്ല സമരിയാക്കാരനായും ഒക്കെ നിൽക്കേണ്ടി വരുന്ന മാനസികരോഗചികിത്സകന് ജീവിത കഥകൾ ഇഷ്ടമുള്ളിടത്ത് തുടങ്ങാനും അവസാനിപ്പിക്കാനും നിർവാഹമില്ല.

മാസങ്ങൾ കഴിഞ്ഞുകൊണ്ടിരുന്നു. ആമിനയുടെ അസുഖം ഒരുവിധം പൂർണമായി സുഖപ്പെട്ടു. വീട്ടുജോലികൾ നന്നായി ചെയ്യും. ഇതിനിടയിൽ അവൾ ഗർഭിണിയാവുകയും ഒരു പെൺകുഞ്ഞിനെ പ്രസവിക്കുകയും ചെയ്തു. എങ്കിലും ഹുസൈൻ അവളുടെ ചികിത്സ മുടക്കിയില്ല. രണ്ടു മാസത്തിൽ ഒരിക്കൽ കൃത്യമായി പരിശോധനയ്ക്കായി വരുമായിരുന്നു.

കുറേക്കാലത്തെ ഇടവേളയ്ക്ക് ശേഷം, ഹുസൈന്റെ പെങ്ങൾ മെഹർ ആമിനയോടൊത്ത് വന്നു തുടങ്ങിയതും ആയിടെയാണ്. ആമിനയുടെ കുഞ്ഞ് മെഹറിന്റെ ഒക്കത്തായിരിക്കും. മിക്കപ്പോഴും ഹുസൈൻ കൂടെ വരാറില്ല. ഒരിക്കൽ ഞാൻ അവരോട് ഹുസൈനെപ്പറ്റി അന്വേഷിക്കുകയും ചെയ്തു. അതുകൊണ്ടാകാം, അടുത്ത തവണ ആമിനയും മെഹറും വന്നപ്പോൾ ഹുസൈനും കൂടെ ഉണ്ടായിരുന്നു.

അയാൾ വളരെയധികം മാറിയിരിക്കുന്നതായി എനിക്ക് തോന്നി.

സ്വതേ പ്രസന്നമായിരുന്ന അയാളുടെ മുഖത്ത് ഗാഢമായ വിഷാദം. എന്തൊക്കെയോ അയാളുടെ ഉള്ളിൽ വിങ്ങുന്നത് പോലെ. ചികിത്സക്കു വേണ്ട നിർദ്ദേശങ്ങൾ നൽകി ആമിനയെയും മെഹറിനെയും മുറിക്ക് വെളിയിൽ പറഞ്ഞയച്ചിട്ട്, എന്താണ് ഹുസൈന്റെ വിഷമമെന്ന് ഞാൻ ആരാഞ്ഞു. കുറെയധികം നേരം അയാൾ നിശ്ശബ്ദനായിരുന്നു. മനസിൽ എന്തോ ചുറ്റിത്തിരയുന്നതു പോലെ. ചിന്തകളോ ഓർമ്മകളോ സംശയങ്ങളോ ആകാം. അയാൾ പറഞ്ഞു തുടങ്ങിയത് പെങ്ങൾ മെഹറിനെക്കുറിച്ചാണ്.

ഏഴെട്ടു മാസങ്ങൾക്കു മുമ്പാണ് അവളുടെ വിവാഹം നടത്തിയത്. (ഏതാനും മാസങ്ങളായി മെഹറിനെ കാണാനില്ലായിരുന്നുവെന്ന് അപ്പോൾ ഞാൻ ഓർത്തു). കുടുംബ മഹിമയും സാമ്പത്തിക ശേഷിയും ഒക്കെ നോക്കിയാണ് കല്യാണം നടത്തിയത്. ഒരു കൂപ്പു കോൺട്രാക്ടറായിരുന്നു വരൻ. എന്തുകൊണ്ടോ വിവാഹ ശേഷം ബഷീറിനും വീട്ടുകാർക്കും മെഹറിനെ ഇഷ്ടപ്പെട്ടില്ല. നാലഞ്ച് മാസങ്ങൾക്കുള്ളിൽ തന്നെ അവളുമായുള്ള വിവാഹബന്ധം തുടരേണ്ടതില്ല എന്ന് ബഷീർ നിശ്ചയിച്ചു. അവളുടെ സ്വഭാവവും രീതികളും ശരിയല്ല എന്ന കാരണമാണ് അയാൾ പറഞ്ഞത്. എന്താണ് ആ ശരിയല്ലായ്മകൾ എന്ന് ഹുസൈനും വീട്ടുകാരും ബഷീറിനോടും, ഉമ്മയോടും ആവർത്തിച്ചു ചോദിച്ചു.

'അവളുടെ നിൽപും നോട്ടവും വർത്തമാനവും അത്ര ശരിയല്ല എന്നാകും ഉത്തരം. നിൽപിനെന്താ കുഴപ്പം?'

'പെൺകുട്ടികൾ നിക്കുന്നതിന്റെ ഒരു ഒതുക്കമില്ല'.

ഹുസൈന് ദ്വേഷ്യം വന്നു. വീട്ടിലെന്നല്ല, ഒരിടത്തും അടക്കവും ഒതുക്കവുമില്ലാതെ തന്റെ അനുജത്തി മെഹർ നിൽക്കുന്നത് അയാൾ കണ്ടിട്ടില്ല.

'നോട്ടത്തിനെന്നാ കുഴപ്പം?'

'നോട്ടമോ? ഇങ്ങനെയാ പെൺകുട്ടികൾ ഒരാളെ നോക്കുക. നേരെ മുഖത്തേക്ക് നോക്കി, കാഴ്ച കാണുന്നത് പോലൊരു നോട്ടമാ മെഹറുന്നീസക്ക്.' ബഷീറിന്റെ ഉപ്പയാണത് പറഞ്ഞത്.

'നിങ്ങൾ പറയുന്നത് അപ്പടി പുളുവാണ്. അവടെ നിൽപിനും നോക്കിനുമൊന്നും ഒരു കുഴപ്പവുമില്ല പിന്നെ വർത്തമാനം – ഒരിക്കലും ആരെയും കുറ്റപ്പെടുത്തിയും വേദനിപ്പിച്ചും അവൾ വർത്തമാനം പറയില്ല. വാ തോരാതെ വളുവള പറയുകയുമില്ല. നിങ്ങൾക്ക് അവളെ കുറ്റം പറയാൻ സത്യത്തിൽ ഒരു കാരണവുമില്ല. ചുമ്മാ ഇല്ലാത്ത കാരണങ്ങൾ ഉണ്ടാക്കി, പ്രശ്നമുണ്ടാക്കുകയാണു നിങ്ങൾ'.

ഹുസൈന്റെ രക്തം തിളച്ചു.

രംഗം വഷളായി. ബഷീറും, സഹോദരൻമാരും ഹുസൈന് നേരെ ആക്രോശിച്ചു കൊണ്ടു വന്നു. സ്ത്രീകളും പരസ്പരം തർക്കിക്കുകയും ഭർത്സിക്കുകയും ചെയ്തു. ബഷീറിന്റെ വീട്ടുകാർ പിണങ്ങിയിറങ്ങിപ്പോയി.

ആചാരമനുസരിച്ചുള്ള മൊഴി ചൊല്ലലിന് വിശദമായി കാരണങ്ങൾ അന്വേഷിക്കേണ്ടതില്ല എന്ന് ഹുസൈനും വീട്ടുകാർക്കും അറിയാം. ഹുസൈനെ അത്ഭുതപ്പെടുത്തിയത് മെഹറിന്റെ ശാന്തതയായിരുന്നു. വീട്ടിൽ തിരിച്ചെത്തിയ അവൾ അടുക്കളയുടെയും ആമിനയുടെയും പരിചരണത്തിന്റെയും, അവരുടെ കുഞ്ഞിന്റെ സംരക്ഷണത്തിന്റെയും ചുമതല ഏറ്റെടുത്തു. സ്വന്തം വിവാഹ ജീവിതം മുറിഞ്ഞു പോയതിനെപ്പറ്റി മെഹർ ഒന്നും പറയാറില്ല. അവൾ കരയുന്നത് ഹുസൈൻ കണ്ടിട്ടില്ല.

അവൾ കരഞ്ഞില്ലെങ്കിലും, അവളെയോർത്ത് ഹുസൈൻ ഏറെ കരഞ്ഞു. കരുണയും ക്ഷമയും കാര്യപ്രാപ്തിയും ഒക്കെയുള്ള മെഹറിന്റെ ജീവിതത്തിലെ തിരിച്ചടി ഹുസൈനെ ഉലയ്ക്കുക തന്നെ ചെയ്തു. തന്റെയും അവളുടെയും വിവാഹ ജീവിതം ഒഴുകിയ വഴികളെ കുറിച്ച് അയാൾ മാറി മാറി ആലോചിച്ചു. പുതുപെണ്ണിന് ചിത്തഭ്രമമാണെന്നറിഞ്ഞിട്ടും അവളെ ചികിത്സിപ്പിച്ചു സുഖപ്പെടുത്തി കൂടെ താമസിപ്പിക്കാൻ തീരുമാനിച്ച അയാളെ അതിന് വേണ്ടി ഏറ്റവുമധികം പ്രേരിപ്പിച്ചത് അനുജത്തി മെഹറാണ്. വീട്ടുകാരുടെ സമ്മർദ്ദം, ആമിനയുടെ കുടുംബക്കാർ ചെയ്ത ചതിയിലുള്ള അമർഷം, ജീവിതത്തിന്റെ പ്രായോഗിക പരിഗണനകൾ ഇവയെല്ലാം ആമിനയുമായുള്ള ബന്ധം ഒഴിയാൻ തന്നെയാണയാളെ പ്രേരിപ്പിച്ചിരുന്നത്. മിക്കവാറും എല്ലാ രാത്രികളിലും ഭക്ഷണം കഴിഞ്ഞ് വിശ്രമിക്കുമ്പോഴാണ്, എന്തു ചെയ്യണമെന്നുള്ള ചിന്തയുടെ ഭാരവും വലിപ്പവും ഹുസൈനെ ബുദ്ധിമുട്ടിക്കുക. ആ സമയത്ത് മെഹർ അരികിലെത്തും.

'ആമിന നല്ലൊരു കുട്ടിയാണിക്കാ.'

അവൾ പല തവണ പറഞ്ഞിട്ടുണ്ട്.

'അവക്ക് മനസിന്റെ ഒരു അസുഖം വന്നത് കൊണ്ടല്ലെ, ഇങ്ങനെയൊക്കെ പെരുമാറിയത്? അസുഖം മാറുമെന്നു ഡോക്ടർ പറഞ്ഞില്ലെ?'

മെഹറിന്റെ ചോദ്യങ്ങളാണ്.

'അസുഖം വന്നത് അവളുടെ കുറ്റമല്ലല്ലോ. വീട്ടുകാര് അത് പറയാത്തതും അവളുടെ കുറ്റമല്ലല്ലോ. പിന്നെ, അവരെയും കുറ്റപ്പെടുത്താനാ

കുമോ ഇക്കാ. പെണ്ണിന് തലക്ക് സുഖമില്ല എന്നറിഞ്ഞാൽ ആരെങ്കിലും നമ്മുടെ നാട്ടിൽ നിക്കാഹ് നടത്താൻ വരുമോ?'

മെഹറിന്റെ വാദങ്ങൾ അങ്ങനെ തുടരും.

'പിന്നൊരു കാര്യം. ആമിനയെ എനിക്ക് വലിയ ഇഷ്ടമാണിക്കാ. ആകെ ഒരു മാസത്തെ പരിചയമേയുള്ളൂ. പക്ഷെ, ഒരുപാട് വർഷം ഒരുമിച്ച് ഒരു വീട്ടിൽ കഴിഞ്ഞത് പോലെയാണ് എനിക്ക് തോന്നുന്നത്.'

'അത് നമ്മുടെ വീട്ടിൽ വേറൊരു പെൺകുട്ടി ഇല്ലാത്തത് കൊണ്ടാ. ഇവള് പോയി, വേറൊരു കുട്ടി വന്നാലും നിനക്ക് അങ്ങനെ തന്നെ തോന്നും'. ഹുസൈൻ മറുവാദം പറഞ്ഞു.

'എങ്കിൽ പിന്നെ, എന്തിനാ ഇക്കാ, അവളെ പറഞ്ഞു വിടുന്നത്. അവളുടെ അസുഖം മാറുമെങ്കിൽ, അവളിവിടെ നിൽക്കട്ടെ.'

മെഹർ പകർന്ന വെളിച്ചം, തന്റെ മനസിലെ വഴി തെളിക്കുന്നതായി ഹുസൈന് തോന്നി. ആമിനയെ വേർപിരിയേണ്ടതില്ല എന്ന് അയാൾ തീരുമാനിച്ചു. വീട്ടിലെ മുതിർന്നവരെ തന്റെ നിലപാട് ബോധ്യപ്പെടുത്തുക പ്രയാസമായിരുന്നു. ആമിനയുടെ വീട്ടുകാർ തന്നെ, വിവാഹ മോചനം ആകാമെന്ന് സമ്മതിച്ച സ്ഥിതിക്ക്, എന്തിന് ഈ പൊല്ലാപ്പ് തുടർന്നു കൊണ്ട് പോകണമെന്ന് അവർ ചോദിച്ചു. ആദ്യത്തെ ചാഞ്ചാട്ടങ്ങൾക്ക് ശേഷം അയാളുടെ മനസ് ഉറച്ചു നിന്നു. ആമിനയെ താൻ ഉപേക്ഷിക്കില്ല.

ഏതാനും മാസങ്ങൾക്ക് മുൻപ് ഈ വീട്ടിൽ നീറിപ്പുകഞ്ഞത് തന്റെ വിവാഹത്തിന്റെ ഗതിയെക്കുറിച്ചുള്ള വ്യസനങ്ങളും തർക്കങ്ങളുമാണ്. ദൈവത്തിന്റെ കൃപ കൊണ്ടും, ചികിത്സ കൊണ്ടും ആമിനയുടെ രോഗം ഏതാണ്ട് പൂർണമായി മാറി. അവൾ ഭാര്യയെന്ന നിലയിലും, തന്റെ കുഞ്ഞിന്റെ അമ്മയെന്ന നിലയിലും തൃപ്തിയോടെ ജീവിക്കുന്നു, തനിക്ക് തൃപ്തി തരുന്നു. വീട്ടുകാരുടെ സന്ദേഹങ്ങളും മാറിക്കഴിഞ്ഞു. ആമിന ഈ വീട്ടിന്റെ നായികയാണിന്ന്.

പാവം മെഹറോ? അവളെ പോലെ സ്നേഹിക്കാനും സ്നേഹിക്കുന്നവരം സേവിക്കാനും കഴിയുന്ന പെൺകുട്ടികൾ അധികം ഉണ്ടാവില്ല. സ്വാർത്ഥതയും, ദുരാഗ്രഹവും, അസൂയയും വാശിയും വൈരാഗ്യവുമൊന്നും അൽപം പോലും അവൾക്കില്ല. ആരെയും പറ്റി അവൾ ദുഷിച്ചു സംസാരിക്കുന്നത് കേട്ടിട്ടില്ല. ഏത് കുടുംബത്തിനും ഐശ്വര്യമായിരിക്കും അവൾ. ഏത് വീട്ടിലും വിളക്കായി വെളിച്ചം പരത്തും.

എന്തെങ്കിലും വീഴ്ചയോ, പ്രശ്നങ്ങളോ ഇല്ലാതെയാണ്, വിവാഹ ജീവിതത്തിൽ നിന്ന് അവളെ ബഷീറും വീട്ടുകാരും ഇറക്കി വിട്ടത്. പറ

യാൻ മാത്രമെങ്കിലും ഒരു കാരണം ആ വീട്ടുകാർക്ക് ചൂണ്ടിക്കാട്ടാനു ണ്ടായിരുന്നില്ല.

തന്റെ ജീവിതത്തിന് ഒരു ദിശാബോധം നൽകിയ മെഹറിന്റെ ദുർവിധി എങ്ങനെ ഉൾക്കൊള്ളണമെന്നറിയാതെ ഹുസൈൻ വിഷമിച്ചു.

സ്വന്തം ജീവിതത്തിനായി താൻ തിരഞ്ഞെടുത്ത വഴിയിലെ അതിരു കളും അടയാളങ്ങളും തെറ്റിപ്പോയില്ലേ എന്ന് അയാൾക്കു സംശയമാ യി, അയാളുടെ ചലനങ്ങൾ യാന്ത്രികമായി. ഉന്മേഷമില്ലാതെ, പ്രതീക്ഷ യുടെ ഈണമില്ലാത്ത ഇഴഞ്ഞ സ്വരത്തിൽ ഹുസൈൻ സംസാരിച്ചു. ഇടയ്ക്കിടെ സ്വയം ശപിച്ചു.

***

വർഷങ്ങൾക്ക് ശേഷം തിരുവനന്തപുരത്ത് വച്ചാണ് ഞാൻ അബ്ദുൾ റഹ്മാൻ മുസലിയാരെ കണ്ടത്. ജില്ലയുടെ അതിർത്തിയിലെ ഒരു ഹൈസ്ക്കൂളിലെ അറബി അദ്ധ്യാപകനാണ് മതപണ്ഡിതനും പ്രഭാ ഷകനുമായ മുസലിയാർ. തന്റെ ഭാര്യയെ പരിശോധിപ്പിക്കുവാനും ചികി ത്സിപ്പിക്കാനുമാണ് മുസലിയാരും എന്നെ സമീപിച്ചത്. ആറേഴു വർഷം മുമ്പാണ് ആയിഷയെ അദ്ദേഹം കല്യാണം കഴിച്ചത്. അവളെ പോലെ അലസതയുള്ള മറ്റൊരു സ്ത്രീയെ അദ്ദേഹം കണ്ടിട്ടില്ല. കേവലം അല സതയല്ല. ഒരു കാര്യത്തിലും തരിമ്പുപോലും ചൊടിയും ചുണയുമില്ല. പൊതുക്കാര്യ പ്രസക്തനും സൽക്കാര പ്രിയനും സമ്പന്നനുമാണ് മുസ ലിയാർ. ധാരാളം പേർ വീട്ടിൽ വരും. തന്റെ ഭാര്യ അവരോട് നന്നായി സംസാരിക്കണമെന്നും അവരെ സൽക്കരിക്കണമെന്നുമാണ് പുരോഗമ നാശയങ്ങൾ ഇഷ്ടപ്പെട്ടിരുന്ന മുസലിയാരുടെ ആഗ്രഹം. എന്നാൽ ആയിഷ അടുക്കളയിൽ ഒളിക്കുകയേയുള്ളൂ. നല്ല വസ്ത്രങ്ങൾ അണിഞ്ഞ് മോടിയോടെ ഒരുങ്ങി ഭാര്യ തന്നോടൊപ്പം ചടങ്ങുകളിൽ പങ്കെടുക്കണമെന്നും അദ്ദേഹം ആഗ്രഹിച്ചു. അതും നടപ്പില്ല. വീട്ടിന് വെളിയിൽ ഇറങ്ങാൻ തന്നെ ആയിഷക്ക് മടിയാണ്. ഉപദേശം, പ്രീണനം എന്നിവയിലൂടെ അവളെ മാറ്റിയെടുക്കാൻ മുസലിയാർ ശ്രമിച്ചു. പ്രീഡിഗ്രി വരെ പഠിച്ച അവളെ പത്രങ്ങളും വാരികകളും വായിക്കാനും അദ്ദേഹം പ്രേരിപ്പിച്ചു. അനുസരണയോടെ അവൾ അതെല്ലാം വായി ച്ചു. പക്ഷേ, പെരുമാറ്റം പഴയത് തന്നെ. ഭാര്യയെ നവീകരിക്കാനുള്ള ('നവീകരിക്കൽ' എന്ന പ്രയോഗം മുസലിയാരുടേത് തന്നെയാണ്) തന്റെ ശ്രമങ്ങളെല്ലാം വിഫലമായപ്പോഴാണ് മുസലിയാർ സൈക്യാട്രിസ്റ്റിന്റെ സഹായം തേടിയെത്തിയത്. അതിയായ അന്തർമുഖത്വമുള്ള

സ്കിസോയ്ഡ് വ്യക്തിത്വ വൈകല്യമാണ് ആയിഷയുടേതെന്നും ചികിത്സ കൊണ്ട് വലിയ പ്രയോജനം കിട്ടാൻ സാധ്യതയില്ല എന്നും ഞാൻ സൂചിപ്പിച്ചു.

അതൊരു പ്രത്യേക മാനസിക രോഗമല്ല. കുട്ടിക്കാലം മുതൽ രൂപപ്പെട്ടു വരുന്ന പോരായ്മകൾ ഉള്ള വ്യക്തിത്വ വൈകല്യമാണ്. ഇച്ഛാശക്തി, സാമൂഹ്യബോധം, ആശയവിനിമയത്തിനുള്ള താൽപര്യവും കഴിവും, എന്നിവയെല്ലാം, അതിയായ അന്തർമുഖ വ്യക്തിത്വമുള്ള (Schizoid Personality) ഇക്കൂട്ടരിൽ കുറവായിരിക്കും. മാനസിക രോഗങ്ങളെ ചികിത്സിച്ചു ഭേദമാക്കുന്നതു പോലെ ഈ അപാകതയുള്ള വ്യക്തിത്വ ഘടകങ്ങളെ മാറ്റിയെടുക്കാൻ വഴിയില്ല.

'അതായത് നമ്മുടെ ഭാര്യ ആയിഷക്ക് വലിയ വ്യത്യാസമൊന്നും ഉണ്ടാകില്ലായെന്നും നമ്മുടെ സങ്കല്പത്തിലെ ഭാര്യയാകാൻ സാധിക്കില്ലെന്നും അർത്ഥം, അല്ലേ ഡോക്ടർ'?. ഏതോ നാടകത്തിന്റെ ഡയലോഗ് പറയുന്ന മട്ടിൽ മുസലിയാർ പ്രതികരിച്ചു.

ഒരു നിമിഷം നിശബ്ദനായി ഇരുന്നിട്ട് മുസലിയാർ തുടർന്നു.

'ഓ, സാരമില്ല', ഭാര്യയുടെ തോളിൽ കൈവിരലുകൾ കൊണ്ട് തഴുകി അയാൾ തുടർന്നു. 'ഇവളെക്കൊണ്ട് ഉപദ്രവമൊന്നുമില്ല. അതു തന്നെ വലിയകാര്യം. എന്തായാലും ഇവൾ തന്നെയാണ് ഇനിയും നമ്മുടെ ബാര്യ, എന്നും നമ്മുടെ ബാര്യ. ദൈവം ഒരിക്കൽ നിശ്ചയിച്ചതല്ലേ? ഞാൻ സ്വീകരിച്ചതുമല്ലേ'?

'മതവും ആചാരവുമൊക്കെ ഉണ്ടെങ്കിലും, വേണമെങ്കിലും, അത് മാത്രം പോരല്ലോ മനുഷ്യന്. അത് പഠിപ്പിച്ചും പറഞ്ഞു കൊടുത്തും കഴിയുന്നവനും മനുഷ്യത്വം പ്രധാനമല്ലേ. എന്നെ വിശ്വസിച്ചു വീട്ടുകാർ ഇറക്കിവിട്ടതല്ലേ ആയിഷയെ. ഒന്നും അറിയാതെയും, ആലോചിക്കാതെയും അന്നുമുതൽ എന്റെ പുറകിൽ നടക്കുകയല്ലേ അവൾ? അവളെ ഞമ്മള് വിടാൻ പാടില്ല, അല്ലെ ഡോക്ട്റെ? നമ്മളെല്ലാം ആദ്യം മനുഷ്യർ, പിന്നെ നമ്മുടെ മതക്കാര്, ശരിയല്ലെ ഡോക്ടർ?

യാത്ര ചോദിച്ച് മുസലിയാർ എഴുന്നേറ്റു. അയാളുടെ ഉയരം കൂടിയ ശരീരവും, തൊപ്പിയുടെയും താടിയുടെയും ഇടയിലെ പ്രസന്നമായ മുഖവും, സ്ഫുടവും ശുദ്ധവുമായ ഉച്ചാരണവും, നാടകശൈലിയിലെ സംഭാഷണവും മനസിൽ തെളിഞ്ഞു നിൽക്കുന്നു.

ഹുസൈനും മുസലിയാരും ഓർമ്മയിൽ പൊന്തി വന്നു. ഇന്നും ജീവിക്കുന്ന പുരുഷന്മാരാണവർ. ആമിനയും ആയിഷയും മാനസികരോഗം ഉണ്ടെങ്കിലും അവരെ ആദ്യം മംഗല്യമണിയിച്ച പുരുഷന്മാർക്കൊപ്പം

ഇന്നും ജീവിക്കുന്നുണ്ട്. സ്നേഹവും കരുണയും ക്ഷമയും തുളുമ്പുന്ന മനസുള്ള മെഹർ, തന്റെ ദുർവിധിയിൽ പരാതിപ്പെടാതെയും ജീവിക്കുന്നു.

ഇതിലെ അധാർമ്മികതയും അയുക്തികതയും സാധാരണക്കാരനായ ഹുസൈന് മനസിലാക്കാവുന്നതിനപ്പുറമായിരുന്നു. അയാൾ ഉലഞ്ഞു പോയി.

ആഗ്രഹങ്ങൾ, സങ്കല്പങ്ങൾ, ആചാരങ്ങൾ എന്നിവയുടെ, പരിധികളും പ്രതലങ്ങളും തിരിച്ചറിഞ്ഞ മുസലിയാർ ഉലഞ്ഞതുമില്ല.

ശരിയത്തിലെ ശരി തെറ്റുകളെക്കുറിച്ചും, പൊതു സിവിൽ നിയമം, വരുത്താനും വരുത്താതിരിക്കാനുമുള്ള, പ്രേരണകളുടെയും പ്രയത്നങ്ങളുടെയും പരിണാമങ്ങളെക്കുറിച്ചും ഒന്നുമല്ല ഇവിടെ എഴുതിയത്. ആചാരങ്ങൾ നിലനിൽക്കുമ്പോൾ തന്നെ, സ്വന്തം ജീവിതത്തിലെ ശരികൾ, ഏട്ടിൽ നിന്നും ഓത്തിൽ നിന്നും അന്ധമായി സ്വീകരിക്കാതെ, ഹൃദയം കൊണ്ട് കണ്ടെത്താൻ ശ്രമിച്ച രണ്ടു മനുഷ്യരെക്കുറിച്ചാണ്.

പടവുകൾ

ഞായറാഴ്ച വൈകുന്നേരം സായാഹ്നയാത്രക്ക് കുടുംബവുമൊത്ത് ഇറങ്ങാൻ തുടങ്ങവെ ഫോൺ ബെല്ലടിച്ചു.

'ഗുഡ്മോണിംഗ് കുമാർ സാർ, ഞങ്ങൾ മെൻസ് ഹോസ്റ്റലിൽ നിന്ന് വിളിക്കുകയാണ്. ഇവിടൊരു വലിയ പ്രശ്നം ആണ്, സാറൊന്നു ഇവിടം വരെ വരണം.'

പുറത്തേക്ക് പോകാൻ ഇറങ്ങുകയാണെന്നും, രാത്രി എട്ടര മണിക്ക് മടങ്ങിയെത്തിയ ശേഷം വരാമെന്നും പറഞ്ഞപ്പോൾ, അവർ പരിഭ്രാന്തരായി.

'പോരാ സാർ... ഇവിടെ വലിയ ഒരു അപകടത്തിലാണ്, സാറൊന്ന് വന്ന് സഹായിക്കണം.'

അവർ കാര്യങ്ങൾ വിശദീകരിച്ചു. ഹോസ്റ്റലിൽ വസിക്കുന്ന മൂന്നാം വർഷ വിദ്യാർത്ഥിയായ രാംദാസ്, മാനസികനില തകരാറിലായി, അക്രമാസക്തനായി നിൽക്കുകയാണ്. ഹോസ്റ്റലിലെ ഗസ്റ്റ് വെയിറ്റിംഗ് റൂമിൽ കയറിയ അയാൾ വാതിൽ കുറ്റിയിട്ട് അകത്ത് ഒറ്റക്ക് നിൽക്കുകയാണ്. ടെലഫോൺ കയ്യിലെടുത്ത് ആരെയൊക്കെയോ വിളിച്ച് ഭീഷണിപ്പെടുത്തുന്നത് കേൾക്കാം. അടുത്ത കാലത്ത് ഹോസ്റ്റലിൽ സ്ഥാപിച്ച ടി.വി. അത്യുച്ചത്തിൽ പ്രവർത്തിപ്പിക്കുന്നു.

വെയിറ്റിംഗ് റൂമിൽ പത്രം വായിച്ചും ടി.വി. കണ്ടും കൊണ്ടിരുന്ന മൂന്നുനാലു പേരെ അയാൾ അസഭ്യം പറഞ്ഞ്, തല്ലിയോടിച്ചു. വാതിൽ കുറ്റിയിട്ടു. പുറത്ത് നിന്ന് വാതിലിൽ മുട്ടിയവരെ പുലഭ്യം വിളിച്ചു. വെന്റിലേറ്ററിലൂടെ കൈകടത്തി, വാതിലിന്റെ കുറ്റിയെടുക്കാൻ ശ്രമിച്ച ഒരാളുടെ കൈയിൽ തല്ലി. മുറിക്ക് വെളിയിൽ വരാൻ കൂട്ടാക്കുന്നില്ല. വെയിറ്റിംഗ് റൂമിലെ വാട്ടർ ടാപ്പ് തുറന്നു വിട്ട്, മുറിക്കകത്താകെ വെള്ളം ഒഴുകുകയാണ്.

രാംദാസിനെ പറ്റി അന്വേഷിച്ചു.

'കഴിഞ്ഞ മാസമായിരുന്നു അവനും ഞാനുമടങ്ങിയ ബാച്ച് സാറിന്റെ യൂണിറ്റിൽ ക്ലിനിക്കൽ പോസ്റ്റിംഗ് നടത്തിയത്. പൊക്കം കുറഞ്ഞ്, ചെറിയ മീശയുള്ള രാംദാസ്. ഡെലിറിയം രോഗിയുടെ കേസ് സാറിന്റെ ക്ലിനിക്കിൽ പ്രസന്റ് ചെയ്ത രാംദാസിനെ സാർ വളരെ അഭിനന്ദിച്ചു. നേരിൽ കണ്ടാൽ അവനെ സാറിന്നറിയും', സതീഷ് പറഞ്ഞു.

രാംദാസെന്ന ആ വിദ്യാർത്ഥിയെ ഏതാണ്ട് ഊഹിച്ചെടുക്കാൻ കഴിഞ്ഞു. പഠനത്തിലും, പഠനേതര പരിപാടികളിലും വളരെ മികച്ച ബാച്ചാണ്. അതിലെ മിക്ക കുട്ടികളെയും പരിചയമുണ്ട്.

സായാഹ്ന സവാരിയുടെ പരിപാടി മതിയാക്കി, കാറിലേറി ഹോസ്റ്റലിലേക്ക് തിരിച്ചു. ആശുപത്രിയിലെ വാർഡിൽ വിളിച്ച്, ഒരു രോഗിയെ അടിയന്തിരമായി പ്രവേശിപ്പിക്കാൻ തയ്യാറായിരിക്കണമെന്ന് നിർദ്ദേശിച്ചു. വഴിക്ക് പോലീസ് സ്റ്റേഷനിൽ കയറി, ഹോസ്റ്റലിൽ, മനസിന് അൽപം തകരാറുള്ള ഒരു വിദ്യാർത്ഥി അക്രമാസക്തനായി നിൽപുണ്ടെന്നും, ആവശ്യമെങ്കിൽ, അയാളെ നിയന്ത്രിക്കാൻ സഹായം നൽകണമെന്നും അഭ്യർത്ഥിച്ചിട്ടാണ് ഹോസ്റ്റലിലേക്ക് കാർ ഓടിച്ചത്.

കോളേജിന് പിന്നിൽ വിജനമായ ഒരു കുന്നിൻചരിവിലാണ് ആൺകുട്ടികളുടെ ഹോസ്റ്റൽ. അവിടെയെത്തിയപ്പോൾ, താഴത്തെ റൂമിനു മുന്നിൽ പത്തുമുപ്പതു വിദ്യാർത്ഥികൾ കൂടിയിട്ടുണ്ട്. അവരുടെ മുഖത്ത് പരിഭ്രമവും ഉദ്വേഗവും കാണാനുണ്ട്.

കാറിന് സമീപത്തേക്ക് നാലഞ്ചു കുട്ടികൾ ഓടിയെത്തി. ഉച്ചക്ക് ഊണു കഴിക്കാൻ എത്തിയപ്പോൾ രാംദാസിന്റെ പെരുമാറ്റത്തിൽ അസാധാരണമായി ഒന്നും കണ്ടില്ല. പക്ഷെ, തലേ ദിവസം അയാൾ മൂന്നു നാലു പേരോട് വഴക്കിട്ടു. സ്വതേ വളരെ ശാന്തനും സൗമ്യനുമാണ് രാംദാസ്. നേരത്തെ മാനസിക രോഗം എന്തെങ്കിലും ഉണ്ടായതായി ആർക്കും അറിയില്ല.

വാതിലിൽ മുട്ടി, അയാളെ പല തവണ വിളിച്ചു. ഓരോ തവണ വാതിലിൽ മുട്ടുമ്പോഴും അകത്ത് നിന്ന് അയാൾ മറുപടിയെന്നോണം വാതിലിൽ ശക്തിയായി ഇടിച്ചു.

'രാംദാസ്... ഞാൻ ഡോ. കുമാർ. സൈക്യാട്രിയിലെ ഡോ. കുമാർ... വാതിൽ തുറക്കൂ'.

ഞാൻ ഉറക്കെ പറഞ്ഞു. കൂടെ നിന്ന് വിദ്യാർത്ഥികൾ അതേറ്റെടുത്ത് ഉറക്കെ വിളിച്ചു പറഞ്ഞു.

'എടാ രാംദാസെ, കുമാർ സാറാണെടാ... നമ്മുടെ കുമാർ സാർ, നീ ഒന്നു വെളിയിൽ വാ..'

അകത്ത് തികഞ്ഞ നിശ്ശബ്ദത.

എന്റെ അഭ്യർത്ഥനയും, കുട്ടികളുടെ സംഘം ചേർന്നുള്ള അഭ്യർത്ഥനയും വീണ്ടും ആവർത്തിച്ചു.

ജീപ്പിന്റെ ശബ്ദം കേട്ട് തിരിഞ്ഞു നോക്കി. സ്റ്റേഷനിൽ നിന്ന് എസ്.ഐ.യും മൂന്നു പോലീസുകാരും കയറിയ പോലീസ് ജീപ്പും ഹോസ്റ്റൽ മുറ്റത്ത് വന്നു നിന്നു. ആവശ്യമുണ്ടെങ്കിൽ, അറിയിക്കുമ്പോൾ വന്നാൽ മതിയെന്നാണ് അവരോട് പറഞ്ഞതെങ്കിലും, അവർ സ്വന്തം നിലയിൽ, കരുതലോടെ എത്തിയതാണ്. എസ്.ഐ.ക്ക് എന്നെ നേരിട്ട് പരിചയമുണ്ട്.

തൽക്കാലം, അവർ ജീപ്പിൽ തന്നെ ഇരുന്നാൽ മതിയെന്ന് നിർദ്ദേശിച്ച്, വീണ്ടും ഞാൻ വെയിറ്റിംഗ് റൂമിലെ വാതിലിനു മുൻപിലെത്തി. അകത്ത് നിശബ്ദത തന്നെയാണ്.

'സാർ, കുമാർ സാർ.. സാർ പോലീസിനെയും കൂട്ടിക്കൊണ്ടാണോ വന്നത്,' അകത്ത് നിന്ന് രാംദാസിന്റെ ചോദ്യം.

ജീപ്പിന്റെ ശബ്ദമോ, പുറത്ത് നടന്ന സംസാരമോ രാംദാസ് കേട്ടിരിക്കുന്നു എന്ന് വ്യക്തം.

'അല്ല, അല്ല രാംദാസ്... പോലീസ് വന്നിട്ടുണ്ട്. അവരെ കൂട്ടിക്കൊണ്ടു വന്നതല്ല'

'ഞാനെന്ത് ചെയ്യണം സാറെ? ഞാൻ വെളിയിൽ വരുന്നതെന്തിന്?'

'വെളിയിൽ വരണം. വെളിയിൽ വന്നാൽ നമുക്ക് സംസാരിക്കാം.'

വീണ്ടും നിശ്ശബ്ദത.

പൊടുന്നനെ വാതിൽ മലർക്കെ തുറന്നു. മുറിക്ക് മൂലയിൽ, കൈയിലൊരു ലോഹ പൈപ്പിന്റെ കഷണവുമായി, ബനിയനും ലുങ്കിയും ധരിച്ച രാംദാസ്. പത്രങ്ങളും മാസികകളും മുറിയിൽ ചിതറിക്കിടക്കുന്നു. അടുത്തയിടെ സ്ഥാപിച്ച ടിവി.യുടെ ഒരു വശം തകർന്നിട്ടുണ്ട്.

വാതിൽ തുറന്നയുടൻ പത്ത് പന്ത്രണ്ട് പേർ ഒരുമിച്ചു മുറിയിലേക്ക് കയറി രാംദാസിനെ സമീപിക്കാൻ ഒരുങ്ങി.

'ഒരടി മുന്നോട്ടു വച്ചാൽ, എല്ലാത്തിനെയും ഞാൻ കൊല്ലും'. രാംദാസ് അലറി.

അവർ പിൻവാങ്ങി.

'സതീശനും കോശിയും മാത്രം എന്റെയടുത്ത് വാ.. പിന്നെ സാറും. ഞാൻ സാറിനോട് സംസാരിക്കാം.' രാംദാസ് ശാന്തനായി പറഞ്ഞു.

കസേരകളൊന്നിൽ ഇരുന്ന്, അയാളെ സംസാരിപ്പിക്കാൻ ശ്രമിച്ചു.

'രാംദാസ് എന്ത് പറ്റി? എന്താണ് വിഷമം എന്ന് ഒന്നു പറയൂ.'

'വിഷമം... വിഷമം. ആർക്ക്. വിഷമം അത് ആർക്കും പറയാം. സാറിനും വിഷമമില്ലേ.. പിന്നെ ഇവൻ, ഈ കോശിക്ക് വിഷമമില്ലേ. അവന്റെ കാമുകി അവനെ തഴഞ്ഞു, സാർ. പെൺപിള്ളാരെല്ലാം ചതിച്ചികളാണ്. അല്ലെ സാർ?' രാംദാസ് നിറുത്താതെ സംസാരിക്കുകയാണ്.

'രാംദാസ്, നമുക്ക് സ്വസ്ഥമായി സംസാരിക്കാം'

ചുറ്റുപാടും കണ്ണോടിച്ചു കൊണ്ട് രാംദാസ് പറഞ്ഞു.

'സംസാരിക്കാം. പക്ഷെ, ഈ ചെറ്റകളൊക്കെ വെളിയിൽ പോകണം. സതീശനും കോശിയും സാറും മാത്രം.' രാംദാസ് സംസാരിക്കാനുള്ള വ്യവസ്ഥകൾ വച്ചു.

രാംദാസ്... നമുക്ക് ആശുപത്രിയിൽ എന്റെ മുറിയിലേക്ക് പോകാം. അവിടെയിരുന്ന് വിശദമായി സംസാരിക്കാം. അതല്ലെ നല്ലത്?

'ശരി.. ശരി. സാർ പറയുന്നത് പോലെ', ഹോസ്റ്റലിന്റെ മുറ്റത്ത് കിടന്ന കാറിനടുത്തേക്ക് രാംദാസ് നടന്നു.

സതീശൻ അൽപം പരുങ്ങുന്നതു കണ്ടു. അയാൾ അടുത്ത് വന്നു. മെല്ലെ ചെവിയിൽ പറഞ്ഞു,

'സാർ... സാറിന്റെ കാറിൽ ഇവനെ കയറ്റി സാർ ഡ്രൈവ് ചെയ്യുന്നത് അൽപം റിസ്ക് അല്ലെ? ഞങ്ങൾ അവനുമായി മറ്റൊരു കാറിൽ വരാം.'

വളരെ ശബ്ദം താഴ്ത്തി, മന്ത്രിക്കുന്ന മട്ടിലാണ് സതീശൻ അത് പറഞ്ഞതെങ്കിലും രാംദാസ് അത് കേട്ടു. അയാൾ പറഞ്ഞു,

'ഒരു റിസ്കുമില്ല.. ഞാൻ സാറിന്റെ കാറിൽ മാത്രമെ കയറുകയുള്ളൂ.' അയാൾ മുമ്പിലെ ഇടതുവശത്തെ സീറ്റ് തുറക്കാൻ ശ്രമിച്ചു. സതീശനും കോശിയും കൂടി അയാളെ പിന്നിലെ സീറ്റിൽ കയറാൻ ഒരു ശ്രമം നടത്തി. രാംദാസ് വഴങ്ങിയില്ല.

'ഞാൻ മുൻവശത്ത് സാറിന്റെ ഒപ്പമേ ഇരിക്കൂ. നിങ്ങൾ വേണമെങ്കിൽ പുറകോട്ട് കയറിക്കോ.'

ഇടതുവശത്തെ സീറ്റിൽ രാംദാസിനെയിരുത്തി ആശുപത്രിയിലേക്ക് പുറപ്പെട്ടു. നാലാം വാർഡിലാണ് മാനസികരോഗ വിഭാഗം പ്രവർത്തിക്കുന്നത്. അവിടേക്ക് നേരിട്ട് കയറാൻ ഒരു പ്രവേശന വാതിലുണ്ട്.

താക്കോൽ കൊണ്ടു വന്നു. ഓഫീസ് റൂം തുറക്കുന്നതിന് ശ്രമിക്കുന്നതിനിടയിൽ, രാംദാസ് വാർഡിലേക്ക് നടന്നു. നഴ്സിംഗ് സ്റ്റേഷനു സമീപം, വിദ്യാർത്ഥികൾക്ക് ക്ലിനിക്കൽ ക്ലാസുകൾ എടുക്കുന്ന ഒരു ചെറിയ ഹാളുണ്ട്. അതിന്റെ വാതിൽ തള്ളിത്തുറന്ന് അയാൾ അകത്ത് കയറി.

അവിടെ രോഗികൾക്ക് വിശ്രമിക്കാൻ വീതി കുറഞ്ഞ ട്രോളി പോലൊരു കിടക്കയുണ്ട്. അതിൽ കയറി ഇരുന്നു.

സാർ... സാറിന്റെ ഡെലിറിയം ക്ലിനിക്ക് വെള്ളിയാഴ്ച ഇവിടെ വച്ചായിരുന്നല്ലോ. അയാൾ കണ്ണടച്ചിരുന്ന് ഡെലിറിയത്തിന്റെ വിവരണം തുടങ്ങി.

വെള്ളിയാഴ്ച അയാൾ പ്രസന്റ് ചെയ്ത രോഗിയുടെ വിവരണവും ഡെലിറിയത്തെപ്പറ്റി ഞാൻ പരാമർശിച്ച കാര്യങ്ങളും, ഒരു വാക്കും വരിയും തെറ്റാതെ അയാൾ പറഞ്ഞു തീർത്തു.

'കുമാർ സാർ... എനിക്ക് ഡെലിറിയം ഇല്ലല്ലോ.. എനിക്ക് ഓറിയന്റേഷൻ (സമയ-സ്ഥലകാലബോധം) പൂർണമാണ്. ഐ ആം നോർമൽ. സാർ യോജിക്കുന്നു?'

'രാംദാസ്.... രാംദാസിന്റെ മനസ് എക്സൈറ്റഡ് ആണ്.. അത് നല്ല അവസ്ഥയല്ല...'

'ഞാനൊരു ഇഞ്ചക്ഷൻ തരട്ടെ.'

'ഒരു ഉഞ്ചക്ഷനും വേണ്ട... ഒരു മരുന്നും വേണ്ട, സാർ.... ഞാനൊന്ന് വിശ്രമിക്കാം.' അയാൾ ട്രോളി കിടക്കയിൽ നീണ്ടു നിവർന്നു കണ്ണടച്ചു.

ബലംപ്രയോഗിച്ചു തന്നെ ഇഞ്ചക്ഷൻ നൽകേണ്ടി വരും.. വാർഡിലെ നഴ്സും നഴ്സിംഗ് അസിസ്റ്റന്റും അതിന് തയ്യാറെടുക്കുന്നതിനിടയിൽ രാംദാസ് പറഞ്ഞു.

'ഇല്ലെങ്കിൽ ഇഞ്ചക്ഷൻ എടുക്കാം... എനിക്കൊന്നു വിശ്രമിക്കണം. പക്ഷെ, കുമാർ സാർ തന്നെ ഇഞ്ചക്ഷൻ തരണം.'

അങ്ങനെ അയാൾക്ക് കുത്തിവെയ്പ് നൽകി. ഏഴെട്ടു മിനിട്ടുകൾ കഴിഞ്ഞപ്പോൾ അയാൾ ശാന്തനായി. ജീപ്പിൽ കാറിനെ അനുഗമിച്ചു വാർഡിന്റെ വെളിയിൽ കാത്തു നിന്ന പോലീസുകാർ യാത്ര പറഞ്ഞു പിരിഞ്ഞു. സതീശൻ, കോശി, രമേശ് തുടങ്ങിയ സഹപാഠികൾ കൂട്ടിരിപ്പുകാർ ആയി. പുരുഷ വാർഡിന്റെ അരികിലായി രണ്ടു കിടക്കകൾ ഇട്ട ചെറിയ മുറിയുണ്ട്. അവിടെയുള്ള കിടക്കയിലേക്ക് രാംദാസിനെ മാറ്റി. അയാളുടെ വീട് കാഞ്ഞിരപ്പള്ളിക്ക് സമീപം ഒരു ഗ്രാമത്തിലാണ്. വീട്ടിലേക്ക് വിവരം അറിയിക്കാനും, ഉത്തരവാദപ്പെട്ട ആരെയെങ്കിലും കൂട്ടിക്കൊണ്ടു വരാനും രണ്ടു സഹപാഠികൾ പോയി. രാത്രി തന്നെ രാംദാസിന്റെ മൂത്ത ജ്യേഷ്ഠൻ ആശുപത്രിയിൽ എത്തി.

അടുത്ത ദിവസം രാവിലെ റൗണ്ട്സിനു ചെന്നപ്പോഴും രാംദാസ് ഉറക്കത്തിലായിരുന്നു. അർദ്ധരാത്രിയോടടുത്ത് അയാൾ ഉണരുകയും, ചെറിയ തോതിൽ അക്രമാസക്തനാവുകയും ചെയ്തു. ഭാഗ്യത്തിന്,

നഴ്സ് നൽകിയ ഗുളികകൾ അയാൾ കഴിച്ചു. അത് വലിയ ഫലം ചെയ്തില്ല. അരമണിക്കൂർ കഴിഞ്ഞ് ഒരു പ്രാവശ്യം കൂടി ഇഞ്ചക്ഷൻ കൊടുത്തു.

നാലഞ്ചു ദിവസം ഗുളികകളോടൊപ്പം ഇഞ്ചക്ഷനും കൂടി നൽകിയപ്പോൾ അയാളുടെ നില വളരെ മെച്ചപ്പെട്ടു. അതിശക്തമായ മാനിയാ രോഗമാണ് അയാളെ ബാധിച്ചിട്ടുള്ളത്. നേരത്തെ അങ്ങനെയൊന്നും ഉണ്ടായിട്ടില്ല. അടുത്ത ബന്ധുക്കൾക്കാർക്കും മാനസിക രോഗവുമില്ല. എന്നാൽ അവരുടെ അമ്മയുടെ കുടുംബത്തിൽ ഒന്നുരണ്ടു പേർ മാനസിക രോഗത്തിന് ചികിത്സ എടുത്തിട്ടുള്ളതറിയാം. വിശദ വിവരങ്ങൾ ജ്യേഷ്ഠൻ ഗോപീദാസിനറിയില്ല.

പഠനത്തിൽ അതിസമർത്ഥനായിരുന്ന രാംദാസ് ക്ലാസിലെ ഒന്നാമനോ രണ്ടാമനോ ആയിരുന്നു. പത്താം ക്ലാസിൽ, വിദ്യാഭ്യാസ ജില്ലയിൽ ഒന്നാം സ്ഥാനത്ത്. മെഡിക്കൽ പ്രവേശന പരീക്ഷയിലും മികച്ച റാങ്ക്. അങ്ങനെയാണ് അതേ ജില്ലയിലെ മെഡിക്കൽ കോളേജിൽ പ്രവേശനം കിട്ടിയത്.

വീട്ടിലെ സാമ്പത്തിക സാഹചര്യങ്ങൾ മോശമായിരുന്നു. തടിമില്ലിൽ വിദഗ്ദ്ധ തൊഴിലാളിയായി ജോലി ചെയ്തിരുന്ന അച്ഛൻ നാരായണൻ ഒരു അപകടത്തെ തുടർന്ന് വികലാംഗനായി. ജോലി നഷ്ടപ്പെട്ടു. കമ്പനിയിൽ നിന്ന് കിട്ടിയ ചുരുങ്ങിയ ധനസഹായം കൊണ്ട്, ചെറിയൊരു സ്റ്റേഷനറിക്കട തുടങ്ങിയെങ്കിലും അത് ഇനിയും പച്ച പിടിച്ചിട്ടില്ല. നാട്ടുകാരോട് എല്ലാം കരുണയും സ്നേഹവും കാണിക്കുന്ന നാരായണേട്ടന് കച്ചവടം പറ്റിയ പണിയല്ല എന്നാണ് നാട്ടുകാരുടെ ഏകകണ്ഠമായ അഭിപ്രായം.

ഗോപീദാസ്, രാംദാസ്, ഏറ്റവും ഇളയ രാജലക്ഷ്മി, അമ്മ ഭാരതി അതാണ് ആ കുടുംബം. നാരായണന്റെ അപകടം, തുടർന്നുള്ള ചികിത്സ, എന്നിവ സൃഷ്ടിച്ച സാമ്പത്തിക ഞെരുക്കത്തിലും, സമ്മർദ്ദ സാഹചര്യത്തിലും പെട്ട് ഗോപിദാസിന്റെ കോളേജ് വിദ്യാഭ്യാസം മുടങ്ങി. കണക്കെഴുത്തും, വക്കീൽ ഗുമസ്ത പണിയുമൊക്കെയായി രണ്ടുമൂന്നു വർഷം അയാൾ പയറ്റി നോക്കി. ഒന്നും ശരിയാകുന്നില്ല. കാഞ്ഞിരപ്പള്ളിയിലും പരിസരത്തും റബ്ബർ തോട്ടം അഭിവൃദ്ധിപ്പെടുന്ന കാലമായിരുന്നു. നല്ല ഒരു തോട്ടത്തിൽ ഗോപിദാസ് ടാപ്പിംഗ് തൊഴിലാളിയായി ചേർന്നു. വിട്ടിലാർക്കും അതിനോട് യോജിപ്പുണ്ടായിരുന്നില്ല. ബന്ധുക്കളും കുടുംബസുഹൃത്തുക്കളും അനുകൂലമായിരുന്നില്ല. കോളേജിൽ ഡിഗ്രി കോഴ്സ് വരെ പഠിച്ച ഒരാൾ, ടാപ്പിംഗ് തൊഴിലാളിയൊന്നും ആകേണ്ട ആവശ്യ

മില്ല.

രണ്ടുമൂന്നു മാസം ടാപ്പിംഗ് ജോലി ചെയ്തു നോക്കാം. പറ്റുന്നില്ലെങ്കിൽ മറ്റേതെങ്കിലും പണി കണ്ടു പിടിക്കാം എന്നു കരുതിയാണ് ഞാൻ അതിന് പോയത്. പക്ഷെ, രണ്ടു മാസം കഴിഞ്ഞപ്പോൾ തന്നെ അത് അയാൾക്ക് ഇഷ്ടപ്പെട്ടു. നല്ല ശമ്പളം. ചിട്ടയും ഉറപ്പുമുള്ള ജോലി. വീട്ടിലെ മറ്റു കാര്യങ്ങൾ നോക്കാൻ സാവകാശവുമുണ്ട്.

രാംദാസ് മെഡിക്കൽ പ്രവേശന പരീക്ഷ എഴുതണമെന്ന് നിർബന്ധിച്ചത് ഗോപീദാസാണ്. അതിന് പ്രേരിപ്പിച്ചതാകട്ടെ, സ്കൂളിൽ അവനെ പഠിപ്പിച്ച അധ്യാപകരും. ഫീസും, ഹോസ്റ്റൽ ചിലവും, മറ്റ് ചിലവുകളുമായി, അയാളുടെ മെഡിക്കൽ പഠനത്തിന്റെ ചിലവ് ദുർവഹമാകുമെന്ന് വീട്ടിലെല്ലാവർക്കം ഉത്കണ്ഠയായിരുന്നു. ചെറിയ ഒരു തുക പ്രതിമാസ സ്കോളർഷിപ്പായി അവന് നല്കാമെന്ന് നാട്ടിലെ ഒരു സഹകരണ സ്ഥാപനം വാഗ്ദാനം നൽകി. അങ്ങനെയാണ് രാംദാസ് മെഡിക്കൽ വിദ്യാർത്ഥിയായതും, ഹോസ്റ്റലിൽ താമസം തുടങ്ങിയതും.

സ്വന്തം ജീവിത സൗഭാഗ്യങ്ങളെല്ലാം വേണ്ടെന്നു വച്ചിട്ട്, തന്നെ പഠിപ്പിക്കുന്നതിനായി തന്റെ ജ്യേഷ്ഠൻ ഗോപീദാസ് ചെയ്യുന്ന ത്യാഗത്തിന്റെ മഹത്വം രാംദാസ് തിരിച്ചറിയുന്നുണ്ട്. എല്ലാ മാസവും, ഹോസ്റ്റൽ ഫീസും മറ്റ് ചിലവുകൾക്കുമുള്ള തുകയുമായി ഗോപീദാസ് ഹോസ്റ്റലിൽ എത്തും. തന്റെ പഠന കാര്യങ്ങളും, പരീക്ഷകളിൽ കിട്ടുന്ന മെച്ചപ്പെട്ട മാർക്കും രാംദാസ് ജ്യേഷ്ഠനെ അറിയിക്കും. ലളിതമായ വസ്ത്രധാരണവും ജീവിത ശൈലിയുമാണ് രാംദാസിന്. ധനസ്ഥിതിയെക്കരുതി, ആവശ്യമുള്ള കാര്യങ്ങൾ ഒന്നും ഉപേക്ഷിക്കേണ്ടതില്ലെന്ന് ഗോപീദാസ് അനിയനോട് നിർദ്ദേശിക്കും. മാസത്തിൽ ഒരിക്കൽ രാംദാസ് ഞായറാഴ്ച വീട്ടിൽ പോയി അച്ഛനമ്മമാരെയും സഹോദരി രാജലക്ഷ്മിയെയും കാണും. രാംദാസിന്റെ ഹോസ്റ്റലിലെയും കോളേജിലെയും ഏറ്റവും അടുത്ത സുഹൃത്തുക്കളായ സതീശനെയും കോശിയെയും മറ്റ് മൂന്നു നാലു പേരെയും ഗോപിദാസ് പരിചയപ്പെട്ടിട്ടുണ്ട്.

ഒന്നാം വർഷം എം.ബി.ബി.എസ്. പരീക്ഷയിൽ ക്ലാസിൽ മൂന്നു വിഷയങ്ങളിലും ഏറ്റവും ഉയർന്ന മാർക്കും ഡിസ്റ്റിൻക്ഷനും നേടിയ അഞ്ചു വിദ്യാർത്ഥികളിൽ ഒരാൾ രാംദാസ് ആയിരുന്നു. അഭിമാനം കൊണ്ട് ഗോപീദാസിന്റെ കണ്ണു നിറഞ്ഞു.

പഠനത്തിൽ ഏറെ മെച്ചപ്പെട്ടു നിന്നെങ്കിലും രാംദാസിന് ഒരു അധമ മനോഭാവം (ഇൻഫീരിയോറിറ്റി കോംപ്ലെക്സ്) ഉണ്ടായിരുന്നതായി കൂട്ടുകാർക്ക് തോന്നിയിട്ടുണ്ട്. അയാളുടെ പൊക്കം കുറഞ്ഞ ശരീരവും,

ആകർഷകമല്ലാത്ത രൂപവും, വീട്ടിലെ പരിമിതമായ സാഹചര്യങ്ങളും കൂടി, അയാൾക്ക് സങ്കോചശീലം സൃഷ്ടിച്ചിരുന്നു. ഏറ്റവും അടുത്ത കൂട്ടുകാരോട് പോലും അയാൾ ഉള്ളു തുറന്നു സംസാരിക്കുക അപൂർവം.

'രാമൂ (രാംദാസിനെ അങ്ങനെയാണ് വീട്ടിൽ വിളിക്കുക) നീ നല്ല സ്മാർട്ട് ആയി എല്ലാരോടും പെരുമാറണം. പഠിത്തത്തിൽ മാത്രം മികച്ചതായാൽ പോരാ. പെരുമാറ്റത്തിലും മികച്ചതാകണം.'

ജ്യേഷ്ഠൻ അനുജന് ഇടക്കിടെ ഉപദേശം നൽകിയിരുന്നു. വില കൂടിയ ഒരു വാച്ച്, അയാൾ അനുജന് സമ്മാനിച്ചു. ഹോസ്റ്റൽ ചിലവുകൾക്കും മറ്റുമുള്ള തുക കൈമാറിയതിനു ശേഷം, ഒരു കവറിൽ രണ്ടായിരം രൂപ നൽകിയിട്ട് പറഞ്ഞു,

'നീ നല്ല രണ്ടു പാന്റ്സും മൂന്നു നാലു ഷർട്ടുകളും വാങ്ങണം.'

രാംദാസ് ജ്യേഷ്ഠൻ പറഞ്ഞതിലെ ശരി തിരിച്ചറിഞ്ഞു. അയാൾ വസ്ത്രധാരണം മെച്ചപ്പെടുത്തി. ഇടക്കിടെ കൂട്ടുകാരുമൊത്ത് സിനിമ കാണാനും, പുറത്ത് ഡിന്നർ കഴിക്കാനും പോയിത്തുടങ്ങി.

'അവൻ സ്മാർട്ട് ആയി വരുന്നതിൽ ഞാൻ സന്തോഷിക്കുകയായിരുന്നു....'

'അപ്പോഴാണ്, ഡോക്ടർ സാർ, ഇരുട്ടടി പോലെ അവന് ഇതു പറ്റിയത്.'

ഗോപിദാസിന്റെ കണ്ണിൽ വെള്ളം നിറഞ്ഞു. രാംദാസിനെ ബാധിച്ചിട്ടുള്ളത് ബൈപോളാർ ഉന്മാദ രോഗമാണെന്നും ചികിത്സ കൊണ്ട് നല്ല രോഗശമനം കിട്ടുമെന്നും പറഞ്ഞാശ്വസിപ്പിച്ചു.

നാലഞ്ചു ദിവസത്തിനുള്ളിൽ രാംദാസിന്റെ അവസ്ഥ വളരെ മെച്ചപ്പെട്ടു. അയാളുടെ ജ്യേഷ്ഠൻ ഗോപീദാസിനും, സുഹൃത്തുക്കളായ സതീശ്, കോശി തുടങ്ങിയവർക്കും വളരെ ആശ്വാസമായി.

അപ്പോഴാണ്, രണ്ടാമത്തെ പ്രഹരം കിട്ടിയത്. മാനസികരോഗം ബാധിച്ച വിദ്യാർത്ഥിയെ, മെഡിക്കൽ പഠനം തുടരാൻ അനുവദിക്കുന്നത് ശരിയല്ല എന്ന നിലപാട് കോളേജ് പ്രിൻസിപ്പാളും ചില അധികൃതരും സ്വീകരിച്ചു. അതിനു പശ്ചാത്തലമായി നിർഭാഗ്യകരമായ ഒരു സംഭവം ഉണ്ടായിരുന്നു. രണ്ടുമൂന്നു മാസങ്ങൾക്ക് മുൻപ്, മാനസികരോഗത്തിന് ചികിത്സയെടുത്തു കൊണ്ടിരുന്ന കോളേജിലെ ഒരു നാലാം വർഷ വിദ്യാർത്ഥി, ട്രെയിനിനു മുൻപിൽ ചാടി ആത്മഹത്യ ചെയ്ത ദുരന്തമുണ്ടായി. അയാൾ മാനസിക രോഗലക്ഷണങ്ങൾ പ്രകടിപ്പിച്ചിരുന്നെങ്കിലും, ആത്മഹത്യാ പ്രേരണ വെളിപ്പെടുത്തിയിരുന്നെങ്കിലും, ഹോസ്റ്റൽ അധികൃതരും കോളേജധികൃതരും വേണ്ടത്ര ശ്രദ്ധയും കരുതലും എടു

ത്തില്ല എന്ന് ആരോപണമുണ്ടായി. അമിതോത്സാഹക്കാരനായ ഒരു പ്രൊബേഷനറി ഐ.പി.എസ്. ഓഫീസർ, അന്വേഷണത്തിന്റെ പേരിൽ കോളേജ് പ്രിൻസിപ്പാളിനെയും ഹോസ്റ്റൽ വാർഡനെയും ഹോസ്റ്റൽ അന്തേവാസികളെയും ചോദ്യം ചെയ്യാൻ ഓഫീസിൽ കയറിയിറങ്ങി. ഈ ദുരനുഭവം സൃഷ്ടിച്ച അസഹ്യതയും മടുപ്പുമായിരുന്നു, രാംദാസിന്റെ കാര്യത്തിൽ കർശന നിലപാട് സ്വീകരിക്കാൻ പ്രിൻസിപ്പാളിനെയും, കോളേജ് മാനേജ്മെന്റ് കമ്മിറ്റിയെയും സീനിയർ പ്രൊഫസർമാരുടെ കമ്മിറ്റിയെയും പ്രേരിപ്പിച്ചത്. നിർഭാഗ്യവശാൽ കമ്മിറ്റി കൂടിയ ദിവസം ഞാൻ മധുര മെഡിക്കൽ കോളേജിൽ എം.ഡി. പരീക്ഷകനായി പോയിരിക്കുകയായിരുന്നു.

ഗോപിദാസ് നിറഞ്ഞ കണ്ണുകളോടെ, രാംദാസിന്റെ സഹപാഠികളുമൊത്ത് കാണാനെത്തി. മെഡിക്കൽ പഠനം പൂർത്തിയാക്കി, നല്ലൊരു ഡോക്ടറാവുക എന്നത് രാംദാസിന്റെ ജീവിത ലക്ഷ്യം ആണ്. അതിന് ഭംഗം സംഭവിച്ചാൽ അയാൾ ഹൃദയം പൊട്ടി മരിക്കും.

പ്രിൻസിപ്പാളിനെ നേരിൽ കണ്ട്, രാംദാസിന് ചികിത്സ കൊണ്ട് നല്ല രോഗശമനം കിട്ടിയിട്ടുണ്ടെന്നും, ഒന്നൊന്നര ആഴ്ചക്കകം ഡിസ്ചാർഡ് ചെയ്യാൻ കഴിയുമെന്നും അറിയിച്ചു. ഔഷധങ്ങൾ മുടങ്ങാതെ കഴിച്ചാൽ, അയാൾ രോഗത്തിൽ നിന്ന് പൂർണവിമോചനം നേടും. മെഡിക്കൽ പഠനം തുടരാൻ ഒരു തടസവുമില്ല.

നല്ലൊരു അധ്യാപകനും, ഭരണകർത്താവുമായിരുന്നു പ്രിൻസിപ്പാൾ. എങ്കിലും, രാംദാസിനെ കോഴ്സ് മതിയാക്കി ടി.സി. കൊടുത്ത് പറഞ്ഞയക്കണമെന്ന തീരുമാനം മാറ്റാൻ അദ്ദേഹം തയ്യാറായില്ല. രാംദാസിന്റെ വീട്ടിലെ മോശപ്പെട്ട സാമ്പത്തിക നിലയും പരാധീനതകളും സാഹചര്യവും, അയാളുടെ ജ്യേഷ്ഠന്റെ ത്യാഗവും അദ്ദേഹത്തോട് വിവരിച്ചു.

'തീരുമാനം എന്റേതു മാത്രമല്ല, കോളേജ് മാനേജ്മെന്റ് കമ്മിറ്റിയുടെ ഏകകണ്ഠമായ തീരുമാനമാണ്. എനിക്ക് മാത്രമായി അത് മാറ്റാൻ കഴിയില്ല.'

വിഷയം ഒന്നുകൂടി കമ്മിറ്റിയിൽ വയ്ക്കണമെന്ന നിർദ്ദേശം ഒടുവിൽ അദ്ദേഹം സ്വീകരിച്ചു. രാംദാസ് പൂർണമായി രോഗ ശമനം നേടുമെന്നുള്ള റിപ്പോർട്ട് സമർപ്പിക്കാൻ അദ്ദേഹം നിർദ്ദേശിച്ചു.

കോളേജിലെ സീനിയർ പ്രൊഫസർമാരാണ് കോളേജ് മാനേജ്മെന്റ് കമ്മിറ്റിയിലെ അംഗങ്ങൾ. ഏഴെട്ട് പ്രൊഫസർമാരെ നേരിട്ട് കണ്ട്, രാംദാസിന്റെ രോഗശമനത്തെ കുറിച്ച് വിശദീകരിച്ചു. അയാളെ മെഡിക്കൽ പഠനം തുടരാൻ അനുവദിക്കാവുന്നതാണെന്നും വിശദീകരിച്ചു. മൂന്നു

നാലു സീനിയർ പ്രൊഫസർമാർ, അടുത്ത മീറ്റിംഗിൽ എന്റെ ആ നിർദ്ദേശത്തെ അനുകൂലിക്കാമെന്ന് സമ്മതിച്ചു.

അടുത്ത മാസത്തെ മീറ്റിംഗിലാണ് വിഷയം വരിക. ഇതിനിടയിൽ രാംദാസിനെ ഡിസ്ചാർജ് ചെയ്ത് വീട്ടിലേക്ക് വിട്ടു. ഓരോ ആഴ്ചയും ചികിത്സാ പുരോഗതി വിലയിരുത്താൻ ഓ.പി.യിൽ വരാൻ നിർദ്ദേശിച്ചു. കോളേജിലെ അവധി അവസാനിപ്പിക്കാനും, പഠിത്തം തുടരാനുമുള്ള ആഗ്രഹം ഓരോ തവണയും രാംദാസ് പ്രകടിപ്പിച്ചു. അയാളുടെ പഠനം തുടരാനുള്ള അനുമതിക്ക് വേണ്ടി ഗോപീദാസ് കേണപേക്ഷിച്ചു കൊണ്ടിരുന്നു.

കോളേജ് മോനേജ്മെന്റ് കമ്മിറ്റിയിൽ രാംദാസിന്റെ പഠന വിഷയം വലിയ ചർച്ചയായി, കാര്യങ്ങൾ ബോധ്യപ്പെട്ടിരുന്ന നാലഞ്ചു പ്രൊഫസർമാർ അയാളുടെ പഠനം തുടരാൻ അനുവദിക്കണമെന്ന (എന്റെ) റിപ്പോർട്ടിനെയും നിർദ്ദേശത്തെയും പിന്താങ്ങി. മാനസിക തകരാറുള്ളയാൾ ഡോക്ടറാകുന്നത് വലിയ വിപത്താകാം എന്ന് ചൂണ്ടിക്കാട്ടി ചിലർ എതിർത്തു. പ്രിൻസിപ്പാൾ നിഷ്പക്ഷതയുടെ നിലപാട് പ്രദർശിപ്പിച്ചു. വിശദീകരണങ്ങൾക്കും, വ്യക്തിപരമായ നിവേദനങ്ങൾക്കും ശേഷം, താൽക്കാലികാടിസ്ഥാനത്തിൽ രാംദാസിനെ കോഴ്സ് തുടരാൻ അനുവദിക്കാമെന്നും, ഓരോ മാസവും അയാളുടെ മാനസിക നിലയെക്കുറിച്ച് വിശദമായ റിപ്പോർട്ട് ഞാൻ പ്രിൻസിപ്പാളിന് സമർപ്പിക്കണമെന്നും തീരുമാനമായി. പക്ഷെ, തുടർന്ന് ഹോസ്റ്റലിൽ അയാളെ താമസിപ്പിക്കാൻ സാധിക്കില്ല എന്ന തീരുമാനം കൂടി കമ്മറ്റി എടുത്തു. അയാൾ വീട്ടുകാരോടൊത്ത്, ഒരു വീട് വാടകക്കെടുത്ത് താമസിക്കേണ്ടതാണ്.

തൊഴുകൈയോടെയാണ് ഗോപീദാസ് ഈ തീരുമാനം സ്വീകരിച്ചത്. പക്ഷെ, വാടകക്ക് ഒരു വീടെടുത്ത് അവിടെ സാമസിക്കുന്ന കാര്യം, അവരുടെ സാമ്പത്തിക സ്ഥിതിക്ക് അപ്രാപ്യമാണ്. കോളേജിന് സമീപമുള്ള ഒന്നുരണ്ടു ലോഡ്ജുകളിൽ മുറി അന്വേഷിച്ചെങ്കിലും മാനസിക രോഗിയായ രാംദാസിനെ താമസിപ്പിക്കാൻ അവർ വിമുഖരായി. ഒടുവിൽ, അടുത്ത പരിചയക്കാരനായ ഒരു ലോഡ്ജ് ഉടമസ്ഥനുമായി സംസാരിച്ച് ഞാൻ അയാൾക്ക് മുറി ശരിയാക്കി. ഗോപിദാസ് കൃതജ്ഞതയോടെ കൈകൂപ്പിയാണ് പിരിഞ്ഞത്. മുടങ്ങാതെ മരുന്ന് കഴിക്കണമെന്നും, മാസത്തിൽ ഒരിക്കൽ കൃത്യമായി ചെക്കപ്പിന് വരണമെന്നും നിർദ്ദേശിച്ചാണ് അവരെ വിട്ടത്. അയാൾ മരുന്നു കഴിക്കുന്ന കാര്യം നിരീക്ഷിക്കാൻ അടുത്ത സുഹൃത്തുക്കളായ സഹപാഠികളെയും ഏർപ്പാട് ചെയ്തു, വിദ്യാർത്ഥികൾ തമ്മിൽ വളരെ മെച്ചപ്പെട്ട സുഹൃത് ബന്ധ

വും, മികച്ച അധ്യാപക-വിദ്യാർത്ഥി ബന്ധവുമുള്ള ആ മെഡിക്കൽ കോളേജിൽ, അതിന് സഹായകമായ അന്തരീക്ഷവും സാധ്യതയുമുണ്ടായിരുന്നു.

ഔഷധങ്ങൾ ക്രമമായി കഴിച്ചു കൊണ്ട് രാംദാസ് പഠനം തുടർന്നു. സമർത്ഥനായ വിദ്യാർത്ഥിയായി അയാൾ അംഗീകരിക്കപ്പെട്ടു.ഒരു വർഷം പിന്നിട്ടപ്പോൾ, അയാളുടെ ഔഷധ ചികിത്സ പിൻവലിക്കാനാകുമോ എന്ന് പരിശോധിക്കാൻ ശ്രമിച്ചു. പക്ഷെ, ഒന്നുരണ്ടു പ്രാവശ്യം കൂട്ടുകാരുടെ പ്രേരണയിൽ അയാൾ മദ്യസൽക്കാരത്തിൽ പങ്കെടുക്കുകയും, താൽക്കാലികമായി മാനസിക നിലയിൽ തകരാറു കാണിക്കുകയുമുണ്ടായി. ഇത് സാധാരണ സംഭവിക്കാറുള്ളതാണ്. മദ്യം, മയക്കുമരുന്നു പയോഗം എന്നിവ പ്രതിരോധ ചികിത്സയിൽ നിയന്ത്രിക്കപ്പെട്ട് ഇരിക്കുന്ന ഉന്മാദ രോഗങ്ങളെ ഉത്തേജിപ്പിക്കാറുണ്ട്. ഭാഗ്യത്തിന്, ഈ ഉത്തേജനങ്ങൾ രാംദാസിനെ ഉന്മാദത്തിന്റെ വലിയ തലത്തിൽ എത്തിച്ചില്ല. ആശുപത്രിയിൽ കിടത്താതെയും, കോളേജ് അധികൃതരെ അറിയിക്കാതെയും ഔഷധങ്ങൾ ക്രമീകരിച്ച് അയാളെ സാധാരണ സ്ഥിതിയിലാക്കാൻ കഴിഞ്ഞു. പക്ഷെ, പ്രതിരോധ ചികിത്സ സജീവമായി നിലനിറുത്തേണ്ടതാണെന്ന് ഈ സംഭവങ്ങൾ വ്യക്തമാക്കി. അതനുസരിച്ച് അയാളെ വാൽപ്രവേറ്റ് (Valproate) ഉപയോഗിച്ചുള്ള പ്രതിരോധ ചികിത്സയിൽ നിലനിറുത്തി.

രാംദാസ് ഫൈനൽ എം.ബി.ബി.എസിന് പഠിക്കുമ്പോൾ വീണ്ടും ശക്തിയായ രോഗബാധയുണ്ടായി. ആശുപത്രിയിൽ പ്രവേശിപ്പിച്ചു ചികിത്സിക്കേണ്ടി വന്നു. ഒരാഴ്ചക്കകം തന്നെ രോഗം നിയന്ത്രണത്തിലായി. പുതിയ പ്രിൻസിപ്പാൾ, പഠനം തുടരുന്ന കാര്യത്തിൽ എതിരഭിപ്രായം പറയുകയോ, തടസങ്ങൾ സൃഷ്ടിക്കുകയോ ചെയ്തില്ല. കൂട്ടുകാരുമൊത്ത്, വലിയ തോതിലുള്ള രണ്ടുമൂന്നു മദ്യ സൽക്കാരങ്ങളിൽ പങ്കെടുത്തതിനെ തുടർന്നാണ് രോഗബാധയുണ്ടായത്. ഔഷധങ്ങൾ തുടർന്നു പയോഗിക്കാൻ രാംദാസ് തയ്യാറായത് അയാളെ രക്ഷിച്ചുവെന്നു വേണം കരുതാൻ. ഫൈനൽ പരീക്ഷയിൽ അയാൾ മികച്ച വിജയം നേടി. ഹൗസ് സർജൻസി പൂർത്തിയായി വടക്കൻ കേരളത്തിലെ ഒരു പ്രമുഖ ആശുപത്രിയിൽ അയാൾ ജോലി നേടി.

ഒന്നു രണ്ടു വർഷങ്ങൾക്ക് ശേഷം, ജ്യേഷ്ഠൻ ഗോപിദാസുമൊത്ത് രാംദാസ് തന്റെ വിവാഹത്തിന് ക്ഷണിക്കാൻ എത്തി. വധു തൊടുപുഴയിലെ ഒരു സമ്പന്ന കുടുംബത്തിലെ അംഗമായ എം.ബി.ബി.എസ് കാരിയാണ്. മറ്റെന്തോ ജോലിത്തിരക്കുണ്ടായിരുന്നതിനാൽ, വിവാഹത്തിൽ

പങ്കെടുക്കാനായില്ല. മംഗളാംശംസകൾ അറിയിച്ചു.

വർഷങ്ങൾ ഏറെക്കഴിഞ്ഞിരിക്കുന്നു. ഈ കാലയളവിൽ രാംദാസിനെ പറ്റിയുള്ള വിവരങ്ങൾ ഇടക്കിടക്ക് അറിയുന്നുണ്ടായിരുന്നു. വിവാഹത്തിന് ശേഷം അയാൾ എം.ഡി. (ജനറൽ മെഡിസിൻ) പരീക്ഷ പാസായി. ഭാര്യ ഗൈനക്കോളജി എം.ഡി.യെടുത്തു. ഇരുവരും ചേർന്ന് കാഞ്ഞിരപ്പള്ളിക്ക് സമീപം സാമാന്യം വലിയ ഒരു സ്വകാര്യാശുപത്രി തുറന്നു. ഭാര്യ വീട്ടുകാരുടെ സാമ്പത്തിക സഹായം കൊണ്ടാണ് അത് സാധിച്ചത്. മികച്ച പ്രാക്ടീസ് ആണ് ഡോ. രാംദാസിന്. ചികിത്സാ പാടവം കൊണ്ടും, പെരുമാറ്റം കൊണ്ടും അയാൾ സമ്പത്തും, യശസും നേടിയെടുത്തു.

ഒരിക്കൽ പോലും ഈ കാലയളവിൽ അയാൾ വിളിക്കുകയോ, ബന്ധപ്പെടുകയോ ചെയ്തിട്ടില്ല. സൈക്യാട്രിസ്റ്റിന് ഇത്യാദി അനുഭവങ്ങൾ അപൂർവമല്ല. രോഗം സൃഷ്ടിക്കുന്ന മാനസിക ക്ലേശത്തിന്റെയും കളങ്കത്തിന്റെയും പശ്ചാത്തലത്തിൽ, രോഗത്തെക്കുറിച്ച് തോന്നുന്ന അപമാനബോധവും വിപ്രതിപത്തിയും, അത് ചികിത്സിച്ച സൈക്യാട്രിസ്റ്റിന്റെ മേലും ചാർത്തപ്പെടുക അസാധാരണമല്ല.

ബി.എസ്.സി. വിദ്യാർത്ഥിയായ തന്റെ മകളെ കൺസൾട്ടേഷന് കൂട്ടിക്കൊണ്ടു വന്നതാണ് ഗോപിദാസ്. ഇരുപതു വർഷത്തിനുള്ളിൽ അയാളുടെ ശരീരം തടിച്ചിട്ടുണ്ട്. മുടി നന്നെ നരച്ചു. രാംദാസിന്റെ ചികിത്സാ പാടവത്തെ കുറിച്ചും ജീവിതത്തിലെ അഭിവൃദ്ധിയെ കുറിച്ചും ഗോപിദാസ് സന്തോഷത്തോടെ പറഞ്ഞു. താനും തന്റെ മാതാപിതാക്കളും ആഗ്രഹിച്ച നിലയിലും തരത്തിലും രാംദാസ് മികച്ച ഡോക്ടറായി. അയാൾ റോട്ടറി ക്ലബിലും, വിവിധ സാമൂഹ്യ സംഘടനകളിലും ഉയർന്ന സ്ഥാനത്താണ്. സങ്കോച ശീലങ്ങളും, അധമ മനോഭാവവു (ഇൻഫീരിയാറിറ്റി കോംപ്ലക്സ്) മൊക്കെ അതിജീവിച്ച്, സമൂഹത്തിലെ ഉന്നത സ്ഥാനത്തെത്താനും അയാൾക്ക് കഴിഞ്ഞിരുന്നു.

തന്റെ ജീവിതത്തെക്കുറിച്ച് ഗോപിദാസ് വിവരിച്ചു. അച്ഛനമ്മാർ മരിച്ചു. രാജലക്ഷ്മിക്ക് എളിയ നിലയിലെ ഒരു വിവാഹം നടത്തി കൊടുക്കാനേ കഴിഞ്ഞിട്ടുള്ളൂ. എം.ഡി. പഠനത്തിന്റെയും ആശുപത്രി സ്ഥാപനത്തിന്റെയും ബദ്ധപ്പാടുകൾക്കിടയിൽ വലിയ സഹായം നൽകാൻ രാംദാസിന് കഴിഞ്ഞില്ല. താൻ ടാപിംഗ് ജോലി വിട്ട്, ചെറിയ തോതിൽ ഒരു റബ്ബർ കച്ചവടം തുടങ്ങി. അച്ഛന്റെ സ്റ്റേഷനറി കടയും, റബ്ബർ കടയും നടത്തുന്നു. സാമാന്യം ജീവിത സൗകര്യങ്ങളുമുണ്ട്.

'രണ്ട് പെൺകുട്ടികളാണ് തനിക്ക്. മൂത്ത മകൾ രമ്യ, സാമാന്യം

നന്നായി പഠിക്കും. അവൾക്ക് മെഡിക്കൽ പഠനത്തിലാണ് താൽപര്യം. പക്ഷെ, എൻട്രൻസ് പരീക്ഷയിൽ അൽപം പിന്നോട്ട് പോയി. മെരിറ്റ് സീറ്റിൽ പ്രവേനം സാധ്യമല്ല. സാമാന്യം മാർക്കുള്ളതു കൊണ്ട്, മിതമായ നിരക്കിൽ ഒരു മാനേജ്മെന്റ് സീറ്റിനു സാധ്യതയുണ്ട്. രാംദാസിനെ കണ്ട് സംസാരിക്കാൻ പോയത് ഭാര്യയുടെ കൂടെ നിർബന്ധത്തിലാണ്. അയാൾക്ക് നല്ല സാമ്പത്തിക നിലയാണ്. അയാൾ സഹായിച്ചാൽ തന്റെ മകളെ മെഡിക്കൽ പഠനത്തിനയക്കാം.'

എല്ലാം കേട്ടിട്ട് രാംദാസ് പറഞ്ഞു

'കാപ്പിറ്റേഷൻ കൊടുത്ത് ഒരു കുട്ടിയെയും മെഡിക്കൽ കോളേജിൽ ചേർക്കുന്നത് ശരിയല്ല എന്നാണ് എന്റെ അഭിപ്രായം. കാപ്പിറ്റിഷൻ എത്ര എന്നുള്ളതല്ല പ്രധാനം, കാപ്പിറ്റേഷൻ തന്നെ തെറ്റാണ്.'

'രാംദാസിന്റെ ഭാര്യ മീനയുടെ അനുജത്തിയെ തൊട്ടു മുൻപത്തെ വർഷം മംഗലാപുരത്തെ മെഡിക്കൽ കോളേജിൽ കനത്ത കാപ്പിറ്റേഷൻ കൊടുത്ത് ചേർത്ത വിവരം ഗോപിദാസിനറിയാം... അതൊന്നും പരാമർശിക്കാതെ ഗോപിദാസ് മടങ്ങി. മകളെ ബി.എസ്.സി. കെമിസ്ട്രിക് ചേർത്തു.'

ആ മകൾക്കാണ് ഒന്നുരണ്ടാഴ്ചയായി പെരുമാറ്റത്തിലെ തകരാർ. ഉറക്കം കുറവ്. അധികം സംസാരം. ഒരുങ്ങിക്കെട്ടി ടൗണിൽ കറങ്ങി നടക്കാൻ സന്തോഷം. അത്യധികം സന്തോഷം. എന്തെങ്കിലും എതിർത്തു പറഞ്ഞാൽ പെട്ടെന്ന് കോപിച്ച് പൊട്ടിത്തെറിക്കുന്ന രീതി.

'ഡോക്ടറുടെ അഡ്രസും, വിവരങ്ങളും സംഘടിപ്പിച്ച് എത്തിയതാണ്. രാംദാസിന്റെ അസുഖം തന്നെയാണോ ഇവൾക്ക്? അയാളുടെ അസുഖവുമായി ഇതിന് ബന്ധമുണ്ടോ?'

ഉണ്ടായിരിക്കാനാണ് സാധ്യത. പാരമ്പര്യ ഘടകങ്ങൾ ഉന്മാദ രോഗങ്ങളിൽ സാധാരണയായി കാണപ്പെടാറുണ്ട്. അക്രമാസക്തിയും, സംശയ ഘടകങ്ങളും കുറവാണെങ്കിലും രാംദാസിന് വന്നതു പോലെ മാനിയ രോഗം തന്നെയാണ് രമ്യക്കും എന്നു തോന്നുന്നു.

'രാംദാസ്, അവൻ ചികിത്സ തുടരുന്നുണ്ടോ, ഉണ്ടെങ്കിൽ എവിടെ നിന്ന് എന്നൊന്നും എനിക്കറിയില്ല. ഒന്നുരണ്ടു പ്രാവശ്യം ഡോക്ടറെ ഇടക്ക് വന്നു കാണാൻ ഞാൻ അവനെ ഉപദേശിച്ചു. അവന് ബാധിച്ച രോഗത്തെ കുറിച്ച് സംസാരിക്കുന്നത് പോലും അവനും ഭാര്യക്കും ഇഷ്ടമല്ല. പിന്നെ ഞാനൊന്നും ചോദിച്ചില്ല. ഒന്നോ രണ്ടോ തവണ ചെറിയ തോതിൽ അവന് അങ്ങനെ രോഗം ഉണ്ടായി എന്നും. ദൂരെയെവിടെയോ

ആശുപത്രിയിൽ കിടത്തി ചികിത്സിച്ചുവെന്നും ഞാൻ കേട്ടിരുന്നു. ഞാൻ കൂടുതൽ അന്വേഷിച്ചില്ല.'

'എന്തായാലും അവന്റെ ഇന്നത്തെ നല്ല സ്ഥിതിയിൽ എനിക്ക് സന്തോഷവും അഭിമാനവുമുണ്ട്. അതിലൊരു വലിയ ഭാഗം കടപ്പാട്, എന്തിന് മുഴുവൻ കടപ്പാട്, ഡോക്ടറോടാണ്.'

'ഇത്ര ദൂരം വന്ന് ഡോക്ടറെക്കൊണ്ടു തന്നെ എന്റെ മോൾ രമ്യയെ ചികിത്സിപ്പിക്കണമെന്ന് എന്റെ മനസ് പറഞ്ഞു. അങ്ങനെ ഇവിടെ വന്നതാണ്. എന്റെ മോളെ, ഞാൻ ഡോക്ടറെ ഏൽപിക്കുന്നു.'

'അനുജനു വേണ്ടി, എത്രയോ പ്രാവശ്യം ഞാൻ ഡോക്ടറെ കണ്ടതാണ്, കൈ കൂപ്പിയതാണ്. ഇന്നിതാ എന്റെ മോൾക്കു വേണ്ടിയും' — കൈ കൂപ്പിക്കൊണ്ട് അയാൾ പറഞ്ഞു.

രമ്യമോളും സുശീലയും

രമ്യമോളുടെ തുടയിൽ രണ്ട് അടിയുടെ പാടുകൾ ഉണ്ട്. മോളുടെ അമ്മ അടിച്ചതാണ്, തടവിക്കൊണ്ട് പരിചാരികയായ ജാനകി സംഭവം വിവരിച്ചു. അച്ഛനും അമ്മയും വേഷം മാറി പുറത്തേക്കിറങ്ങിയപ്പോൾ കൂടെ പോകാൻ മോൾ ശാഠ്യം പിടിച്ചു. വാശി പിടിച്ചു കരഞ്ഞു. അച്ഛന്റെ മുഖം ചുളിഞ്ഞു. അയാൾ ഭാര്യയെ തറച്ചൊന്നു നോക്കി.

എലിസബത്തിന് കാര്യം മനസ്സിലായി. മന്ദബുദ്ധിയായ രമ്യമോളെ കൂട്ടിക്കൊണ്ടു പോകാവുന്ന സ്ഥലത്തേക്കല്ല തങ്ങൾ പോകുന്നത്. ദുബായിലെ ഏറ്റവും അടുത്ത സുഹൃത്തും വ്യവസായ പ്രമുഖനുമായ മജീദിന്റെ മകളുടെ വിവാഹ സൽക്കാരത്തിനാണ്. വലിയ വലിയ ആളുകൾ പങ്കെടുക്കുന്ന ആഘോഷമാണ്. ദുബായിലെ തങ്ങളുടെ സുഹൃത്തുക്കളും പരിചയക്കാരും അവരുടെ കുടുംബാംഗങ്ങളുമുണ്ടാകും; അവരുടെ മിടുക്കരായ കുട്ടികളും. നാട്ടിലെ വി.ഐ.പി. കളും കാണും. അവരുടെ ഇടയിൽ രമ്യമോൾ തികച്ചും ഒരു പ്രദർശന വസ്തുവാകും. അവളുടെ മുഖത്ത് നോക്കിയാൽ തന്നെ അറിയാം അവളുടെ ബുദ്ധി ശരിയല്ലെന്ന്. മാത്രമല്ല, തങ്ങൾക്ക് മന്ദബുദ്ധിയായ ഒരു കുട്ടിയുണ്ടെന്ന കാര്യം ദുബായിൽ ആരോടും പറഞ്ഞിട്ടില്ല. ഇതുവരെ ആരും അത് അറിഞ്ഞിട്ടുമില്ല. ഇളയ കുട്ടി അഞ്ജു മാത്രമേ തങ്ങൾക്ക് കുട്ടിയായുള്ളു എന്നാണ് അവർ ധരിച്ചിരിക്കുന്നത്.

അഞ്ജുവിനെയും കൂട്ടി ഈ വിവാഹ സൽക്കാരത്തിൽ തങ്ങൾ ഇരുവരും നേരത്തേ വരണമെന്ന് മജീദ് നേരിട്ടും ഫോണിലും പലതവണ ക്ഷണിച്ചതാണ്. അഞ്ജു മോൾ മിടുക്കിയാണ്. എട്ടു വയസ്സേ പ്രായമുള്ളുവെങ്കിലും നല്ല വളർച്ച. നല്ല സുന്ദരി. എല്ലാ സോഷ്യൽ മാനേഴ്സുമറിയാം, ഏത് സദസ്സിനും അവളൊരു അഴകാണ്. അലങ്കാരമാണ്. തങ്ങൾക്ക് അഭിമാനമാണ്.

മൂത്ത മകൾ രമ്യയോ? വിവാഹം കഴിഞ്ഞ് രണ്ടു വർഷമായപ്പോ

ഴാണ് എലിസബത്ത് അവളെ ഗർഭം ധരിച്ചത്. ഗർഭകാലത്ത് തന്നെ എലിസബത്തിന് പല അസുഖങ്ങളും ഉണ്ടായിരുന്നു. ആദ്യം വലിയ ക്ഷീണമായിരുന്നു. കഠിനമായ ഛർദ്ദി. ഒന്നോ രണ്ടോ പ്രാവശ്യം ബ്ലീഡിംഗും ഉണ്ടായി. ഡോക്ടർ നിർദ്ദേശിച്ചതനുസരിച്ച് പൂർണ്ണ വിശ്രമമെടുത്തു. നാട്ടിലെ ഏറ്റവും മുന്തിയ ആശുപത്രിയിലാണ് പ്രസവിച്ചത്. ഏറ്റവും പേരുകേട്ട ഗൈനക്കോളജിസ്റ്റ് ആണ് പ്രസവം എടുത്തത്.പ്രസവിച്ചപ്പോൾ കുഞ്ഞിന് വലിപ്പവും ഭാരവും കൂടുതലായിരുന്നു; എന്നാൽ തലയുടെ വലിപ്പം ചെറുതും. അധിക ദിവസം കഴിയുന്നതിനു മുമ്പ് തന്നെ കുട്ടിയുടെ തലച്ചോറിന് വേണ്ടത്ര വികാസം വന്നിട്ടില്ലായെന്നും വളർന്നു വരുമ്പോൾ സാധാരണ നിലയിലുള്ള ബുദ്ധിയുണ്ടാകില്ലെന്നും കുട്ടികളുടെ ഡോക്ടർ പറഞ്ഞു – അതായത് മന്ദബുദ്ധിയായ കുഞ്ഞാണെന്ന്. അന്ന് എലിസബത്ത് കരഞ്ഞതിന് കണക്കില്ല. കുഞ്ഞിന് സദാസമയവും ഉറക്കവും കരച്ചിലും തന്നെയായിരുന്നു. അതോടൊപ്പം കഠിനമായ ചുഴലി രോഗവും അവൾക്കുണ്ടായി.ചികിത്സ കൊണ്ട് ചുഴലി രോഗം വളരെ കുറഞ്ഞു. പക്ഷേ, അവളുടെ മാനസികമായ വളർച്ച വളരെ മന്ദഗതിയിലായിരുന്നു.

രമ്യയുടെ ജനനത്തിനു ശേഷം ഭർത്താവ് ജോസഫിന്റെ സ്വഭാവത്തിൽ വന്ന മാറ്റമാണ് എലിസബത്തിനെ അത്ഭുതപ്പെടുത്തിയതും ഏറെ വിഷമിപ്പിച്ചതും. അയാൾ തീരെ സന്തോഷമില്ലാത്തവനായി. രാവിലെ തന്നെ ജോലി സ്ഥലത്തേക്ക് പുറപ്പെടും. വീട്ടിൽ മടങ്ങിയെത്തുന്നത് വൈകിട്ട് വളരെ വൈകിയാണ്. കുഞ്ഞിനെ ലാളിക്കാനോ കളിപ്പിക്കാനോ ഒന്നും അയാൾ ഒട്ടും താൽപര്യമെടുത്തില്ല. ക്രമേണ അയാൾ കുഞ്ഞിനെ തീരെ ശ്രദ്ധിക്കാതെയായി.

ഇനി അഥവാ അങ്ങനെയല്ലെങ്കിൽ തന്നെ, അതിനെ ശുശ്രൂഷിക്കുന്നതും വളർത്തുന്നതുമെല്ലാം എലിസബത്തിന്റെ മാത്രം ചുമതലയാണെന്ന് അയാൾ കരുതി. കുട്ടിയെ ഏതു ഡോക്ടറെ കാണിക്കാനും കുട്ടിയുടെ ചികിത്സക്കായി എത്ര പണം ചെലവഴിക്കാനും ജോസഫ് തയ്യാറാണ്. പ്കഷേ, മന്ദബുദ്ധിയായ കുട്ടിയുടെ സാമീപ്യം, പരിചരണം, അതൊന്നും അയാൾക്ക് സഹിക്കാനായില്ല. അതിന്റെ പിതൃത്വം – അതൊരു ശാപമായാണ് അയാൾ കണ്ടത്. അയാൾ കുട്ടിയെ നോക്കുക പോലും ചെയ്യാതായി. കുട്ടിയെ പരിചരിക്കുന്ന എലിസബത്തിനോടും അയാൾ അകൽച്ച പാലിച്ചു.

തന്റെ വിവാഹ ജീവിതം വഴിമുട്ടിയെന്ന് എലിസബത്തിന് തോന്നിത്തുടങ്ങി. കുട്ടിയുടെ പരിചരണത്തിനും ശുശ്രൂഷയ്ക്കും മാത്രമായി

തന്റെ സമയവും ഊർജ്ജവും ചെലവഴിച്ചാൽ ഭർത്താവ് ഒരുപക്ഷേ, നഷ്ട പ്പെടുമെന്നു പോലും അവൾ ഭയന്നു. കുഞ്ഞിനെ ശുശ്രൂഷിക്കിന്നതി നൊപ്പം ഭർത്താവിന് സുഖസൗകര്യങ്ങൾ ഒരുക്കാനും അവൾ പരമാ വധി ശ്രമിച്ചു, ഭർത്താവിന് ആഹാരം, വസ്ത്രം, വിനോദം, ശയനം എല്ലാം. എങ്കിലും ജോസഫിന് തൃപ്തിയായതായി തോന്നിയില്ല. എന്തെങ്കിലും ചെറിയ കുറ്റം കണ്ടാൽ തന്നെ എലിസബത്തിനെ കഠിനമായി ശകാരി ക്കും. ശപിക്കും.

— നിനക്ക് അതിനെ (മന്ദബുദ്ധിയായ രമ്യമോൾ) കൊഞ്ചിക്കാനെ നേരമുള്ളൂ'.

രമ്യമോൾ എലിസബത്തിന്റെ ജീവിതത്തിലെ കീറാമുട്ടിയായി. കരഞ്ഞും, കരയാതെയും എലിസബത്ത് കുഞ്ഞിനെ ശുശ്രൂഷിച്ചു; സ്വന്തം കരച്ചിൽ മറച്ചു വച്ച് പരിചരിച്ചു.

അതിനിടയിൽ എലിസബത്ത് വീണ്ടും ഗർഭിണിയായി, പ്രസവിച്ചു. വീണ്ടും ഒരു പെൺകുട്ടി. നല്ല മിടുക്കിക്കുട്ടി. പുതിയ കുഞ്ഞിനെ പരമാ വധി താലോലിച്ചാണ് ജോസഫ് തന്റെ ദു:ഖത്തിനും കുറ്റബോധത്തിനും അറുതി വരുത്തിയത്. മൂന്നു നാല് വർഷം കഴിഞ്ഞു. വളർന്നു വരു ന്തോറും രമ്യമോളുടെ ബുദ്ധിമാന്ദ്യം കൂടുതൽ കൂടുതൽ പ്രകടമായി. ചുഴലി രോഗം കുറഞ്ഞു. അതിയായ കുസൃതിയാണ് അവൾക്ക്. സാധ നങ്ങൾ തച്ചുടക്കും. കല്ലെടുത്ത് എറിയും. ഉറക്കെ നിലവിളിക്കും. വീട്ടി നകം അപ്പടി വൃത്തികേടാക്കും. അവളെ പരിചരിക്കാൻ വളരെ വിഷമ മായി. മനസ്സില്ലാ മനസ്സോടെ അവളെ ഒരു സൈക്യാട്രിസ്റ്റിനെ കാണി ച്ചു. അവളുടെ പെരുമാറ്റവൈകല്യം ഔഷധങ്ങൾ കൊണ്ട് ചികിത്സിച്ച് ശരിപ്പെടുത്താം. പക്ഷേ, ബുദ്ധിമാന്ദ്യത്തിന് ചികിത്സയില്ല. അത് പരിഹ രിക്കാൻ മരുന്നില്ല. സ്നേഹത്തോടും നയത്തോടുമുള്ള പരിചരണവും, ബുദ്ധിയുടെ നിലവാരത്തിന് തക്കതായ പരിശീലനവുമാണ് കുട്ടിക്ക് വേണ്ടത്. അതിനുള്ള സ്പെഷ്യൽ സ്കൂളിൽ കുട്ടിയെ ചേർക്കാൻ ഡോക്ടർ ഉപദേശിച്ചു. ജോസഫിനെ ഒന്നു കാണണമെന്ന് ഡോക്ടർ ആഗ്രഹം പ്രകടിപ്പിച്ചെങ്കിലും അയാൾ വന്നില്ല.

'നീ പോയി കൊടുക്കുന്ന ചികിത്സയും കൗൺസലിംഗും ധാരാളം മതി'.

ഡോക്ടറെ കാണാൻ തന്റെ കൂടെ ചെല്ലണമെന്നാവശ്യപ്പെട്ട എലി സബത്തിനോട് അയാൾ പറഞ്ഞതങ്ങനെയാണ്.

അവധി കഴിഞ്ഞ് അത്തവണ ജോസഫ് ദുബായിലേക്ക് ഒറ്റയ്ക്കാണ് മടങ്ങിയത്. എലിസബത്ത് കൂടെ പോയില്ല. സ്വന്തം വീട്ടിലാണ് എലി

സബത്ത് കുട്ടികളുമൊത്ത് താമസിച്ചത്.അടുത്ത നഗരത്തിലെ മന്ദബുദ്ധികളുടെ സ്പെഷ്യൽ സ്കൂളിൽ രമ്യമോളെ ചേർക്കാൻ തീരുമാനിച്ചു. നാട്ടിൻപുറത്തെ സ്വന്തം വീട്ടിൽ നിന്ന് കുട്ടിയെ എന്നും അവിടെ കൊണ്ടു വിടാൻ പ്രയാസമായിരുന്നു. കുട്ടിയെ നോക്കാനായി ഒരു പരിചാരികയെ അന്വേഷിച്ചു. ജാനകിയെ കിട്ടിയത് ഏറെ തിരഞ്ഞിട്ടാണ്. ജാനകിക്ക് പത്ത് മുപ്പത്തിയഞ്ച് വയസ്സ് പ്രായമുണ്ട്. വിധവയാണ്. കടുത്ത ആസ്ത്മാ രോഗമുണ്ട്. നഗരത്തിലൊരു ഫ്ളാറ്റിൽ ജാനകിയും രണ്ടു കുട്ടികളുമായി എലിസബത്ത് താമസമായി, ജാനകി രമ്യമോളുടെ പരിചരണം ഏതാണ്ട് പൂർണമായി ഏറ്റെടുത്തു. ആദ്യമൊക്കെ കുട്ടി അവരോട് പരിചയക്കേടും പിണക്കവും കാണിച്ചു. പക്ഷേ, വളരെ വേഗം ജാനകിയുമായി കുട്ടി നന്നായി ഇണങ്ങി. മൂന്നു മാസങ്ങൾക്കുള്ളിൽ അവളുടെ കാര്യങ്ങൾ നോക്കാൻ ജാനകി മാത്രം മതി എന്നുള്ള സ്ഥിതിയായി.

അഞ്ജുവിനെയും കൂട്ടി ദുബായിയിലേക്ക് ചെല്ലാൻ ജോസഫ് ഫോണിൽ കൂടി ആവശ്യപ്പെട്ടു കൊണ്ടിരുന്നു. മൂന്നു നാലു മാസങ്ങൾക്കുള്ളിൽ രമ്യമോളെ ജാനകിയെ ഏൽപിച്ച്എലിസബത്ത് അഞ്ജുവുമൊത്ത് ദുബായ്ക്ക് പോയി. ഇടയ്ക്കിടക്ക് എലിസബത്ത് ജാനകിയെ ഫോണിൽ വിളിച്ച് രമ്യമോളുടെ കാര്യങ്ങൾ അന്വേഷിക്കും. എല്ലാ മാസവും കൃത്യമായി കുഞ്ഞിന്റെയും ഫ്ളാറ്റിലെയും ചെലവിനായി രൂപ അയച്ചു കൊടുക്കും. വർഷത്തിലൊരിക്കൽ ജോസഫും എലിസബത്തും നാട്ടിൽ വരും. വന്നാൽ ഫ്ളാറ്റിൽ തന്നെയായിരിക്കും താമസം.

സ്പെഷ്യൽ സ്കൂളിലെ പരിശീലനവും ജാനകിയുടെ പരിചരണവും കൊണ്ട് രമ്യമോളുടെ പെരുമാറ്റം വളരെയധികം മെച്ചപ്പെട്ടു. എങ്കിലും ജോസഫിന് രമ്യമോളെ ലാളിക്കാൻ ഒട്ടു താൽപര്യമില്ല. എലിസബത്ത് അവളെ വാത്സല്യത്തോടെ താലോലിക്കുന്നത് ഇഷ്ടമില്ല. ഭർത്താവിന്റെ കണ്ണിൽപ്പെടാതെ എലിസബത്ത് രമ്യമോളെ നന്നേ താലോലിക്കും. അയാൾ അടുത്തുള്ളപ്പോൾ അവളെ അകറ്റി നിറുത്തും.

രമ്യ മോൾ ,അഞ്ജു മോളെ വിടാതെ പിന്തുടരും. അഞ്ജുവിന്റെ കളിപ്പാട്ടങ്ങൾ കൈക്കലാക്കാൻ ശ്രമിക്കും. അഞ്ജു അച്ഛന്റെ മകളായിരുന്നു. അവൾക്ക് രമ്യ മോളെ കാണുന്നതു പോലും വെറുപ്പായിരുന്നു. രമ്യക്ക് അവൾ ഒരു സാധനവും കൊടുക്കില്ല. അവളോട് കളിക്കില്ല. അവളെ അടുത്ത് കണ്ടാൽ മുറിയിൽ കയറി വാതിലടയ്ക്കും. അഞ്ജുവിന്റെയും അച്ഛന്റെയും കണ്ണിൽപ്പെടാതെ എലിസബത്ത് രമ്യ മോളെ കൊഞ്ചിക്കും.

ഒരിക്കൽ ജോസഫ് കള്ളം കണ്ടുപിടിച്ചു — തന്റെ കണ്ണു വെട്ടിച്ച് എലിസബത്ത് രമ്യമോളെ വളരെയധികം ഓമനിക്കുന്നുണ്ട്. അത് ശരിയല്ല. അഞ്ജുമോൾ ഇതിന് സാക്ഷി പറഞ്ഞു. എലിസബത്തിന് ശാസന കിട്ടി. ശിക്ഷ സൗമ്യം. രമ്യമോളും ജാനകിയും ഇവിടെ ഈ ഫ്ളാറ്റിൽ താമസിക്കട്ടെ നമുക്ക് നഗരത്തിലെ ഒരു ഹോട്ടലിലേക്ക് താമസം മാറ്റാം. എലിസബത്ത് തടസ്സം പറഞ്ഞെങ്കിലും അച്ഛനും കൊച്ചുമോളും വഴങ്ങിയില്ല. ഫ്ളാറ്റിൽ നിന്ന് രണ്ടു കിലോമീറ്റർ അകലെ മെച്ചപ്പെട്ട ഒരു ഹോട്ടലിൽ ഒരു സ്യൂട്ട് വാടകക്കെടുത്ത് അപ്പനും അമ്മയും അഞ്ജുമോളും അങ്ങോട്ട് മാറി. എലിസബത്തിന് ഒരു ചെറിയ സൗജന്യം ജോസഫ് നൽകി. രണ്ടു ദിവസത്തിലൊരിക്കൽ വേണമെങ്കിൽ ഫ്ളാറ്റിൽ പോകാം. പക്ഷേ, നിബന്ധനകളുണ്ട്; അധിക സമയം അവിടെ ചെലഴിക്കരുത്. രമ്യമോളെ ഏറെ കൊഞ്ചിച്ചു വഷളാക്കരുത്. ഒരിക്കലും അവളെ ഈ ഹോട്ടലിൽ കൂട്ടിക്കൊണ്ടു വരരുത്. പുറത്തൊരിടത്തും മോളെയും കൂട്ടി സവാരി ചെയ്യരുത്. നിബന്ധനകൾ സമ്മതിച്ച് എലിസബത്ത് ഇടയ്ക്കൊക്കെ ഫ്ളാറ്റിൽ വന്നു കൊണ്ടിരുന്നു.

ആ വർഷത്തെ അവധി കഴിഞ്ഞ് അവർ മടങ്ങി.പിന്നെ വർഷം തോറും അതായി ചിട്ട. എലിസബത്തും ജോസഫും അഞ്ജുമോളും അവധിക്കാലത്ത് നാട്ടിലെത്തും. നഗരത്തിലെ ഏറ്റവും മുന്തിയ ഏതെങ്കിലും ഹോട്ടലിൽ സ്യൂട്ടെടുക്കും. നാട്ടിലെത്തുന്ന ദിവസം തന്നെ പറ്റുമെങ്കിൽ എലിസബത്ത് ഫ്ളാറ്റിലെത്തും. രമ്യമോൾക്ക് കുറേയധികം ഉടുപ്പുകളും കളിപ്പാട്ടങ്ങളും എലിസബത്ത് കരുതിയിട്ടുണ്ടാകും. ജാനകിക്ക് ധാരാളം പാരിതോഷികങ്ങൾ നൽകും. രമ്യമോളെ അടുത്തിരുത്തും. അവളുടെ കവിളിൽ തലോടും. നനയുന്ന തന്റെ കണ്ണ് തുടക്കും. ആദ്യമൊക്കെ രമ്യമോൾ അമ്മയുമായി അടുത്തില്ല. അടുത്തു പോകാൻ തയ്യാറായില്ല. ക്രമേണ അത് മാറി. അമ്മയുടെ ചുറ്റും ഓടി നടന്നു തുടങ്ങി. ഫ്ളാറ്റിൽ നിന്ന് ഹോട്ടലിലേക്ക് അമ്മ മടങ്ങുമ്പോൾ അവൾ പ്രതിഷേധിച്ച് കരയും. ശാഠ്യം പിടിച്ച് ബഹളം വയ്ക്കും. അനുനയിപ്പിച്ച് ജാനകി അവളെ ശാന്തമാക്കും. എലിസബത്ത് ഹോട്ടലിലേക്ക് മടങ്ങും. അതാണ് ചിട്ട.

ജോസഫിനോട് വളരെ കെഞ്ചി സമ്മതം വാങ്ങിയാണ് അന്ന് മോളെയും കൂട്ടി എലിസബത്ത് ഹോട്ടലിലേക്ക് വന്നത്. ഈയിടെയായി രമ്യമോൾ വളരെ ശാന്തയാണ്. അവൾ ശല്യമുണ്ടാക്കാതെ ഇരിക്കുമെന്ന് ഉറപ്പു കൊടുത്താണ് ഭർത്താവിന്റ സമ്മതം നേടിയത്. എന്തെങ്കിലും അവിവേകം കാണിക്കുകയോ, ഭർത്താവിന് ഇഷ്ടമില്ലാത്ത എന്തെങ്കിലും പ്രവൃത്തി കാണിക്കുകയോ ചെയ്താൽ കുട്ടിയെ ഉടനെ ഫ്ളാറ്റിലേക്ക്

തിരികെ വിടണം. അതിനായി ജാനകിയെയും കൂടെ കൂട്ടിയിരുന്നു. ഏറെ നേരം പ്രശ്നമൊന്നും ഇല്ലാതെ കഴിഞ്ഞു. ഉച്ചക്ക് ആഹാരം കഴിച്ചു. വൈകുന്നേരമായപ്പോൾ വിവാഹ സൽക്കാരത്തിന് പോകാനുള്ള സമയമായി. അതിനുവേണ്ടി എലിസബത്ത് വേഷം മാറി. തങ്ങൾ സൽക്കാരത്തിന് ടാക്സിയിൽ പോകുന്ന വഴി ജാനകിയെയും മോളെയും ഫ്ളാറ്റിൽ ഇറക്കാമെന്നായിരുന്നു എലിസബത്തിന്റെ പ്ലാൻ. പക്ഷേ ജോസഫിന് അത് സമ്മതമായില്ല. പരിചയക്കാർ ആരെങ്കിലും വഴിക്കുവച്ച് കണ്ടാലോ? മോളെയും ജാനകിയെയും ആദ്യം ഓട്ടോറിക്ഷയിൽ ഫ്ളാറ്റിലേക്ക് അയക്കാനായിരുന്നു അയാൾ ഉദ്ദേശിച്ചത്.

വേഷം മാറി വിവാഹ സൽക്കാരത്തിന് പോകാൻ തയ്യാറായി നിൽക്കുന്ന അമ്മയെ വിട്ട് ഫ്ളാറ്റിലേക്ക് മടങ്ങിപ്പോകാൻ രമ്യമോൾ വിസമ്മതിച്ചു. അമ്മയുടെ കൈ പിടിച്ച് അവൾ ഉച്ചത്തിൽ കരഞ്ഞു. ജോസഫ് ചൂടായി. എലിസബത്തും ജാനകിയും, മോളെ അനുനയിപ്പിച്ച് വെളിയിൽ കൊണ്ടു പോകാൻ ശ്രമിച്ചു. മോൾ വഴങ്ങിയില്ല. ഉറക്കെയുറക്കെ നിലവിളിച്ചു. എലിസബത്ത് കുട്ടിയുടെ വായ് പൊത്തിപ്പിടിച്ചു. രമ്യമോൾ കടിച്ചു. കാല് കൊണ്ട് തൊഴിച്ചു. ടീപ്പോയിലിരുന്ന ഒരു വില കൂടിയ ഘടികാരം ഒറ്റ ചവിട്ടിന് തെറിപ്പിക്കുകയും ചെയ്തു. ജോസഫിന്റെ മുഖം ചുളുങ്ങി. അയാൾ ദേഷ്യം സഹിക്കാതെ മുരണ്ടു, തറയിൽ ഷൂവിട്ട് ആഞ്ഞാഞ്ഞ് ചവിട്ടി. അഞ്ജുമോളുടെ മുഖം ചുവന്നു. രംഗം വഷളായി. ഭർത്താവിന്റെ കോപവും തന്റെ വേദനയും എല്ലാംകൂടി എലിസബത്തിന്റെ തലയ്ക്ക് ചൂടു പിടിച്ചു. കൈയിൽ കിട്ടിയത് ഒരു സ്റ്റീൽ ഷർട്ട് ഹാങ്ങറാണ്. അതുവച്ച് രമ്യമോളെ തലങ്ങും വിലങ്ങും പൊതിരെ തല്ലി. രമ്യമോൾ തേങ്ങിത്തേങ്ങി നിലത്തു കിടന്നു, ജാനകി രമ്യമോളെ താങ്ങിയെടുത്ത് മുറിയുടെ മൂലയിലേക്ക് മാറി. താനൊരിക്കലും രമ്യമോളെ നുള്ളി നോവിച്ചിട്ടു പോലും ഇല്ല. ഇത്രയധികം അടിക്കാൻ തക്കവണ്ണം എന്തു കുറ്റമാണ് അവൾ ചെയ്തത്? എലിസബത്ത് കട്ടിലിൽ കമിഴ്ന്നു കിടന്നു വിങ്ങിക്കരഞ്ഞു.

ജോസഫ് അക്ഷമനായി. വിവാഹ സൽക്കാരത്തിനു പോകാൻ സമയം വൈകുന്നു.

— എഴുന്നേറ്റ് മുഖം കഴുക്, ഡ്രസ്സ് ശരിയാക്ക്,' അയാൾ എലിസബത്തിനോട് ആജ്ഞാപിച്ചു. എലിസബത്ത് എഴുന്നേറ്റില്ല. ജോസഫിന് ദേഷ്യം സഹിക്കാനായില്ല. സൽക്കാരത്തിൽ പങ്കെടുത്തില്ലായെങ്കിൽ മജീദിന്റെ കുടുംബാംഗങ്ങൾ എന്തു വിചാരിക്കും? ഈ വിവാഹത്തിന് പങ്കെടുക്കാനാണ് പ്രധാനമായും ഇത്തവണ നാട്ടിൽ വന്നത്. പങ്കെടുത്തില്ലെ

ങ്കിൽ അവരോട് എന്തു കാരണം പറയും? അനിയന്ത്രിതമായ കോപത്തോടെ അയാൾ മുന്നോട്ടാഞ്ഞു. എലിസബത്തിനെ വലിച്ചു പിടിച്ചെഴുന്നേൽപിച്ച് ബാത്ത്‌റൂമിന്റെ അടുത്തേക്ക് തള്ളിക്കൊണ്ടു പോയി. എലിസബത്തിന് സന്ദർഭം മനസ്സിലായി. അവർ അനുസരണയുള്ള ഭാര്യയായി, മുഖം കഴുകി വസ്ത്രം ധരിച്ചു. അന്തസ്സുള്ള ഭാര്യയായി അയാളോടൊപ്പം വിവാഹ ചടങ്ങിന് യാത്രയായി, പിന്നാലെ രമ്യമോളെയും കൂട്ടി ജാനകി ഒരു ഓട്ടോറിക്ഷയിൽ ഫ്ളാറ്റിലേക്ക് മടങ്ങി.

രാത്രി മുഴുവൻ രമ്യമോൾക്ക് നല്ല പനിയുണ്ടായി. ജാനകി അടുത്തുള്ള ഡോക്ടറെ കാണിച്ച് മരുന്നു കൊടുത്തു. അടുത്ത ദിവസം ഉച്ചക്ക് എലിസബത്ത് കുട്ടിയെ കാണാൻ ഫ്ളാറ്റിൽ വന്നു. അപ്പോൾ കുട്ടി മരുന്നു കഴിച്ച് മയങ്ങിക്കിടക്കുകയായിരുന്നു. എലിസബത്ത് കട്ടിലിനരികിൽ വന്ന് കുറേ നേരം മോളെ നോക്കി നിന്നു. പിന്നെ കട്ടിലിൽ ഇരുന്ന്, അടി കൊണ്ട് തിണർത്ത് മോളുടെ കാലിൽ തടവി. കട്ടിലിന്റെ തലയ്ക്കൽ ഇരുന്ന എലിസബത്ത് ഒന്നും മിണ്ടിയില്ല. മോളുടെ മുഖത്തു തന്നെ കണ്ണിമ വെട്ടാതെനോക്കി നിന്നു. അല്പം കഴിഞ്ഞ് ജാനകിയെ അടുത്ത് പിടിച്ചിരുത്തി. കൈ രണ്ടും ചേർത്ത് പിടിച്ച് നിശബ്ദയായിരുന്നു. കരഞ്ഞില്ല. എലിസബത്തിന്റെ മുഖത്ത് ഒരു വ്യസനവും ജാനകി കണ്ടതുമില്ല.

ഏറെ നേരം കഴിഞ്ഞ്, ബാഗു തുറന്നു ഒരു വലിയ കെട്ട് കറൻസി നോട്ടുകൾ എലിസബത്ത് ജാനകിയുടെ കൈയിൽ ഏൽപിച്ചു. അവർ എഴുന്നേറ്റ് വാതില്ക്കൽ ചെന്നു പിൻതിരിഞ്ഞു നിന്നു,

— ജാനകി, ഞങ്ങൾ നാളെ ദുബായിക്ക് പോകുകയാണ്. ഇനി ഇങ്ങോട്ടുള്ള വരവ്! എന്തായാലും അടുത്ത വർഷമല്ലേയുള്ളു. പിന്നെ അറിയിക്കാം'.

മുറി വിട്ടിറങ്ങി അവർ പോയി. രമ്യമോൾ അപ്പോഴും ഉറങ്ങുകയായിരുന്നു. മടിയിൽ തല വച്ച് കിടക്കുന്ന രമ്യമോളെ തഴുകിക്കൊണ്ട് മറ്റേ കൈയിലിരിക്കുന്ന നോട്ടുകെട്ടിൽ ജാനകി തറച്ചു നോക്കിയിരുന്നു.

*** *** *** ***

മറ്റൊരു അമ്മയുടെയും അച്ഛന്റെയും കഥ:

ഡോക്ടറോട് യാത്ര ചോദിച്ച് ഇറങ്ങിയപ്പോൾ രാധാകൃഷ്ണൻ ഉല്ലാസവാനായിരുന്നു. ഭാര്യ സുശീലക്ക് നാലഞ്ച് ദിവസം കൊണ്ട് രോഗം നന്നായി സുഖപ്പെട്ടു. അവളുടെ മനസ്സിലെ പേടി വളരെ കുറഞ്ഞു. ആഹാരം കഴിച്ചു തുടങ്ങി. ദിനചര്യകൾ നോക്കുന്നുണ്ട്. സുശീലക്ക്

രണ്ടു മൂന്നു ദിവസങ്ങൾക്കുള്ളിൽ ഇത്രയും ആശ്വാസം കിട്ടുമെന്നു അയാൾ പ്രതീക്ഷിച്ചിരുന്നില്ല. ഈ മാറ്റം ഉണ്ടായില്ലെങ്കിൽ തന്റെ എല്ലാ പദ്ധതികളും തകരാറിലായേനെ! കഴിഞ്ഞ രണ്ടു മൂന്നു വർഷമായി, രാവും പകലും ആശിച്ചിരുന്നതെല്ലാം തെറ്റിയേനെ. അലഞ്ഞും അദ്ധ്വാനിച്ചും ഉണ്ടാക്കിയെടുത്ത പണമെല്ലാം ഉപയോഗ ശൂന്യമായേനെ.

— ഒന്നും വേണ്ടി വന്നില്ല. സുശീലക്ക് രോഗം ഭേദമായി. കുറച്ചു ദിവസം കൂടി ഗുളിക കൊടുക്കണം എന്നു മാത്രം. അവളുടെ ഓപ്പറേഷൻ ചെയ്യുന്നതിന് ഇനി തടസ്സമില്ല.

ഒരാഴ്ച മുമ്പ് സൈക്യാട്രിസ്റ്റിന്റെയടുത്ത് സുശീലയുമായി എത്തിയതാണയാൾ.

സുശീലക്ക് ഇടക്കിടെ വെപ്രാളം, തലകറക്കം. ചിലപ്പോൾ ബോധം കെട്ട് വീഴും. മൂന്നു ദിവസമായി ഉറക്കം തീരെയില്ല. ആഹാരവും വേണ്ട്. ഒരു ഓർമ്മക്കുറവ്. ഇതിനു മുമ്പൊരിക്കലും ഇങ്ങനെ ഉണ്ടായിട്ടില്ല.

പരിശോധനാമുറിയിൽ സുശീല മൂകയായിരുന്നു. കണ്ണുകൾ സജലം. മുഖത്ത് വികാരങ്ങളില്ല. ഉലഞ്ഞ മുടി. ഉലഞ്ഞ വേഷം. രാധാകൃഷ്ണൻ രോഗവിവരം പറഞ്ഞു. സുശീലയുടെ അസുഖം പെട്ടെന്നുണ്ടായതാണ്. നാലഞ്ചു ദിവസമേ ആയുള്ളൂ. കുറച്ചു കാരണമുണ്ട് ഡോക്ടർ. അയാൾ ശാന്തനായി കാര്യം വിവരിച്ചു.

അവരുടെ വിവാഹം കഴിഞ്ഞിട്ട് എട്ടു വർഷമായി. കൂലിവേലക്കാരനാണ് രാധാകൃഷ്ണൻ. സാമ്പത്തികമായി അൽപം മെച്ചപ്പെട്ട അടുത്ത ഒരു വീട്ടിലെ അംഗമായിരുന്നു സുശീല. പ്രേമം എന്നൊന്നും പറയണ്ട. കൊച്ചുന്നാളിലെ പരസ്പരം അറിയാം. പരസ്പരം ഇഷ്ടമായിരുന്നു. സുശീലയുടെ വീട്ടിലെ സാമ്പത്തിക സ്ഥിതി താഴ്ന്നു കൊണ്ടിരുന്നു. അച്ഛൻ മദ്യപാനി.കുടുംബത്തിൽ ഛിദ്രം. അവൾക്ക് പത്തു പതിനെട്ടു വയസ്സായപ്പോഴാണ് വീട്ടിലെ സ്ഥിതി വളരെ മോശമായത്. സുശീലയെ വിവാഹം കഴിക്കാനുള്ള ആഗ്രഹം രാധാകൃഷ്ണൻ അവളുടെ അമ്മയോട് സൂചിപ്പിച്ചു. നടക്കുമെന്ന് പ്രതീക്ഷയുണ്ടായിരുന്നില്ല. അത് നടന്നു. വിവാഹം കഴിഞ്ഞ് ഒന്നര വർഷം കഴിഞ്ഞപ്പോൾ സുശീല പ്രസവിച്ചു. താലൂക്കാശുപത്രിയിലെ ലേഡീഡോക്ടറാണ് അവളെ ചികിത്സിച്ചത്.

അവളുടെ പ്രസവം അയാൾ നന്നായി ഓർക്കുന്നുണ്ട്. സന്ധ്യക്കാണ് പ്രസവ വേദനയായി അവളെ ആശുപത്രിയിൽ കൊണ്ടു പോയത്. അയാളുടെ അമ്മയും സുശീലയുടെ അമ്മയുംകൂടെയുണ്ട്. ലേബർ റൂമിന് തൊട്ടു വെളിയിൽ, ഗർഭിണികൾ വിശ്രമിക്കുന്ന മുറിയിൽ സുശീല കിട

ന്നു. അമ്മമാർ രണ്ടുപേരും കൂട്ടിനുണ്ട്.

വാർഡിന് വെളിയ്ൽ രാധാകൃഷ്ണൻ കാത്തു നിന്നു. അവിടെ, മറ്റു ഗർഭിണികളുടെ ഭർത്താക്കന്മാരുമുണ്ട്. രാത്രിക്ക് കട്ടി പിടിച്ചു. നിലാവില്ലാത്ത രാത്രി. നക്ഷത്രങ്ങൾ ഒന്നോ രണ്ടോ മാത്രമേയുള്ളൂ. ചാരനിറത്തിലുള്ള ആകാശം. ആലിന്റെ ചുവട്ടിൽ, ഗർഭിണികളുടെ ഭർത്താക്കന്മാരും ബന്ധുക്കളും പുകവലിച്ചും നാട്ടുവർത്തമാനങ്ങൾ പറഞ്ഞും സമയം നീക്കിക്കൊണ്ടിരുന്നു. രാധാകൃഷ്ണൻ അവരോട് ചേർന്നു. സമയം നീങ്ങാത്തതുപോലെ. മിക്കവരുടെയും മനസ്സിൽ ആധിയും ഉത്കണ്ഠയും, പ്രത്യേകിച്ചും കന്നി ഗർഭിണികളുടെ ഭർത്താക്കൻമാർക്ക്. ഭാര്യമാർ പ്രസവമുറിയിൽ വേദനയും വിഷമവും കൊണ്ട് മൂളിയും ഞരങ്ങിയും കിടക്കുകയാണ്. തങ്ങളുടെ കുഞ്ഞുങ്ങൾ ജീവൻ നേടാനുള്ള മുഹൂർത്തത്തിനായി വെമ്പുകയാണ്. രാധാകൃഷ്ണൻ ആലിൽ ചാരിയിരുന്ന് നക്ഷത്രങ്ങളെ നോക്കി മയങ്ങിപ്പോയി. അമ്മ വിളിക്കുന്നതു കേട്ട് അയാൾ ഞെട്ടിയുണർന്ന് ഒറ്റ കുതിപ്പിന് അമ്മയുടെ അടുത്തെത്തി.

— മോനെ പ്രസവം കഴിഞ്ഞു, അവൾക്ക് കുഴപ്പമൊന്നും ഇല്ല', അമ്മ പറഞ്ഞു നിറുത്തി.

രാധാകൃഷ്ണന്റെ മനസ്സിൽ ആഹ്ലാദം പതഞ്ഞു പൊങ്ങി. അമ്മയുടെ മുഖത്തേക്ക് നോക്കി. എന്തുകൊണ്ടോ അമ്മയുടെ മുഖത്ത് സന്തോഷം കാണാനില്ല. ഭയമോ ദു:ഖമോ എന്തൊക്കെയോ ആ മുഖത്ത് തിരയടിക്കുന്നത് ആ മങ്ങിയ വെളിച്ചത്തിലും അയാൾ കണ്ടു.

— അമ്മേ, എന്താണമ്മേ, എന്തെങ്കിലും കുഴപ്പം' ?

— സുശീലക്ക് കുഴപ്പമൊന്നും ഇല്ല. അവൾ സുഖമായിരിക്കുന്നു. പക്ഷേ, മോനെ, കുഞ്ഞ്,' അമ്മ വിതുമ്പി.

എന്താണ് കുഞ്ഞിന് പറ്റിയത് എന്നു ചോദിക്കാൻ രാധാകൃഷ്ണന് കഴിഞ്ഞില്ല. അമ്മ പറയുന്നത് കേൾക്കാൻ അയാൾ കാത്തു നിന്നു. അമ്മ ഒന്നും പറയുന്നില്ല.

അയാൾ ചോദിച്ചു, 'കുഞ്ഞ് മരിച്ചു പോയോ അമ്മേ?'

'കുഞ്ഞ്.....' അവർ തേങ്ങിക്കൊണ്ട് തുടർന്നു. 'കുഞ്ഞ് മരിച്ചില്ല മോനെ. കുഞ്ഞിന് ജീവനുണ്ട്. പക്ഷേ, അതിന് ഒരു കാലില്ല. ഒരു കാലേ ഉള്ളൂ...'

രാധാകൃഷ്ണന് ഞെട്ടലും അത്ഭുതവും ഒന്നിച്ചു തോന്നി.

— എന്താണമ്മേ.... കാലില്ലാത്ത കുഞ്ഞോ?'

— അതെ. അതിന് വലത്തേ കാലില്ല. വെറും പാദം മാത്രമുണ്ട്.

ഇടത്തേ കാൽ സാധാരണ പോലുണ്ട്. പെൺകുഞ്ഞാണ്, പാവം.... കാണുന്നത് തന്നെ പാവം...' അമ്മയുടെ ശബ്ദം ചിലമ്പി.

രാധാകൃഷ്ണൻ സ്തബ്ദധനായി. അൽപം കഴിഞ്ഞ് പിറുപിറുത്തു.

– സുശീല ഇതറിഞ്ഞോ അമ്മേ?'

'അവൾ അറിഞ്ഞെടാ. അറിഞ്ഞയുടൻ അവൾ അലറിക്കരഞ്ഞു. ഭയങ്കര ബഹളം ഉണ്ടാക്കി. ഡോക്ടർ ഉറക്ക മരുന്നുകുത്തിവച്ച് ഉടനെ മയക്കി. അതാണ് ഞാൻ വെളിയിൽ വന്നു വിവരം പറയാൻ ഇത്ര താമസിച്ചത്. പ്രസവിച്ചിട്ട് ഇപ്പോൾ മുക്കാൽ മണിക്കൂറായി. അവൾ വല്യ ബഹളമായിരുന്നു.'

മണിക്കൂറുകൾക്ക് ശേഷം വാർഡിൽ ,സുശീലയെയും കുഞ്ഞിനെയും കൊണ്ട് കിടത്തിയപ്പോൾ രാധാകൃഷ്ണൻ അവിടെ കയറിച്ചെന്നു. തളർന്ന് മയങ്ങുന്ന സുശീലയുടെ മുഖത്തേക്കാണ് അയാൾ ആദ്യം നോക്കിയത്. അവൾ ശാന്തയായി ഉറങ്ങുന്നു. നെറ്റിയിൽ വിയർപ്പ് കണങ്ങൾ. പതിഞ്ഞു കിടക്കുന്ന മുടിയിഴകൾ. അവളുടെ സമീപത്ത് തുണിയിൽ പൊതിഞ്ഞ് കുഞ്ഞുണ്ട്. രാധാകൃഷ്ണൻ അടുത്തു ചെന്നു കുഞ്ഞിന്റെ മുഖത്തേക്ക് ഉറ്റുനോക്കി. റോസാപ്പൂവിന്റെ നിറം. ഇടതൂർന്ന കറുത്ത മുടി. ചുണ്ടിന് കടും ചുവപ്പ്. ഇളംകൈകൾ മുറുകെ പിടിച്ചിരിക്കുന്നു. ഇത്രയടുത്ത്, ഇത്രയും ഇളംകുഞ്ഞിനെ താൻ ഇതിനുമുമ്പ് ഒരിക്കലും കണ്ടിട്ടില്ലായെന്ന് രാധാകൃഷ്ണൻ ഓർത്തു. കട്ടിലിന്റെ തലഭാഗത്ത് അയാളുടെ അമ്മ നിന്നു. സുശീലയുടെ അമ്മ അല്പം അകലെ ദു:ഖവതിയായി നിന്നു. ആരും മിണ്ടുന്നില്ല. രാധാകൃഷ്ണന്റെ കണ്ണ് കുഞ്ഞിന്റെ കാലിന്റെ ഭാഗത്തേക്ക് നീങ്ങി. അതിനെ മൂടിയ തുണിക്കഷ്ണം അയാൾ മെല്ലെ മാറ്റി. ശരിയാണ്, അമ്മ പറഞ്ഞത് ശരിയാണ്, ഇടുപ്പിന് താഴെ, വലതു വശത്ത് കുഞ്ഞിന്റെ ശരീരം അവസാനിക്കുന്നു. കാലില്ല. ഇടുപ്പിന് തൊട്ടു ചേർന്ന് ഒരു കാൽപ്പത്തി. തളിരില പോലെ ഒരു കാൽപ്പാദം, വിരലുകളുണ്ട്. ഉപ്പൂറ്റിയുണ്ട്. ഒരൊത്ത കൊച്ചു പാദം.

രാധാകൃഷ്ണന് സംശയങ്ങളായി. ഈ കുട്ടി എങ്ങനെ നടക്കും? എങ്ങനെയാണ് എഴുന്നേറ്റു നിൽക്കുക? പിടിച്ചു നടക്കാനാകുമോ? അത് വേണ്ട. പക്ഷെ, പിടിക്കാതെ നടക്കാൻ എങ്കിലും, അതിന് കഴിയുമോ? ഇങ്ങനെ സംശയങ്ങൾ.

മാസങ്ങൾ കഴിഞ്ഞു. അയാളുടെ സംശയങ്ങൾ ഒന്നൊന്നായി തീർന്നു കിട്ടി. കുഞ്ഞ് എഴുന്നേറ്റ് നിന്നില്ല. നടന്നില്ല. ഇഴഞ്ഞു നീങ്ങിയതു പോലുമില്ല. പരുക്കൻ നിലത്ത് നിരങ്ങി നിരങ്ങിയാണ് കുഞ്ഞ് നീങ്ങിക്കൊണ്ടി

രുന്നത്.

അമ്മിണിക്കുട്ടി എന്ന് അവൾക്ക് പേരിട്ടു. മരിച്ചു പോയ തന്റെ മൂത്ത പെങ്ങളുടെ പേര്. അമ്മിണിക്കുട്ടി എന്ന് വിളിക്കുമ്പോൾ അവൾ ഹൃദ്യമായി ചിരിച്ചു തുടങ്ങി. വളരെ വേഗം വാക്കുകൾ പഠിച്ചു. ശുദ്ധമായ ഉച്ചാരണം. കിലുങ്ങുന്ന ചിരി. നല്ല ബുദ്ധിയും പ്രസരിപ്പുമുള്ള കുട്ടി.

സുശീല എല്ലാ ദിവസവും കരഞ്ഞു. വിധിയെ പഴിച്ചു. ദൈവത്തോട് പരിതപിച്ചു. കണ്ടാൽ സഹിക്കാനാകാത്ത അംഗവൈകല്യമുള്ള മോളെ, മടിയിലും തോളിലും കിടത്തി അവൾ കരഞ്ഞതിന് കണക്കില്ല. പക്ഷേ, കുഞ്ഞിനെ വളരെ ശ്രദ്ധയോടെ സുശീല പരിചരിച്ചു വളർത്തി. അവളുടെ വെളുത്തു തുടുത്ത ശരീരവും ഓമനത്തമുള്ള ചിരിയും സുശീല കൺകുളിർക്കെ കണ്ടു. അവളെ തോളിൽ നിന്നും മടിയിൽ നിന്നും എടുക്കാതെ വളർത്തി.

ജോലി കഴിഞ്ഞ് വൈകിട്ട് വന്നു കഴിഞ്ഞാൽ കുഞ്ഞിനെ എടുക്കുന്നതും താലോലിക്കുന്നതും രാധാകൃഷ്ണനനാണ്. എല്ലാ ദിവസവും ജോലി കഴിഞ്ഞെത്തിയ ഉടൻ അയാൾ കുളിക്കും. കുളിച്ച് നനച്ച് വെടിപ്പായ ലുങ്കിയുടുത്ത് മുറ്റത്തിറങ്ങും. മോളെയും തോളിൽ കിടത്തി മുറ്റത്ത് ഉലാത്തും. പൗർണ്ണമി രാവുകളിൽ ഇങ്ങനെ ഉലാത്തുമ്പോൾ മാനത്തെ ചന്ദ്രനെയും തോളിൽ കിടക്കുന്ന കുഞ്ഞിന്റെ കാലുകളെയും അയാൾ മാറിമാറി നോക്കും. അയാൾ നീട്ടി വിളിക്കും. 'സുശീലേ, ഒന്നിങ്ങു വന്നേ', സുശീല നൊടിയിടയിൽ അടുത്തെത്തും. മാനത്തേക്ക് കൈചൂണ്ടി രാധാകൃഷ്ണൻ പറയും. 'നീയിത് കണ്ടോ. ഇന്നലെ വരെ അംഗഭംഗമുള്ള ചന്ദ്രനായിരുന്നു. ഇന്ന് അതൊക്കെ മാറി സുന്ദരനായിരിക്കുന്നു'.. സുശീല തന്റെ ഭർത്താവിന്റെ കവിത്വത്തിൽ അത്ഭുതം കൂറി മിഴിച്ചു നോക്കി നിന്നു. രാധാകൃഷ്ണൻ കുഞ്ഞിനെ കൈകളിൽ മലർത്തിക്കിടത്തി കൊഞ്ചിക്കുന്നു. 'മോളൊന്നു നോക്കിയേ, അമ്പിളിമാമൻ....'

കുഞ്ഞ് ഉറക്കത്തിലായിരുന്നു. അയാൾ കുഞ്ഞിന്റെ കവിളിൽ തുടരെത്തുടരെ ചുംബിച്ചു കൊണ്ട് ഇടുപ്പിന് താഴെയുള്ള വലത്തേ കാൽപ്പത്തി താലോടിക്കൊണ്ടിരുന്നു.

ഇതിനിടയിൽ പല ഡോക്ടർമാരെയും, മോളുടെ പ്രശ്നവുമായി രാധാകൃഷ്ണൻ സമീപിച്ചു. ഏതാണ്ട് എല്ലാ ആശുപത്രികളിലെയും എല്ലു രോഗ വിഭാഗത്തിലെ വിദഗ്ദ്ധ ഡോക്ടർമാരെ അയാൾ കണ്ടു. മോളുടെ കാല് ശരിയാക്കാൻ ഏതു ചികിത്സയും ചെയ്യാനും അയാൾ തയ്യാറായിരുന്നു. എന്നാൽ ഡോക്ടർമാർ തങ്ങളുടെ നിസ്സഹായത വെളിപ്പെടുത്തി. ഇത്രയും ശുഷ്കമായ കാലിന്റെ കാര്യത്തിൽ ഒന്നും ചെയ്യാൻ ആകില്ല.

എല്ലാ സ്നേഹവും ശ്രദ്ധയും നൽകി സുശീലയും രാധാകൃഷ്ണനനും മോളെ വളർത്തി. മൂന്നു വയസ്സുള്ളപ്പോൾ അടുത്ത നഴ്സറിയിൽ ചേർത്തു. ഓരോ ദിവസവും തോളിലെടുത്താണ് അവളെ സ്കൂളിലെത്തിച്ച്. ക്ലാസ് മുറിയിൽ ഇരുത്തിയത്. ബുദ്ധിയും പ്രസരിപ്പുമുള്ള മിടുക്കിക്കുട്ടിയായിരുന്നു അമ്മിണിക്കുട്ടി. പെട്ടെന്ന് അവൾ സ്കൂളിൽ ഏവരുടെയും കണ്ണിലുണ്ണിയായി.

ആയിടയ്ക്കാണ് സാരമായി അസ്ഥി വൈകല്യം ബാധിച്ചവരെ ചികിത്സിച്ച് സുഖപ്പെടുത്തുന്ന ഒരു പുതിയ ശസ്ത്രക്രിയയെ പറ്റി രാധാകൃഷ്ണൻ അറിഞ്ഞത്. അയാൾ പത്രം വാങ്ങി വാർത്ത വായിച്ചു. ഒരു റഷ്യൻ ഡോക്ടർ കണ്ടുപിടിച്ച ശസ്ത്രക്രിയയാണ്. കാലിന്റെയും കൈയുടെയും എത്ര വലിയ അംഗ വൈകല്യമാണെങ്കിലും പരിഹരിക്കാവുന്ന ശസ്ത്രക്രിയ. കുറേ കാലതാമസവും ചെലവുമുണ്ടെങ്കിലും മിക്ക വൈകല്യങ്ങളും ആ ഓപ്പറേഷൻ കൊണ്ട് പരിഹരിക്കാം. തിരുവനന്തപുരത്തും തൃശൂരുമുള്ള രണ്ട് ഡോക്ടർമാരുടെ പേരിലായിരുന്നു ഈ പത്രവാർത്ത വന്നത്. കുഞ്ഞിനെയും കൂട്ടി രാധാകൃഷ്ണൻ രണ്ടുപേരെയും ചെന്നു കണ്ടു. ഇത്രയും ഗുരുതരമായ വൈകല്യമുള്ള, ഒട്ടുമേ വളർച്ചയില്ലാത്ത കാൽ. ഈ പുതിയ ശസ്ത്രക്രിയ കൊണ്ടു പോലും ശരിപ്പെടുത്താൻ കഴിയില്ലെന്നാണ് രാധാകൃഷ്ണനോട് അവർ ഇരുവരും പറഞ്ഞത്. അയാൾ നിരാശനായില്ല. ഈ ശസ്ത്രക്രിയ ചെയ്യുന്ന ഏറ്റവും വലിയ വിദഗ്ദ്ധൻ മദ്രാസിലെ അപ്പോളോ ആശുപത്രിയിലെ ഡോക്ടർ ഗോപാലകൃഷ്ണൻ ആണെന്ന് മനസ്സിലാക്കി അയാൾ കുഞ്ഞിനെയും കൊണ്ട് അവിടെ പോയി ഡോക്ടറെ കണ്ടു. കേസു പ്രയാസമാണെങ്കിലും, ഡോക്ടർ പ്രതീക്ഷ തീരെ കെടുത്തിയില്ല. ചെറിയ ശസ്ത്രക്രിയ കൊണ്ട് കാലിന്റെ വളവൊക്കെ മാറ്റാം. പക്ഷേ,, കാലിന് നീളം കിട്ടണമെങ്കിൽ സങ്കീർണമായ മറ്റൊരു ശസ്ത്രിക്രിയ വേണ്ടി വരും. പത്തു ലക്ഷത്തിൽപരം രൂപ ചെലവ് വരും.

താധാകൃഷ്ണന്റെ സങ്കല്പത്തിനപ്പുറമായിരുന്നു ആ തുക. പ്കഷേ, ഇരുകാലുകളും ചലിപ്പിച്ച് നടക്കാൻ കഴിയുന്ന കുഞ്ഞുമോൾ അയാളുടെ സങ്കൽപത്തിലെ സ്വർണ്ണ വിഗ്രഹമായിരുന്നു. താൻ ശസ്ത്രക്രിയക്ക് തയ്യാറായി വരാമെന്ന് പറഞ്ഞിട്ടാണ് അയാൾ മദ്രാസിൽ നിന്നും മടങ്ങിയത്. അന്നു മുതൽ രാധാകൃഷ്ണൻ ഓപ്പറേഷനു വേണ്ടി രൂപയുണ്ടാക്കാനുള്ള കഠിന യജ്ഞത്തിലായിരുന്നു. അദ്ധ്വാനിച്ചും കടം വാങ്ങിയും മറ്റും അയാൾ മൂന്നുമാസം കൊണ്ട് രൂപയുണ്ടാക്കി. മലയാളത്തിലെ ഒരു പ്രമുഖ ദിനപത്രം വായനക്കാരിൽ നിന്ന് സംഭാവനയായി

കുറച്ച് തുക ഉണ്ടാക്കിക്കൊടുക്കുകയും ചെയ്തു. ഏതായാലും അപ്പോളോ ആശുപത്രിയിലെത്തി കുഞ്ഞിന്റെ പേർ രജിസ്റ്റർ ചെയ്തു. കുഞ്ഞിനെ ഡോക്ടർ വിശദമായി പരിശോധിച്ചു. എല്ലു നീട്ടിയെടുക്കുന്ന ശസ്ത്രക്രിയയാണ് ചെയ്യേണ്ടത്. പക്ഷേ, അമ്മിണിമോൾക്ക് വലതുകാലിൽ എല്ല്, അൽപം പോലുമില്ല. അതുകൊണ്ട് മറ്റൊരാളിൽ നിന്നെടുത്ത എല്ലിൻകഷ്ണം കാൽ പാദത്തിനും തുടയ്ക്കും ഇടയിൽ തുന്നിച്ചേർത്ത് ക്രമേണ അത് നീട്ടിയെടുക്കാം. വളരെയധികം സങ്കീർണമാണ് ശസ്ത്രക്രിയ. മോളുടെ ശരീരവുമായി ചേർച്ചയുള്ള ആരുടെയെങ്കിലും ഒരു അസ്ഥിക്കഷ്ണം ഗ്രാഫ്റ്റ് ആയി വേണം. തന്റെ ഏത് എല്ല് വേണമെങ്കിലും മുറിച്ചെടുക്കാമെന്ന് രാധാകൃഷ്ണൻ ഡോക്ടറോട് പറഞ്ഞു. പക്ഷേ, ഡോക്ടർ അതിനോട് യോജിച്ചില്ല. കൂലിവേലക്കാരനായ രാധാകൃഷ്ണന്റെ കാലിലെ എല്ലെടുത്താൽ അയാൾക്ക് ഒരുപക്ഷേ, ജോലി ചെയ്യാൻ പ്രയാസം വന്നാലോ? കുട്ടിയുടെ അമ്മയുടെ എല്ല് മതിയെന്ന് അവസാനം തീരുമാനിച്ചു. അവർക്കാകുമ്പോൾ വീട്ടുജോലി മാത്രം ചെയ്താൽ മതിയാകുമല്ലോ. എല്ലിൻക്കഷ്ണം എടുത്തതു കൊണ്ട്, അതിനൊരു പ്രയാസവും ഉണ്ടാകുകയില്ല. സുശീലയ്ക്കിത് ആയിരം വട്ടം സമ്മതമായിരുന്നു.

അമ്മക്കും മോൾക്കും ഓപ്പറേഷൻ വേണം. എല്ലിൻകഷ്ണമെടുക്കാൻ സുശീല ലഘുവായ ഒരു ഓപ്പറേഷന് വിധേയയാകണം. അത് ഉപയോഗിച്ച് മോളുടെ മേജറായ ഓപ്പറേഷൻ തുടർന്ന് നടത്തണം. ഓണം കഴിഞ്ഞ് ആശുപത്രിയുമായി ബന്ധപ്പെട്ട് ഓപ്പറേഷന് തീയതി നിശ്ചയിക്കാമെന്ന് ധാരണയായി അവർ നാട്ടിലേക്ക് മടങ്ങി വന്നു.

അകന്ന ബന്ധുവായ ഒരാൾ മദ്രാസിൽ താമസമുണ്ട്. ആശുപത്രി വിട്ടാൽ അവിടെ താമസിക്കാം, രൂപയുണ്ടാക്കുന്ന ബദ്ധപ്പാടിനിടയിലും രാധാകൃഷ്ണൻ ഉത്സാഹവാനായിരുന്നു. എന്നാൽ സുശീലക്ക് ക്രമേണ ഒരു മാറ്റം കണ്ടു. അവരുടെ മുഖം കരുവാളിച്ചു. ശരീരം മെലിഞ്ഞു. എന്തിനെയോ ഭയപ്പെടുന്നതു പോലെ. ആയിടയ്ക്കാണ് ഒരു വൈകുന്നേരം അവൾ വീട്ടിൽ ബോധം കെട്ടു വീണത്. കാർ പിടിച്ച് ആശുപത്രിയിൽ എത്തിച്ചു. പരിശോധനക്കും ടെസ്റ്റുകൾക്കും ശേഷം ഹൃദയത്തിനോ തലച്ചോറിനോ കുഴപ്പമൊന്നും ഇല്ലായെന്ന് ഡോക്ടർമാർ പറഞ്ഞു. പക്ഷേ അവൾക്ക് വീണ്ടും വീണ്ടും ബോധക്ഷയം ഉണ്ടായി.

രോഗം മാനസികമാണെന്നും അതിന് ചികിത്സയെടുക്കണമെന്നും ഡോക്ടർ നിർദ്ദേശിച്ചു. അങ്ങനെയാണ് സൈക്യാട്രിസ്റ്റിന്റെ സമീപത്ത് സുശീലയെയും കൊണ്ട് അയാളെത്തിയത്.

സുശീലയുടെ മനസ്സിൽ അതിയായ ആധിയായിരുന്നു. ഇത്രയധികം പ്രതീക്ഷയോടും തയ്യാറെടുപ്പോടും ചെയ്യുന്ന മോളുടെ ഓപ്പറേഷൻ വിജയിക്കുമോ? ഇക്കാര്യത്തിൽ മദ്രാസിലെ ഡോക്ടർ ഇനിയും പൂർണ്ണമായ ഉറപ്പ് നൽകിയിട്ടില്ല. തന്റെ ദേഹത്ത് നിന്നെടുക്കുന്ന അസ്ഥിക്കഷ്ണം മോളുടെ ശരീരത്തിന് യോജിക്കാതെ വന്നാലോ? ഓപ്പറേഷൻ അപൂർണ്ണമായാൽ എന്തു ചെയ്യും? അങ്ങനെയങ്ങനെ, പലതരം ദുഷ്ചിന്തകളും അസ്ഥാനത്തല്ലാത്ത ഭയവും സുശീലയുടെ മനസ്സിൽ നിറഞ്ഞു നിന്നു. സുശീലയുടെ മുന്നിൽ വച്ചു തന്നെ സൈക്യാട്രിസ്റ്റ് രാധാകൃഷ്ണനുമായി സംസാരിച്ചു.

'ഓപ്പറേഷൻ വിജയിച്ചില്ലെങ്കിൽ എന്ത് ചെയ്യും രാധാകൃഷ്ണൻ?' സൈക്യാട്രിസ്റ്റ് ചോദിച്ചു.

— അങ്ങനെ വിചാരിക്കാമോ ഡോക്ടർ? വിജയിക്കുമെന്ന് വിചാരിക്കണം. അതിനുള്ള എല്ലാ ശ്രമവും അപ്പോളോയിലെ ഡോക്ടർ ചെയ്യും. അദ്ദേഹം ഇത്ര വിഷമം പിടിച്ച ഓപ്പറേഷൻ ഇതുവരെ ചെയ്തിട്ടില്ല. അതിൽ വിജയിക്കണമെന്ന് വാശിയുണ്ടാകും. തീർച്ചയായും അദ്ദേഹം പരമാവധി ശ്രമിക്കും. അല്ലാതെ മറ്റെന്താണ് നമുക്ക് ചെയ്യാൻ കഴിയുക?'

— ഓപ്പറേപ്പൻ വിജയിച്ചില്ലെങ്കിൽ പണമത്രയും നഷ്ടപ്പെടില്ലേ' ?

— നഷ്ടപ്പെടും, കടം കുറേശ്ശേ കൊടുത്തു തീർക്കും. എങ്കിലും മോളെ ഞാൻ പഠിപ്പിക്കും. സ്കൂളിലും കോളേജിലും അവളെ വീൽച്ചെയറിൽ കൊണ്ടു ചെന്നാക്കും. നന്നായി പഠിക്കുമെങ്കിൽ അവളെ പഠിപ്പിച്ച് ഡോക്ടറാക്കും'.

സുശീല എല്ലാം കേൾക്കുന്നുണ്ടായിരുന്നു. ഒരാഴ്ചയിലെ ചികിത്സ കൊണ്ട് സുശീലയുടെ സ്ഥിതി മെച്ചപ്പെട്ടു. അവൾ സാധാരണപോലെ സംസാരിച്ചു തുടങ്ങി. രാധാകൃഷ്ണൻ ഉത്സാഹം വീണ്ടെടുത്തു. അയാൾ മദ്രാസിലേക്കുള്ള യാത്രയ്ക്ക് ഒരുക്കങ്ങൾ ചെയ്തു.

രാധാകൃഷ്ണൻ അറിയിച്ചു. യാത്രയ്ക്കുള്ള ഒരുക്കങ്ങൾ പൂർത്തിയായി വരുന്നു. സെപ്തംബർ 15-ാം തീയതി ആശുപത്രിയിൽ എത്തണം. 13-ാം തീയതിക്ക് ടിക്കറ്റെടുത്തു. മോൾ ഉല്ലാസവതിയായിരിക്കുന്നു. സുശീല വീണ്ടും പഴയ സുശീല തന്നെയാണ്. നല്ല ധൈര്യം. ശാന്തത. പന്ത്രണ്ട് ലക്ഷത്തോളം രൂപ, പലയിടത്തു നിന്നുമായി സംഘടിപ്പിച്ചു. മദ്രാസിലേക്ക് പോകുന്നതിനു മുമ്പ് സുശീലയെ ചെക്കപ്പ് ചെയ്തു. സുശീല പൂർണ്ണമായി സാധാരണ നിലയിലായി എന്നും ഓപ്പറേഷന് യോഗ്യയാണെന്നും പറഞ്ഞപ്പോൾ ഓപ്പറേഷൻ അടുത്തയാഴ്ച ചെയ്യാമെന്ന് അപ്പോളോയിലെ ഡോക്ടർ പറഞ്ഞു.

രാധാകൃഷ്ണൻ പറഞ്ഞു,

– ഓപ്പറേഷൻ കഴിഞ്ഞാൽ ഡോക്ടറെ വിവരമറിയിക്കാം. സുശീലയുടെ മാനസിക അസുഖം ഇത്രയും വേഗം സുഖപ്പെടുത്തിയതിന് ഡോക്ടർക്ക് വളരെ നന്ദി. അവളുടെ ഓപ്പറേഷനും മോളുടെ ഓപ്പറേഷനും കുഴപ്പമില്ലാതെ നടക്കും. മോളെ ദൈവം രക്ഷിക്കും', സ്വയം ആശ്വസിക്കും പോലെ അയാൾ പറഞ്ഞു.

മരുന്നുകൾക്കുള്ള കുറിപ്പടി വാങ്ങി രാധാകൃഷ്ണൻ സുശീലയുടെ കൈയും പിടിച്ച് എഴുന്നേറ്റു. അയാൾ തികച്ചും ഉത്സാഹഭരിതനായി കാണപ്പെട്ടു. സുശീലയുടെ മുഖത്തും സന്തോഷമുണ്ട്. പൂർണ്ണമായ രണ്ടു കാലുകളോടെ നടക്കുകയും, നൃത്തം ചെയ്യുകയും ചെയ്യുന്ന അമ്മിണിക്കുട്ടിയെ സങ്കല്പത്തിൽ കണ്ടുകൊണ്ട് അവർ ഇരുവരും യാത്ര ചോദിച്ചിറങ്ങി.

രോഗത്തിന്റെ തടവറ

നെറ്റയിലേക്ക് ഊർന്ന് കിടന്ന നരച്ച മുടിയിഴകളെ ഇടക്കിടെ മാടിയൊതുക്കിക്കൊണ്ടാണ് ഡോക്ടർ രവിശങ്കർ തന്റെ കഥ പറഞ്ഞത്. ഇരുപത്തി ഏഴു വർഷം മുൻപ് നാട്ടിൽ ഒരു പ്രൈവറ്റ് മെഡിക്കൽ കോളേജിൽ നിന്ന് എം.ബി.ബി.എസ്. ബിരുദം നേടി. സമ്പന്നത, സുഖ സൗകര്യങ്ങൾ, ലോകം മുഴുവൻ ചുറ്റി സഞ്ചരിക്കുന്നതിനുള്ള അവസരം – ഇതൊക്കെയായിരുന്നു എക്കാലവും അയാളുടെ മനസിലെ അഭിലാഷങ്ങൾ.

അമേരിക്കയിൽ കുടിയേറി പാർത്തിരുന്ന സമ്പന്നമായ മലയാളി കുടുംബത്തിലെ പെൺകുട്ടിയുമായുള്ള വിവാഹ ആലോചന വന്നപ്പോൾ മനസ് പീലി വിടർത്തിയാടി. അമേരിക്കയിൽ കടന്നു കൂടുക എന്നത് തന്നെയായിരുന്നു ജീവിതാഭിലാഷം, അത് സാക്ഷാത്കരിക്കാനുള്ള മാർഗമാണ് ഈ വിവാഹാലോചന. രണ്ടാമതൊന്ന് ആലോചിക്കേണ്ടി വന്നില്ല. അച്ഛനമ്മമാരും മൂന്നു സഹോദരന്മാരും ഒരു സഹോദരിയും അടങ്ങിയ കുടുംബത്തെ വിട്ട് അമേരിക്കയിലേക്ക് കുടിയേറിപ്പാർത്ത രവിശങ്കർ അതിനു ശേഷം നാട്ടിൽ വരുന്നത് തീരെ അപൂർവമായിരുന്നു. ഭാര്യയുടെ അതിസമ്പന്നരായ കുടുംബത്തോടൊപ്പം താമസിച്ചാണ് അയാൾ അമേരിക്കയിൽ മെഡിസിനിൽ ഉപരി പഠനം നടത്തിയത്.

രവിശങ്കറിന്റെ ഭാര്യ സതി അവളുടെ അമ്മയുടെ ചൊൽപ്പടിയിലായിരുന്നു. അവളുടെ അച്ഛൻ കെ.വി.പിള്ളയാകട്ടെ, നൂറു ശതമാനം ഒരു ബിസിനസുകാരനാണ്. എല്ലാ ബന്ധങ്ങളും ഇടപഴകലുകളും ബിസിനസ് വളർത്താൻ വേണ്ടി ഉപയോഗിക്കാൻ ബഹുസമർത്ഥനായിരുന്നു അയാൾ. സതിയുടെ അമ്മ, അവരുടെ പ്രദേശത്തെ മലയാളി സമൂഹത്തിലെ പ്രധാന അംഗമാണ്.

അച്ഛനമ്മമാരുടെ പൂർണ സംരക്ഷണയിലും വിധേയത്വത്തിലുമാണ് സതി. സതി.വി.പിള്ള എന്ന പേരിൽ തന്നെ തുടങ്ങുന്നു. ആ വിധേയത്വം, ബിസിനസ് താൽപര്യങ്ങൾക്കുനുകൂലമായി മാത്രം വളർത്തിയെ

ടുക്കുന്നതും നിലനിറുത്തുന്നതുമാണ് കെ.വി. പിള്ളയുടെയും ഭാര്യ കാർത്ത്യായനി വി.പിള്ളയുടെയും സാമൂഹ്യ ചലനങ്ങളും സൗഹൃദബന്ധങ്ങളും. ഇന്ത്യാക്കാരുടെ ഇടയിലെ സമ്പന്നരുമായി മാത്രമെ അവർ ബന്ധപ്പെടാറുള്ളൂ. ഗുജറാത്തികളും പഞ്ചാബികളും മഹാരാഷ്ട്രക്കാരുമാണ് കൂടുതലും അവരുടെ സുഹൃത്തുക്കൾ. ന്യൂ ജേഴ്സിയിൽ അവർ താമസിക്കുന്ന പ്രദേശത്ത് ഒരു കൃഷ്ണക്ഷേത്രമുണ്ട്. ആ ക്ഷേത്രവുമായി ബന്ധപ്പെട്ട് ധാരാളം ചടങ്ങുകളുമുണ്ട്. അവയിൽ പിള്ളയും കുടുംബവും സജീവമായി പങ്കേടുക്കും.ഔപചാരികതയും പ്രോട്ടോക്കോളുമൊക്കെ പാലിച്ചു കൊണ്ടാണ് സാമൂഹ്യ സദസുകളിൽ പിള്ളയും കാർത്ത്യായനിയും പങ്കെടുക്കുന്നതും, പെരുമാറുന്നതും. മകളുടെ പേര് ഒരിക്കലും അവർ സതി എന്നു മാത്രം പറയാറില്ല – സതി.വി.പിള്ള, സതി ധരിക്കുന്ന വസ്ത്രവും, ഉപയോഗിക്കുന്ന ലിപ്സ്റ്റിക് പോലും അമ്മ കാർത്ത്യായനി നിശ്ചയിച്ചു ഉറപ്പിക്കും. മറ്റൊന്നിനെ പറ്റി ചിന്തിക്കാൻ പോലും അവൾ ശീലിച്ചിട്ടില്ല. അമ്മയുടെ ചൊൽപ്പടിയിലാണ് ആ മകൾ.

രവിശങ്കറിന്റെ അലസസ്വഭാവവും അയഞ്ഞ പെരുമാറ്റവും സതിയുടെ അച്ഛനമ്മമാർക്ക് തീരെ ഇഷ്ടപ്പെട്ടില്ല. അയാളുടെ ഉല്ലാസഭാവവും അലസതയും, ധാരാളിത്തവും അവരുടെ രീതികളുമായി യോജിക്കുന്നതല്ല. വസ്ത്രങ്ങളിലും വാക്കുകളിലും പോലും കൃത്യതയും, മിതത്വവും, പരിഷ്ക്കാര ശീലങ്ങളും പുലർത്തുന്ന അവർക്ക്, അയാളുടെ തുറന്ന സംസാരവും അയഞ്ഞ മട്ടിലെ പെരുമാറ്റവും തീരെ പഥ്യമായില്ല. അമേരിക്കയിൽ അയാൾ നൂറുശതമാനവും അവരുടെ ആശ്രിതനായാണ് കഴിയുന്നത്. നാട്ടിൽ നിന്ന് കിട്ടിയ എം.ബി.ബി.എസ് ഡിഗ്രി അവിടെ ജോലി ചെയ്യാനോ ഉപരി പഠനത്തിനോ മതിയായ യോഗ്യതയില്ല. യു.എസ്.എം.എൽ.ഇ (U.S.M.L.E) എന്ന പ്രത്യേക പരീക്ഷ പാസാകണം. അതിന് കോച്ചിംഗിന് കൃത്യമായി പോകണം. നല്ലതു പോലെ അധ്വാനിച്ചാൽ മാത്രമെ പ്രസ്തുത പരീക്ഷയിൽ ജയിക്കാൻ സാധ്യതയുള്ളൂ. കൃത്യമായി ക്ലാസിന് പോകൽ, കഠിനമായ അധ്വാനം, ഇവയൊന്നും രവിശങ്കറിന് ശീലവും പഥ്യവുമല്ല. അമേരിക്കൻ സമൂഹത്തിന്റെ വർണ പകിട്ടുള്ള തലങ്ങളെയും ഇടനാഴികളെയും മാത്രം സ്വപ്നം കണ്ടാണ് രവിശങ്കർ അവിടെ എത്തിയത്. അതിനുള്ള എളുപ്പ വഴിയായിട്ടാണ് ഈ വിവാഹത്തെ കണ്ടതും.

നാട്ടിലെ ഒരു പ്രമാണിയും സർക്കാർ ഉദ്യോഗസ്ഥനുമായ രവിശങ്കറിന്റെ അച്ഛൻ ശങ്കരൻ നായർ ഈ വിവാഹത്തിന് സമ്മതിച്ചതും കൃത്യമായ പദ്ധതികളോടും ആഗ്രഹങ്ങളോടുമാണ്. അമേരിക്കൻ പൗരനാ

യിക്കഴിഞ്ഞ വാസുദേവൻ പിള്ളക്ക് (കെ.വി. പിള്ള) വലിയ ഒരു ബിസിനസ് സാമ്രാജ്യമുണ്ട്. നാട്ടിലും അയാൾ സമ്പന്നനാണ്. വെള്ളയാണിക്കായലിന്റെ ഒരു വശത്ത് അൻപതിലേറെ ഏക്കർ ഭൂമി അയാൾക്കുണ്ട്. ഇതുകൂടാതെ തമിഴ്നാട്ടിലെ കുലശേഖരത്ത് നൂറിൽപരം ഏക്കർ റബർ തോട്ടവും അയാൾക്കുണ്ട്. ഈ വസ്തുവകകൾ നോക്കി നടത്തുന്നത് ഒരു കാര്യസ്ഥനും, മേൽനോട്ടം വഹിക്കുന്നത് വാസുദേവൻ പിള്ളയുടെ വൃദ്ധമാതാവുമാണ്. നാട്ടിലെ മറ്റു ബന്ധുക്കളുമായി വാസുദേവൻപിള്ളക്ക് വലിയ അടുപ്പവും ആരെയും വിശ്വാസവും ഇല്ലെന്ന് അറിഞ്ഞതു മുതൽ, തന്റെ മകന്റെ വിവാഹത്തോടെ ഈ വസ്തുവകകളുടെ മേൽനോട്ടം തന്റെ കൈയിലെത്തുമെന്ന് കുശാഗ്ര ബുദ്ധിയായ ശങ്കരൻനായർ കണക്കു കൂട്ടി. കല്യാണാലോചനയുടെ സമയത്ത് ആ രീതിയിൽ ഒരു സൂചന നൽകിയപ്പോൾ വാസുദേവൻ പിള്ള പറഞ്ഞു. 'അതൊരു നല്ല നിർദ്ദേശമാണ്'; അപ്പറഞ്ഞത് തന്റെ പദ്ധതികൾക്കുള്ള സമ്മതമായി ശങ്കരൻ നായർ കരുതി. അത്യുത്സാഹത്തോടെ മകന്റെ വിവാഹം നടത്തി.

കോച്ചിംഗ് ക്ലാസിൽ പങ്കെടുക്കുന്നതിനൊപ്പം, വിനോദ പരിപാടികളും ഉല്ലാസ യാത്രകളും കൊണ്ട് തന്റെ അമേരിക്കൻ ദിവസങ്ങൾ നിറയ്ക്കാനുള്ള രവിശങ്കറിന്റെ പരിപാടി അധികകാലം മുന്നോട്ട് പോയില്ല. ആഹാരവും അത്യാവശ്യചിലവുകളും ഒഴിച്ചുള്ള ആവശ്യങ്ങൾക്കായി പണം നൽകുന്നതിന് സതിയുടെ അച്ഛനമ്മമാർ വിമുഖരായിരുന്നു. പുറത്ത് എവിടെയെങ്കിലും സതിയെ കൂടി കൂട്ടിക്കൊണ്ട് പോയാൽ നിശ്ചയിച്ചുറപ്പിച്ച സമയത്ത് വീട്ടിൽ മടങ്ങി വരണം. കോച്ചിംഗ് ക്ലാസ് കഴിഞ്ഞുള്ള സമയത്ത്, തന്റെ കമ്പനി ഓഫീസിൽ ക്ലറിക്കൽ ജോലിക്ക് രവിശങ്കർ എത്തണമെന്ന് കെ.വി.പിള്ള നിർദ്ദേശിച്ചു. അത് അനുസരിക്കുകയേ ആ ചെറുപ്പക്കാരന് നിവൃത്തിയുണ്ടായിരുന്നുള്ളൂ. എന്നാൽ ഒന്നുരണ്ടാഴ്ച കഴിഞ്ഞപ്പോൾ അവിടത്തെ ജോലി മടുത്തു അയാൾ. മതിയാക്കി അടുത്ത മാസം, സതിക്കും അയാൾക്കും കൂടി നൽകുന്ന പ്രതിമാസ അലവൻസ് പിള്ള പകുതിയായി കുറച്ചു. സന്ദേശം വ്യക്തമായിരുന്നു,

'അധികം കറങ്ങി നടക്കണ്ട. നന്നായി പഠിച്ചു പരീക്ഷ ജയിക്കാൻ അവനോട് പറ' – രവിശങ്കറിന്റെ പരാതി അവതരിപ്പിച്ച സതിയോട് അമ്മ കാർത്ത്യായനി പിള്ള പറഞ്ഞു.

താൻ ഒരു പത്മവ്യൂഹത്തിൽ പെട്ടതായി രവിശങ്കറിന് മനസിലായി. സതിയെ അൽപം ശാക്തീകരിച്ചു തന്റെ വശത്താക്കാൻ അയാൾ ശ്രമിച്ചു. അത് നിഷ്ഫലമായി എന്ന് മാത്രമല്ല, വിപരീത ഫലവുമുണ്ടായി.

രവിശങ്കർ പറയുന്ന ഓരോ വാക്കും പ്രയോഗിക്കാനുദ്ദേശിക്കുന്ന ഓരോ ഉപായവും സതി അമ്മയോട് ഉടനുടൻ പങ്കു വച്ചിരുന്നു. അതോടെ അവ പാളി.

ഭാര്യ വീട്ടുകാരുടെ അൽപത്തത്തെക്കുറിച്ചും, അവഗണനയെക്കുറിച്ചും രവിശങ്കർ നാട്ടിലുള്ള തന്റെ പിതാവിനെ എഴുതി അറിയിക്കുകയും, ഇടക്കിടെ സൗകര്യം കിട്ടുമ്പോൾ ഫോണിൽ വിളിച്ചു വിശദമായി സംസാരിക്കുകയും ചെയ്തു. കെ.വി. പിള്ളയെ ബിസിനസ് പ്രതിഭയായി കരുതുന്ന ശങ്കരൻനായർ, തന്റെ മകൻ രവിശങ്കറെ വിരട്ടി. 'അവരെ പിണക്കാതെ നിന്ന് എങ്ങനെയെങ്കിലും കാര്യങ്ങൾ സാധിച്ചെടുക്കാൻ നോക്ക്' – അതായിരുന്നു അച്ഛന്റെ നിർദ്ദേശം.

'കോടീശ്വരനാണ് നിന്റെ അമ്മായിയപ്പൻ വാസുദേവൻ പിള്ള. അയാളൊരു പുളിങ്കൊമ്പാണ്. കാര്യങ്ങൾ കൈവിടാതെ മുറുകെ പിടിച്ചു കൊള്ളണം' – അതായിരുന്നു അച്ഛൻ മകന് നൽകിയ ഉപദേശം.

'കാര്യങ്ങൾ എന്നാൽ, U.S.M.L.E. ജയിച്ചു റസിഡൻസി പരിശീലനത്തിന് കയറുന്നത് മാത്രമല്ല, അയാളുടെ ബിസിനസിന്റെ സംഗതികളുടെ എല്ലാ വശങ്ങളും പഠിച്ചെടുക്കണം, പിന്നെ ക്രമേണ പിടിച്ചെടുക്കണം.'

'മനസിലായല്ലോ ഞാൻ പറഞ്ഞത്. കമ്പനി ഓഫീസിൽ ക്ലാർക്ക് ആയി പോകുക തന്നെ വേണം. എല്ലാം മനസിലാക്കണം, എല്ലാം പഠിച്ചെടുക്കണം. ക്രമേണ പിടിച്ചെടുക്കണം'

'പഠിച്ചെടുക്കണം, പിടിച്ചെടുക്കണം' – ഒരു ഗാനത്തിന്റെ പല്ലവി പോലെ അച്ഛൻ അത് പാടുന്നതായി രവിശങ്കറിന് തോന്നി.

നാട്ടിലേക്ക് മടങ്ങുന്ന പ്രശ്നമില്ല, എങ്ങനെയെങ്കിലും സ്വന്തം കാലിൽ നിൽക്കാനുള്ള പ്രാപ്തി നേടിയാലേ മതിയാകൂ. എല്ലാ ഉല്ലാസ പരിപാടികളും മാറ്റി വച്ച് രവിശങ്കർ, കോച്ചിംഗ് ക്ലാസിൽ മുടങ്ങാതെ പോവുകയും പരീക്ഷ എഴുതുകയും ചെയ്തു. സാമാന്യം നല്ല സ്കോറോടെ അയാൾ പരീക്ഷ പാസായി. ഇതിനിടയിൽ സതി ഒരു പെൺകുഞ്ഞിനെ പ്രസവിച്ചു. കുഞ്ഞിന്റെ ശുശ്രൂഷയും പരിപാലനവും ഏറ്റെടുത്ത സതി തന്റെ അച്ഛനമ്മമാരിൽ കൂടുതൽ ആശ്രയം തേടി. റെസിഡൻസി പരീശീലനത്തിന് ഇരുന്നൂറു മൈലകലെയുള്ള ആശുപത്രിയിലാണ് രവിശങ്കറിന് പ്രവേശനം കിട്ടിയത്. സതിയും കുഞ്ഞും അച്ഛനമ്മമാരോടൊപ്പം പാർക്കാനും, മാസത്തിൽ ഒന്നോ രണ്ടോ തവണ രവിശങ്കർ അവരെ സന്ദർശിക്കാനുമാണ് അവർ തീരുമാനിച്ചത്. എന്നാൽ ഒരൊറ്റ മാസം കഴിയുന്നതിന് മുൻപ് തന്നെ രവിശങ്കർ ആ പ്ലാൻ മാറ്റി. മോൾ മിനിക്കു

ട്ടിയെ കാണാതെ ദിവസങ്ങൾ പിന്നിടുക പ്രയാസം. ആശുപത്രിക്ക് സമീപം ഒരു ചെറിയ അപ്പാർട്ട്മെന്റ് വാടകക്കെടുത്ത് സതിയെയും മോൾ മിനിക്കുട്ടിയെയും അയാൾ തന്നോടൊപ്പം കൂട്ടി. പിള്ളക്കും ഭാര്യ കാർത്ത്യായനി പിള്ളക്കും അതത്ര ഇഷ്ടപ്പെട്ടില്ലെങ്കിലും, എതിർപ്പ് പറഞ്ഞില്ല.

ഉല്ലാസ പ്രിയനും ധാരാളിയുമാണ് രവിശങ്കർ. അച്ഛനമ്മമാർ പറയുന്നതിനപ്പുറം ചിന്തിക്കാനാ ചെയ്യുവാനോ സതിക്ക് കഴിയില്ല. സതിയും അയാളും തമ്മിൽ പൊരുത്തക്കേടുകൾ പ്രത്യക്ഷപ്പെടാൻ വലിയ കാലതാമസമുണ്ടായില്ല.

ഇന്റേണൽ മെഡിസിനിൽ അമേരിക്കൻ പരീക്ഷാ ബോർഡ് യോഗ്യത നേടിയ രവിശങ്കർ തന്റെ ക്ലിനിക്കൽ ജോലികളിൽ അതിസമർത്ഥനും സ്ഥിരോത്സാഹിയുമായിരുന്നു. പ്രഭാതം മുതൽ രാത്രി വരെ ക്ലിനിക്കുകളിലും ആശുപത്രി വാർഡുകളിലുമായി അയാൾ ഉത്സാഹത്തോടെ ജോലി ചെയ്തു. തുടർന്ന് രക്തരോഗ ചികിത്സയിൽ (ഹീമറ്റോളജി) ഉന്നത യോഗ്യതയായ ഫെലോഷിപ്പു നേടി. അയാൾ ജോലി ചെയ്യുന്ന അമേരിക്കൻ സിറ്റിയിൽ അരഡസൻ ഹിമറ്റോളജിസ്റ്റുകൾ ജോലിയെടുക്കുന്നുണ്ടെങ്കിലും വളരെ പെട്ടെന്നു തന്നെ രവിശങ്കറിന്റെ പ്രശസ്തി വർദ്ധിച്ചു. ക്ലിനിക്കുകളിലും ലാബിലുമായി പ്രവൃത്തി ദിവസങ്ങളിൽ പതിനഞ്ചു പതിനാറു മണിക്കൂർ വരെ അയാൾ ജോലി ചെയ്തു. വാരാന്ത്യങ്ങളിൽ ഭാര്യ സതിയും മോൾ മിനിക്കുട്ടിയുമൊത്ത് ഉല്ലാസ പരിപാടികളിൽ അയാൾ പങ്കെടുത്തു. വർഷത്തിൽ ഒന്നു രണ്ടു തവണയെങ്കിലും വിദേശത്തും വിദൂരത്തുമായി വിനോദയാത്രകൾ നടത്തി. അങ്ങനെ നീണ്ട പത്തിരുപത് വർഷങ്ങൾ.

ഇതിനിടയിൽ പ്രൊഫഷനിൽ, അയാൾക്ക് അസൂയാവഹമായ കയറ്റമായിരുന്നു. നഗരത്തിലെ മൂന്നു പ്രധാന ആശുപത്രികളിലെ ഏറ്റവും തിരക്കുള്ളതും (Busy) തിരയപ്പെട്ടതുമായ (Sought after) ഹിമറ്റോളജിസ്റ്റായി, രവിശങ്കർ. രണ്ട് അമേരിക്കക്കാരായ ഡോക്ടർമാരോടൊപ്പം ഒരു അത്യാധുനിക രക്ത രോഗ ചികിത്സാകേന്ദ്രം (Haematology Centre) സ്ഥാപിക്കാൻ അയാൾ പദ്ധതിയിട്ടു. അതിസമ്പന്നനായ ഭാര്യാപിതാവിൽ നിന്ന് സാമ്പത്തിക സഹായം പ്രതീക്ഷിച്ചു. അത് ലഭിച്ചില്ലെന്ന് മാത്രമല്ല, അതൊരു നല്ല ബിസിനസ് സംരംഭമാവുകയില്ലെന്ന് പറഞ്ഞ് നിരുത്സാഹപ്പെടുത്താനാണ് ശ്വശുരൻ കെ.വി.പിള്ള ശ്രമിച്ചത്. തന്റെ പ്രൊഫഷണൽ വൈദഗ്ദ്ധ്യവും, വളർന്നു വരുന്ന കീർത്തിയും നൽകിയ അമിതമായ ആത്മവിശ്വാസത്തിൽ, ശ്വശുരന്റെ നിലപാട് സ്വീകരിക്കാൻ

രവിശങ്കർ തയ്യാറായില്ല. അയാൾ ആശുപത്രി തുടങ്ങുക തന്നെ ചെയ്തു. ഈ പുതിയ സംരംഭം കൂടി ആയപ്പോൾ ഒരൊറ്റ നിമിഷം പോലും അയാൾക്ക് വിശ്രമമില്ലാതായി. സതിക്ക് ജീവിതം അസഹ്യമായി തോന്നി. അവർ തമ്മിലുള്ള മാനസിക ബന്ധം ഏതാണ്ട് പൂർണമായി അറ്റു പോയിരുന്നു. മകൾ മിനിക്കുട്ടിയായിരുന്നു അവരെ ഇണക്കി നിറുത്തിയ ഏകകണ്ണി.

ഭാര്യയും മോളും തന്നിൽ നിന്ന് അകലുന്നതായി തോന്നിയതോടെ ക്ലബ് ജീവിതവും സ്വകാര്യ ഉല്ലാസങ്ങളും കൊണ്ട് തന്റെ ജീവിതം നിറയ്ക്കാൻ രവിശങ്കർ ശ്രമിച്ചു. തുടർച്ചയായ പുകവലിയും അമിതമായ മദ്യപാനവും അയാളുടെ ആരോഗ്യവും നശിപ്പിച്ചു. പ്രമേഹവും രക്തസമ്മർദ്ദവും കൂട്ടിനെത്തി. ഉറക്ക ഗുളികകളും മദ്യവും ചേർന്ന കോക്ടെയിലുകൾ കൊണ്ടു മാത്രമേ ഉറങ്ങാൻ കഴിയൂ എന്ന നിലയിലായി അയാൾ.

ഇതിനിടയിൽ പാർട്ണർഷിപ്പ് വ്യവസ്ഥയിൽ തുടങ്ങിയ ആശുപത്രിയുടെ നടത്തിപ്പിൽ താളപ്പിഴകൾ ആരംഭിച്ചു കഴിഞ്ഞിരുന്നു. പ്രൊഫഷണൽ ജോലിയിൽ, മടിയനും സാമ്പത്തിക കാര്യങ്ങളിൽ അതിസൂത്രശാലിയുമായ സീനിയർ അമേരിക്കൻ പാർട്ണർ ആശുപത്രി മാനേജ്മെന്റിനെ തന്റെ വശത്താക്കി. നഷ്ടത്തിന്റെ കണക്കുകൾ പെരുക്കിയെടുത്ത് രവിശങ്കറിന്റെ ലാഭ വിഹിതം അയാൾ കവർന്നെടുത്തു. ചോദ്യം ചെയ്ത രവിശങ്കറുമായി അയാൾ യുദ്ധമായി. ദുർബലനായ മൂന്നാമത്തെ പാർട്ണർ തന്റെ നാട്ടുകാരനുമായി ചേരാനാണ് തുനിഞ്ഞത്. പ്രൊഫഷണൽ സംഘർഷവും, സാമ്പത്തികത്തകർച്ചയും കൂടി രവിശങ്കറെ ഉലച്ചു. ഭാര്യ സതിയോടോ, അതിനകം മനസുകൊണ്ട് ബഹുകാതം അകന്നു കഴിഞ്ഞ അവളുടെ അച്ഛനമ്മമാരോടോ, ഈ വിഷമങ്ങൾ പറയാൻ അയാളുടെ അഭിമാനബോധം അനുവദിച്ചില്ല. പറഞ്ഞാലും, അവരിൽ നിന്ന് എന്തെങ്കിലും സഹായം ലഭിക്കാൻ സാധ്യതയുമുണ്ടായിരുന്നില്ല.

ഇതൊക്കെയാണെങ്കിലും, വാരാന്ത്യങ്ങളിൽ സതിയും മിനിക്കുട്ടിയും അയാളെ സന്ദർശിച്ചിരുന്നു. ഔപചാരികമായ ദാമ്പത്യബന്ധവും മിനിക്കുട്ടിയെ കരുതിയുള്ള കുടുംബബന്ധവും അങ്ങനെ വാരാന്ത്യങ്ങളിൽ മാത്രമായി തുടർന്നു. നാട്ടിലെ സ്വന്തം അച്ഛനമ്മമാരും സഹോദരന്മാരുമായുള്ള ബന്ധവും നാമമാത്രമായിട്ട് വർഷങ്ങളായി. ചുഴികളും ചുഴലിക്കാറ്റമുണ്ടെങ്കിലും, അമേരിക്കൻ ജീവിതത്തിന്റെ ഓളങ്ങളും തീരങ്ങളുമില്ലാത്ത, മറ്റൊരു ജീവിത സരസിനെ കുറിച്ച് ചിന്തിക്കാനുള്ള കഴിവ്

അയാൾക്ക് എന്നോ നഷ്ടപ്പെട്ടിരുന്നു.

ഇടിത്തീ വീണത് പോലെയാണ് ജീവിതത്തിന്റെ ഗതി മാറിയത്. ആശുപത്രിയിലെ റൗണ്ട്സ് പൂർത്തിയാക്കി പാർപ്പിടത്തിലേക്ക് മടങ്ങവെ ഒരവധി ദിവസത്തിൽ കാറിൽ വച്ചാണ് ഡോ. രവിശങ്കറിന് മസ്തിഷ്ക്കാഘാതം (Stroke) ഉണ്ടായത്. ഭാഗ്യത്തിന് തലചുറ്റൽ അനുഭവപ്പെട്ടപ്പോൾ തന്നെ അയാൾ കാർ വഴിയരികിലേക്ക് ഒതുക്കി നിറുത്തിയത് കൊണ്ട് ആ എക്സ്പ്രസ് വേയിൽ വച്ച് ജീവിതം പൊലിഞ്ഞില്ല. ഇരുപത്തി ഒന്നു ദിവസത്തിന് ശേഷം ആശുപത്രിയിലെ തീവ്ര ചികിത്സാ വിഭാഗത്തിൽ വച്ച് ഓർമ്മ വീണ്ടു കിട്ടിയപ്പോൾ, വലത് കൈയും കാലും അനക്കാൻ കഴിയുന്നില്ല. മുറിയിലുണ്ടായിരുന്ന ഭാര്യ സതിയെയും അവളുടെ അമ്മയെയും രവിശങ്കർ തിരിച്ചറിഞ്ഞു.

അയാളുടെ സംസാരശേഷി പക്ഷാഘാതത്തിൽ നഷ്ടപ്പെട്ടുവെന്ന് കരുതിയവരെ അത്ഭുതപ്പെടുത്തിക്കൊണ്ട് മലവെള്ളം പോലെ അയാൾ സംസാരിച്ചു തുടങ്ങി. അയാൾ പറയുന്നത് ഒന്നും തിരിയുന്നില്ല. മസ്തിഷ്ക്ക പാർശ്വ ഭാഗത്തുള്ള പറൈറ്റൽ ഖണ്ഡത്തെ (Parietal) ബാധിക്കുന്ന വെർണിക്കെ അഫേസിയ (Wernicke Aphasia) ആയിരുന്നു അയാളുടെ സംസാര വൈകല്യം. കൈകാലുകളുടെ ചലനശേഷി അയാൾക്ക് വളരെ പെട്ടെന്ന് വീണ്ടെടുക്കാൻ കഴിഞ്ഞു. സംസാരത്തിന്റെ വേഗതയും അളവും കുറഞ്ഞു തുടങ്ങി. പ്രത്യക്ഷത്തിൽ വലിയ കുഴപ്പമില്ലാതെ ഒന്നു രണ്ടാഴ്ചക്ക് ശേഷം ആശുപത്രി വിട്ടപ്പോൾ അയാളുടെ സ്വഭാവം വളരെ മാറിക്കഴിഞ്ഞിരുന്നു. പെട്ടെന്ന് ക്ഷോഭിക്കുകയും നിസ്സാര കാര്യങ്ങൾക്ക് പൊട്ടിത്തെറിക്കുകയും ചെയ്യുന്ന രവിശങ്കറിന്റെ പുതിയ സ്വഭാവം എല്ലാവരെയും അത്ഭുതപ്പെടുത്തി. അയാൾ പ്രകടിപ്പിച്ച അമിതമായ ആത്മവിശ്വാസം, വീമ്പു പറയൽ, കോപം ഇവ അവരെ വിഷമിപ്പിച്ചു. പുകവലിക്കരുതെന്നും മദ്യപിക്കരുതെന്നുമുള്ള മെഡിക്കൽ നിർദ്ദേശങ്ങൾ അയാൾ പുച്ഛിച്ചു തള്ളി. അപകട ഘട്ടത്തിൽ പരിമിതമായെങ്കിലും സഹായവും പരിചരണവും നൽകാനെത്തിയ സതിയോടും അച്ഛനമ്മമാരോടും അയാൾ പരുഷമായി പെരുമാറി. രണ്ടാഴ്ച കഴിഞ്ഞപ്പോൾ ആശുപത്രിയിൽ രവിശങ്കർ കൺസൾട്ടേഷൻ ജോലി പുനരാരംഭിച്ചു. ജോലിയിൽ സാധാരണയിൽ കവിഞ്ഞ ചുറുചുറുക്കും വേഗതയും അയാൾ കാട്ടി. പക്ഷെ, ജൂനിയർ ഡോക്ടർമാർക്കും നഴ്സുകൾക്കും നേരെ അടിക്കടി അയാൾ തട്ടിക്കയറിയത് ആശുപത്രിയിൽ സംഘർഷങ്ങൾക്കിടയാക്കി.

ഇതിനിടയിലാണ് പെട്ടെന്ന് നാട്ടിലേക്ക് അയാളൊരു യാത്ര നടത്തി

യത്. അയാളുടെ സംസാരത്തിലും ചലനങ്ങളിലും വന്ന വേഗതയും അസ്വാഭാവികതയും കണ്ട് വീട്ടുകാർ ആശങ്കാകുലരായി, സഹോദരി ലക്ഷ്മിയുടെ ഭർത്താവ് ആയ കോളേജ് പ്രൊഫസർ ചന്ദ്രൻ സാറാണ് രവിശങ്കറെ കൺസൾട്ടേഷനായി സൈക്യാട്രിസ്റ്റിനടുത്തേക്ക് കൂട്ടിക്കൊണ്ട് വന്നത്. അയാൾക്കുണ്ടായ മസ്തിഷ്ക്കാഘാതവും തുടർന്നുള്ള സ്വഭാവത്തിലെ മാറ്റവും തമ്മിൽ നേരിട്ട് ബന്ധമുണ്ടെന്ന് വ്യക്തമായിരുന്നു. ഉന്മാദരോഗമായ മാനിയയുടെ സ്വഭാവമുള്ള ഇത്തരം മാനസിക രോഗം (Organic Affective Disorder) മസ്തിഷ്ക്കാഘാതത്തെ തുടർന്നുണ്ടാവുക (Post-stroke) അപൂർവമല്ല. മിക്കരോഗികളിലും വിഷാദ രോഗത്തിന്റെ രീതിയിലാണത് പ്രത്യക്ഷപ്പെടുക. രക്തസമ്മർദ്ദം, പ്രമേഹം എന്നിവ നിയന്ത്രിക്കുന്നതിനുള്ള ഔഷധങ്ങളോടൊപ്പം വികാര സ്ഥിരതൗഷധങ്ങളും (Mood Stabilizer) കൃത്യമായി കഴിക്കണം. വിശ്രമിക്കണം. മദ്യവും ലഹരി പദാർത്ഥങ്ങളും പൂർണമായി ഒഴിവാക്കണം. തിരക്കുകളിലും കുഴപ്പങ്ങളിലും ചെന്നു വീഴാതെ ശ്രദ്ധിക്കണം. ഇതിനെല്ലാം കൂടി രണ്ടുമാസത്തോളമെങ്കിലും നാട്ടിൽ കഴിയുന്നതാണ് നല്ലതെന്ന് സൈക്യാട്രിസ്റ്റ് രവിശങ്കറെ ഉപദേശിച്ചു. ചന്ദ്രൻ സാറും ലക്ഷ്മിയും അതിനോട് യോജിച്ചു. പക്ഷെ, ഡോ. രവിശങ്കർ തയ്യാറായില്ല. തന്റെ തിരക്കുകളെക്കുറിച്ചും, തുടർ പദ്ധതികളെ കുറിച്ചും അയാൾ സംസാരിച്ചു തുടങ്ങി. ഔഷധങ്ങൾ നിർദ്ദേശമനുസരിച്ച് താൻ കഴിച്ചു കൊള്ളാമെന്നും യു.എസിൽ മടങ്ങിയെത്തിയാലുടൻ മറ്റൊരു സൈക്യാട്രിസ്റ്റിനെ കൺസൾട്ട് ചെയ്ത് ചികിത്സ തുടരാമെന്നും ഉറപ്പു നൽകി അയാൾ മടങ്ങി.

ഏതാണ്ട് രണ്ടു മാസത്തിന് ശേഷം ക്ലിനിക്കിലെത്തിയ ചന്ദ്രൻ സാറാണ് തുടർന്നുള്ള ദുരന്തകഥ അറിയിച്ചത്. അമേരിക്കയിൽ മടങ്ങിയെത്തിയ ഡോ. രവിശങ്കർ തന്റെ അനിയന്ത്രിതമായ വേഗതയോടും ആവേശത്തോടും ജോലിയും ജീവിതവും തുടർന്നു. അയാളുടെ പെട്ടെന്നുണ്ടാകുന്ന കോപവും പൊട്ടിത്തെറിയും ആശുപത്രിയിൽ പ്രശ്നങ്ങൾ ഉണ്ടാക്കി. അമേരിക്കൻ പാർട്ണർമാരുമായുള്ള സംഘർഷവും മൂർച്ഛിച്ചു. ഇതിനിടയിൽ കൺസൾട്ടേഷനെത്തിയ ഒരു അമേരിക്കൻ വനിതയോട് അയാൾ അപമര്യാദയായി പെരുമാറിയെന്ന ആരോപണമുണ്ടായി. സാമ്പത്തിക കാര്യങ്ങളുടെ പേരിൽ അകൽച്ചയിലായിരുന്ന ആശുപത്രി പാർട്ണറും മാനേജ്മെന്റും ആരോപണത്തെ ഊതി പെരുപ്പിച്ചു. ഒരാഴ്ചക്കുള്ളിൽ രോഗികളായ നാല് സ്ത്രീകൾ കൂടി ഇത്തരം ആരോപണങ്ങളുമായെത്തി. സ്ത്രീകളുടെ അവകാശ സംരക്ഷണത്തിനുള്ള

പ്രാദേശിക സമിതി പ്രശ്നം ഏറ്റെടുത്തു. അയാൾ ലൈംഗിക അതിക്രമകേസിൽ പ്രതിയായി. ഇത്തരം ഒരു പെരുമാറ്റം രവിശങ്കറിന്റെ ഭാഗത്ത് നിന്നുണ്ടായതിന് അയാളുടെ തകരാറിലായ മാനസിക നിലയുമായി ബന്ധമുണ്ടോ എന്ന് ആരാഞ്ഞാണ് ചന്ദ്രൻ സാർ സൈക്യാട്രിസ്റ്റിനെ സമീപിച്ചത്. തീർച്ചയായും അതിന് സാധ്യതയുണ്ട്. മസ്തിഷ്ക്കാഘാതത്തെ തുടർന്നുണ്ടായ മാനസിക വൈകല്യവുമായി അതിന് നേരിട്ട് ബന്ധമുണ്ടെന്ന് അനുമാനിക്കാം. മാസങ്ങൾക്ക് മുൻപ് ഡോ. രവിശങ്കറിന്റെ മാനസിക നില പരിശോധിച്ചതിന്റെ വിവരങ്ങളോടൊപ്പം ഈ അനുമാനവും, അതിന് പിൻബലം നൽകുന്ന ശാസ്ത്രീയ പഠനവിവരങ്ങളും രേഖപ്പെടുത്തി ഒരു വിശദമായ റിപ്പോർട്ട് (സൈക്യാട്രിസ്റ്റ്) തയ്യാറാക്കി. ഇത് രവിശങ്കറിന്റെ ഭാര്യയുടെ പേർക്ക് അയച്ചു കൊടുക്കാനും ഈ അടിസ്ഥാനത്തിൽ കേസിൽ ഏർപ്പെടുത്തിയിട്ടുള്ള പ്രതിഭാഗം വക്കീലിനെ തയ്യാറാക്കാനും ശ്രമിക്കണം എന്ന് നിർദ്ദേശിച്ചു അവരെ അയച്ചു.

ഏതാനും ആഴ്ചകൾക്ക് ശേഷം രവിശങ്കറിന്റെ ഇളയസഹോദരിയായ, തന്റെ ഭാര്യ ലക്ഷ്മിയുമൊത്ത് ചന്ദ്രൻ സാർ എത്തിയത് ദുരന്തകഥയുടെ ബാക്കി ഭാഗവുമായാണ്. നല്ലൊരു അഭിഭാഷകനെ കൊണ്ട് കേസ് നടത്തിക്കാനുള്ള സമചിത്തതയും ഗൗരവബോധവും രവിശങ്കർ കാണിച്ചില്ല, കോടതി ഏഴു വർഷത്തെ തടവു ശിക്ഷ അയാൾക്ക് വിധിച്ചു.

കേസ് നടത്തുന്നതിൽ ഒരു സഹായവും സതിയുടെ കുടുംബാംഗങ്ങളിൽ നിന്ന് കിട്ടിയില്ല. ചന്ദ്രൻ സാറിനോടും ലക്ഷ്മിയോടും വലിയ അടുപ്പവും സമ്പർക്കവും ആദ്യം മുതൽ തന്നെ അവർ കാണിച്ചിരുന്നില്ലല്ലോ.

'രവിയേട്ടനെ രക്ഷപ്പെടുത്താൻ ഇനി എന്തെങ്കിലും ചെയ്യാനാകുമോ?'

ചോദിക്കുമ്പോൾ ലക്ഷ്മിയുടെ കണ്ണുകൾ നിറഞ്ഞിരുന്നു.

തുടർവിചാരണയിലോ അപ്പീലിലോ, മസ്തിഷ്ക്കാഘാതവും അതിന്റെ ഫലമായുണ്ടാകുന്ന മാനസിക വ്യതിയാനവും കോടതിയുടെ മുൻപിൽ ശാസ്ത്ര വസ്തുതയായി അവതരിപ്പിക്കുന്നത് ഗുണകരമാകുമെന്ന് അവരോട് പറഞ്ഞു. ഇന്ത്യയിലെ ഏത് കോടതിയിലാണെങ്കിലും, രവിശങ്കറിന്റെ മാനസിക നിലയെക്കുറിച്ച് സാക്ഷ്യം പറയാൻ എത്താമെന്നും പറഞ്ഞു. ഇന്ത്യയിലെ കോടതികളെക്കാൾ മെഡിക്കൽ റിപ്പോർട്ടുകളെ വിശകലനം ചെയ്യാനും വിലയിരുത്താനും സംവിധാനമുള്ള അമേരിക്കയിൽ, പക്ഷെ ഇക്കാര്യങ്ങൾ കോടതിയുടെ മുൻപിലെത്തിക്കാൻ വലിയ ചിലവും പരിശ്രമവും വേണം. നല്ല സാമ്പത്തിക

ശേഷിയുള്ള ഭാര്യക്കോ ഭാര്യയുടെ പിതാവിനോ തീർച്ചയായും അതിന് സഹായിക്കാൻ കഴിയും. നല്ലൊരു അഭിഭാഷകനെ ഏർപ്പെടുത്തിയാൽ കാര്യങ്ങൾ എളുപ്പമാകും.

'ഇതിലൊന്നും അവരെ ഇടപെടീക്കാൻ രവിയേട്ടൻ സമ്മതിക്കുന്നില്ല എന്നാണവർ പറയുന്നത്. എല്ലാം തനിക്ക് നിസ്സാരമാണെന്നും കോടതിക്ക് തന്നെ ഒന്നും ചെയ്യാനാകില്ല എന്നും രവിയേട്ടൻ വീമ്പിളക്കിയത്രെ. അവരുടെ സഹായവും സഹകരണവും ഒന്നും ഏട്ടൻ സ്വീകരിക്കുന്നില്ല'.

'അതും അപഭ്രംശം പറ്റിയ രവിശങ്കറിന്റെ മനസിന്റെ വികൃതിയാവാം. എന്തായാലും ചികിത്സിച്ചാൽ ഇതൊക്കെ പൂർണമായി മാറുമോ, ഡോക്ടർ', ലക്ഷ്മി ആരാഞ്ഞു.

'ഉറപ്പിക്കാൻ കഴിയില്ല. നാലഞ്ചു മാസത്തെ ചികിത്സ കൊണ്ടു ഗണ്യമായ ശമനം കിട്ടുമെന്ന് പ്രതീക്ഷിക്കാം. ചിലരിൽ കൂടുതൽ കാലത്തേക്ക് ചികിത്സ തുടരേണ്ടി വരും. മദ്യപാനവും ലഹരിശീലവും ഉപേക്ഷിക്കണം. കറച്ചു കൂടി വിശ്രമവും സ്വസ്ഥതയുമുള്ള ദിനചര്യ സ്വീകരിക്കണം. ചുരുക്കത്തിൽ, ചികിത്സയും, സമാധാനമുള്ള കുടുംബജീവിതവും കൊണ്ട് പ്രശ്നം ഒട്ടൊക്കെ പരിഹരിക്കാൻ സാധിക്കും'.

'അതാണല്ലോ, രവിയേട്ടനില്ലാതെ പോയത്. ഇനിയെങ്കിലും അവർ തമ്മിൽ കുറച്ചു കൂടി ചേർച്ചയും സ്നേഹവും ഉണ്ടായെങ്കിൽ. നാട്ടിലിരിക്കുന്ന നമുക്ക് ആഗ്രഹിക്കാമെന്നല്ലാതെ, എന്ത് ചെയ്യാനാകും?'

'രവിയേട്ടൻ ചീത്തയായിരുന്നില്ല. ആരോടും പ്രത്യേക മമതയും പ്രതിപത്തിയുമൊന്നുമില്ല. സ്വാർത്ഥനായിരുന്നു. പക്ഷെ, ആരെയും ദ്രോഹിക്കണമെന്നോ നശിപ്പിക്കണമെന്നോ ആഗ്രഹിക്കാത്ത ഒരാളായിരുന്നു.... ഡോക്ടർ പറഞ്ഞ കാര്യങ്ങൾ വിശദമായി അവരെ അറിയിക്കാം. പ്രൊഫഷൻ രവിയേട്ടന് ഒരു ലഹരിയായിരുന്നു. എത്ര പേരെ ചികിത്സിച്ചു സുഖപ്പെടുത്തിക്കാണും? മെഡിക്കൽ പ്രാക്ടീസ് ചെയ്യാനുള്ള രജിസ്ട്രേഷൻ റദ്ദു ചെയ്യപ്പെടാം എന്ന് പറയുന്നു. വല്ലാത്ത ഒരു വിധി തന്നെ.'

പ്രൊഫഷന്റെ ലഹരിയിൽ നിന്നും, മദ്യത്തിന്റെ ലഹരിയിൽ നിന്നും അകലെ, രോഗത്തിന്റെ നിഴലുകളുമായി തടവറയിൽ കഴിയുന്ന സമർത്ഥനായ ഡോക്ടറെ ഓർത്ത് നിശ്വസിച്ചു കൊണ്ട് അന്നത്തെ ക്ലിനിക്ക് സൈക്യാട്രിസ്റ്റ് അവസാനിപ്പിച്ചു.

ഏതാണ്ട് രണ്ടു വർഷങ്ങൾക്ക് ശേഷം ഒരു വൈകുന്നേരം ഡോ. രവിശങ്കർ, ലക്ഷ്മിയോടും ഭർത്താവ് പ്രൊഫസർ ചന്ദ്രൻ സാറിനോടുമൊപ്പം കൺസൾട്ടേഷൻ റൂമിൽ എത്തി. അയാളുടെ മുഖം

പ്രസന്നമായിരുന്നു. കൂടുതൽ തടിച്ചിട്ടുണ്ട്.

'ഡോക്ടറെക്കണ്ടു നന്ദി പറയാനാണ് വന്നത്.

അയാൾ തന്റെ കഥയുടെ ബാക്കി പറഞ്ഞു തുടങ്ങി.'

'ഡോക്ടർ തയ്യാറാക്കി നൽകിയ ക്ലിനിക്കൽ റിപ്പോർട്ട്, അപ്പീൽ കോടതിയിലെ പ്രതിരോധ വാദത്തിൽ നമ്മുടെ വക്കീലിനെ വളരെ സഹായിച്ചു. ചെറുപ്പക്കാരനായ ഒരു പ്രസിദ്ധ വക്കീലായിരുന്നു. ഈ റിപ്പോർട്ടിലെ അനുമാനങ്ങൾ അയാളെ ഉത്സാഹഭരിതനാക്കി. അമേരിക്കയിലെ പ്രസിദ്ധനായ ഒരു ഫോറൻസിക് സൈക്യാട്രിസ്റ്റിനെ കണ്ടെത്തി, കേസിലെ സാക്ഷിയായി വരാൻ സമ്മതിപ്പിച്ചു. അദ്ദേഹം ഡോക്ടർ ഇവിടെ നിന്ന് അയച്ചു തന്ന റിപ്പോർട്ട് പൂർണമായി ശരി വച്ചു.'

അപ്പീൽ കോടതിയെ സ്വാധീനിക്കാനും സദാചാര സമിതി പ്രവർത്തകരും, ആശുപത്രി മാനേജ്മെന്റും കഠിനശ്രമം നടത്തി. പ്രോസിക്യൂഷൻ വാദവും ശക്തമായിരുന്നു. പക്ഷെ, പ്രതിരോധത്തിനെത്തിയ വക്കീലിന് അവയെ എല്ലാം നിഷ്പ്രഭമാക്കിക്കൊണ്ട് തന്റെ വാദം അവതരിപ്പിക്കാൻ കഴിഞ്ഞു.

അങ്ങനെ ഏഴു വർഷത്തെ തടവു ശിക്ഷ വിധിക്കപ്പെട്ട എനിക്ക് ഒൻപത് മാസത്തിനകം പുറത്ത് വരാൻ കഴിഞ്ഞു. വന്നപ്പോൾ ജീവിതം ആകെ മാറിക്കഴിഞ്ഞിരുന്നു. സതിയെയും കുട്ടിയെയും അവളുടെ അച്ഛനമ്മമാർ നിർബന്ധിച്ചു സ്വന്തം വീട്ടിലേക്ക് കൊണ്ടു പോയി. തനിക്കെതിരെ വിവാഹമോചനത്തിന് കേസും ഫയൽ ചെയ്തു. സതിയെ ഒന്നു കണ്ട് സംസാരിക്കാനും, മോളെ ഒന്നു കാണാനും ഉള്ള മോഹം അടക്കാനായില്ല. എന്നാൽ വീട്ടിനകത്തേക്ക് കയറാൻ അവളുടെ അച്ഛൻ സമ്മതിച്ചില്ല. സതിയെയും കുഞ്ഞിനെയും ഒന്ന് കാണാൻ പോലും കഴിഞ്ഞില്ല.

കേസിനെ തുടർന്ന് റദ്ദ് ചെയ്യപ്പെട്ട മെഡിക്കൽ രജിസ്ട്രേഷനും പ്രാക്ടീസ് ലൈസൻസും മടക്കിക്കിട്ടാൻ രണ്ടു മാസത്തെ സമയമെടുത്തു. ഒരു മെഡിക്കൽ ഇൻഷ്വറൻസ് കമ്പനിയുടെ, രക്തരോഗങ്ങളുടെ വിഭാഗത്തിലെ മെഡിക്കൽ അഡ്വൈസറായി തുടർന്ന് നിയമനം കിട്ടി.

അപമാനവും നൈരാശ്യവും മനസിനെ ചവിട്ടിമെതിച്ച ആ നാളുകളിൽ തനിക്ക് ആശ്വാസം നൽകാനായി തന്റെ പഴയ ആശുപത്രിയിലെ നഴ്സിംഗ് സിസ്റ്റർ എലിസാ ജോൺസ് അടിക്കടി ജയിലിൽ എത്തിയിരുന്നു. ജയിൽ വിമോചിതനായി, ഞാൻ അവരുടെ വീട്ടിലേക്കാണ് പോയത്.

ഇക്കഴിഞ്ഞ ആറു മാസമായി അവളോടൊപ്പമാണ് ഞാൻ കഴിയുന്ന

ത്. സതിയുമായുള്ള വിവാഹമോചന കേസിന്റെ വിധി ഏത് നിമിഷവും വരാം. വിവാഹമോചനം ലഭിച്ചാൽ എലീസയെ വിവാഹം കഴിക്കാം എന്നാണ് വിചാരിക്കുന്നത്. അങ്ങനെ പുതിയ ഒരു ജീവിതം തുടങ്ങാം എന്ന് കരുതുന്നു.

കേസിലെ അപ്പീൽ ജയിക്കാനും, ജയിലിൽ നിന്ന് മോചനം നേടാനും സഹായിച്ചത് ഡോക്ടറുടെ വിശദമായ ആ റിപ്പോർട്ടാണ്. യു. എസിലെ കോടതിയിൽ, പുറത്ത് നിന്നുള്ള ഡോക്ടറുടെ റിപ്പോർട്ടിന് അംഗീകാര മില്ല. പക്ഷെ, ആ റിപ്പോർട്ടിനെ പിന്തുണച്ച് ഫോറൻസിക് സൈക്യാട്രിസ്റ്റ് നൽകിയ സാക്ഷിമൊഴിയും നമ്മുടെ വക്കീൽ നടത്തിയ ശക്തമായ പ്രതിരോധവും എന്നെ രക്ഷിച്ചു.

'ഇതിനൊക്കെ വലിയ ചിലവ് വന്നു. എന്നാൽ ആശുപത്രിയിൽ ജോലി ചെയ്തിരുന്ന കാലത്ത് ഞാൻ നിക്ഷേപം നടത്തിയിരുന്ന ഇൻഷുറൻസ് പോളിസികളും പെൻഷൻ പ്ലാനും റിലീസ് ചെയ്ത് കിട്ടിയതോടെ, സാമ്പത്തിക പ്രയാസങ്ങൾ അവസാനിച്ചു.'

ഇത്രയും ഭീകരമയ ഒരു അനുഭവം ജീവിതത്തിലുണ്ടാകുമെന്ന് വിദൂരമായ ധാരണ പോലും ഇല്ലാതെ ജീവിച്ച എനിക്ക്, വിശ്വസിക്കാൻ കഴിയാത്ത ദുരന്തമാണ് നേരിടേണ്ടി വന്നത്. മാരകമായ സ്ട്രോക്കും, അതുണ്ടാക്കിയ മാനസിക വൈകല്യവും, പകയും വിദ്വേഷവുമായി ആ അവസരം മുതലാക്കാൻ എത്തിയ പാർട്ട്ണർമാരും, പതിതനും നിന്ദിതനുമായ എന്നെ സൗകര്യപൂർവം ഒഴിവാക്കിയ ഭാര്യ വീട്ടുകാരും, അവർക്ക് പൂർണമായി വഴങ്ങിയ ഭാര്യയും എല്ലാം കൂടി ഒരുക്കിയ കൊടും ദുരന്തം.

'തടവറയിൽ ഏകനായി, നിസ്സഹായനായി കിടക്കവെ, നാട്ടിൽ കൺസൾട്ടേഷന് വന്നപ്പോൾ മസ്തിഷ്ക്കാഘാതം കൊണ്ടുണ്ടാകുന്ന ഉന്മാദരോഗലക്ഷണങ്ങളെപ്പറ്റി താങ്കൾ പറഞ്ഞത് ഞാൻ വീണ്ടും വീണ്ടും ഓർത്തു. നിർദ്ദേശിച്ചതനുസരിച്ച് രണ്ടു മാസം നാട്ടിൽ കഴിഞ്ഞു ചികിത്സ എടുത്തിരുന്നെങ്കിൽ, എനിക്കുണ്ടായ ദുരനുഭവങ്ങൾ ഒഴിവാക്കാമായിരുന്നു'!

താങ്കൾ തയ്യാറാക്കി അയച്ചു തന്ന ക്ലിനിക്കൽ റിപ്പോർട്ട്, അപ്പീൽ കോടതിയിൽ നിയമപരമായ പ്രതിരോധത്തിന് എന്നെ സഹായിച്ചു. വളരെയധികം ചിലവുള്ളതാണെങ്കിലും, അമേരിക്കയിലെ നീതിന്യായവ്യവസ്ഥയുടെ ശാസ്ത്രീയാഭിമുഖ്യവും എനിക്ക് തുണയായി.

കേസിൽ നിന്ന് വിമോചിതനായെങ്കിലും, ജീവിതം നഷ്ടപ്പെട്ട എനിക്ക് അത് വീണ്ടെടുക്കാൻ സഹായിച്ചത് യാഥാർത്ഥ്യ ബോധത്തോടെ നീതി

യെയും ധാർമ്മികതയെയും കാണാനുള്ള അമേരിക്കൻ സമൂഹത്തിന്റെ സന്നദ്ധതയാണ്.

നമ്മുടെ നാട്ടിലാണെങ്കിൽ, ഇത്തരം ഒരു കേസിൽ പ്രതിയായ ഒരു ഡോക്ടർക്ക് ഇതുപോലൊരു ശാപമോക്ഷത്തിന് സാധ്യതയുണ്ടോ എന്ന് ഞാൻ വീണ്ടും വീണ്ടും ആലോചിക്കാറുണ്ട്.

നന്ദി പറഞ്ഞ്, രവിശങ്കർ വിടവാങ്ങിയപ്പോൾ അയാൾ പറഞ്ഞ കാര്യങ്ങളും, അയാളുടെ അവസാനത്തെ ചോദ്യവും മനസിൽ ചുറ്റിത്തിരിയുകയായിരുന്നു.

രോഗവും പാപവും

വൈകുന്നേരത്തെ വാർഡ് റൗണ്ട്സ് കഴിഞ്ഞ് വീട്ടിലേക്ക് മടങ്ങാൻ ഒരുമ്പെടുമ്പോഴാണ് ഒരു എയ്ഡ്സ് രോഗി ഗുരുതരമായ വിഷാദരോഗം കൂടി ബാധിച്ച് സർക്കാർ പേ വാർഡിലുണ്ടെന്ന് കൺസൾട്ടേഷൻ അറിയിപ്പ് കിട്ടിയത്. അങ്ങോട്ടു നടന്നു. സമയം സന്ധ്യയാകുന്നു. ആശുപത്രിയുടെ ഇടനാഴിയുടെ ഒരറ്റത്ത് ഒരു ബൾബ് മുനിഞ്ഞു കത്തുന്നു. വലിയ തൂണുകൾക്കും, ചുവരിലെ മടക്കുകൾക്കുമിടയിൽ തളം കെട്ടി നിൽക്കുന്ന ഇരുട്ടിനെ നേരിടാൻ, അതിന്റെ മങ്ങിയ വെളിച്ചം അശക്തമായിരുന്നു.

സർക്കാർ പേവാർഡിലെ റൂമുകളുടെ എണ്ണം പരിമിതമാണ്. മന്ത്രിമാരും, ഉയർന്ന സർക്കാർ ഉദ്യോഗസ്ഥരും മറ്റുമാണ് അവിടെ ചികിത്സക്കായി എത്തുന്നത്. ചിലപ്പോൾ സമൂഹത്തിൽ ഉയർന്ന സ്ഥാനമുള്ള വ്യക്തികൾക്കും അവിടെ മുറി നൽകപ്പെടാറുണ്ട്. മറ്റ് പേവാർഡുകളിലെ മുറികളിലേക്ക് ആശുപത്രി ഓഫീസിൽ നിന്ന് അലോട്ട്മെന്റ് നടത്തുമ്പോൾ, സർക്കാർ പേ വാർഡ് റൂമുകളുടെ അലോട്ട്മെന്റ് സർക്കാറിന്റെ ഉന്നത തലത്തിൽ നിന്നാണ് ചെയ്യപ്പെടുന്നത്, മിക്കവാറും മന്ത്രിയുടെ ഓഫീസിൽ നിന്ന്. വി.ഐ.പി.കളോ, വി.വി.ഐ.പി.കളോ (വിശിഷ്ട വ്യക്തികളോ, പരമ വിശിഷ്ട വ്യക്തികളോ) ആയവരാണ് മിക്കവാറും അവിടെ ചികിത്സിക്കാനായി പ്രവേശിക്കപ്പെടാറുള്ളത്. രോഗികളായെത്തുന്ന ഡോക്ടർമാരെ പ്രവേശിപ്പിക്കുന്ന രണ്ടു മുറികളുമുണ്ട്.

പേവാർഡിൽ ഡോക്ടർമാരായ രോഗികൾക്കുള്ള പ്രത്യേക ചികിത്സാമുറിയിലാണ് ഡോക്ടറായ ഈ രോഗി. വാതിലിൽ മെല്ലെ മുട്ടി. പ്രതികരണമില്ല. മൂന്നു നാലു തവണ മുട്ടിയതിന് ശേഷം വാതിൽ മെല്ലെ തുറന്ന് ഒരു യുവാവ് വെളിയിലേക്ക് എത്തി നോക്കി.

'ഡോ. ഡാനിയൽ ഇവിടെയല്ലേ?'

ആണെന്നും അല്ലെന്നും പറയാതെ അയാൾ വാതിൽക്കൽ നിന്ന്

തെല്ലു മാറി അകത്തേക്ക് കടക്കാൻ അനുമതി നൽകി. അയാളുടെ ക്ഷീണിച്ച മുഖത്ത് ഭീതിയുടെയോ വെറുപ്പിന്റെയോ നിഴൽ കാണാം.

മുറിക്കകത്ത് വെളിച്ചം പേരിനുമാത്രമെയുള്ളൂ. റഫറൻസ് കിട്ടിയതനുസരിച്ച് കൺസൾട്ടേഷന് വന്ന സൈക്യാട്രിസ്റ്റ് ആണെന്ന് പറഞ്ഞപ്പോൾ കട്ടിലിൽ കിടന്ന ഡോ. ഡാനിയലിന്റെ മുഖത്ത് പരിഹാസം നിറഞ്ഞ ഒരു ചിരി കണ്ടു.

'അപ്പോൾ ഇനി എനിക്കുള്ള അടുത്ത ചികിത്സ മാനസിക രോഗത്തിന് ആണ്, അല്ലേ? ഗ്രേറ്റ്.'

അയാൾ നീരസത്തോടെ പറഞ്ഞു. എങ്കിലും ഹസ്തദാനത്തിനായി അയാൾ കൈനീട്ടി. ഒരിക്കൽ ബലിഷ്ഠമായിരുന്നു എന്ന് തീർച്ചയാക്കാവുന്ന ആ കൈയിലെ മാംസപേശികളും, അവയെ പൊതിഞ്ഞിരുന്ന കൊഴുപ്പിന്റെ ആവരണവും കൊഴിഞ്ഞിരിക്കുന്നു. വരണ്ട് കറുത്ത തൊലി പഴന്തുണി പോലെ അവിടവിടെ തൂങ്ങിക്കിടക്കുന്നു.

'വാതിൽ തുറക്കാൻ വൈകിയതിന് ക്ഷമിക്കണം. കൺസൾട്ടേഷന് വന്നതാണെന്ന് അറിഞ്ഞില്ല. ഏതോ വിസിറ്ററായിരിക്കുമെന്ന് കരുതി. മനസ്സില്ലാമനസ്സോടെയാണ് ബന്ധുക്കളും സുഹൃത്തുക്കളും എന്നെ സന്ദർശിക്കാനെത്തുന്നത്. ഔപചാരികമായ ഹ്രസ്വ സന്ദർശനങ്ങൾ. എനിക്കും ഇവനും അത് മടുത്തിരിക്കുന്നു.........'

ചെറുപ്പക്കാരനെ ചൂണ്ടി ഡോ. ഡാനിയൽ പറഞ്ഞു.

'ഇവനെന്റെ അനന്തരവനാണ്. ഇവൻ മാത്രമെ ഇപ്പോൾ എന്റെ കൂടെയുള്ളൂ. ഭാര്യയും കുട്ടികളും ഇടക്കിടെ സന്ദർശിക്കുന്നുണ്ട്. അതും ഹ്രസ്വസന്ദർശനങ്ങൾ. കട്ടിലിൽ നിന്ന് ഏറെയകലെ നിന്ന് അവൾ, എന്റെ ഭാര്യ ലിസ്സി, അൽപം സംസാരിക്കും. കുട്ടികളെ അടുത്തേക്ക് വിളിച്ചാൽ അവർ രണ്ട് ചുവട് മുന്നോട്ട് വച്ച് അവിടെ നിൽക്കും. കൈ നീട്ടി തൊടാൻ പാകത്തിൽ അവർ അടുക്കുന്നില്ല.... ഞാൻ അവരെ കുറ്റം പറയില്ല... ഈ രോഗം അങ്ങനെയാണ്....... എല്ലാവർക്കും ഭയമാണ്. എയ്ഡ്സ് എന്ന വാക്കു തന്നെ ഇടിവെട്ടു പോലെയാണ് എവിടെയും കടന്ന് വരുന്നത്.....'

'എന്റെ ജീവിതത്തിലേക്ക് എന്തായാലും അതങ്ങനെ തന്നെയാണ് വന്ന് വീണത്.'

പ്രധാനപ്പെട്ട ഒരു പട്ടണത്തിലെ പ്രശസ്തനായ ഉദര ശസ്ത്രക്രിയാ വിദഗ്ദ്ധനായിരുന്നു ഡോ. ജോസഫ് ഡാനിയൽ. എത്ര സങ്കീർമായ ശസ്ത്രക്രിയയും കൃത്യതയോടും സൂക്ഷ്മതയോടും അയാൾ പൂർത്തിയാക്കും. മധ്യകേരളത്തിലാകെ അയാൾ പ്രശസ്തനാണ്. ഉദര

ശസ്ത്രക്രിയയ്ക്ക് അത്യന്താധുനിക സൗകര്യങ്ങളുള്ള പ്രത്യേക വിഭാഗം ആ ആശുപത്രിയിൽ തുടങ്ങിയത് അയാളുടെ ഉത്സാഹത്തിലായിരുന്നു. ആശുപത്രിയിലെ ഏറ്റവും പ്രശസ്തമായ ചികിത്സാ വിഭാഗവും അതാണ്. ആശുപത്രിക്കകത്ത് അയാളൊരു ചക്രവർത്തിയാണ്; സമൂഹത്തിലെ അതിവിശിഷ്ട വ്യക്തികളിലൊരാളും.

അയാളുടെ ജീവിതകഥ ഏറെ തിളക്കമുള്ളതാണ്.

താഴ്ന്ന ഇടത്തരം കുടുംബത്തിൽ ജനിച്ച അയാൾ പഠിത്തത്തിലെ മികവും തികഞ്ഞ ലക്ഷ്യബോധവും കൊണ്ടാണ് മെഡിക്കൽ കോളേജിൽ പഠിക്കാനെത്തിയത്.

അയാളുടെ കുടുംബത്തിൽ മുൻ തലമുറയിൽപ്പെട്ടവരിൽ അധികം പേരും കോളേജ് വിദ്യാഭ്യാസം നേടിയിട്ടില്ല. അച്ഛൻ ഡാനിയൽ മത്തായി രണ്ടാം ലോകമഹായുദ്ധക്കാലത്ത്, പട്ടാളത്തിലെ മെഡിക്കൽ കോറിൽ, രോഗികളുടെ മുറിവുകൾ പരിചരിക്കുന്ന ഡ്രസർ (Dresser) ആയി ജോലി ചെയ്തിരുന്നു. യുദ്ധാനന്തരം നാട്ടിൽ മടങ്ങി വന്ന മത്തായിക്ക്, ഹൈറേഞ്ചിലെ തേയില തോട്ടത്തിലെ ആശുപത്രിയിൽ കമ്പൗണ്ടർ ആയി ജോലി കിട്ടി. ഡ്രസർ ആയി ജോലി ചെയ്തയാൾക്ക് കമ്പൗണ്ടർ ആയി ജോലി ചെയ്യാൻ വിദ്യാഭ്യാസ യോഗ്യതയും അർഹതയുമില്ല. എന്നാൽ അക്കാലത്ത്, ഉൾനാടൻ ആശുപത്രികളിൽ ജോലി ചെയ്യാൻ അത്തരം വിലക്കുകൾ ഒന്നും തടസമായിരുന്നില്ല. ഡോക്ടറുടെ അസാന്നിധ്യത്തിൽ, മുറിവുകളും വ്രണങ്ങളും ബാധിച്ച് തോട്ടത്തിലെ ആശുപത്രിയിലെത്തുന്ന രോഗികളായ തൊഴിലാളികളുടെ മുറിവുകൾ വൃത്തിയാക്കുന്നതും, കുത്തിത്തയ്ക്കുന്നതും കുത്തിവയ്പ് നൽകുന്നതും ഉത്സാഹിയായ കമ്പൗണ്ടർ ഡാനിയൽ മത്തായി തന്നെയായിരുന്നു. ഏത് സമയത്തും രോഗികളെ സേവിക്കാൻ അദ്ദേഹം തയ്യാറായിരുന്നു.

തോട്ടത്തിലെ തൊഴിലാളികൾക്കും കുടുംബാംഗങ്ങൾക്കും സേവനം നൽകാൻ സ്ഥാപിക്കപ്പെട്ട ആശുപത്രിയാണെങ്കിലും, സമീപ പ്രദേശത്തെ നാട്ടുകാർക്കും ആ ആശുപത്രിയിൽ ചികിത്സാ സൗകര്യം നൽകപ്പെട്ടിരുന്നു. രാത്രി കാലങ്ങളിൽ എന്തെങ്കിലും അപകടമോ അസുഖമോ ബാധിച്ചവരെ വീട്ടുകാരും നാട്ടുകാരും ആശുപത്രിയിലെത്തിക്കും. അര നാഴിക ദൂരെ താമസിക്കുന്ന കമ്പൗണ്ടർ മത്തായിയുടെ വീട്ടിലേക്ക് ആളു പോകും. ഏത് അസമയത്തായാലും, തന്റെ നീളൻ ടോർച്ചു ലൈറ്റുമെടുത്ത് മത്തായി കമ്പൗണ്ടർ ആശുപത്രിയിലെത്തും. പെട്രോമാക്സ് വിളക്കിന്റെ പ്രകാശത്തിൽ മുറിവുകൾ പരിശോധിച്ച് തുന്നിക്കെട്ടും.

'മത്തായിയും പെട്രോമാക്സും ഉണ്ടെങ്കിൽ ഏത് മുറിവും (Injury)

പ്രശ്നമല്ല,' ആശുപത്രിയിലെ ഫിലിപ്പോസ് ഡോക്ടർ ഇടക്കിടെ പറയും.

രാത്രി സമയത്തോ, വൈകുന്നേരങ്ങളിലോ ആശുപത്രിയിലേക്ക് പോകുമ്പോൾ, മത്തായിക്കമ്പൗണ്ടർ, സ്കൂൾ വിദ്യാർത്ഥിയായ മകനെയും കൂടെ കൂട്ടും. ഡ്രസിംഗ് റൂമിന്റെ പുറത്തിരുത്തിയിട്ടാകും, അകത്തു കിടക്കുന്ന രോഗിയെ പരിശോധിക്കുകയും, മുറിവു ശുശ്രൂഷിക്കുകയും ചെയ്യുക. ചാരിയിരുന്ന വാതിലിന്റെ വിടവിലൂടെ മകൻ ജോസഫ് അച്ഛൻ ചെയ്യുന്ന ചികിത്സാ ചലനങ്ങൾ സസൂക്ഷ്മം നിരീക്ഷിക്കും. അത് കണ്ട മത്തായി മകന്, ഇടക്കിടെ ചികിത്സാ മുറിയിലേക്ക് കടന്നിരിക്കാൻ അനുവാദം കൊടുത്തു.

'കൈകാലുകൾ സോപ്പിട്ട് നന്നായി കഴുകി വൃത്തിയാക്കണം. ഇട്ടിരിക്കുന്ന ഷർട്ടിന്റെ പുറത്ത് അലക്കിയെടുത്ത ഒരു തോർത്ത് ധരിക്കണം'. അകത്ത് കയറാനുള്ള നിർദ്ദേശങ്ങൾ ഇവയാണ്.

'ഒന്നും ചെയ്യാതെ, ഇവിടെ വെറുതെ നോക്കി ഇരിക്കുന്ന എനിക്കെന്തിന് ഈ കൈകഴുകലും തോർത്ത് പുതയ്ക്കലും'? എന്ന് ജോസഫ് അച്ഛനോട് ചോദിച്ചു.

'വേണം, വേണം. ഏത് ചികിത്സ ചെയ്യുന്ന സ്ഥലവും ഓപ്പറേഷൻ തീയേറ്റർ പോലെ ആണ്. അവിടെ കയറുമ്പോൾ ശരീരവും വസ്ത്രവും തികച്ചും ശുദ്ധമായിരിക്കണം.'

ഓപ്പറേഷൻ തീയേറ്റർ എന്ന പദം സ്വന്തം അപ്പനിൽ നിന്നാണ് സ്കൂൾ വിദ്യാർത്ഥിയായിരുന്ന ജോസഫ് ഡാനിയൽ ആദ്യമായി കേട്ടത്.

അലസനും ആനന്ദശീലനുമായ ഡോക്ടർ ഫിലിപ്പോസിന്, മത്തായിയെ വലിയ വിശ്വാസവും സ്നേഹവുമാണ്. കമ്പൗണ്ടർ മത്തായി എന്നാണ് അയാൾ പൊതുവെ അറിയപ്പെടുക. ഗ്രാമവാസികളിൽ കുറച്ചു പേരെങ്കിലും മത്തായി ഡോക്ടർ എന്നും അയാളെ വിളിച്ചു. കമ്പൗണ്ടർ എന്നു വിളിക്കപ്പെട്ടാലും, മത്തായി ഡോക്ടർ എന്ന് വാഴ്ത്തപ്പെട്ടാലും ആ എളിയ ചികിത്സകന്റെ കൈപ്പുണ്യം ഏറെ പ്രകീർത്തിക്കപ്പെട്ടു.

അപ്പന്റെ ചികിത്സാ പാടവവും, ജനപ്രീതിയും സ്കൂൾ പഠനകാലത്ത് തന്നെ ജോസഫ് ഡാനിയൽ എന്ന മകനെ ആകർഷിക്കുകയും സ്വാധീനിക്കുകയും ചെയ്തു. ഡോക്ടർ ആകണമെന്ന അഭിലാഷം പ്രൈമറി ക്ലാസിൽ വച്ചു തന്നെ അയാളുടെ മനസിൽ കടന്നു കൂടി. മുറിവുകൾ കീറി വൃത്തിയാക്കുന്നതിനും കുത്തിത്തയ്ക്കുന്നതിനുമുള്ള അച്ഛന്റെ

കഴിവും, അതിലുള്ള ഖ്യാതിയും സർജറിയോട് ആഭിമുഖ്യം സൃഷ്ടിച്ചു.

എം.ബി.ബി.എസ്. കഴിഞ്ഞ് ഹൗസ് സർജൻസി നടത്തുന്നതിനിടയിലാണ് ഡാനിയലിന്റെ വിവാഹം നടന്നത്. അതിസമ്പന്നനായ ഒരു തോട്ടം മുതലാളിയുടെ മകളെയാണ് അയാൾ വിവാഹം കഴിച്ചത്. സ്വാതന്ത്ര്യാനന്തര കാലത്ത്, നാട്ടിലേക്ക് മടങ്ങിയ തേയിലത്തോട്ടം ഉടമയായ ഇംഗ്ലീഷ്കാരനിൽ നിന്ന് തോട്ടം വാങ്ങിയ അതിസമ്പന്നനായിരുന്നു ആ നാടൻ മുതലാളി. ആ കുടുംബത്തിൽ നിന്ന് വിവാഹ ആലോചന വന്നപ്പോൾ ഡാനിയലിന്റെ മാതാപിതാക്കൾക്കും കുടുംബക്കാർക്കും മറ്റൊന്നും ആലോചിക്കാനുണ്ടായിരുന്നില്ല. മുതലാളിയുടെ നാല് ആൺമക്കളും ബിസിനസ്കാരാണ്. ഏറ്റവും ഇളയ സന്തതിയായ ഒരേ ഒരു പെൺകുട്ടിയുമാണ് ലിസ്സാമ്മ. സമ്പത്തുള്ള കുടുംബത്തിൽ നിന്ന് മാത്രമെ വിവാഹം കഴിക്കുകയുള്ളൂവെന്നത് യുവഡോക്ടറായ ഡാനിയലിന്റെയും കുടുംബത്തിന്റെയും നിർബന്ധമായിരുന്നു. കിട്ടാവുന്ന ഏറ്റവും മികച്ച സ്ത്രീധനവും വേണം. വളരെ വേഗം വളർന്നു കൊണ്ടിരുന്ന കൊച്ചി നഗരത്തിലെ കൂറ്റൻ ബംഗ്ലാവ്, ബ്രോഡ്വെയിൽ പന്ത്രണ്ടു കടമുറികളുള്ള വാണിജ്യ കെട്ടിടം, കുമരകത്ത് അഞ്ഞൂറോളം ഏക്കർ കായൽ നിലം ഇതൊക്കെ ലിസ്സാമ്മയ്ക്കാണ് എഴുതി വച്ചിരിക്കുന്നത്. സ്വർണാഭരണങ്ങളുടെ വലിയൊരു ശേഖരവും, കനത്ത ബാങ്ക് നിക്ഷേപവും ഇതിന് പുറമെയാണ്.

അച്ഛനമ്മമാരെ പോലെ, യുവഡോക്ടറായ ഡാനിയലിനും ആ വിവാഹാലോചനയിൽ വലിയ താൽപര്യമായി.

പെണ്ണു കാണാൻ ചെന്നപ്പോൾ ലിസ്സാമ്മയുടെ ഇരുണ്ട നിറവും തടിച്ച ശരീര പ്രകൃതവും ഡാനിയലിന് അൽപം മന:പ്രയാസമുണ്ടാക്കി. എറണാകുളത്തെ പ്രസിദ്ധമായ കോൺവെന്റ് കോളേജിൽ പഠിച്ച് ബിരുദം നേടിയതാണ് ലിസ്സാമ്മ. ഡാനിയൽ ഇംഗ്ലീഷിൽ ഒന്നുരണ്ടു കുശലാന്വേഷണങ്ങൾ നടത്തി.

ലിസ്സാമ്മ മനോഹരമായ ചിരി ചിരിച്ച്, നഖം കടിച്ചു നിന്നതേയുള്ളൂ. ഒരക്ഷരം പോലും ഇംഗ്ലീഷ് പറഞ്ഞില്ല.

മികച്ച സർജനായി പേരെടുത്ത്, സമൂഹത്തിന്റെ ഉന്നത തലത്തിൽ തിളക്കത്തോടെ ജീവിക്കണം എന്നതാണ് ഡാനിയലിന്റെ സ്വപ്നം. അതിന് നല്ല പ്രസരിപ്പും ആകർഷകത്വവും പെരുമാറ്റത്തിൽ ചാതുര്യവുമുള്ള ഒരു ഭാര്യ കൂടി വേണം. ലിസ്സാമ്മ ആ റോളിന് ചേരുമോ – അയാൾക്ക് സംശയമായി.

തന്റെ അച്ഛനമ്മമാരോടും, ഏറ്റവും അടുപ്പമുള്ള ഒന്നുരണ്ടു ബന്ധുക്കളുമായി ഡാനിയൽ ഈ സംശയം പങ്കിട്ടു.

'അവളെ ആ തന്തയും തള്ളയും അടച്ചു പൂട്ടി വളർത്തിയത് കൊണ്ടാണ് അവളിങ്ങനെയായത്. തലവഴിയെ ഇട്ടുമൂടാൻ പണമുണ്ടെങ്കിലും, അയാളൊരു പിശുക്കനും അൽപനുമാണ്. കോളേജും വീടുമല്ലാതെ ആ പെൺകൊച്ച് ഒരു സ്ഥലവും കണ്ടിട്ടില്ല. അതുകൊണ്ടാണ് ഇങ്ങനെ പമ്മിയായിരിക്കുന്നത്. അതൊക്കെ ശരിയാകും'. അപ്പൻ മത്തായി മോനെ ആശ്വസിപ്പിച്ചു.

'കൊള്ളാം..... അൽപം ഇരുണ്ടതാണെങ്കിലും ലിസ്സാമ്മക്ക് നല്ല ചന്തമുണ്ട്.... പിന്നെ പരിഷ്ക്കാരവും പത്രാസുമൊക്കെ... അതൊക്കെ കല്യാണം കഴിഞ്ഞ് നമ്മൾ ഭർത്താക്കന്മാർ ഉണ്ടാക്കിക്കൊടുക്കുന്നതാണ്. വീട്ടിൽ വച്ച് നീ നല്ല ട്രെയിനിംഗ് കൊടുക്കണം. പാർട്ടികൾക്കൊക്കെ കൂട്ടിക്കൊണ്ടു പോകണം. ഒരു വർഷം കഴിയുമ്പോൾ അവൾ ഒരു സോഷ്യൽ മാഗ്നറ്റ് ആകും, നോക്കിക്കോ'. കസിൻ ബേബി, ഡാനിയലിന് ആത്മവിശ്വാസം പകർന്നു.

അങ്ങനെയാണ് ഡാനിയലും ലിസ്സാമ്മയും വിവാഹിതരായത്.

വിവാഹം കഴിഞ്ഞ് വളരെ വേഗം തന്നെ ഭാര്യയുടെ കാര്യത്തിൽ തന്റെ ധാരണകളും വിശ്വാസങ്ങളും തെറ്റായി എന്ന് ഡാനിയലിന് മനസിലായി. നാട്ടിലെ സ്കൂളിൽ നാലഞ്ചു വർഷം അധികം പഠിച്ചാണ് ലിസ്സാമ്മ പത്താം ക്ലാസ് കഴിഞ്ഞത്. എറണാകുളത്തെ ഒരു കോളേജിൽ ഒന്നുരണ്ടു വർഷം പോയി എന്നത് സത്യം. ഡിഗ്രിയുടെ സർട്ടിഫിക്കറ്റ് ഒന്നും കിട്ടിയിട്ടില്ല. ഇംഗ്ലീഷ് വശമില്ല എന്നത് പോകട്ടെ, മലയാളം പോലും വലിയ പിടിയില്ല. അടുക്കളയിലെ വാസം, അടുക്കളക്കാരിയോടുള്ള സൗഹൃദം, ഭക്ഷണത്തോടും ഉറക്കത്തോടുമുള്ള അമിത പ്രിയം, ഇതൊക്കെയാണ് ലിസ്സാമ്മയുടെ പ്രത്യേകതകൾ. പക്ഷെ, അസൂയ, ദുരാഗ്രഹം, പക തുടങ്ങിയ ദോഷങ്ങളൊന്നും അവളുടെ പ്രകൃതത്തിലില്ല. എത്രയധികം കുറ്റപ്പെടുത്തിയാലും ശകാരിച്ചാലും മിണ്ടാതെ തലകുനിച്ചു നിന്നു കേൾക്കും. മറുത്തൊന്നും പറയില്ല. പ്രതിരോധവും പ്രതികരണവും ഒന്നുമില്ല.

വിവാഹ ജീവിതത്തെ കുറിച്ച് താൻ പുലർത്തിയിരുന്ന കാൽപനിക സങ്കൽപങ്ങളെല്ലാം വിഫലമായി എന്ന് ഡാനിയലിന് വളരെ വേഗം മനസിലായി. എന്നാൽ, സൗന്ദര്യവും ആകർഷണീയതയും പരിഷ്ക്കാരവും ഒന്നുമില്ലാത്ത തന്റെ ഭാര്യ ലിസ്സാമ്മയുടെ നിഷ്ക്കളങ്കമായ മനസ് അയാൾ ഇഷ്ടപ്പെട്ടു തുടങ്ങി. തന്റെയും കുട്ടികളുടെയും കാര്യത്തിൽ

സാമാന്യം ശ്രദ്ധയും താൽപര്യവും അവൾക്കുണ്ട്. ഒരു കുടുംബം മുന്നോട്ടു കൊണ്ടു പോകാൻ, ഒരു വീട്ടമ്മക്ക് ഇത്രയുമൊക്കെ മതി എന്ന് വിശ്വസിച്ച് ആശ്വസിക്കാൻ അയാൾ ശ്രമിച്ചു.

തന്റെ സ്വകാര്യ ദു:ഖങ്ങളെ അതിജീവിക്കാൻ ഡാനിയൽ കൂടുതൽ ആശ്രയിച്ചത് തന്റെ ആശുപത്രിയിലെ ജോലിയുടെ തിരക്കിനെയും, മികവിനെയുമാണ്. ഉദരശസ്ത്രക്രിയാ മേഖലയിൽ കേരളത്തിലെ ഏറ്റവും മികവുള്ള ഡോക്ടരായി ഡോ. ഡാനിയൽ അംഗീകാരവും ആദരവും നേടി. ഒരു രണ്ടാംനിര നഗരത്തിലാണ് ജോലിയെടുത്തതെങ്കിലും, അദ്ദേഹത്തിന്റെ ചികിത്സ തേടി, സംസ്ഥാനത്തിന്റെ വിവിധ ഭാഗങ്ങളിൽ നിന്ന് രോഗികൾ എത്തി. ഇടക്ക് അയൽ സംസ്ഥാനത്തു നിന്നു പോലും രോഗികളെത്തിത്തുടങ്ങി.

വിവാഹം കഴിഞ്ഞ് ഒന്നുരണ്ടു വർഷം കഴിഞ്ഞപ്പോൾ ലിസ്സാമ്മയുടെ സമ്പത്തിനെ കുറിച്ച് തനിക്കുണ്ടായിരുന്ന ധാരണകൾ എല്ലാം തെറ്റായിരുന്നുവെന്ന് ഡാനിയലിന് മനസിലായി.

ലിസ്സാമ്മക്ക് നൽകിയ വസ്തു വകകളുടെ കാര്യത്തിലെ അപാകതകൾ വെളിച്ചത്തിലായി. കൊച്ചി നഗരത്തിലെ കൂറ്റൻ ബംഗ്ലാവ്, തന്റെ കമ്പനിയുടെ ഹെഡ്ക്വാർട്ടേഴ്സ് ആണെന്ന് കാണിച്ചു ശ്വശുരൻ ബാങ്കിൽ നിന്ന് ഭാരിച്ച കടം വാങ്ങിയിട്ടുണ്ട്. ബ്രോഡ്‌വെയിൽ പന്ത്രണ്ടു റൂമുകളുള്ള കോംപ്ലക്സിൽ യഥാർത്ഥത്തിൽ ലിസ്സാമ്മക്കുള്ളത് രണ്ടേരണ്ടു കടമുറികൾ മാത്രം. ബാക്കി സഹോദരന്മാർക്കാണ്. കുമരകത്ത് ലിസ്സാമ്മക്ക് അൻപതേക്കർ കായൽ നിലമാണുള്ളത്. ബാക്കി മുഴുവൻ സഹോദരന്മാർക്കും ജ്യേഷ്ഠന്റെ പുത്രന്മാർക്കും. വിവാഹം ഉറപ്പിക്കുന്നതിന് മുൻപ് തങ്ങളെ കാണിച്ച പ്രമാണങ്ങൾ എല്ലാം അതിനു വേണ്ടി മാത്രം ഒരുക്കിയെടുത്ത വ്യാജ രേഖകൾ ആയിരുന്നു. വാഗ്ദാനം ചെയ്യപ്പെട്ട സ്വർണാഭരണങ്ങളും ബാങ്കിലെ നിക്ഷേപവും മാത്രം കേടുപാടില്ലാതെ ലിസ്സാമ്മക്ക് കിട്ടിയിട്ടുണ്ട്.

തന്റെ നഷ്ടങ്ങളെന്നതിനെക്കാൾ, തനിക്ക് നേരിട്ട വഞ്ചനയായിരുന്നു ഡോ. ഡാനിയലിനെ തകർത്തത്. സമ്പത്തിലും പ്രാദേശിക രാഷ്ട്രീയത്തിലും ശക്തനായ ശ്വശുരനോടോ, അയാളുടെ, എന്തിനും മടിക്കാത്ത ആൺമക്കളോടോ, നേരിടുന്നതെളുപ്പമല്ല. ലിസ്സാമ്മയെ അവളുടെ വീട്ടിലേക്ക് ദൂതിനയച്ച് പ്രശ്നം പരിഹരിക്കാൻ നടത്തിയ ശ്രമവും വിജയിച്ചില്ല. അടുത്ത ഞായറാഴ്ച, മാമ്പഴം, കപ്പ, ചേന എന്നിവ നിറച്ച കുട്ടകളുമായി ലിസ്സാമ്മയെ, ശ്വശുരൻ തന്നെ ഡാനിയലിന്റെ അടുത്തേക്ക് തിരികെക്കൊണ്ടുവന്നു വിട്ടു. 'എന്തു വന്നാലും പെൺകുട്ടികൾ ഭർത്താക്ക

ന്മാരെ വിട്ടു നിൽക്കരുത്' എന്നൊരു ഉപദേശവും നൽകി അയാൾ തിരികെ പോയി.

അളവറ്റ സമ്പത്തും സമൃദ്ധിയും നിറഞ്ഞ ജീവിതത്തെക്കുറിച്ചുള്ള തന്റെ സ്വപ്നങ്ങൾ തകർന്നു. തന്റെ കുട്ടികളുടെ ഭാവി രൂപപ്പെടുത്താൻ ഭാര്യയുടെ സ്വത്തും സമ്പത്തുമൊന്നും അധികമില്ല. താൻ ജോലി ചെയ്ത് നേടുന്ന വരുമാനവും സൃഷ്ടിക്കുന്ന സമ്പാദ്യവും കൂടി മാത്രമാണ് തുണയായുള്ളത്. ആ സത്യം ഡോ. ഡാനിയലിനെ വളരെ വിഷമിപ്പിച്ചു. പക്ഷെ, അത് അയാൾ അംഗീകരിച്ചു.

പാവപ്പെട്ട രോഗികളോട് ഒട്ടൊക്കെ സ്നേഹവും കരുണയും പുലർത്തിയിരുന്ന ഡോ. ഡാനിയലിന്റെ പെരുമാറ്റത്തിൽ മാറ്റം വന്നു. തന്റെ രോഗികളിൽ നിന്ന് കിട്ടാവുന്ന പരമാവധി ഫീസ് അയാൾ ഈടാക്കി. അങ്ങനെ ഫീസ് കിട്ടിയാൽ മാത്രമെ അയാൾ സർജറി നടത്തി കൊടുക്കുകയുള്ളൂ. ധനമോഹത്തിലും ശസ്ത്രക്രിയാ വൈദഗ്ദ്ധ്യത്തിലും ഒരുപോലെ അയാൾ പ്രസിദ്ധി നേടി.

***

ഉദര ശസ്ത്രക്രിയയിലെ അതിനൂതനമായ ടെക്നിക്കിൽ വിദഗ്ദ്ധ പരിശീലനത്തിനായാണ് അയാൾ സ്വീഡനിലേക്ക് പോയത്. ഇന്ത്യയിൽ നിന്ന് ആ പരിശീലനത്തിന് വേണ്ടി തിരഞ്ഞെടുക്കപ്പെട്ട മൂന്നുപേരിൽ ഒരാൾ അയാളാണ്. പ്രസിദ്ധമായ സ്വീഡിഷ് യൂണിവേഴ്സിറ്റി ആശുപത്രിയിൽ പ്രസ്തുത പരിശീലനത്തിന് വിവിധ രാജ്യങ്ങളിൽ നിന്നെത്തിയ ഇരുപതു പേരിൽ ശസ്ത്രക്രിയാ മികവു കൊണ്ടും ശസ്ത്രക്രിയ ശരീരശാസ്ത്രത്തിലെ (Surgical Anatomy) അവഗാഹം കൊണ്ടും ഏറെ ശ്രദ്ധിക്കപ്പെട്ട അയാൾക്ക് ഡമ്മീ പരിശീലനത്തിനോടൊപ്പം യഥാർത്ഥ ശസ്ത്രക്രിയയിൽ പങ്കെടുക്കാനും ധാരാളം അവസരം കിട്ടി. അത്യന്തം സംതൃപ്തനായി നാട്ടിൽ തിരിച്ചെത്തിയ അയാൾ താൻ ജോലി ചെയ്യുന്ന ആശുപത്രിയിലെ ഉദരചികിത്സാ വിഭാഗം വികസിപ്പിക്കുന്നതിന് ഉത്സാഹത്തോടെ പരിശ്രമം തുടങ്ങി.

സ്വീഡനിലെ ഉന്നത പരിശീലനം കഴിഞ്ഞ് മടങ്ങി വന്ന് ആറുമാസം കഴിഞ്ഞപ്പോഴാണ് അയാൾക്ക് വയറ്റിളക്കവും ഛർദ്ദിയും പനിയും ഇടയ്ക്കിടെ ഉണ്ടായിത്തുടങ്ങിയത്. പരിശോധനകളിൽ വലിയ തകരാറു കണ്ടില്ല. ചികിത്സ കൊണ്ട് താൽക്കാലിക ശമനം മാത്രം. കിട്ടി. ശരീരം വളരെ ക്ഷീണിച്ചു. ആശുപത്രിയിൽ അഡ്മിറ്റ് ചെയ്യപ്പെട്ടു. ഡോക്ടർമാരുടെയും നഴ്സുമാരുടെയും ആശുപത്രി ജീവനക്കാരുടെയും

സാന്ത്വന പരിചരണങ്ങൾ. കട്ടിലിന് ചുറ്റും ഭാര്യയും മക്കളും എപ്പോഴു മുണ്ട്. സന്ദർശകരായി ബന്ധുക്കളുടെയും സുഹൃത്തുക്കളുടെയും നില യ്ക്കാത്ത പ്രവാഹം. ഡോ. ഡാനിയൽ സഹപ്രവർത്തകർക്കും ബന്ധു മിത്രാദികൾക്കും പ്രിയപ്പെട്ടവനായിരുന്നു. നാട്ടിലാകെ പ്രശസ്തനും. ആശുപത്രിയിലേക്കുള്ള സന്ദർശന പ്രവാഹം അതിന് ദൃഷ്ടാന്തമായി.

റൗണ്ട്സ് സമയങ്ങളിലും, അവയ്ക്കിടയിലുമായി ഒരു ദിവസം തന്നെ പല തവണ മുറിയിലെത്തിയിരുന്ന ഡോക്ടർമാർ ഒരു ദിവസം ഉച്ച കഴി ഞ്ഞപ്പോൾ മുതൽ അപ്രത്യക്ഷരായി. രാവിലെയും വൈകുന്നേരവും മുടങ്ങാതെ എത്തി ചികിത്സക്ക് മേൽനോട്ടം വഹിച്ചിരുന്ന ആശുപത്രി ഡയറക്ടറെയും വകുപ്പു മേധാവിയെയും കണ്ടില്ല. ഈ ദിവസങ്ങളിലും പരിചരണവും സാന്ത്വനവുമായെത്തിയിരുന്ന നഴ്സുമാരെയും രണ്ടു ദിവസം കഴിഞ്ഞപ്പോൾ കാണാതായി. ഡ്രിപ്പു തീരാറായി എന്ന് നഴ്സിംഗ് സ്റ്റേഷനിൽ അറിയിച്ചിട്ടും ഏറെ സമയം ആരും വന്നില്ല. ആശു പത്രി ചിട്ടകളിൽ എന്തോ കാര്യമായ തകരാറു സംഭവിച്ചിട്ടുണ്ട് എന്ന് സംശയം തോന്നി. മൂന്നു ദിവസം അങ്ങനെ പോയി. ഒരു ദിവസം മുറി യിൽ എത്തിയ ആശുപത്രി ഡയറക്ടറും സൂപ്രണ്ടും മെഡിക്കൽ വകുപ്പു മേധാവിയും മുറിയിലുണ്ടായിരുന്ന കുടുംബാംഗങ്ങളെ പുറത്തേ യ്ക്കയച്ചു. അത്ഭുതത്തിന്റെയും വ്യസനത്തിന്റെയും ഔദ്യോഗിക വ്യവ സ്ഥകളുടെയും മുഖവുരയ്ക്കു ശേഷം രോഗിയെ വിവരം അറിയിച്ചു –. തനിക്ക് എയ്ഡ്സ് രോഗം ബാധിച്ചുവെന്ന് ടെസ്റ്റുകളിൽ സ്ഥിരീകരിക്ക പ്പെട്ടിരിക്കുന്നു. ഡോ. ഡാനിയലിന് കാര്യം മനസിലായി. ടെസ്റ്റ് വിവരം ആദ്യം അറിഞ്ഞ ഡോക്ടർമാർ അപ്പോൾ തന്നെ ഒന്നൊന്നായി രംഗം വിട്ടതാണ്. രണ്ടു ദിവസം കഴിഞ്ഞു മാത്രം ആ വിവരം അറിഞ്ഞ നഴ്സു മാരും ജീവനക്കാരും, തങ്ങൾ വഞ്ചിക്കപ്പെട്ടതിലെ അമർഷവും പ്രതി ഷേധവും മനസിലടക്കി തുടർന്നു പിൻവാങ്ങി. അതാണ് കഴിഞ്ഞ ഏതാനും ദിവസങ്ങളിൽ കണ്ടത്.

എയ്ഡ്സ് രോഗത്തെപ്പറ്റിയുള്ള ഭീതിയും അബദ്ധധാരണകളും ഇന്ത്യയിൽ കത്തിക്കാളുന്ന സമയമാണ്. ഡോ. ഡാനിയൽ ആ ആശു പത്രിയിലെത്തിയ ആദ്യത്തെ കേസുമാണ്. തുടർന്നുള്ള ചികിത്സയ്ക്ക് സൗകര്യവും സജ്ജീകരണവുമുള്ള മെഡിക്കൽ കോളേജാശുപ്ത്രിയി ലേക്ക് റെഫർ ചെയ്യേണ്ടി വരുന്നതിൽ വ്യസനമുണ്ട് – അവർ ക്ഷമ ചോദിച്ചു കൊണ്ട് മുറി വിട്ടു.

ഇത്രയും പറഞ്ഞു കഴിഞ്ഞിപ്പോൾ, ഡോ. ഡാനിയലിന്റെ കണ്ണു നന ഞ്ഞു.

'അന്ന് ആ ആശുപത്രിയിൽ കണ്ട പേടിയും അറപ്പും ഒഴിവാക്കലും അത്രത്തോളം ഈ ആശുപത്രിയിൽ കാണുന്നില്ല. എങ്കിലും അതുണ്ട്. സന്ദർശകർ കുറവാണ്. സഹപ്രവർത്തകർ ചിലർ അന്വേഷിച്ചെത്തുന്നുണ്ട്. പക്ഷെ, എല്ലാവരും കരുതലോടെ മാറി നിൽക്കുന്നു.; എന്തെങ്കിലും സംസാരിച്ചെന്നു വരുത്തി പിൻവാങ്ങുന്നു. ഈ രോഗത്തിന്റെ ലേബൽ ചാർത്തിക്കിട്ടിയതിനു ശേഷം എന്റെ കട്ടിലിന്നരികിൽ വന്നിരുന്ന് സംസാരിക്കാൻ മടി കാണിക്കാത്ത ഒരേ ഒരു ഡോക്ടർ നിങ്ങളാണ്. നന്ദി.... നന്ദി...', അയാൾ പറഞ്ഞു.

'എല്ലാവർക്കും അറിയേണ്ടത് ഒന്നുമാത്രം. സ്വീഡനിൽ കഴിഞ്ഞ കാലത്ത് സ്ത്രീകളുമായി അഴിഞ്ഞാടി നടന്നല്ലെ ഈ രോഗം ഉണ്ടാക്കിയത്? നിങ്ങൾ ഒരു ഡോക്ടറല്ലെ? ഈ രോഗത്തെ പറ്റി അറിവുള്ള ആളല്ലെ? കുറെക്കൂടി ശ്രദ്ധിക്കേണ്ടതല്ലായിരുന്നോ?

'ഡോക്ടർ ഞാൻ നിങ്ങളോട് പറയാം. സ്വീഡനിൽ കൂത്താടാനും അഴിഞ്ഞാടാനും ഒന്നും ഞാൻ പോയിട്ടില്ല. ആശുപത്രി ക്യാമ്പസിലും പുറത്തും നല്ല ജീവിതമായിരുന്നു. ധാരാളം ഹ്രസ്വകാല സൗഹൃദങ്ങൾ ഉണ്ടായി. പാർട്ടികളിലും ചെറിയ സവാരികളിലും അവ ഒതുങ്ങി. ഇതിൽ നിന്നൊന്നും എയ്ഡ്സ് ബാധിക്കില്ലല്ലോ.'

പരിഹാസത്തോടെ അയാൾ ചോദിച്ചു.

'എനിക്ക് എയിഡ്സ്!! ഞാനത് അംഗീകരിക്കുന്നില്ല... ടെസ്റ്റ് റിസൾട്ട് ബംഗിൾ ചെയ്തതാകാം... വിശദമായ ഒരു അന്വേഷണത്തിന് അപേക്ഷിച്ചു ഞാൻ ഹൈക്കോടതിയിൽ കേസ് കൊടുക്കും.'

'എത്രയോ വർഷങ്ങൾ രാപകലില്ലാതെ ജോലി ചെയ്ത് ഞാൻ വളർത്തിയെടുത്ത ആശുപത്രിയാണ്. എന്നിട്ടാണ് അവർ എന്നോട് ഇത്ര നികൃഷ്ടമായി പെരുമാറിയത്. എത്ര ഹീനമായ നന്ദികേട്?'

'ഇനി എയ്ഡ്സ് ആണെങ്കിൽ തന്നെ, എന്നെ ആ ആശുപത്രി അങ്ങനെ അവഗണിച്ചതും, അവിടന്ന് തള്ളിവിട്ടതും മെഡിക്കൽ എത്തിക്സിന്റെ നിഷേധമാണ്. രോഗിയെന്ന നിലയിലുള്ള എന്റെ അവകാശത്തെ നിഷേധിച്ചതാണ്. അതും ഞാൻ കോടതിയിൽ ചോദ്യം ചെയ്യും.'

ഡോ. ഡാനിയിലിനെ വിദഗ്ദ്ധ ചികിത്സക്കായി വിദേശത്ത് അയക്കാനുള്ള നിർദ്ദേശം അയാളുടെ ആശുപത്രി അധികൃതർ അനുഭാവത്തോടെ പരിഗണിക്കുന്ന അവസരമാണ്. അമർഷ പ്രകടനങ്ങൾ കൊണ്ട് അത് നടക്കാതെ വരുന്നത് കഷ്ടമല്ലെ? അങ്ങനെ ആലോചിക്കാൻ അയാളെ സഹായിക്കേണ്ടതുണ്ട്.

'ഇന്ത്യയിൽ ലഭ്യമായതിനെക്കാൾ വിദഗ്ദ്ധമായ ചികിത്സ എയ്ഡ്സ്

രോഗത്തിന് യൂറോപ്പിലും യു.എസിലും ലഭ്യമാണ്. എയ്ഡ്സ് രോഗമുണ്ടാക്കുന്ന വൈറസിനെ നേരിട്ട് നിർവീര്യമാക്കുന്ന ചികിത്സയാണത്. ആശുപത്രിയും സർക്കാരും യോജിച്ച് ഡോ. ഡാനിയലിനെ വിദഗ്ദ്ധ ചികിത്സക്ക് വിദേശത്തേക്ക് അയക്കാനുള്ള നടപടികൾ ആരംഭിച്ചിട്ടുണ്ട് എന്നറിയുന്നു. ഈ സാഹചര്യത്തിൽ ആശുപത്രിക്കെതിരെ കേസ് കൊടുക്കുന്നത് ശരിയാണോ?'

'ശരിയാണോ? ബുദ്ധിയാണോ എന്ന് ഒന്നു ആലോചിക്കൂ.'

ഡോ. ഡാനിയൽ പറഞ്ഞു തുടങ്ങി. 'ഓപ്പറേഷൻ തീയറ്ററിൽ നടക്കുന്നത് ഒരു യുദ്ധം പോലെയാണെനിക്ക്. ശസ്ത്രക്രിയാ ടേബിൾ ഒരു യുദ്ധഭൂമി. വയറ് കീറി തുറക്കുമ്പോൾ കണ്ണിൽപ്പെടുന്നത്, പലപ്പോഴും വിചാരിച്ചതിനെക്കാൾ പ്രയാസകരമായ പ്രശ്നങ്ങളാകും. അത് മാറ്റിയെടുക്കാൻ കത്തി ചലിക്കുമ്പോൾ ചിലപ്പോഴൊക്കെ ചെന്നു വീഴുന്നത് അതിലും വലിയ പ്രശ്നങ്ങളുടെ കയത്തിലാണ്. അവിടെയൊന്നും ഞാൻ പതറില്ല. തളരുകയുമില്ല'. ഞാൻ മണിക്കൂറുകൾ നിന്ന് ഓപ്പറേറ്റ് ചെയ്യും. സർജറിക്ക് വേണ്ടി സൃഷ്ടിക്കപ്പെട്ടതും സമർപ്പിക്കപ്പെട്ടതുമാണ് എന്റെ ജീവിതം.

'എന്റെ ശസ്ത്രക്രിയാ ടേബിളിൽ ഞാൻ ഒരിക്കലും പിൻവാങ്ങാത്ത യോദ്ധാവ് ആണ്. എത്ര നേരം പടപൊരുതാനും മടിയില്ലാത്ത പോരാളി'.

'പക്ഷെ..... ' ഡോ. ഡാനിയൽ നിശബ്ദനായി.

'പക്ഷെ, ജീവിതത്തിൽ ഞാൻ യുദ്ധം ചെയ്തിട്ടില്ല.എം.ബി.ബി.എസ് പഠിക്കുന്ന കാലത്ത് സെക്കന്റ് ഇയറിൽ, ജൂനിയേഴ്സിനെ റാഗിംഗ് നടത്തിയതിന് ആറു സഹപാഠികളോടൊപ്പം ഞാൻ സസ്പെൻഷനിലായി. ഞാനൊഴിച്ച് അഞ്ചുപേരും സാമ്പത്തികമായി ഉയർന്ന കുടുംബത്തിലുള്ളവർ. അവർ അഞ്ചുപേരും ഹൈക്കോടതിയിൽ കേസ് കൊടുത്ത് സസ്പെൻഷൻ റദ്ദാക്കി ക്ലാസിൽ കയറി. എനിക്കു മാത്രം ഒരു മാസക്കാലം സസ്പെൻഷനിൽ തുടരേണ്ടി വന്നു. പ്രിൻസിപ്പാളിന് എങ്ങനെയോ ദയയുണ്ടായതു കൊണ്ടു മാത്രം എനിക്ക് ആ വർഷം നഷ്ടപ്പെടാതെ പഠനം തുടരാനായി.'

'വിവാഹകാര്യത്തിൽ പറ്റിയ ചതിയെ പറ്റി ആലോചിച്ചു നോക്കൂ. എന്റെ ഭാര്യക്ക് നൽകിയിട്ടുണ്ടെന്ന് പറഞ്ഞ വസ്തു വകകളൊന്നും നൽകിയിട്ടില്ല. വ്യാജ പ്രമാണം കാണിച്ച് എന്നെയും എന്റെ പാവപ്പെട്ട് അച്ഛനമ്മമാരെയും ഭാര്യ വീട്ടുകാർ വഞ്ചിച്ചു. ഭാര്യയെ മുന്നിൽ നിറുത്തി എനിക്ക് കേസ് കൊടുക്കാമായിരുന്നു. എന്റെ ഒന്നുരണ്ടു വക്കീൽ സുഹൃ

ത്തുക്കൾ അത് നിർദ്ദേശിച്ചതുമാണ്. ഞാൻ അതും വേണ്ടെന്ന് വച്ചു.... ഞാൻ അവിടെയും പിൻവാങ്ങി.'

'ഇനി ഇതാ.... മൂന്നാം രംഗം... അവസാന രംഗമെന്നു പറയാം. ഇല്ലാത്ത എയ്ഡ്സ് രോഗത്തിന്റെ ലേബൽ ചാർത്തി, എന്നെ അപമാനിക്കുകയും കഷ്ടപ്പെടുത്തുകയും ചെയ്ത ക്രൂരത... ചെയ്തതാകട്ടെ എന്റെ പത്തിരുപതു കൊല്ലത്തെ അധ്വാനം കൊണ്ട് വളർന്നു വലുതായ ആശുപത്രി.'

'അഥവാ', അൽപനേരം കണ്ണടച്ചിരുന്നതിന് ശേഷം ഡോ. ഡാനിയൽ തുടർന്നു.

'എനിക്ക് യഥാർത്ഥത്തിൽ ഈ രോഗം ഉണ്ടെന്ന് വയ്ക്കുക. എങ്കിലും ഇങ്ങനെയാണോ, ഒരു ആശുപത്രിയും ഡോക്ടർമാരും നഴ്സുമാരും രോഗിയോട് പെരുമാറുക? രോഗിയെന്ന നിലയിലുള്ള എന്റെ അവകാശത്തെ ചവിട്ടിമെതിച്ചതല്ലെ?'

'ഇവിടെയും ഞാൻ പിൻവാങ്ങണമെന്നാണോ ഡോക്ടർ, നിങ്ങളും നിർദ്ദേശിക്കുന്നത്?'

'ഈ രോഗം പാപമായത് കൊണ്ടാകാം ഇങ്ങനെ. പാപിക്ക് പരാതിപ്പെടാൻ അവകാശമില്ലല്ലോ; അല്ലെ.' ഡാനിയൽ പൊട്ടിക്കരഞ്ഞു.

എന്തായാലും നിയമ നടപടികളെക്കുറിച്ചുള്ള ആലോചനകളിൽ നിന്ന് അയാൾ പിന്മാറി.

തുടർന്നൊരു ദിവസം അയാൾ പറഞ്ഞു,

'ഇനി എന്റെ രോഗം എയ്ഡ്സ് ആണെങ്കിൽ തന്നെ, സ്വീഡനിലെ സർജിക്കൽ ട്രെയിനിംഗിനിടയിൽ എനിക്ക് കിട്ടിയതാകാം. ഡമ്മി ട്രെയിനിംഗ് ആണ് അവിടെ എല്ലാവർക്കും ആദ്യം കിട്ടിയത്. ഞങ്ങൾ രണ്ടേ രണ്ടു പേർക്കു മാത്രമാണ് യഥാർത്ഥ സർജിക്കൽ ജോലി ചെയ്യാൻ അവസരം നൽകിയത്. ഓൺ ദി ബേസിസ് ഓഫ് പെർഫോമൻസ്... ധാരാളം ഇൻഫക്ടഡ് ടിഷ്യൂ (അണുബാധയേറ്റ ശരീര ഭാഗങ്ങൾ) അതിനിടയിൽ കൈകാര്യം ചെയ്തു.ഒഫ്കോഴ്സ് വിത്ത് ഗ്ലൗസ്.... എങ്കിലും... അങ്ങനെയായിരിക്കാം എനിക്ക് രോഗം കിട്ടിയത്. ഞാൻ പാപിയല്ല എന്നർത്ഥം. ആരോടാണ്, ആരോടൊക്കെയാണ്, ഞാനിത് പറഞ്ഞ് ബോധ്യപ്പെടുത്തേണ്ടത്?'

രണ്ടാഴ്ച പിന്നിട്ടപ്പോൾ ഡോ. ഡാനിയലിന്റെ പൊതുവായ ആരോഗ്യനില മെച്ചപ്പെട്ടു. ആഹാരം കഴിച്ചു തുടങ്ങി. മുറിക്കുള്ളിൽ അയാൾ കുറേശ്ശേ നടന്നു. മുഖം അൽപം പ്രസന്നമായി.

ഡിസ്ചാർജ് ചെയ്യുന്നതിന്റെ തലേ ദിവസം അയാളെ കാണാൻ

മുറിയിൽ പോയി. എയ്ഡ്സിന്റെ ആത്യന്തികമായ മാരകത്വത്തെക്കുറിച്ച് വ്യക്തമായി അറിയുന്നവനാണ്. എങ്കിലും തനിക്ക് കിട്ടിയ താൽക്കാലിക രോഗശമനം തന്നെ അയാളെ സന്തോഷവാനാക്കുന്നതായി തോന്നി. എയ്ഡ്സ് എന്ന ഡയഗ്നോസിസ് തെറ്റായിരിക്കും എന്ന ബോധമോ, ഏത് രോഗത്തിനും സ്വയം ശമനം (Spontaneous Remission) ഉണ്ടായിക്കൂടെന്നില്ല എന്ന വൈദ്യശാസ്ത്ര സിദ്ധാന്തമോ കൂടി അയാൾക്ക് ആശ്വാസമണയ്ക്കുന്നുണ്ടാകും.

മുറിക്കുള്ളിൽ നിന്ന അനന്തരവനെയും മറ്റു രണ്ടുപേരെയും വെളിയിലയച്ച ശേഷം അയാൾ സംസാരിച്ചു തുടങ്ങി.

'ഞാനാദ്യം നിങ്ങളോട് ക്ഷമാപണം ചെയ്യട്ടെ... രോഗത്തിന്റെ ലേബൽ ചാർത്തിയശേഷം എന്നോട് ഏറ്റവും അധികം സംസാരിക്കുകയും, ഏറ്റവും അടുത്തിരുന്ന് സംസാരിക്കുകയും ചെയ്ത ഡോക്ടർ നിങ്ങളാണ്... അങ്ങനെ ചെയ്ത മനുഷ്യൻ തന്നെ നിങ്ങളാണ്... നിരാശയും അരിശവും പകയും ഒക്കെ അതിജീവിക്കാൻ എന്നെ സഹായിച്ചത് നിങ്ങളാണ്...; നിങ്ങളുടെ പെരുമാറ്റവും സംഭാഷണവുമാണ്... ഇതാണോ നിങ്ങൾ സൈക്യാട്രിസ്റ്റുകൾ പറയുന്ന സൈക്കോ തെറാപ്പി? എന്തായാലും അത് എന്നെ വളരെ സഹായിച്ചു. അതിന്റെ മഹനീയതയിൽ എനിക്ക് മതിപ്പ് തോന്നുന്നു!'

'എനിക്ക് ഒരു കാര്യം തുറന്നു പറയണം. ഞാനന്ന് നിങ്ങളോട് പറഞ്ഞത് മുഴുവൻ സത്യമല്ല. സ്വീഡനിലായിരുന്നപ്പോൾ ഞാൻ അഴിഞ്ഞാടി നടന്നില്ല എന്നത് ശരിയാണ്. എന്നാൽ അവിടെ എനിക്കൊരു അഫയർ ഉണ്ടായി, എ ഗ്രേറ്റ് ഫ്രണ്ട്ഷിപ്പ്. ആശുപത്രിയിലെ ഒരു ജീവനക്കാരി. അർജന്റീനക്കാരി, ലേബ! അതിസുന്ദരി.... ഞാൻ കണ്ടിട്ടുള്ളതിൽ വച്ച് ഏറ്റവും സൗന്ദര്യമുള്ള സ്ത്രീ... ഏറ്റവുമധികം സ്ത്രീത്വമുള്ള സ്ത്രീ...'

'ഞങ്ങൾ വളരെ പെട്ടെന്ന് അടുത്തു. വളരെ വളരെയടുത്തു.... സ്ത്രീസൗഹൃദത്തിന്റെ, സ്ത്രീപുരുഷ ബന്ധത്തിന്റെ തീവ്രാനുഭവങ്ങൾ എനിക്ക് കിട്ടിയത് അവളിൽ നിന്നാണ്.'

'അത്രയും സുന്ദരവും, വിലപ്പെട്ടതും, ദൈവാനുഗ്രഹമായി കിട്ടിയതുമായ ഒരു ബന്ധത്തിൻ നിന്ന് എയ്ഡ്സ് പോലെ ഒരു രാക്ഷസീയ രോഗബാധ ഉടലെടുക്കുമോ? ഇല്ല.. ഇല്ല.. എനിക്കത് അംഗീകരിക്കാനാവുന്നില്ല. ഞാൻ ഇപ്പോഴും വിശ്വസിക്കുന്നു, സ്വീഡനിലെ സർജിക്കൽ സ്പെസിമനുകളിൽ നിന്നാണ് എനിക്ക് രോഗം ബാധിച്ചത്.'

'എങ്കിലും ഇത് നിങ്ങളോടുമാത്രം പറയണമെന്ന് തോന്നി. ഞങ്ങൾ

ഇരുവരുമല്ലാതെ ഇത് അറിയുന്ന ഒരേ ഒരാൾ, ഇപ്പോൾ ഈ ലോകത്ത് നിങ്ങളാണ്... നിങ്ങൾ മാത്രമാണ്.'

'ഇവിടെ, ഈ ആശുപത്രിയിൽ എത്തിയപ്പോൾ എന്റെ മനസിലാകെ പകയും നിരാശയും വിദ്വേഷവുമൊക്കെയായിരുന്നു. ലോകത്തിന്റെ എല്ലാ നന്മകളിൽ നിന്നും, സന്തോഷങ്ങളിൽ നിന്നും പൊടുന്നനെ വലിച്ചെറിയപ്പെട്ടതിലെ നിരാശ. വലിച്ചെറിഞ്ഞവരോടുള്ള അരിശം... എന്നെപ്പോലൊരു രോഗിക്ക് ചികിത്സയും ആശ്വാസവും നൽകാൻ കഴിയാത്ത വൈദ്യശാസ്ത്രത്തോട് വിദ്വേഷം. ഭീതിയുടെയും സംശയങ്ങളുടെയും നിഴൽ പരക്കുമ്പോൾ, ഞൊടിയിടക്കുള്ളിൽ തന്നെ ചികിത്സാ വഴികളിൽ, രോഗിയെ ഉപേക്ഷിച്ച് നിഷ്ക്കരുണം ഒഴിഞ്ഞു മാറുന്ന ഡോക്ടർമാരോടുള്ള അമർഷം.'

'ഇപ്പോഴതൊക്കെ മാറി... എന്റെ ആരോഗ്യം മെച്ചപ്പെട്ടതും ഒരു കാരണമാകാം... എന്നാൽ എത്രയോ ദിവസങ്ങൾ ഇവിടെ, എന്റെ ഈ കിടക്കയ്ക്കരികിൽ വന്നിരുന്ന് സംസാരിക്കുകയും സംസാരിപ്പിക്കുകയും ചെയ്ത നിങ്ങളുടെ സന്മനസ്സിന്... ഞാൻ നന്ദി പറയട്ടെ. അല്ലെങ്കിൽ പറയുന്നില്ല.... അത് അങ്ങനെ പറഞ്ഞു തീർക്കാനുള്ളതല്ല...'

മൂന്ന് ആഴ്ചകൾക്ക് ശേഷം, ജനനത്തീയതിയും മരണത്തീയതിയും രേഖപ്പെടുത്തി പത്രത്തിൽ പ്രത്യക്ഷപ്പെട്ട അയാളുടെ ചിത്രത്തിൽ കണ്ണുനട്ട് അൽപനേരം നിശബ്ദനായി ഇരുന്നു.

സുജീവിത

സ്വീകരണ മുറിയുടെ വാതിൽ തുറന്ന് പ്രൗഢയായ മധ്യവയസ്ക കടന്നു വന്നു.

'ഡോക്ടർക്ക് എന്നെ മനസിലായോ?'

പരിചയം തോന്നുന്ന മുഖം. നരച്ച മുടിയിഴകളെ ആ മുഖത്ത് നിന്ന് വകഞ്ഞു മാറ്റി ഓർത്തെടുക്കാൻ ശ്രമിച്ചു.

'ഞാൻ സുജാത, കാഞ്ഞിരപ്പള്ളിയിൽ നിന്ന്. ഡോക്ടറുടെ പഴയ പേഷ്യന്റ്. അറപ്പടിക്കൽ മോഹൻദാസിന്റെ ഭാര്യ.'

ഇരുപത്തെട്ട് വർഷം മുൻപാണ് സുജാതയെ ആദ്യം കണ്ടത്. ഭർത്താവ് മോഹൻദാസിനെ ചികിത്സക്ക് കൂട്ടിക്കൊണ്ടു വരുന്നത് സുജാതയായിരുന്നു. നാലഞ്ചു വർഷക്കാലം വലിയ ഇടവേളകളോടെ അവർ കൺസൾട്ടേഷനെത്തി. രോഗം ആവർത്തിക്കുമ്പോൾ അടുപ്പിച്ചടുപ്പിച്ച് പരിശോധനക്ക് വരും. രോഗശമനം കിട്ടുമ്പോൾ ഇടവേളകൾ നീളും. ക്ലിനിക്ക് സന്ദർശനം ക്രമേണ അവസാനിക്കും. മാസങ്ങൾക്ക് ശേഷം രോഗം മോഹൻദാസിന് മൂർച്ഛിക്കുമ്പോഴാകും പിന്നെ വരിക.

സൈക്കോസിസ് ആയിരുന്നു മോഹൻദാസിന്റെ രോഗം. അശരീരി ശബ്ദങ്ങളും (ഹാലൂസിനേഷൻ), മിഥ്യാബോധങ്ങളും (ഡെല്യൂഷൻ) പ്രധാനലക്ഷണമായ സ്കിസോഫ്രേനിയ വിഭാഗത്തിൽ പെടുന്ന രോഗം. കോളേജിൽ പഠിക്കുന്ന കാലത്ത് തന്നെ മോഹൻദാസിന്റെ രോഗം ആരംഭിച്ചിരുന്നു. പഠനം അവിടെ വച്ചവസാനിച്ചു. പിന്നെ റബർ തോട്ടങ്ങളും നഗരത്തിലെ വാണിജ്യ സ്ഥാപനങ്ങളും നോക്കി നടത്തുന്നതിൽ അച്ഛൻ അയാളെ സഹായിആക്കി. രോഗം പ്രകടമാകുമ്പോൾ പ്രസിദ്ധരായ ചില സൈക്യാട്രിസ്റ്റുകളിൽ നിന്ന് ചികിത്സയെടുത്തു. രോഗശമനം കിട്ടുമ്പോൾ ചികിത്സ ഉപേക്ഷിക്കും. മാസങ്ങൾക്ക് ശേഷം ഉറക്കക്കുറവും തനിയെയുള്ള സംസാരവും അക്രമവാസനയും പ്രത്യക്ഷപ്പെടുമ്പോൾ വീണ്ടും മറ്റൊരു സൈക്യാട്രിസ്റ്റിന്റെ അടുത്തേക്ക്. അങ്ങനെ പല തവ

ണയായി നാലഞ്ച് സൈക്യാട്രിസ്റ്റുകളുടെ ചികിത്സ ലഭിച്ചിട്ടുണ്ട്.

മോഹൻദാസിന് ഇരുപത്തി മൂന്നു വയസായപ്പോൾ വിവാഹം നടന്നു. ഉൾനാടൻ ഗ്രാമത്തിലെ ഒരു അധ്യാപകന്റെ മകളാണ് സുജാത. അന്ന് അവൾക്ക് പ്രായം പതിനാറു വയസ് മാത്രം.

കോളേജ് വിദ്യാഭ്യാസം തുടങ്ങിയിട്ടേയുള്ളൂ. പഠനത്തിൽ വലിയ താൽപര്യവും മികവും ഒന്നുമില്ല. എന്നാൽ വീട്ടിലും കോളേജിലും പ്രിയപ്പെട്ടവളായിരുന്നു സുജാത. അൽപം തടിയുണ്ടെങ്കിലും നല്ല മുഖശ്രീയും പ്രസരിപ്പുമുള്ള കുട്ടി. സംസാരത്തിലും വസ്ത്ര ധാരണത്തിലും ഒതുക്കവും അന്തസും പാലിക്കുന്ന അവൾക്ക് സ്നേഹിതരും ആരാധകരും ഏറെയുണ്ട്. മകളെ പഠിപ്പിച്ച് ഡിഗ്രിയെങ്കിലും എടുപ്പിക്കണമെന്നും, അതിനു ശേഷം ഒരു ചെറിയ സർക്കാർ ജോലിയെങ്കിലും കരസ്ഥമാക്കണമെന്നുമായിരുന്നു അച്ഛൻ ഗോപിനാഥൻ സാറിന്റെ താൽപര്യം. വീട്ടിലെ എല്ലാ കാര്യങ്ങൾക്കും തന്റെ വലംകൈയായി നിൽക്കുന്ന സുജാതയെ ഉടനെയൊന്നും വിവാഹം കഴിച്ചയക്കുന്നതിനോട് അമ്മക്കും താൽപര്യമുണ്ടായിരുന്നില്ല. പക്ഷെ, സമ്പത്തും സമൂഹത്തിൽ ഉയർന്ന സ്ഥാനവുമുള്ള അറപ്പടിക്കൽ തറവാട്ടിൽ നിന്നുള്ള വിവാഹാലോചന ഇങ്ങോട്ട് വന്നപ്പോൾ സ്ഥിതി മാറി. സുജാതയെ മോഹൻദാസ് എവിടെയോ വച്ച് കണ്ടിട്ടുണ്ട്. അറപ്പടിക്കൽ ശിവരാമൻ നായർ ജന്മിയും ധനാഢ്യനും സമൂഹത്തിലെ മാന്യ വ്യക്തിയുമാണ്. കുടുംബ പശ്ചാത്തലവും മികച്ചതാണ്. അങ്ങനെയുള്ള ശിവരാമൻ നായരുടെ മകന്റെ വിവാഹാലോചന വേണ്ടെന്ന് വയ്ക്കുന്നത് ബുദ്ധിമോശമാണ്. സുജാതയുടെ താഴെ മൂന്നു പെൺകുട്ടികൾ ആണുള്ളത്. രണ്ടു വർഷത്തിനകം അച്ഛൻ ഗോപിനാഥൻ നായർ പെൻഷൻ പറ്റും. വലിയ ഭൂസ്വത്തോ സമ്പാദ്യമോ ഒന്നുമില്ല. ഈ സാഹചര്യത്തിൽ, ഇത്ര മികച്ച ഒരു വിവാഹാലോചന, സ്വത്തു വകകളെ പറ്റി സംസാരമോ, സ്ത്രീധന കാര്യത്തെപ്പറ്റി പരാമർശമോ ഒന്നുമില്ലാതെ ഇങ്ങോട്ട് എത്തിയത് വലിയ ഭാഗ്യം തന്നെയാണ്.

മോഹൻദാസ്, അളിയനും അച്ഛനുമൊത്ത് പെണ്ണുകാണാൻ എത്തിയപ്പോൾ, സുജാതയെക്കാളേറെ വീട്ടുകാർക്ക് പ്രയാസം തോന്നി. സുജാതയുടെ മുഖശ്രീയും ശരീരകാന്തിയും പ്രസരിപ്പും ഒന്നുമായി പൊരുത്തപ്പെടുന്നതായിരുന്നില്ല. മോഹൻദാസിന്റെ രൂപവും ഭാവഹാവാദികളും. അയാളുടെ കറുത്ത ശരീരത്തിന് അൽപം പോലും പുഷ്ടിയും മിനുസവുമില്ല. മെലിഞ്ഞ കൈകാലുകൾ, ഉന്തിയ വയർ, ഇടിഞ്ഞ തോളുകൾ. സദാ ചലിക്കുന്ന കണ്ണുകൾ. സുജാതയെ കണ്ടപ്പോൾ തന്നെ അയാൾ

എന്തോ അസ്വസ്ഥത പ്രകടിപ്പിച്ചു. അത് മാറ്റാനകണം, അയാൾ പോക്കറ്റിൽ നിന്ന് വിലകൂടിയ സിഗററ്റ് എടുത്ത് ചുണ്ടിൽ വച്ച്, ലൈറ്റർ കൊണ്ട് കത്തിച്ച് പുകയൂതിക്കൊണ്ടിരുന്നു..

സുജാത അയാളുടെ മുഖത്ത് തന്നെ നോക്കി നിന്നു. ആ നോട്ടം അയാളുടെ സംഭ്രമം ഇരട്ടിപ്പിച്ചതു പോലെ തോന്നി.

എന്തോ ഒന്നു രണ്ടു ചോദ്യങ്ങൾ അയാൾ തപ്പിത്തടഞ്ഞ് ചോദിച്ചു. സുജാത ഉത്തരവും നൽകി.

പെണ്ണു കാണൽ കഴിഞ്ഞതോടെ സുജാതയുടെ വീട്ടിൽ ശ്മശാന മൂകത പരന്നു. അച്ഛനമ്മമാർക്കും ഇളയ സ,ഹോദരിമാർക്കും മോഹൻദാസിന്റെ രൂപവും പെരുമാറ്റവും ഒട്ടും ഇഷ്ടപ്പെട്ടില്ല. സുജാതയെക്കാൾ കൂടുതൽ വിഷമം തോന്നിയത് അവർക്കാണ്.

'ഒട്ടും ചേർച്ചയില്ല...,', അമ്മ പറഞ്ഞു.

'നമുക്കിത് വേണ്ടാ എന്നു വയ്ക്കാം..... അവൾക്ക് വയസ് പതിനാറല്ലെ ആയുള്ളൂ. അവൾ ഡിഗ്രി കംപ്ലീറ്റ് ചെയ്യട്ടെ', അച്ഛൻ പറഞ്ഞു.

പക്ഷെ, തൊട്ടടുത്ത ദിവസം തന്നെ മോഹൻദാസിന്റെ അളിയനും കാര്യസ്ഥനും അവരുടെ വീട്ടിലെത്തി. മോഹൻദാസിനും വീട്ടുകാർക്കൊക്കെയും സുജാതയെയും വീട്ടുകാരെയും ഇഷ്ടപ്പെട്ടുവെന്നും വിവാഹം വൈകാതെ നടത്തിക്കുന്ന കാര്യം ആലോചിക്കാമെന്നും അറിയിക്കാനാണ് അവർ എത്തിയത്.

വരനെക്കുറിച്ച് തൃപ്തിയില്ലാതെ സമ്പത്തും ആഭിജാത്യവുമുള്ള വരന്റെ കുടുംബത്തെക്കുറിച്ച് ധാരാളം മതിപ്പോടെ, അങ്ങനെ തുടങ്ങിയതാണ് അവളുടെ ദാമ്പത്യം. എന്നാൽ വരന്റെ വീട്ടിലെത്തി ഏതാനും ദിവസങ്ങൾക്കുള്ളിൽ തന്നെ സുജാതക്ക് യഥാർത്ഥ സ്ഥിതി മനസിലായി. തന്റെ ഭർത്താവ് നോർമൽ അല്ല. സംസാരത്തിലും പെരുമാറ്റത്തിലുമൊക്കെ അസാധാരണമായ പ്രത്യേകതകൾ. വിചിത്രമായ വിക്രിയകളും കാണിക്കുന്നുണ്ട്.

തികച്ചും അലസനാണയാൾ. മിക്ക സമയത്തും കസേരയിൽ ചടഞ്ഞിരിക്കുകയോ, കട്ടിലിൽ ചുരുണ്ടു കിടക്കുകയോ ആകും. എന്തോ പിറുപിറുക്കുന്ന മട്ടിൽ ചുണ്ടുകൾ ഇടക്ക് ചലിച്ചു കൊണ്ടിരിക്കുന്നത് കാണാം. എന്തെങ്കിലും ചോദിച്ചാൽ 'ശരി ശരി' എന്നു മാത്രമാണ് മിക്കപ്പോഴും ഉത്തരം കിട്ടുക.

രാത്രിയിലെ അയാളുടെ പെരുമാറ്റവും അവൾക്ക് മടുപ്പ് ഉളവാക്കി.

മോഹൻദാസിന്റെ അമ്മക്കും ഏറെ പ്രത്യേകതകളുണ്ട്.

മൂന്നുനാലു ജോലിക്കാരുള്ള വിശാലമായ ആ വീട്ടിലെ കാര്യങ്ങളു

ടെയെല്ലാം മേൽനോട്ടം നിർവഹിക്കുന്നത് അവരാണ്. അടുക്കളയിലും പൂമുഖത്തും, നടുമുറ്റത്തും നടന്ന് ആ ചുമതല അവർ നിർവഹിക്കും. ജോലിക്കാരോട് കർശനമായ പെരുമാറ്റമാണ്. എല്ലാ കാര്യങ്ങളിലും കണക്കും ചിട്ടയും വേണമെന്ന് നിർബന്ധമാണ്. ഇത്രയധികം ആജ്ഞാശക്തിയും കാര്യക്ഷമതയും ഉള്ള അവർ, മകന്റെ കാര്യത്തിൽ വളരെ അയഞ്ഞ രീതിയിലാണ് പെരുമാറുക. തുടരെ മുറുക്കിക്കൊണ്ട് നിർദ്ദേശങ്ങളും ശാസനകളുമായി മകന്റെ പിന്നാലെ അവർ നടക്കും. അമ്മയുടെ ആവർത്തിച്ചുള്ള നിർദ്ദേശം ലഭിച്ചാൽ മാത്രമെ, മകൻ എന്തെങ്കിലും ചെയ്യുകയുള്ളൂ. പല്ലു തേക്കുക, കുളിക്കുക, വസ്ത്രം മാറുക, ഭക്ഷണത്തിന് വരിക എന്നിവയെല്ലാം അമ്മയുടെ നിർദ്ദേശം അനുസരിച്ച് മാത്രം ചെയ്യേണ്ട കാര്യങ്ങളാണയാൾക്ക്. ഇതെന്തൊരു വിധേയത്വമാണ്? സുജാതക്ക് മടുപ്പ് തോന്നി.

തന്റെ ഭർത്താവ് മാനസിക രോഗിയാണെന്നും അതിന് എന്തോ ഒക്കെ ചികിത്സയെടുത്തിട്ടുണ്ടെന്നും സുജാത മനസിലാക്കിയത് അടുക്കളക്കാരിയിൽ നിന്നാണ്. മാനസിക രോഗികളെ പറ്റി സുജാതക്ക് അധികമൊന്നുമറിയില്ല. ഏത് രോഗമാണെങ്കിലും, ചികിത്സയുണ്ടാകുമല്ലോ. ഇപ്പോൾ ചികിത്സയെടുക്കുന്നുണ്ടോ എന്നറിയാൻ അവൾ ശ്രമം നടത്തി. വ്യക്തമായി ഒന്നും മനസിലാക്കാനായില്ല. മോഹൻദാസ് പ്രകടിപ്പിക്കുന്നതെല്ലാം മാനസിക രോഗത്തിന്റെ ലക്ഷണങ്ങളാണെന്ന് അവൾക്ക് തോന്നിയുമില്ല. ഇത്രയും കടുത്ത അലസത എങ്ങനെ ഒരു രോഗമാകും? അത് അയാളുടെ സ്വഭാവം ആയിരിക്കണം. അതിന് വളം വച്ചു കൊടുക്കുന്നത് അമ്മയുടെ ലാളന തന്നെയാണ്. ഒറ്റ മകനാണ് അയാൾ. ഒരേയൊരു സഹോദരിയാണുള്ളത്. ആ ചേച്ചി ഏഴെട്ട് വയസിനു മൂത്തതാണ്. ആറ്റു നോറ്റിരുന്ന ആൺ സന്താനമാണ് മോഹൻദാസ്. എങ്കിലും ഇത്രക്കുണ്ടോ ലാളന?

തോട്ടവും കച്ചവട സ്ഥാപനവും രാഷ്ട്രീയവുമായി നടക്കുന്ന അച്ഛന് വീട്ടിലെ കാര്യങ്ങൾ ശ്രദ്ധിക്കാൻ സമയവും താൽപര്യവുമില്ല. വീട്ടിൽ അദ്ദേഹം ചിലവഴിക്കുന്ന സമയം വളരെ തുച്ഛം. നിവൃത്തിയുണ്ടെങ്കിൽ അച്ഛന്റെ മുൻപിൽ, മോഹൻദാസ് പോകില്ല. അമ്മ വഴിയാണ് അച്ഛനുമായുള്ള ആശയവിനിമയം.

മാനസികരോഗമെങ്കിൽ മാനസിക രോഗം! അതിന് ആരെയെങ്കിലും നല്ല ഡോക്ടറെ കാണിച്ചു ചികിത്സയെടുക്കണം. സുജാത മോഹൻദാസിന്റെ അമ്മയോട് തട്ടിമുട്ടി പ്രശ്നം അവതരിപ്പിച്ചു.

അവളെ രൂക്ഷമായി നോക്കിക്കൊണ്ട് അമ്മ പൊട്ടിത്തെറിച്ചു.

'ഓഹോ... അതിനിടയിൽ അസുഖവും ചികിത്സയുമൊക്കെ ന്യൂസ് ആയി പിടിച്ചു കഴിഞ്ഞോ? എരണം കെട്ടവർ ആരെങ്കിലും പറയുന്നത് കേട്ട് നീ ഇളകരുത്. കോളേജിൽ പഠിക്കുമ്പോൾ ആണ് അവനൊരു പേടിയും, തലവേദനയും ഉണ്ടായത് അപ്പോൾ തന്നെ കോട്ടയം മെഡിക്കൽ കോളേജിലെ ഡോക്ടറെ കാണിച്ചു ചികിത്സിച്ചു സുഖപ്പെടുത്തി. അത് മാറി. ഇപ്പോൾ ചികിത്സിക്കത്തക്ക അസുഖമൊന്നുമില്ല. ചുമ്മാതിരിക്കുന്നിടത്ത് ചൊറിഞ്ഞ് നീ പുണ്ണാക്കുന്നതെന്തിന് സുജാതാ?' അങ്ങനെ ഒരു ചോദ്യത്തിലാണ് അവർ സുജാതക്ക് ഉത്തരം നൽകിയത്.

ചികിത്സാ നിർദേശം ഒന്നും അമ്മ സ്വീകരിച്ചില്ല. അതിലൂടെ ഒരു പരിഹാരമാർഗം കിട്ടാനുള്ള സാധ്യതയുമില്ല. സുജാതക്ക് നിരാശ തോന്നി. സ്വന്തം വീട്ടിലേക്ക് തിരിച്ചു പോയാലോ എന്നവൾ ആലോചിച്ചു. വീട്ടിലെ സാമ്പത്തിക സ്ഥിതി അത്ര പന്തിയല്ല. അച്ഛന്റെയും അമ്മയുടെയും ആരോഗ്യവും മെച്ചമല്ല. തനിക്ക് താഴെ മൂന്നു പെൺകുട്ടികളാണ്. വിവാഹബന്ധം മുറിച്ചുകൊണ്ട് താൻ അവിടെ തിരികെ ചെല്ലുന്നത് വീട്ടിൽ വലിയൊരു ദുരന്തമാകും. ഇതിനെ തരണം ചെയ്യുക തന്നെ. അവൾ തീരുമാനിച്ചു. ആ തീരുമാനത്തിൽ എത്തിയിരുന്നെങ്കിലും, അതിൽ ഉറച്ചു നിൽക്കുക എളുപ്പമായിരുന്നില്ല. തണുത്ത കരിങ്കൽ ചുവരുകൾ ചുറ്റും നിൽക്കുന്ന ഒരു തടവറയിൽ താൻ കുടുങ്ങിയത് പോലെ അവൾക്ക് തോന്നി. ഈ മകനും അമ്മയും കൂടിയൊരുക്കുന്ന പത്മവ്യൂഹത്തിൽ നിന്ന് പുറത്ത് കടക്കുക എളുപ്പമല്ല. വീട്ടിൽ പോയി അച്ഛനോടും അമ്മയോടും താൻ പെട്ടിരിക്കുന്ന ദുരവസ്ഥയെക്കുറിച്ച് പറഞ്ഞാലോ? തീർച്ചയായും, കാര്യങ്ങൾ സംസാരിക്കാനായി അച്ഛൻ, ഈ വിട്ടിലെത്തും, ഭർത്താവിന്റെ അച്ഛനുമായി സംസാരിക്കാൻ ശ്രമിക്കും. പക്ഷെ, തന്റെ വീട്ടുകാരെ കുറിച്ച് മതിപ്പോ, മാന്യമായ പരിഗണനയോ ഈ വീട്ടിൽ കിട്ടുമെന്ന് തോന്നുന്നില്ല. അതൊരു നിഷ്ഫലമായ ദൗത്യമായിരിക്കും. ഒരുപക്ഷെ അപമാനം മാത്രം തിരികെ കിട്ടുന്ന ദൗത്യം.

തന്റെ അച്ഛനെ തനിക്കറിയാം,

'അത്രക്ക് ബുദ്ധിമുട്ടാണെങ്കിൽ, നീയിങ്ങു പോരെ മോളെ', ഇതായിരിക്കും അദ്ദേഹം പറയുക. അതിനു പൂർണ പിന്തുണയുമായി, അമ്മയുണ്ടാകും. താൻ വീട്ടിൽ തിരികെയെത്തുന്നത് അനുജത്തിമാർക്കും സന്തോഷമാകും.

ഈ സാന്ത്വനവും, സന്തോഷവും ആശ്വാസവും ഒന്നുമല്ലല്ലോ ജീവിതം. അങ്ങനെയൊരു പരിഹാരം താൽക്കാലികമായി നേടിയാൽ തീരുന്നതല്ലല്ലോ തന്റെ പ്രശ്നം? ഇത് താൻ ക്ഷമയോടും സമചിത്തതയോടും

കൈകാര്യം ചെയ്യേണ്ട പ്രശ്നമാണ്. അങ്ങനെ കൈകാര്യം ചെയ്തേ മതിയാകൂ.

പ്രശ്നത്തെ കൈകാര്യം ചെയ്യണമെങ്കിൽ അതിനെ നന്നായി മനസിലാക്കണം.

പ്രശ്നത്തെ മനസിലാക്കാൻ സുജാത ശ്രമിച്ചു. മോഹൻദാസിൽ നിന്നും അമ്മയിൽ നിന്നും രോഗത്തെക്കുറിച്ചും എടുത്ത ചികിത്സയെക്കുറിച്ചും വ്യക്തമായ വിവരങ്ങൾ ഒന്നും കിട്ടുന്നില്ല. മകന് പരീക്ഷകളെ പേടിയായിരുന്നെന്നും പരീക്ഷാ സമയങ്ങളിൽ ആണ് ഒന്നു രണ്ടു തവണ മരുന്നു കൊടുക്കേണ്ടി വന്നതെന്നും ആ അമ്മ പറഞ്ഞു. മിതഭാഷിയും ഗൗരവക്കാരനുമായ ശ്വശുരനോട് സംസാരിക്കുക തന്നെ എളുപ്പമല്ല. പിന്നല്ലെ, മകന്റെ രോഗ വിവരങ്ങൾ അദ്ദേഹത്തോട് അന്വേഷിക്കുക?

മോഹൻദാസ് കഴിച്ചിരുന്ന മരുന്നുകളുടെ ഒരു കുറിപ്പടി കൈയിൽ പെട്ടതോടെ സുജാത ഉത്സാഹത്തിലായി. അതും കൈയിൽ എടുത്തുകൊണ്ടാണ് സുജാത ആദ്യത്തെ പ്രാവശ്യം കൺസൾട്ടേഷന് എത്തിയത്. പ്രസിദ്ധനായ ഒരു സൈക്യാട്രിസ്റ്റിന്റേതായിരുന്നു കുറിപ്പ്. രോഗത്തെപ്പറ്റിയുള്ള സംക്ഷിപ്ത വിവരങ്ങളും അതിന്റെ മാർജിനിൽ രേഖപ്പെടുത്തിയിരുന്നു. സാമാന്യമായി രോഗത്തെ പറ്റി സുജാതയോട് പറഞ്ഞതിന് ശേഷം ഭർത്താവിനെ നേരിട്ട് കൂട്ടിക്കൊണ്ടു വന്നാലെ കൂടുതൽ മനസിലാക്കാൻ കഴിയൂ എന്ന് സൈക്യാട്രിസ്റ്റ് അവരെ ധരിപ്പിച്ചു. ഭർത്താവ് അതിന് തയ്യാറാകുമോ, അഥവാ തയ്യാറാണെങ്കിൽ തന്നെ അമ്മ സമ്മതിക്കുമോ എന്ന് സുജാതക്ക് തീർച്ചയുണ്ടായിരുന്നില്ല.

'ശ്രമിച്ചു നോക്കാം ഡോക്ടറെ' – ഇത്രയും പറഞ്ഞിട്ടാണ് സുജാത പോയത്.

ഏതാനും ദിവസങ്ങൾക്ക് ശേഷം മോഹൻദാസിനെയും കൂട്ടി തന്റെ അമ്മ, അച്ഛൻ എന്നിവരോടൊപ്പംസുജാത കൺസൾട്ടേഷൻ റൂമിലെത്തി. അതിന് വേണ്ടി വന്ന ശ്രമത്തെക്കുറിച്ചും ബദ്ധപ്പാടിനെ കുറിച്ചും സുജാത അൽപം വിവരിച്ചു.

രോഗ വിവരങ്ങളും മാനസിക നിലയുടെ പരിശോധനയും സൂചിപ്പിച്ചത് മോഹൻദാസിന്റെ രോഗം സ്കിസോഫ്രേനിയ ആണ് എന്നതാണ്. പൂർണമായ ശമന സാധ്യതയില്ല. കൃത്യമായി ചികിത്സിച്ചാൽ ആശ്വാസം കിട്ടും. ചികിത്സയും പരിശോധനയും നിർദേശിച്ച് അവരെ പറഞ്ഞയച്ചു. ഒന്നുരണ്ടു പ്രാവശ്യം കൂടി അവർ കൺസൾട്ടേഷന് വന്നു. മോഹൻദാസിന്റെ രോഗലക്ഷണങ്ങളിൽ ശമനം ഉണ്ടായി. ശ്രദ്ധേയമായി തോന്നിയത് സുജാതയുടെ നിർദ്ദേശങ്ങൾ അനുസരിക്കാൻ അയാൾ

കൂടുതൽ സജ്ജമായിക്കൊണ്ടിരിക്കുന്നു എന്നതാണ്. ചികിത്സ മുടക്കാതിരുന്നാൽ, ഗണ്യമായ രോഗശമനം പ്രതീക്ഷിക്കാം. അവരുടെ ജീവിതം രക്ഷപ്പെട്ടേക്കാം.

രണ്ടു വർഷത്തിന് ശേഷമാണ് മോഹൻദാസിനെയും കൂട്ടി സുജാത വീണ്ടും വന്നത്. ഒരു വയസ് പ്രായമുള്ള രണ്ടു ഇരട്ട പെൺകുട്ടികളും കൂടെയുണ്ട്. ഗർഭധാരണവും പ്രസവ ശുശ്രൂഷയുമൊക്കെയായി ഈ കാലം കടന്നു പോയി. മോഹൻദാസിന് നിർദ്ദേശിച്ച ചികിത്സ മുറിഞ്ഞും മറിഞ്ഞുമൊക്കെ അങ്ങനെ തുടരുകയാണ്. ഇടയ്ക്കൊരിക്കൽ രോഗം മൂർദ്ധന്യത്തിലായപ്പോൾ കൊച്ചിയിലെ ഒരു സ്വകാര്യാശുപത്രിയിൽ കിടത്തി ചികിത്സിപ്പിച്ചു. കാര്യങ്ങൾ ഇപ്പോൾ തീരെ പന്തിയല്ല. മോഹൻദാസ് സദാസമയവും അസ്വസ്ഥനാണ്. തോട്ടത്തിലും കടയിലും പോകുന്ന പതിവ് നിറുത്തി. തുടർച്ചയായി പുകവലിക്കും. അതിനോടൊപ്പം എന്തോ ഒക്കെ ലഹരി സാധനങ്ങളും ഉപയോഗിക്കുന്നുണ്ട്. കിടക്കമുറിയിലെ മേശവലിപ്പിൽ ഒന്നുരണ്ടു പൊതികളിലായി ഇവ സൂക്ഷിക്കുന്നത് സുജാത കണ്ടുപിടിച്ചു. കറുപ്പാണോ കഞ്ചാവാണോ എന്നൊന്നും തീർച്ചയില്ല. ആ മേശ വലിപ്പ് തുറക്കാനോ മറ്റോ താൻ ശ്രമിച്ചാൽ അയാൾ ക്രുദ്ധനാകും. ദേഹോപദ്രവം ഏൽപിക്കും, കുട്ടികളെയും ഉപദ്രവിക്കാനൊരുങ്ങും. ഇതാണ് ഇപ്പോഴത്തെ സ്ഥിതി.

മാനസിക രോഗി ലഹരി പദാർത്ഥങ്ങളുടെ ഉപയോഗം കൂടി തുടങ്ങിയാൽ രോഗം സങ്കീർണമാവുകയും ചികിത്സാ സാധ്യത സാരമായി തകരാറിലാവുകയും ചെയ്യും. അതാണ് മോഹൻദാസിന്റെ കാര്യത്തിൽ ഇപ്പോൾ സംഭവിച്ചിരിക്കുന്നത്. ആശുപത്രിയിൽ ഏതാനും ദിവസം താമസിപ്പിച്ച് മരുന്നുകൾ ക്രമപ്പെടുത്താതെ തുടർന്ന് ചികിത്സിക്കാൻ നിവൃത്തിയില്ല.

ആശുപത്രിയിൽ മോഹൻദാസ് ആദ്യം കുറെയൊക്കെ പ്രശ്നമുണ്ടാക്കി. ഇടക്കിടെ പുറത്ത് പോയി പുകവലിക്കണമെന്നായിരുന്നു ആവശ്യം. മറ്റ് ലഹരി പദാർത്ഥങ്ങൾ കിട്ടാതായപ്പോൾ അതിന്റെ രോഷവും പ്രകടിപ്പിച്ചു. ഔഷധങ്ങൾ കഴിക്കാൻ വിസമ്മതിച്ചു. ആഹാരം തട്ടിയെറിഞ്ഞു. എന്നാൽ ക്രമേണ അയാൾ ചികിത്സക്ക് വഴങ്ങി. അയാളെ പരിചരിച്ചു കൊണ്ട്, രണ്ട് പിഞ്ചു കുഞ്ഞുങ്ങളുമായി സുജാത സദാസമയം ആശുപത്രി മുറിയിലുണ്ട് സഹായത്തിന് ഒരാളെയും ഏർപ്പെടുത്തിയിട്ടുണ്ട്..

രോഗശമനം കിട്ടി മോഹൻദാസിനെ ആശുപത്രിയിൽ നിന്ന് ഡിസ്ചാർജ് ചെയ്യുന്ന സമയത്ത് സുജാത പ്രസന്നവതിയായിരുന്നു.

ലഹരി സാധനങ്ങൾ ഒന്നും ഉപയോഗിക്കില്ല എന്ന് മോഹൻദാസ് ഉറപ്പു നൽകിയിട്ടുണ്ട്. മാത്രമല്ല, കുട്ടികളുടെ കളിയിലും സംസാരത്തിലുമെല്ലാം ഇപ്പോൾ അൽപമൊക്കെ താൽപര്യം കാട്ടുന്നുണ്ട്. ഇനിയെങ്കിലും, കൃത്യമായ ചികിത്സ കൊടുക്കാൻ ശ്രമിക്കാം. കാര്യങ്ങളൊക്കെ മെച്ചപ്പെടും എന്നൊരു വിശ്വാസത്തോടെയാണ് അവർ ആശുപത്രി വിട്ടത്.

അത് ഏറെ നാൾ നീണ്ടു നിന്നില്ല. കടയിലെ ജോലിക്കാരുടെ സഹായത്തോടെ മോഹൻദാസ് പുകയിലയും ലഹരി ശീലങ്ങളും വീണ്ടും ആരംഭിച്ചു. മുൻപ് അധികമില്ലാതിരുന്ന മദ്യപാനം ഇപ്പോൾ ശക്തമായി. ഇതിനൊക്കെ സഹായം നൽകുന്ന ജോലിക്കാരെ വിലക്കാനുള്ള സുജാതയുടെ ശ്രമം വിഫലമായി. കഴിയുന്നത്ര ഭർത്താവിനെ ചികിത്സിപ്പിക്കുക, കഴിയുന്നത് പോലൊക്കെ നിയന്ത്രിക്കുക, കുട്ടികളുടെ കാര്യം നന്നായി നോക്കുക ഇതായി സുജാതയുടെ ജീവിതത്തിന്റെ പ്ലാൻ.

ഒരിക്കൽ കൺസൾട്ടേഷന് വന്നപ്പോൾ സുജാത പറഞ്ഞു,

'ഞാനെന്തിന് ഈ ജീവിതം തുടരുന്നുവെന്ന് ചിലപ്പോൾ തോന്നും. സ്വത്തും പണവുമൊക്കെ ധാരാളമുണ്ട്, വലിയ കുടുംബം, നാട്ടിലെ പ്രമാണിമാർ! പക്ഷെ സ്നേഹമെന്തെന്ന് അറിയാത്ത മനുഷ്യർ. അങ്ങനെയൊന്ന് എനിക്കോ കുട്ടികൾക്കോ ലഭിക്കാത്ത വിവാഹം! അർത്ഥമില്ലാത്ത ജീവിതം.'

'പക്ഷെ, കുട്ടികളുടെ മുഖത്ത് നോക്കുമ്പോൾ ഞാൻ എല്ലാ വിഷമങ്ങളും മറക്കും. ഇവർ മിടുക്കികളാണ്. ഇവർ നല്ല നിലയിലെത്തും. എനിക്ക് തീർച്ചയാണ്.'

'എന്താ ഇങ്ങനെ ഉറപ്പിച്ചു പറയാൻ കാരണം?' സുജാതയോട് ആരാഞ്ഞു.

'തല്ലിപ്പൊളികളായ അച്ഛൻമാരുടെ മക്കൾ നല്ല നിലയിലാകും.. അങ്ങനെ ഞാൻ കണ്ടിട്ടുണ്ട് ഡോക്ടർ. ഞങ്ങളുടെയടുത്ത് ഒരു കുര്യൻ ഡോക്ടറുണ്ട്. ഇരുപത്തി നാലു മണിക്കൂറും വെള്ളമടി. പിന്നെ എല്ലാ വേണ്ടാതീനങ്ങളും ഉണ്ട്. രണ്ട് പെൺമക്കളാണ്. രണ്ടുപേരും ഡോക്ടർമാർ.... വളരെ നല്ല സ്വഭാവം ആണവർക്ക്. അങ്ങനെ, പിന്നെയും പലയിടത്തും ഞാൻ കണ്ടിട്ടുണ്ട്.... അച്ഛനമ്മമാർ പ്രശ്നക്കാരാകുമ്പോൾ കുട്ടികൾ എങ്ങനെയോ രക്ഷപ്പെടും. പ്രത്യേകിച്ചും പെൺകുട്ടികൾ'.

തന്റെ അസാധാരണമായ സിദ്ധാന്തത്തിന് സുജാത തെളിവുകൾ നിരത്തി.

'ഇവരെ ഞാൻ മിടുക്കികളാക്കി വളർത്തും. മറ്റൊന്നും എനിക്ക് ഇനി നോക്കാനില്ല.'

സ്വയം മന്ത്രിക്കുന്നത് പോലെ സുജാത പറഞ്ഞു.

***

പതിനെട്ട് വർഷത്തെ നീണ്ട ഇടവേളക്ക് ശേഷം സുജാത ഇപ്പോൾ മുന്നിലിരിക്കുന്നു. ഇടതൂർന്ന നീണ്ട തലമുടി ഇടക്കിടെ നരച്ചിട്ടുണ്ട്. ശരീരം ലേശം കൂടി തടിച്ചിട്ടുണ്ട്. നെറ്റിയിലെ വലിയ പൊട്ട് ഇന്നില്ല. കണ്ണുകളിലെ പ്രകാശം അന്നത്തെപോലെ ഇപ്പോഴുമുണ്ട്. ചുണ്ടുകൾക്കിടയിൽ നേരിയ മന്ദഹാസം വിരിയിച്ചു കൊണ്ട് ശാന്തമായ അതേ സംസാരം.

'അങ്ങേയറ്റം മനസ് തകർന്ന് ഞാൻ ഒരിക്കൽ കാണാൻ വന്നപ്പോൾ ഡോക്ടർ പറഞ്ഞത് ഇപ്പോഴും ഓർക്കുന്നു – സുജാത എന്നു വച്ചാൽ അർത്ഥം നല്ല ജന്മം കൊണ്ട് അനുഗ്രഹിക്കപ്പെട്ടവൾ എന്നാണ്. നല്ല ജീവിതം നയിച്ചു കൊണ്ട് ഇനി അത് പൂർത്തിയാക്കണം. സുജീവിത – അങ്ങനെയൊരു വാക്ക് ഭാഷയിലുണ്ട് എന്ന് തോന്നുന്നില്ല. പക്ഷെ, ഉണ്ടെന്ന് വയ്ക്കുക. അങ്ങനെയൊരു ജീവിതത്തിനായി സുജാത ശ്രമിക്കൂ'!

ഇക്കാലമത്രയും ഡോക്ടർ പറഞ്ഞത് എന്റെ മനസിൽ ഉണ്ടായിരുന്നോ എന്നെനിക്കറിയില്ല. ഒരുപക്ഷെ ഉണ്ടായിരുന്നിരിക്കണം. അങ്ങനെ ജീവിക്കാൻ ഞാൻ ശ്രമിച്ചതാണ്. സുജീവിത... എത്ര നല്ല വാക്ക്. പക്ഷെ, എന്റെ ജീവിതം അങ്ങനെയൊന്നും ആയിരുന്നില്ല ഡോക്ടർ.

കഷ്ടപ്പാടുകൾക്ക് പെട്ടെന്ന് അറുതി വന്നില്ല. മോഹൻദാസിന് ഇടക്കിടെ മാനസിക രോഗവും മറ്റു പല ശാരീരിക രോഗങ്ങളും വന്നു കൊണ്ടിരുന്നു. ഹൃദ്രോഗം ഉണ്ടായി. കടുത്ത പ്രമേഹം. കരൾ രോഗം. ഭർത്താവിന്റെ അച്ഛന്റെ മരണത്തോടെ ബിസിനസ് കാര്യങ്ങളിലും പ്രശ്നമായി. തോട്ടത്തിന്റെയും കടകളുടെയും കാര്യത്തിൽ മോഹൻദാസിന്റെ സഹോദരിയും ഭർത്താവുമായി തർക്കങ്ങളുണ്ടായി. കേസ് വരെയെത്തി. തനിക്കും ഇടക്കിടെ തളർച്ചയും അസുഖങ്ങളുമുണ്ടായി.

'ചില്ലറ അസുഖമല്ല ഡോക്ടർ... ബ്രെസ്റ്റ് ക്യാൻസർ ഉണ്ടായി. ഓപ്പറേറ്റ് ചെയ്തു. കീമോയെടുത്തു. ഇപ്പോൾ അഞ്ചുവർഷമായി. പ്രശ്നമൊന്നുമില്ലെന്ന് തോന്നുന്നു'.

ഇപ്പോൾ ആറ്റുകാൽ പൊങ്കാലയിടാൻ എത്തിയതാണ്. ശ്രീവരാഹത്ത് ഒരു കൂട്ടുകാരിയുടെ വീട്ടിൽ താമസിച്ച് പൊങ്കാലയിട്ടു. ഒരു ദിവസം കൂടി അവിടെ താമസിച്ച്, ഡോക്ടറെ കണ്ടിട്ടു പോകണമെന്ന് തോന്നി.... അങ്ങനെ വന്നതാണ്.

‘നാലു വർഷം മുന്ന് മോഹനേട്ടൻ മരണമടഞ്ഞു. ബിസിനസ് തർക്കങ്ങളും ഒരുവിധം പരിഹരിച്ചു. കുടുംബ സ്വത്തിന്റെ വലിയൊരു പങ്ക് ചേച്ചിയും അളിയനുംകൂടി കയ്യിലാക്കി എന്നാണ് വക്കീലും വേണ്ടപ്പെട്ടവരും പറയുന്നത്. ഞങ്ങൾക്ക് കിട്ടേണ്ടുന്നതത്രയും കിട്ടിയില്ല. കോടതിയിൽ അപ്പീൽ പോയാൽ കുറെയെങ്കിലും മടക്കിയെടുക്കാം എന്ന് വക്കീൽ ഉപദേശിച്ചു. ഞാൻ കുറെയാലോചിച്ചു. അത് വേണ്ട എന്ന് വച്ചു. സമാധാനം കിട്ടുകയെന്നതായിരുന്നു എനിക്ക് കൂടുതൽ പ്രധാനം.

എന്റെ ഭർത്താവിന്റെ രോഗം ചികിത്സിച്ചു ഭേദമാക്കാനൊന്നും ഡോക്ടർക്ക് കഴിഞ്ഞില്ല. എന്റെ കഷ്ടപ്പാടുകൾക്കും ദുരിതങ്ങൾക്കും അറുതി വരുത്താനും സാധിച്ചില്ല.... പിന്നെ, മക്കളുടെ കാര്യത്തിൽ ഞാൻ പറഞ്ഞതു പോലെ തന്നെ നടന്നു ഡോക്ടർ. അമ്മു മെഡിസിൻ പഠിച്ചു. ഇപ്പോൾ കൊച്ചിയിലെ ഒരു പ്രൈവറ്റ് ആശുപത്രിയിൽ പീഡിയാട്രീഷ്യൻ ജോലി ചെയ്യുന്നു. ഭർത്താവ് ഐ സ്പെഷ്യലിസ്റ്റ്. മാളു ബിടെക് കഴിഞ്ഞ് ബാംഗ്ലൂരിൽ ജോലി... നല്ലൊരു ജോലി.

പക്ഷെ, അവൾ ഒരു പണിയൊപ്പിച്ചു. പ്രേമം! കൂടെ ജോലി ചെയ്യുന്ന ഒറീസക്കാരൻ പയ്യൻ. പേര് രവിദാസ് മഹന്തി. ജയന്തി, ചിലന്തി എന്നൊക്കെ പറയുമ്പോലെ മഹന്തി! പേര് അതാണെങ്കിലും ചെന്നു കണ്ടപ്പോൾ എനിക്കും പയ്യനെ ഇഷ്ടപ്പെട്ടു. അമ്മുവിനും ഭർത്താവ് രാജുവിനും അത്ര ബോധിച്ചില്ലെങ്കിലും അവർ എതിർപ്പൊന്നും പറഞ്ഞില്ല. കുറച്ചു കൂടി കാത്തിരിക്കാൻ മാളുവിനോടും പയ്യനോടും പറഞ്ഞു. ഈ പ്രേമം, പ്രണയം ഇതൊക്കെ പെട്ടെന്ന് വറ്റി പോകുന്നത് ഞാൻ ചുറ്റും കണ്ടിട്ടുണ്ട്. അതൊന്ന് നോക്കാമെന്ന് കരുതിയാണങ്ങനെ പറഞ്ഞത്.

‘ഇല്ല, അവരുടെ പ്രേമം വറ്റിയില്ല. ആറുമാസം മുൻപ് ഞങ്ങൾ ആ വിവാഹം നടത്തിക്കൊടുത്തു. രണ്ടുപേരും കഴിഞ്ഞ മാസം അമേരിക്കയിലേക്ക് പോയി. മൂന്നു വർഷത്തേക്ക് കമ്പനി അയച്ചതാണ്.’

‘ചുമതലകൾ പൂർത്തിയാക്കിയല്ലോ. കാര്യങ്ങൾ നന്നായി അവസാനിച്ചല്ലോ. സുജാതക്ക് ഇനി വിശ്രമിക്കാം. എവിടെയാണ് താമസം, മകളോടൊപ്പം കൊച്ചിയിലാണോ?’ ഞാൻ അന്വേഷിച്ചു.

‘ഇല്ല ഡോക്ടർ. ഞാൻ ഇപ്പോഴും കാഞ്ഞിരപ്പള്ളിയിൽ മോഹനേട്ടന്റെ വീട്ടിൽ തന്നെയാണ് താമസം. സഹായിക്കാൻ ഒരു സ്ത്രീയുണ്ട്. പുറത്തെ കാര്യങ്ങൾ നോക്കാനും ഡ്രൈവിംഗിനുമായി ഒരാളുമുണ്ട്.’

‘എന്റെ നേരെ ഇളയ അനിയത്തിയുടെ മോൾ ബി.എ. ക്ക് പഠിക്കുന്ന കുട്ടി എന്നോടൊപ്പം താമസിക്കുന്നുണ്ട്. അമ്മുവിനെയും മാളുവിനെയും

പോലെ ഞാൻ മാലിനിയെയും വളർത്താൻ ശ്രമിക്കുകയാണിപ്പോൾ'.

'അതെ ഡോക്ടർ. എന്റെ മക്കളായ അമ്മുവിനെയും മാളുവിനെയും ഞാൻ വളർത്തിയത് തളരാത്ത മനസും, ചുറുചുറുക്കുള്ള കൈകാലുകളും ഉള്ള കുട്ടികൾ ആയാണ്.. അവർ അങ്ങനെ തന്നെ തുടർന്നും വളർന്നു. ജീവിതത്തിലെ പ്രശ്നങ്ങളൊന്നും പെട്ടെന്ന് അവരെ തളർത്താൻ പാടില്ല. എന്റെ വിശ്വാസം അവർ രണ്ടുപേരും അങ്ങനെയായിഎന്നു തന്നെയാണ്.'

ഇപ്പോഴിതാ, മാലിനിയെയും ഞാൻ അങ്ങനെ വളർത്തുന്നു.

'ഞാനൊന്നു കൂടി പറയട്ടെ ഡോക്ടർ. പെൺകുട്ടികൾക്കാണ് ശക്തിയോടും ക്ഷമയോടും വളർന്നു വരാൻ കഴിവുള്ളത്. അവർ കുടുംബത്തെ തകർക്കില്ല സ്നേഹബന്ധങ്ങളെ തളർത്തില്ല. ധൈര്യവും സ്നേഹവുമുള്ള ഒരു അമ്മ വളർത്തിയാൽ അവർ ജീവിതത്തിൽ തോൽക്കുകയുമില്ല.'

'സ്വന്തമായി പെൺകുട്ടികളില്ലെങ്കിലും, പ്രശ്നങ്ങളുള്ള എത്ര കുടുംബങ്ങളെ, എത്ര പെൺകുട്ടികളെ രക്ഷപ്പെടുത്തിയിട്ടുണ്ടാകും, ഡോക്ടർ... അതുകൊണ്ട് ഞാൻ പറയുന്നത് ഡോക്ടർക്ക് മനസിലാകും എന്നു തോന്നുന്നു.'

'തളരാത്ത മനസും ചുറുചുറുക്കുള്ള കൈകാലുകളും' — സുജാത യാത്ര പറഞ്ഞ് പിരിഞ്ഞപ്പോഴും ആ വാക്കുകൾ എന്റെ മനസിൽ ഒഴുകിക്കൊണ്ടിരുന്നു.

വിരഹകാമം

യൂണിവേഴ്സിറ്റി അധ്യാപികയായ ജയശ്രീയാണ് ഹൈസ്കൂൾ അധ്യാപികയായ അമ്മ രാധാലക്ഷ്മിയമ്മാളെ കൂട്ടിക്കൊണ്ട് കൺസൾട്ടേഷന് വന്നത്. അച്ഛന്റെ മരണത്തെ തുടർന്ന് അമ്മയുടെ പെരുമാറ്റത്തിൽ കണ്ട വ്യത്യാസങ്ങളാണ് പ്രശ്നം. നാലുമാസം മുൻപാണ് ഒരു ബാങ്കിലെ അക്കൗണ്ടന്റ് ആയിരുന്ന അച്ഛൻ ശങ്കർ റാം മരിച്ചത്.

മക്കൾ രണ്ടുപേരും തങ്ങളുടെ കുടുംബങ്ങളുമായി വേറെ വീടുകളിൽ താമസിക്കുകയാണ്. മകൻ രാംകുമാർ വൈദ്യുതി ബോർഡ് ഉദ്യോഗസ്ഥനാണ്. അച്ഛനും അമ്മയും താമസിക്കുന്ന തറവാട് വീട്ടിൽ നിന്ന് നാലു കിലോമീറ്റർ ദൂരെയാണയാൾ താമസിക്കുന്നത്. മകൾ ജയശ്രീ താൻ ജോലി ചെയ്യുന്ന യൂണിവേഴ്സിറ്റിക്ക് സമീപം ശ്രീകാര്യത്താണ് താമസിക്കുന്നത്. ജയശ്രീയുടെ ഭർത്താവ് ഹരി വിദ്യാഭ്യാസ വകുപ്പിലെ ഓഫീസർ ആണ്. രോഗിയായ അച്ഛനുമൊത്ത് അമ്മ മാത്രമായി ഒരു വീട്ടിൽ താമസിച്ചു കൊണ്ടിരിക്കുന്നതിൽ മക്കൾ രണ്ടു പേർക്കും ആശങ്കയുണ്ട്. പക്ഷെ, അവർ താമസിക്കുന്ന വീട്, ബ്രാഹ്മണഗൃഹങ്ങൾ തിങ്ങി നിറഞ്ഞു നിൽക്കുന്ന 'ഗ്രാമ'ത്തിലാണ്. വീടിന് ഒരു കിടപ്പുമുറിയും മറ്റ് അനുബന്ധ സൗകര്യങ്ങളുമേയുള്ളൂ. തൊട്ടടുത്തായി മറ്റ് വീടുകളുമുണ്ട്. അച്ഛനെയും അമ്മയെയും സ്വന്തം വീടുകളിലേക്ക് വിളിച്ചു കൊണ്ടു പോകാൻ രാംകുമാറും ജയശ്രീയും ശ്രമിച്ചു കൊണ്ടിരുന്നു. എന്നാൽ, തന്റെ അച്ഛനും മുത്തശ്ശനുമൊക്കെ ജീവിതം മുഴുവൻ ചിലവിട്ട ആ വീട്ടിൽ നിന്ന് മാറി താമസിക്കുന്നതിന് ശങ്കർറാം തയ്യാറായിരുന്നില്ല. മകനോടൊപ്പം മാറിത്താമസിച്ചാൽ രാധാലക്ഷ്മിയമ്മ ജോലി ചെയ്യുന്ന ഹൈസ്കൂളിലേക്ക് നാലു കിലോമീറ്റർ ദൂരമേയുള്ളൂ. അതേ സ്ട്രീറ്റിൽ നിന്ന് പോകുന്ന രണ്ടു സഹാധ്യാപികമാരുമുണ്ട്. സ്ട്രീറ്റ് തുടങ്ങുന്ന കവലയിൽ നിന്ന് സിറ്റി ബസിൽ പോകാൻ സൗകര്യമുണ്ട്. മകനോടും മകളോടുമൊപ്പം മാറിമാറി താമസിക്കുന്നതിന് രാധാമണിയ

മ്മാൾക്ക് ആഗ്രഹമുണ്ട്. പക്ഷെ, സ്കൂളിൽ ജോലിക്ക് പോകാൻ അസൗകര്യമാകും. പിന്നെ ഭർത്താവ് ഈ വീട് വിട്ട് പോകാൻ തയ്യാറുമല്ല. അതുകൊണ്ട് ആ വൃദ്ധദമ്പതികൾ അവിടെത്തന്നെ താമസം തുടർന്നു. അയൽപക്കക്കാരെല്ലാം പരിചയക്കാരും, തങ്ങളെ ബഹുമാനിക്കുന്നവരുമാണ്. എന്ത് സഹായത്തിനും അവരുണ്ടാകും. അതുകൊണ്ട് അവിടത്തെ താമസം തികച്ചും സുരക്ഷിതമാണ്. മകൻ രാംകുമാർ എല്ലാ ദിവസവും വീട്ടിൽ വരും. അരമണിക്കൂറെങ്കിലും അച്ഛനമ്മമാരോട് ഒപ്പം ചിലവഴിച്ചിട്ടേ മടങ്ങൂ. ജയശ്രീ ആഴ്ചയിൽ ഒരിക്കലെങ്കിലും അച്ഛനമ്മമാരെ സന്ദർശിക്കും.

രാധാലക്ഷ്മിയമ്മാൾ രാവിലെ സ്കൂളിലേക്ക് പോകുമ്പോൾ ശങ്കർറാം വീട്ടിൽ ഒറ്റയ്ക്കാകും. പക്ഷെ, അദ്ദേഹത്തിന് അശേഷം വിരസതയില്ല. കാഴ്ചശക്തിക്ക് അൽപം തകരാണ്ടെങ്കിലും വായനയിലുള്ള താൽപര്യം നശിച്ചിട്ടില്ല. അടുത്തുള്ള ദേവസ്വം ബോർഡിന്റെ ഗ്രന്ഥശാല ആരംഭിച്ച നാൾ മുതൽ അംഗമാണ് ശങ്കർറാം. ആ ഗ്രന്ഥശാലയും അനുബന്ധ ഓഫീസുകളും പണിയുന്നതിനുള്ള സംഘാടക സമിതിയിൽ അംഗമായിരുന്നു അദ്ദേഹം.. സാമാന്യം നല്ല ഒരു തുക അതിന് സംഭാവനയായി നൽകിയിട്ടുമുണ്ട്. അന്നു മുതൽ അദ്ദേഹം ഗ്രന്ഥശാലയുടെ ഉപദേശക സമിതിയിൽ അംഗമാണ്. ലൈബ്രറിയിൽ നിന്ന് ഒരു സമയം നാലു പുസ്തകങ്ങൾ വരെ വായിക്കാൻ എടുക്കാൻ അദ്ദേഹത്തിന് അനുവാദമുണ്ട്. ശാസ്ത്ര പുസ്തകങ്ങൾ, യാത്രാ വിവരണങ്ങൾ, ജീവചരിത്രങ്ങൾ എന്നിവയിലായിരുന്നു അദ്ദേഹത്തിന് താൽപര്യം. പ്രസ്തുത വിഭാഗത്തിൽ പെട്ട പുതിയ പുസ്തകങ്ങൾ ലൈബ്രറിയിൽ വാങ്ങിക്കുന്നതിന് അദ്ദേഹം നിർദ്ദേശങ്ങൾ നൽകാറുണ്ട്.

വായന കഴിഞ്ഞാൽ അദ്ദേഹത്തിന് പ്രിയം പൂജാദി കർമ്മങ്ങളിൽ ഏർപ്പെടുന്നതാണ്. വീട്ടിലെ ചെറിയ പൂജാമുറിയും പൂജാ സാധനങ്ങളും വൃത്തിയാക്കുന്നതും അദ്ദേഹം നേരിട്ടു തന്നെയാണ്. രാവിലെയും വൈകുന്നേരവും അവിടെ അദ്ദേഹം പൂജ നടത്തും. രാധാലക്ഷ്മിയമ്മാൾ പൂജകളിൽ അൽപനേരം പങ്കെടുക്കും. മകനോ മകളോ ഉണ്ടെങ്കിൽ അവരും അതിൽ പങ്കെടുക്കാറുണ്ട്. രണ്ടു വർഷം വരെ മുൻപ് രാവിലെ ഗണപതി ക്ഷേത്രത്തിലും, വൈകിട്ട് ശിവക്ഷേത്രത്തിലും ശങ്കർ റാംപതിവായി പോയിരുന്നു. ക്ഷേത്ര ദർശനത്തോടൊപ്പം വ്യായാമത്തിനും.

പരിചയക്കാരും സുഹൃത്തുക്കളുമായി ആരെയെങ്കിലും കാണാനും അത് അദ്ദേഹത്തെ സഹായിച്ചിരുന്നു. ഹൃദ്രോഗം ബാധിച്ചതിനെ തുടർന്ന് അത് അവസാനിപ്പിച്ചു. ആൻജിയോ പ്ലാസ്റ്റി ചെയ്ത് ഹൃദയ

ത്തിന്റെ ആരോഗ്യം വീണ്ടെടുത്തുവെങ്കിലും, ഭാര്യക്കും മക്കൾക്കും അച്ഛൻ തനിയെ വീടിന് പുറത്ത് പോകുന്നതിനോട് യോജിപ്പില്ല. മാത്രമല്ല, റോഡിലെ പൊടിയും വാഹനങ്ങളുടെ പുകയും ഒക്കെക്കൊണ്ടാവാം, അടിക്കടി ചുമയും കഫക്കെട്ടും ഉണ്ടായിത്തുടങ്ങി. കഴിയുന്നതും അത് ഉണ്ടാകാതെ നോക്കണമെന്ന ഡോക്ടറുടെ ഉപദേശവുമുണ്ട്. അങ്ങനെ ശങ്കർ റാം മിക്കവാറും വീട്ടിനകത്ത് ഇരിപ്പായി.

പന്ത്രണ്ടു വർഷത്തോളമായി രക്തസമ്മർദ്ദം, പ്രമേഹം, ഹൃദ്രോഗം എന്നിവയിൽ പെട്ടുഴലുകയായിരുന്നു അദ്ദേഹം. ഔഷധങ്ങളുടെയും, ചിട്ടയോടെയുള്ള ദിനചര്യയുടെയും ഫലമായി വലിയ പ്രശ്നമില്ലാതെ മുന്നോട്ട് പോകുന്നതിനിടയിലാണ് അപ്രതീക്ഷിതമായി അന്ത്യം സംഭവിച്ചത്. ഉച്ചയൂണിന് ശേഷം, കസേരയിൽ വിശ്രമിച്ചിരിക്കുമ്പോൾ കുഴഞ്ഞു വീഴുകയായിരുന്നു. ആശുപത്രിയിൽ കൊണ്ടു പോയെങ്കിലും മരണം സംഭവിച്ചു കഴിഞ്ഞിരുന്നു.

'അമ്മയുടെ പ്രശ്നമാണ്,' ജയശ്രീ കൺസൾട്ടേഷൻ വിഷയം അവതരിപ്പിച്ചു.

വിയോഗത്തിന്റെയും വിരഹത്തിന്റെയും സാഹചര്യത്തിൽ വിഷാദവും പെരുമാറ്റത്തിലെ വൈകല്യങ്ങളും സാധാരണയാണ്. പ്രത്യേകിച്ചും ദീർഘകാലം ഒന്നിച്ചു ജീവിച്ച ദമ്പതികളിൽ ഒരാൾ വേർപിരിയുമ്പോൾ. വിശദാംശങ്ങൾ ചോദിച്ചപ്പോൾ ജയശ്രീ പറഞ്ഞു.

'ദു:ഖവും ടെൻഷനുമൊന്നുമല്ല ഇപ്പോൾ അമ്മയുടെ പ്രശ്നം, ഡോക്ടർ. അത് കൂടുതൽ കോംപ്ലക്സാണ്. അമ്മതന്നെ ഡോക്ടറോട് പറയട്ടെ. ഞാൻ വെളിയിലിരിക്കാം'.

ജയശ്രീ മുറിക്ക് പുറത്ത് പോകാൻ ഒരുങ്ങി.

'അതൊന്നും വേണ്ട.... നീ കൂടെ ഇവിടെ ഇരിക്ക്. ഞാൻ തന്നെ ഡോക്ടറോട് പറഞ്ഞോളാം.' രാധാലക്ഷ്മിയമ്മാൾ പറഞ്ഞു.

'അൽപം വിചിത്രവും പറയാൻ വിഷമമുണ്ടാക്കുന്നതാണ് അമ്മയുടെ പ്രശ്നം. അതാണ് ഞാൻ വെളിയിലിരിക്കാമെന്ന് പറഞ്ഞത്,' ജയശ്രീ വിശദീകരിച്ചു.

'വേണ്ട മോളെ, നീ കൂടി ഇരിക്ക്, ഞാൻ പറയാം.'

സങ്കോചത്തിന്റെയും സംശയത്തിന്റെയും തടസങ്ങളിൽ പെട്ട് അൽപം സമയം ഉഴറിയതിന് ശേഷമാണ് രാധാലക്ഷ്മിയമ്മാൾ തന്റെ പ്രശ്നം പറഞ്ഞു തുടങ്ങിയത്.

ഭർത്താവിന്റെ മരണം അപ്രതീക്ഷിതമായിരുന്നെങ്കിലും, വലിയൊ

രാഘാതമായി രാധാലക്ഷ്മിയമ്മാളിന് തോന്നിയില്ല. അദ്ദേഹത്തിന്റെ ദീർഘകാലത്തെ അസുഖവും, ഇടക്കിടെയുള്ള ആശുപത്രി സന്ദർശനങ്ങളും കൊണ്ട് മനസ് മയപ്പെട്ടതാകാം കാരണം. എങ്കിലും ആദ്യത്തെ ഒന്നു രണ്ടാഴ്ച നല്ല വിഷമം ഉണ്ടായിരുന്നു. മനസിൽ ഇടക്കിടെ ദു:ഖം നിറഞ്ഞു. ഉറങ്ങിയും കരഞ്ഞും അത് അതിജീവിച്ചു. സ്വാമിയുടെ ജീവിതത്തിലെ ചിട്ടയും, സംസാരത്തിലും പെരുമാറ്റത്തിലും എന്നും അദ്ദേഹം പുലർത്തിയിരുന്ന സൗമ്യതയും ഓർമ്മകളുടെ നുറുങ്ങുകളായി മനസിൽ വന്നു. ധാർമ്മികതക്കും സദാചാര നിഷ്ഠകൾക്കും വലിയ പ്രാധാന്യം കൊടുത്തിരുന്ന അദ്ദേഹം ഉത്തരവാദിത്തമുള്ള ഭർത്താവും കുടുംബനാഥനുമായിരുന്നു.ബാങ്കിലെ പണിയിൽ ശുഷ്ക്കാന്തിയും താൽപര്യവും പുലർത്തിയിരുന്നെങ്കിലും അധ്യാപനമാണ് ഇഷ്ടപ്പെട്ട തൊഴിലെന്ന് എന്നും സ്വാമി പറഞ്ഞിരുന്നു.

ഹൈസ്ക്കൂളിലെ ഒരു ഗണിതാധ്യാപകനോ ഫിസിക്സ് അധ്യാപകനോ ആകണമെന്നായിരുന്നു തന്റെ ആഗ്രഹം എന്നും ഇടക്കിടെ പറഞ്ഞിരുന്നു. രണ്ടും, മിക്ക കുട്ടികൾക്കും വിഷമമുള്ള വിഷയങ്ങളാണ്. പൊതുവെ സ്കൂളുകളിലെ ഗണിതാധ്യാപനം മോശപ്പെട്ട രീതിയിലുമാണ്. ഡിഗ്രി പരീക്ഷക്ക് ശേഷം ബി.ടി. (ബി.എഡ് അന്ന് അങ്ങനെയാണ് വിളിക്കപ്പെട്ടിരുന്നത്).കോഴ്സിനു ചേരാൻ ശ്രമിക്കുന്ന സമയത്തായിരുന്നു ബാങ്കിലേക്ക് നിയമന അപേക്ഷകൾ ക്ഷണിച്ച പരസ്യം വന്നത്. അത് ലഭിക്കുകയും ചെയ്തു. ഹൈസ്ക്കൂൾ അധ്യാപകനെക്കാൾ ഉയർന്ന ശമ്പളം, സർവീസ് ആനുകൂല്യങ്ങൾ, വായ്പാ സൗകര്യങ്ങൾ. ബാങ്കിലെ ജോലി സ്വീകരിക്കണമെന്ന് അച്ഛനും ബന്ധുക്കളും ഉപദേശിച്ചു. അങ്ങനെ ബാങ്കിലെ ജീവനക്കാരനായതാണ് ശങ്കർറാം.

ഭാര്യ രാധാലക്ഷ്മിയമ്മാൾ ഹൈസ്ക്കൂൾ അധ്യാപികയായി ജോലി ചെയ്യുന്നതിൽ അദ്ദേഹത്തിന് വലിയ അഭിമാനവും സന്തോഷവുമായിരുന്നു. വീട്ടിൽ എത്ര തിരക്കും അസൗകര്യവുമുണ്ടെങ്കിലും ലീവെടുത്ത് സ്കൂളിൽ പോകാതിരിക്കുന്നത് അദ്ദേഹം വിലക്കിയിരുന്നു. സ്കൂളിലെ ക്ലാസുകളെ കുറിച്ചും പഠന പരിപാടികളെ കുറിച്ചും സഹാധ്യാപകരെ കുറിച്ചുമെല്ലാം അദ്ദേഹം ഭാര്യയോട് അന്വേഷിച്ചിരുന്നു.

കുട്ടികളുടെ പഠനത്തെയും വികൃതികളെയും കലാവാസനകളെയും കുറിച്ച് എന്നും അദ്ദേഹം ആരാഞ്ഞിരുന്നു. ഏറ്റവും മഹത്തായ ദാനമാണ് വിദ്യാദാനമെന്നും അതിനവസരം ലഭിച്ചത് ഭാഗ്യമാണെന്നും തന്റെ ഭാര്യയെ അദ്ദേഹം ഇടക്കിടെ ഓർമ്മിപ്പിച്ചിരുന്നു. ഇതെല്ലാം തന്നെയാണ് ഭർത്താവിന്റെ മരണശേഷം ഓർമ്മകളായി മനസിൽ തെളിഞ്ഞത്.

വിയോഗത്തിന്റെ നീറ്റലും അനുഭവപ്പെട്ടിരുന്നു.

എന്നാൽ ഏതാനും ദിവസങ്ങൾക്കു മുൻപ് മനസിന്റെ സ്ഥിതി ആകെ മാറി. എങ്ങനെയെന്നറിയില്ല, സ്വാമിയുമായുള്ള ശാരീരിക ബന്ധത്തെ കുറിച്ചുള്ള ചിന്തകൾ മനസിൽ കയറി വന്നു. ആദ്യമൊക്കെ രാത്രി ഉറങ്ങാൻ കിടക്കുന്ന സമയത്തും, അലസമായിരിക്കുന്ന സമയത്തും മാത്രമാണവ ശല്യപ്പെടുത്തിയിരുന്നത്. എന്നാൽ അടുത്ത ദിവസങ്ങളിൽ ഏതാണ്ടെല്ലാ സമയത്തും അവ മനസിൽ തിങ്ങിക്കയറി. രാത്രിയിലെ കാര്യം പറയുകയും വേണ്ട.ചിന്തകളോടൊപ്പം, ശരീര ഭാഗങ്ങളിലും ലൈംഗിക ബന്ധത്തിലുള്ളതിന് സമാനമായ തോന്നലുകൾ അനുഭവപ്പെടുന്നു. ഉറങ്ങാൻ പോലും കഴിയുന്നില്ല.

ഇരിക്കുമ്പോഴും കിടക്കുമ്പോഴും ഭക്ഷണം കഴിക്കുമ്പോഴുമൊക്കെ അടുത്ത് സ്വാമി ഉണ്ടെന്ന് ഒരു തോന്നൽ. ഉണ്ടെന്ന് മാത്രമല്ല, അദ്ദേഹം ലൈംഗികമായി തന്നോട് ഇടപെട്ടു കൊണ്ടിരിക്കുന്നതായി തോന്നൽ. ആദ്യമൊക്കെ ഇടക്കിടക്ക്, നേരിയ തോന്നൽ മാത്രമാണുണ്ടായിരുന്നത്. പൂജാ മുറിയിൽ പോയി പ്രാർത്ഥിച്ച് അത് മാറ്റിയെടുക്കാൻ ശ്രമിച്ചു. ചെറിയ മാറ്റം ഉണ്ടായത് പോലെ തോന്നി. പക്ഷെ, ദിവസങ്ങൾക്കകം ഇരട്ടി ശക്തിയോടെ ഈ തോന്നലുകൾ മനസിൽ തിരിച്ചു വന്നു. പൂജാ മുറിയിൽ അദ്ദേഹം ഏകാഗ്രമായിരുന്നു പൂജിക്കുന്നതായി സങ്കൽപിക്കും, അത് മനസിൽ കാണാൻ തന്നെ ശ്രമിച്ചു. പക്ഷെ, അതിനെ തള്ളി മാറ്റി സെക്സിന്റെ തോന്നലുകൾ ഒഴുകി വരും.

ദൈവവിചാരത്തിന്റെ സ്ഥാനത്ത് ഈ തോന്നലുകൾ കടന്നു വരുന്നതിനെ പറ്റി കുറ്റബോധവും ഒപ്പം എത്തി. മനസിൽ വല്ലാത്ത വിമ്മിട്ടവും വീർപ്പുമുട്ടലുമായിരുന്നു. പൂജാമുറിയിൽ കയറുന്നതും പ്രാർത്ഥിക്കുന്നതും താൻ മതിയാക്കി.

കാര്യങ്ങൾ അവിടെയും നിന്നില്ല. സെക്സിന്റെ തോന്നലുകൾ മാത്രമായിരുന്ന സ്ഥാനത്ത് അതിനോടൊപ്പമുള്ള ശാരീരിക അനുഭവങ്ങളും തോന്നിത്തുടങ്ങി. അതായത് സെക്സിന്റെ സെൻസേഷനുകൾ. ഇതാണ് എന്നെ ശരിക്കും കുഴക്കിയത്. ആദ്യമൊക്കെ ഒറ്റയ്ക്കിരിക്കുന്ന സന്ദർഭങ്ങളിൽ മാത്രമെ അവയൊക്കെ അനുഭവപ്പെട്ടുള്ളൂ. അത് മാറി. മകനോ മകളോ മരുമകനോ ആയി സംസാരിക്കുമ്പോഴും ഈ തോന്നലുകളും സെൻസേഷനുകളും മനസിനെ വിടുന്നില്ല. കുറ്റബോധവും അപമാനബോധവും – 'ഗിൽറ്റും ഷെയിമും', ഒന്നിനു മേൽ ഒന്നായി എന്റെ മനസിൽ നിറഞ്ഞു. എന്റെ മനസിലെ തോന്നലുകളുടെയും വികാരങ്ങളുടെയും കണിക പോലും അവരാരും തിരിച്ചറിയരുത്. ലാഞ്ഛന പോലും

എന്റെ പെരുമാറ്റത്തിലോ സംസാരത്തിലോ ഉണ്ടാകാനും പാടില്ല. ജയശ്രീയുടെ ഭർത്താവി ഹരി എനിക്ക് മകനെപ്പോലെയാണ്. ശരിക്കും മൂത്ത മകൻ എന്ന് പറയാം. മക്കളോട് തോന്നുന്നതിനെക്കാൾ ഏറെ വാത്സല്യവും സ്വാതന്ത്ര്യവും അവനോട് എനിക്ക് തോന്നിയിരുന്നു. തൊട്ടടുത്ത് വന്നിരുന്നു സംസാരിക്കുന്നതാണ് അവന്റെ രീതി. അങ്ങനെ അവൻ അടുത്ത് വന്നിരിക്കുമ്പോൾ ഞാൻ ഞെരിപിരി കൊള്ളും. അവൻ എത്രയും വേഗം വീട്ടിൽ നിന്ന് ഇറങ്ങി പോയാൽ മതി എന്ന് ആഗ്രഹിക്കും. പൂജാമുറിയിൽ കയറുന്നതും, ദൈവത്തോടുള്ള പ്രാർത്ഥനയും വിഫലമായി. സ്വാമിയുടെ ഫോട്ടോക്ക് മുൻപിൽ നിന്ന് കരളുരുകി പ്രാർത്ഥിച്ചിട്ടുണ്ട്. അതും നിഷ്ഫലമായി. താൻ രഹസ്യമായി സ്വയം ശിക്ഷിച്ചു തുടങ്ങി. എന്റെ കാലുകളിലും വയറിന്റെ വശത്തുമൊക്കെ ഞാൻ മുറിവും പൊള്ളലുമേൽപിച്ച് പാപ പരിഹാരം നടത്തി നോക്കി. വലിയ ഫലം കിട്ടുന്നില്ല.

'ഇത്രയും ശക്തമായ തോന്നലുകളും സെൻസേഷനുകളും വിവാഹം കഴിഞ്ഞ ചെറുപ്പകാലത്ത് പോലും എനിക്കുണ്ടായിട്ടില്ല ഡോക്ടർ. ആകെ വല്ലാത്ത ഒരു അവസ്ഥ.'

അവരുടെ ശബ്ദം ഇടറി. അവർ തെല്ലിട കണ്ണടച്ചിരുന്നു. കണ്ണ് തുറന്ന് എന്തോ പറയാൻ തുടങ്ങിയ അവർ മകളെ നോക്കി പറഞ്ഞു, 'നീ കുറച്ചു നേരം വെളിയിൽ പോയിരിക്കൂ, ഞാൻ അൽപം കൂടി ഡോക്ടറോട് സംസാരിക്കട്ടെ.'

കേട്ടപാടെ ജയശ്രീ കൺസൾട്ടേഷൻ മുറിയുടെ വെളിയിലേക്ക് പോയി.

'വിവാഹം കഴിഞ്ഞ് ആദ്യത്തെ എട്ടു പത്ത് വർഷം മാത്രമെ ഞങ്ങൾക്ക് അത്ര ആക്ടീവ് ആയ ശാരീരിക ബന്ധം ഉണ്ടായിട്ടുള്ളൂ. അതിന് ശേഷം സ്വാമിക്ക് വായനയിലും പൂജയിലും സംഗീതത്തിലും ആയിരുന്നു ശ്രദ്ധ. എനിക്ക് സെക്സും മറ്റും ആവശ്യമായി അനുഭവപ്പെട്ടിട്ടില്ല. സത്യത്തിൽ കഴിഞ്ഞ പതിനഞ്ചു വർഷത്തോളം ഞങ്ങൾക്ക് ഒരു തരത്തിലുള്ള ശാരീരിക ബന്ധവും ഉണ്ടായിട്ടില്ല. അത് ഇല്ലാത്തത് കുറവായി എനിക്ക് തോന്നിയിട്ടുമില്ല.

അങ്ങനെയൊക്കെയുള്ള എനിക്ക് അദ്ദേഹത്തിന്റെ മരണ ശേഷം ഇത്രയും തോന്നലുകളും സെൻസേഷനും ഉണ്ടാകുന്നതെങ്ങനെ. എനിക്ക് ഇതെന്തെന്ന് പിടി കിട്ടുന്നില്ല. ഇപ്പോഴത്തെ പോലെ ശക്തിയായ പ്രേരണയും സെൻസേഷനുകളും ഉണ്ടായിട്ടില്ല. സ്വാമിയെ പറ്റിയുള്ള മറ്റ് ചിന്തകളും ഓർമ്മകളും തീരെ കുറച്ചു മാത്രമെ വരുന്നുള്ളൂ. വിര

ഹത്തിന്റെ സങ്കടം ചിലപ്പോൾ വരുന്നുണ്ട്. പക്ഷെ, ശക്തിയായി വരുന്നത് ഈ വിചിത്രമായ സെക്ഷ്വൽ തോന്നലുകളാണ്. ഇതാണ് എന്റെ സങ്കടം. ഇതൊരിക്കലും മാറില്ല എന്ന തോന്നൽ, മാറില്ലയെങ്കിൽ എങ്ങനെ ഞാൻ തുടർന്ന് ജീവിക്കും, ഡോക്ടർ?', അവരുടെ കണ്ണ് നിറഞ്ഞു.

ഉറക്കത്തെയും ശരീര സ്ഥിതിയെയും കുറിച്ചും മനസിന്റെ അവസ്ഥയെ കുറിച്ചുമുള്ള വിശദാംശങ്ങൾ കൂടി ചോദിച്ചു മനസിലാക്കി. രാധാലക്ഷ്മിയമ്മയുടെ അടിസ്ഥാനപരമായ പ്രശ്നം വിഷാദരോഗം തന്നെയാണ്. വിരഹത്തിന്റെ സാഹചര്യത്തിൽ ഉണ്ടായ, വിഷാദത്തിന്റെ തീവ്രമായ ഘട്ടത്തിൽ മനസ് മോചനത്തിനായി തിരഞ്ഞെടുത്തത് വിചിത്രമായ ഈയൊരു മാർഗമായി എന്നു മാത്രം. ഇത്തരം വ്യതിയാനങ്ങൾ മാനസിക സമ്മർദ്ദം വർദ്ധിക്കുന്ന ഏത് മാനസികാവസ്ഥയിലുമുണ്ടാകാം. അബോധതലത്തിൽ മനസിനുണ്ടാകുന്ന അപഭ്രംശം ആണത്. അനുചിതം ആയ ഇത്തരം അപഭ്രംശങ്ങൾ മനസിന്റെ അസ്വീകാര്യമായ സ്ഖലിതങ്ങളാകുന്നു. സദാചാരത്തെ കുറിച്ചും, സാമൂഹ്യ മര്യാദകളെ കുറിച്ചും നിഷ്ഠകൾ പുലർത്തുന്ന രോഗിക്ക് അത് വളരെയധികം വിഷമം സൃഷ്ടിക്കുന്നു.

ഇടയ്ക്ക് മുറിയിലേക്ക് തിരിച്ചു വന്ന ജയശ്രീ കസേരയിലിരുന്നു.

'വിഷാദരോഗം വരുമ്പോൾ സെക്ഷ്വൽ ഫീലിംഗ്സ് കുറയുകയും ഇല്ലാതാകുകയും അല്ലെ സംഭവിക്കുന്നത്, ഡോക്ടർ. ഇവിടെ ഉണ്ടാകുന്നത് നേരെ മറിച്ചല്ലേ?'

വായനയിൽ നിന്നുള്ള അറിവായിരുന്നു ജയശ്രീയുടെ ചോദ്യത്തിനാധാരം.

'അതാണ് സാധാരണയായുണ്ടാകുന്നത്. പക്ഷെ, ഇവിടെ അബോധതലത്തിലെ ഒരു അപഭ്രംശത്തിൽ കൂടി മനസ് വിഷാദത്തെ അതിജീവിക്കാൻ ശ്രമിക്കുകയാണ്. അബോധതലത്തിൽ സംഭവിക്കുന്ന ആ അപഭ്രംശം നാം അറിയുന്നില്ല. അത് സൃഷ്ടിക്കുന്ന പ്രശ്നങ്ങൾ മാത്രമെ നമ്മുടെ ബോധമനസിൽ അറിയുന്നുള്ളൂ. ഒരു പ്രച്ഛന്ന വേഷമാണ് ഈ ലൈംഗിക പ്രസരത്തിലൂടെ മനസ് തേടുന്നത്. വിഷാദത്തിന്റെ നീറ്റൽ അതിജീവിക്കാൻ വിചിത്രമായ ഒരു പ്രതിരോധം. പക്ഷേ, അത് കൂടുതൽ പ്രശ്നങ്ങളുണ്ടാക്കുന്നു.

ഔഷധ ചികിത്സയും ബിഹേവിയർ സങ്കേതത്തിലുൾപ്പെടുത്തിയ മാനസിക ചികിത്സയും നൽകിയപ്പോൾ ഏതാനും ആഴ്ചകൾക്കുള്ളിൽ രാധാലക്ഷ്മിയമ്മാളുടെ രോഗ ലക്ഷണങ്ങൾ മാറി. അവർ സ്കൂളിലെ

ജോലിക്ക് പോയിത്തുടങ്ങി. ഓരോ മാസവും പരിശോധനക്ക് വന്നപ്പോൾ അവർ കൂടുതൽ കൂടുതൽ ഉത്സാഹത്തിലായിരുന്നു.

നാലഞ്ചു മാസങ്ങൾക്ക് ശേഷം മെയ്മാസത്തിൽ വന്നപ്പോൾ രാധാ ലക്ഷ്മിയമ്മാൾ വളരെ സന്തോഷവതിയായി കാണപ്പെട്ടു.

'ഞങ്ങളുടെ സ്കൂളിലെ കാര്യങ്ങളെ പറ്റി കുറച്ചു പറയാം, ഡോക്ടർ,' അവർ പറഞ്ഞു.

'ഞങ്ങളുടെ സ്കൂൾ എത്രയോ കാലമായി തിരുവനന്തപുരം ജില്ല യിലെ 'പേരുകേട്ട' സ്കൂളായിരുന്നു. സർക്കാർ സ്കൂളുകളിൽ ഏറ്റവും മോശപ്പെട്ട ഒരു സ്കൂൾ. പത്താം ക്ലാസിലെ പബ്ലിക് പരീക്ഷക്ക് ഒരി ക്കലും പത്ത് ശതമാനത്തിൽ കൂടുതൽ കുട്ടികൾ ജയിച്ചിട്ടില്ല എന്ന താണ് സ്കൂളിന്റെ ഖ്യാതി. പാവപ്പെട്ടവരും പട്ടിണിക്കാരുമായ കുട്ടി കളാണ് കൂടുതൽ. സ്കൂളിന്റെ രണ്ടുവശത്തുമായി രണ്ടു വലിയ മാർക്ക റ്റുകൾ ഉണ്ട്. ചന്ത ദിവസങ്ങളിൽ കുട്ടികൾ സ്കൂളിലേക്ക് തിരിഞ്ഞു നോക്കാറേയില്ല. ഈ സ്കൂളിലെ അധ്യാപികയാണെന്നു പറഞ്ഞാൽ, വിദ്യാഭ്യാസ വകുപ്പിലും പുറത്തുമൊക്കെ പരിഹാസവും പുച്ഛവുമാണ്. അത്രയ്ക്കാണ് സ്കൂളിന്റെ പേര്.

'പുതിയ ഹെഡ്മിസ്ട്രസ് തിരുവല്ലയിൽ നിന്ന് വന്ന സരസ്വതി യമ്മയെന്ന ടീച്ചറായിരുന്നു. കഴിഞ്ഞ വർഷം ചാർജെടുത്തു. അന്നുമു തൽ അവർ മീറ്റിംഗുകൾ കൂടി – 'ഈ കുട്ടികൾക്ക് വേണ്ടി നമുക്ക് എന്തെങ്കിലും ചെയ്യണം, ചെയ്യണ്ടെ ടീച്ചറെ?', അങ്ങനെ ചോദിച്ചു കൊണ്ടിരിക്കും. പത്താം ക്ലാസിലെ കുട്ടികളെ, പത്തു പേരുള്ള സംഘ ങ്ങളായി തിരിച്ച്, ഓരോ ദിവസവും ഓരോ സംഘത്തിലെയും കുട്ടികളുടെ രക്ഷകർത്താക്കളെ വിളിച്ചു സംസാരിച്ചു.

ചുമട്ടു കൂലിക്കാർ, ഓട്ടോറിക്ഷക്കാർ, ചാലയിലെ കമ്പോളത്തിൽ പണിയെടുക്കുന്നവർ, ഒരു തൊഴിലുമില്ലാത്തവർ, ഇവരാണ് മിക്കവരും.

പത്താം ക്ലാസിലെ കുട്ടികൾക്ക് പ്രത്യേക ട്യൂഷൻ ക്യാമ്പ് നടത്തുന്ന ഒരു പദ്ധതി ഹെഡ്മിസ്ട്രസ് ആരംഭിച്ചു. അധ്യാപകരിൽ ഞങ്ങൾ ചിലർ അതിനോട് സഹകരിച്ചു. പലരും ടീച്ചറെ നിരുൽസാഹപ്പെടുത്തി, അതിൽ നിന്ന് മാറി നിന്നു.

എന്തായാലും സരസ്വതിയമ്മ ടീച്ചർ പിൻവാങ്ങിയില്ല. ഞങ്ങൾ നാലഞ്ചു പേരുടെ സഹകരണത്തോടെ ഇംപ്രൂവ്മെന്റ് കോച്ചിംഗ് ക്യാമ്പ് എന്നു പേരിട്ട് എല്ലാ ദിവസവും ഈ കുട്ടികൾക്ക് സ്കൂളിൽ വച്ച് വൈകു ന്നേരം മൂന്നു മണിക്കൂറും, അവധി ദിവസങ്ങളിൽ അഞ്ചു മണിക്കൂറും ട്യൂഷൻ ക്ലാസുകൾ നടത്തി. ഈ പദ്ധതിയുടെ കൺവീനർ സ്ഥാനം

രാധാലക്ഷ്മിയമ്മാൾ ടീച്ചർക്ക് നൽകി.

ട്യൂഷൻ പ്രോഗ്രാം ഒരു മാസം പിന്നിട്ടതോടെ, മടിച്ചും മാറിയും നിന്ന അധ്യാപകരും അതിൽ പങ്കെടുത്തു തുടങ്ങി. രക്ഷകർത്താക്കളുടെ പ്രതികരണവും സന്തോഷിപ്പിച്ചു. അവരിൽ പലരും ക്യാമ്പ് നടത്തുന്നതിന് സഹായവും സഹകരണവുമായെത്തി. വിദ്യാർത്ഥികൾക്ക് പഠനോപകരണങ്ങൾ, ലഘുഭക്ഷണം എന്നിവ രക്ഷകർത്താക്കളുടെ സമിതിയുടെ സഹായത്തോടെ ലഭിച്ചു കൊണ്ടിരുന്നു.

നൂറ്റി പന്ത്രണ്ടു കുട്ടികളാണു ഇത്തവണ പത്താം ക്ലാസ് പരീക്ഷയെഴുതിയത്. റിസൾട്ട് കഴിഞ്ഞയാഴ്ച വന്നു. എഴുപത്തിമൂന്നു കുട്ടികൾ പാസ്സായി. അറുപത്തിയഞ്ചു ശതമാനം വിജയം. സ്കൂളിന്റെ ചരിത്രത്തിൽ ആദ്യമായി മൂന്നു ഫസ്റ്റ് ക്ലാസ്.

സ്കൂളിൽ വലിയൊരുൽസവം തന്നെയായി. കൗൺസിലറും, വിദ്യാഭ്യാസ ഡെപ്യൂട്ടി ഡയറക്ടറും, ചാലയിലെ വ്യാപാരി സംഘടനയുടെ പ്രസിഡന്റും ഒക്കെ പങ്കെടുത്ത അനുമോദനയോഗം നടത്തി. സ്കൂളിലെ മൂന്നു ക്ലാസു മുറികൾ പരിഷ്ക്കരിക്കാനുള്ള സഹായം നാട്ടുകാർ വാഗ്ദാനം ചെയ്തു. ഹെഡ്മിസ്ട്രസ് സരസ്വതിയമ്മ ടീച്ചർക്കും ഞങ്ങൾക്കും ധാരാളം അനുമോദനങ്ങളും ഉപഹാരങ്ങളും കിട്ടി.

'സരസ്വതി ടീച്ചറിനെക്കുറിച്ചും അവർ ചെയ്ത കാര്യങ്ങളെക്കുറിച്ചും കൂടി പറയാം'.

'സ്കൂളിനടുത്ത് ഒരു വീട്ടിന്റെ ഒരു ഭാഗം വാടകക്കെടുത്താണ് സരസ്വതിയമ്മ ടീച്ചർ ഇവിടെ താമസിച്ച് ജോലി ചെയ്യുന്നത്. തിരുവല്ലയിലെ വീട്ടിൽ ഭർത്താവ് പക്ഷവാതം പിടിച്ച് കിടക്കയിലാണ്. അദ്ദേഹത്തെ ശുശ്രൂഷിക്കാൻ ഒരു അകന്ന ബന്ധുവിനെ ഏർപ്പെടുത്തിയിട്ടുണ്ട്. എല്ലാ ആഴ്ചയും ശനിയാഴ്ച വൈകിട്ട് വീട്ടിലേക്ക് പോയി തിങ്കളാഴ്ച രാവിലെ സ്കൂളിൽ ടീച്ചർ തിരികെ എത്തുന്നു. സ്പെഷ്യൽ ട്യൂഷൻ ക്യാമ്പ് നടന്ന രണ്ടു മാസം ടീച്ചർ നാട്ടിലേക്ക് പോയിട്ടേയില്ല'.

'അതാണീ അറുപത്തിയഞ്ചു ശതമാനം ജയവും, മൂന്നു ഫസ്റ്റ് ക്ലാസും'.

'സ്വാമി പറഞ്ഞു കൊണ്ടിരുന്നതും, സരസ്വതിയമ്മ ടീച്ചർ ചെയ്ത് കാണിച്ചു തന്നതും വിദ്യാധനത്തിന്റെ വിലയും മഹത്വവും തന്നെ. സരസ്വതിയമ്മ ടീച്ചർ വിദ്യാഭ്യാസത്തെപ്പറ്റി അങ്ങനെയൊന്നും പറഞ്ഞിട്ടില്ല. ടീച്ചർക്ക് തത്വങ്ങളും വചനങ്ങളുമില്ല. കർമ്മം, ശുദ്ധമായ കർമ്മം മാത്രം'.

'ഈ പിള്ളാരെ രക്ഷപ്പെടുത്താൻ പറ്റുമോ എന്നു നമുക്കൊന്നു

ശ്രമിച്ചു നോക്കാം, അല്ലേ ടീച്ചറെ' – അതായിരുന്നു അവരുടെ രീതി. അങ്ങനെയാണ് ഞങ്ങളെയെല്ലാം ആ യജ്ഞത്തിൽ അവർ പങ്കാളിക ളാക്കിയത്. എത്ര ചൈതന്യമാണ് അവർ സൃഷ്ടിക്കുന്നത്? എത്ര ഊർജ മാണ് ആ ചെറിയ സ്ത്രീ പ്രസരിപ്പിച്ചു കൊണ്ടിരുന്നത്?'

'അധ്യാപികയായി ഞാൻ ഇരുപത്തി ഏഴാം വർഷം പൂർത്തിയാക്കു കയാണ്. ഇത്രയും സംതൃപ്തിയും ചാരിതാർത്ഥ്യവും ഈ തൊഴിലിൽ കിട്ടുമെന്ന് ഞാൻ ഒരിക്കലും കരുതിയിരുന്നില്ല' – രാധാലക്ഷ്മിയമ്മ സ്വഗതമെന്നോണം പറഞ്ഞു.

എന്റെ ഭർത്താവ് സ്വാമി പറഞ്ഞതിന്റെ അർത്ഥവും സത്യവും തെളി ഞ്ഞത് സരസ്വതിയമ്മ ടീച്ചർ തുടങ്ങിയ ഈ ഇംപ്രൂവ്മെന്റ് കോച്ചിം ഗിൽ മനസ് അർപ്പിച്ച് പ്രവർത്തിച്ചപ്പോഴാണ്, വിദ്യ തന്നെയാണ് ഏറ്റവും വിശിഷ്ടം, വിദ്യാദാനം തന്നെയാണ് ഏറ്റവും വിലപ്പെട്ട ദാനവും. ഏറ്റവും മോശപ്പെട്ട വിദ്യാർത്ഥിക്ക്, അത് അൽപമെങ്കിലും നൽകുന്നത് പുണ്യം.

'എന്റെ എല്ലാം പ്രശ്നങ്ങളും മാറി. സ്വാമിയെപ്പറ്റി സ്നേഹവും ആദ രവും ഭക്തിയും നിറഞ്ഞ ഓർമ്മകളും ചിന്തകളും മാത്രമെയുള്ളൂ. അവ ശേഷിക്കുന്ന മൂന്നു വർഷം കൂടി ഇതേ പോലെ ജോലി ചെയ്ത് പെൻഷൻ പറ്റണമെന്ന് ആഗ്രഹം മാത്രമാണുള്ളത്. ശക്തമായ ആഗ്രഹം തന്നെയാണത്. അതിന് ദൈവം ആരോഗ്യം തന്നാൽ മതി.'

'അമ്മ ഒരിക്കലും പ്രതീക്ഷിച്ചില്ല. ഇങ്ങനെ പൂർണമായി രോഗം മാറി ക്കിട്ടുമെന്ന്. സത്യം പറഞ്ഞാൽ ഞങ്ങളും അങ്ങനെ കരുതിയില്ല ഡോക്ടർ' – ജയശ്രീ പറഞ്ഞു

വൈധവ്യം ഏൽപിച്ച അസാധാരണവും മാരകവുമായ ആഘാത ത്തിൽ നിന്ന്, വിമുക്തയായി, അധ്യാപനത്തിൽ കൂടി സായൂജ്യം നേടുന്ന അമ്മയും, ആശ്വാസത്തോടും സന്തോഷത്തോടും മകളും യാത്ര പറ ഞ്ഞു.

യാത്രാമൊഴി

ഓഫീസ് മുറിയിൽ സുരേഷും അനിതയും കയറി വന്നത് ഉച്ചയോടടുത്തപ്പോഴാണ്. അനിതയെ ശ്രദ്ധിച്ചു. ഉലഞ്ഞ വസ്ത്രങ്ങൾ. മുഖത്ത് നല്ല ക്ഷീണമുണ്ട്. പതിവില്ലാത്തതു പോലെ സുരേഷിന്റെ വസ്ത്രങ്ങൾ മുഷിഞ്ഞിട്ടുണ്ട്. ഇരുവരും ഇരുന്നു. അവർ പറയുന്നത് കേൾക്കാനായി തയ്യാറെടുത്തു. എന്താണ് അവർക്ക് പറയാനുള്ളതെന്ന് അറിയാം. അതുകൊണ്ട് കുശലമൊന്നും ചോദിക്കാനില്ല. അവരുടെ മുഖത്ത് നോക്കിയിരുന്നതേയുള്ളൂ. ചോദിക്കാനുള്ളത് ഇത്രമാത്രമേയുള്ളൂ.

'വിവേക് പോയി അല്ലേ, എപ്പോഴാണ് സംഭവിച്ചത്?'

വേണമെങ്കിൽ അല്പം മെഡിക്കൽ ഡീറ്റെയിൽസ് കൂടെ ആരായാം, അത്രമാത്രം.

സുരേഷാണ് പറഞ്ഞു തുടങ്ങിയത്.

'മിനിഞ്ഞാന്ന് വൈകിട്ട് വിവേക് മരിച്ചു ഡോക്ടർ. ആറ് ആറര മണി സമയത്താണ്. അവസാനത്തെ രണ്ടു ദിവസം ബോധം മങ്ങിയും തെളിഞ്ഞും മാറിമാറി വന്നു. വേദനയുള്ളതായി തേന്നിയില്ല. ഐ.സി. ക്കകത്തു വച്ചു തന്നെയായിരുന്നു അന്ത്യം.'

വിവേകിന്റെ മരണം പ്രതീക്ഷിച്ചതു തന്നെ. ഈ വാർത്ത സ്വീകരിക്കാൻ സന്നദ്ധവുമായിരുന്നു. എങ്കിലും മനസ് അല്പമൊന്നു പതറി.

സുരേഷ് വീണ്ടും പറഞ്ഞു തുടങ്ങി.

'മോന്റെ മരണമല്ല ഡോക്ടർ ഇപ്പോഴത്തെ പ്രശ്നം. ഇതാ ഈ അനിത തീരെ ശരിയല്ലാത്ത രീതിയിൽ പെരുമാറുകയാണ്. ഷി ഈസ് ബിഹേവിംഗ് അബ്നോർമലി. മനസിന്റെ സമനില തെറ്റിയതു പോലെ.'

അയാൾ തുടർന്നു.

'യഥാർത്ഥത്തിൽ ഒരിക്കലും ഒരു സൈക്യാട്രിസ്റ്റ് എന്ന നിലയിൽ ഡോക്ടറെ സമീപിക്കാൻ ഇടവരരുത് എന്നായിരുന്നു ആഗ്രഹം. സാധിച്ചില്ല'.

അയാളുടെ മുഖത്ത് ലജ്ജയും അസഹ്യതയും വിരസതയുമൊക്കെ

നിഴലിക്കുന്നുണ്ട്.

രണ്ടു മാസം മുമ്പ് അനിതയെയും അവളുടെ അഞ്ചു വയസുകാരൻ മകൻ വിവേകിനെയും ആദ്യം കണ്ടത് ഓർക്കുന്നു. ആശുപത്രിയിലെ പുതിയ ഓഫീസ് മുറി കുട്ടികളുടെ ക്യാൻസർ വാർഡിന് സമീപത്താ യിരുന്നു. ഇടിഞ്ഞു പൊളിഞ്ഞു കിടന്ന മുറി നന്നാക്കിയെടുത്ത് മരാ മത്ത് പണികൾ ചെയ്യിച്ചു. പൊടിയും ചവറും നിറഞ്ഞു കിടക്കുന്ന മുറി. മുറിയിലേക്ക് കടക്കുന്നത് ഉയർന്ന ഒരു പടിവാതിലിൽ കൂടിയാണ്. വെളി യിൽ വരാന്ത. അതിന്റെ എതിർവശം കുട്ടികളുടെ ക്യാൻസർ വാർഡ്. വാർഡിലെ മിക്ക കുട്ടികളെയും അവരുടെ മാതാപിതാക്കളെയും ബന്ധു ക്കളെയും മിക്കപ്പോഴും വാർഡിന്റെ വരാന്തയിൽ തന്നെ കാണാം. ജനൽപടികളിൽ ഇരുന്ന് അമ്മമാർ കുട്ടികളെ കളിപ്പിക്കും. ചില കുട്ടി കളെ ജനൽ കമ്പികളിൽ കയറ്റി നിർത്തും. ഇളംപ്രായത്തിൽ തന്നെ മാരകമായ ക്യാൻസർ രോഗം ഏറ്റുവാങ്ങിയ ഈ കുട്ടികളിലേക്കും അവരെ ഓമനിക്കുന്ന അമ്മമാരിലേക്കും മുറിയിലിരുന്ന് ജോലി ചെയ്യു മ്പോൾ, കണ്ണുകൾ താനെ നീളും. ചെറുപ്പക്കാരും മധ്യവയസ്കരുമായ അമ്മമാർ. ചേച്ചിമാർ. അമ്മായിമാർ. കുട്ടികളുടെ അച്ഛന്മാരെയും കാണാം. നാലഞ്ചു വയസുള്ള ഒരാൺകുട്ടി ഒരു ദിവസം ക്യാൻസർ വാർഡിൽ നിന്ന് മുറിയിലേക്ക് ഓടിക്കയറി വന്നു. തൊട്ടുപുറകെ അമ്മയും എത്തി, കുഞ്ഞിനെ വാരിയെടുത്തുകൊണ്ടു പറഞ്ഞു.

'മോൻ അറിയാതെ അകത്തു കയറി വന്നതാണ്.'

മുറിയിൽ കടന്നു വന്ന തെറ്റിന് ആ ചെറുപ്പക്കാരി അമ്മ കുട്ടിക്കു വേണ്ടി ക്ഷമ ചോദിച്ചതാണ്.

ഒരു നിമിഷം അമ്മയെയും കുട്ടിയെയും നോക്കി. ഇരുപത്തിയഞ്ച് വയസിനപ്പുറം പ്രായമില്ലാത്ത ചെറുപ്പക്കാരി. നെറ്റിത്തടത്തിൽ സിന്ദൂര പ്പൊട്ട്. കുട്ടിയെ നോക്കി, നല്ല വെളുത്തു തുടുത്ത കുട്ടി. നാലഞ്ച് വയസ് പ്രായം വരും. അവന്റെ മൊട്ടയടിച്ച തലയുടെ ഒരുവശത്ത് വയലറ്റ് നിറ ത്തിൽ വലിയ വരകൾ കൊണ്ട് ചതുരം വരച്ചിരിക്കുന്നു. റേഡിയേഷനു വേണ്ടിയുള്ള അടയാളം. എന്റെ നോട്ടം കണ്ട അമ്മ പറഞ്ഞു. 'മോന് ഫാറിൻക്സിൽ (തൊണ്ടയുടെ മുകളിൽ) ക്യാൻസറാണ്. റേഡിയേഷൻ ചെയ്യാനാണ്.'

അവരുടെ പേരും സ്ഥലവുമൊക്കെ ചോദിച്ചു മനസ്സിലാക്കി. പേര് അനിത. ആലപ്പുഴക്കാരാണ്, ഭർത്താവ് സുരേഷിന് ബാങ്കിൽ ജോലി. വിവേക് ഒറ്റമകനാണ്. അവന്റെ അസുഖം മൂന്നാഴ്ച മുമ്പാണ് പ്രകടമാ യത്. ആഹാരം കഴിക്കാൻ പ്രയാസവും ഛർദ്ദിയുമാണ് ആദ്യം ഉണ്ടായ

ത്. കണ്ണുകളുടെ ചലനം കുറഞ്ഞു. അടുത്ത ആശുപത്രിയിൽ കൊണ്ടു പോയി. അവിടെ നിന്നും നിർദ്ദേശിച്ചതനുസരിച്ച് ക്യാൻസർ സെന്ററിലെത്തി. വന്ന ദിവസം തന്നെ കുട്ടിയുടെ രോഗം നിർണ്ണയിച്ചു. തൊണ്ടയിലെ ക്യാൻസർ. തലയ്ക്കകത്ത് വ്യാപിച്ചിട്ടുണ്ട്. ഓപ്പറേഷൻ കൊണ്ട് രക്ഷയില്ല. റേഡിയേഷൻ നോക്കാമെന്ന് ഡോക്ടർ പറഞ്ഞു.

തുടർന്ന് മിക്ക ദിവസവും അനിതയെയും മോനെയും വരാന്തയിലോ വാർഡിന്റെ വാതിൽക്കലോ കാണാറുണ്ട്. കാണുമ്പോൾ സംസാരിക്കാറുണ്ട്. ഭർത്താവ് സുരേഷിനെയും അനിതയുടെ മാതാപിതാക്കളെയും കണ്ടു പരിചയപ്പെടുകയും ചെയ്തു. കുട്ടിയുടെ ചികിത്സയുടെ വിവരങ്ങളും അറിയുന്നുണ്ടായിരുന്നു.

ഒരു ദിവസം അനിത വിവേകിനെയും കൈയിൽ പിടിച്ചു മുറിയിലേക്ക് കടന്നു വന്നു. വിവേകിന്റെ തലയിൽ ഒരു വിഗ് കണ്ടപ്പോൾ കൗതുകമായി.

'ഇതെന്താ അനിതാ ഇങ്ങനെ?' വിവേകിന്റെ തലയിൽ നോക്കി ആരാഞ്ഞു.

അപ്പോഴേക്കും സുരേഷ് പിന്നാലെ മുറിയിൽ എത്തിയിരുന്നു. അയാൾ പറഞ്ഞു

'ഡോക്ടർ ഇതാണ് ഇവളുടെ തോന്ന്യാസം. കുട്ടിയുടെ തലയിൽ ഈ വിഗ് വച്ചു കെട്ടിയിട്ട് വല്ല കാര്യവുമുണ്ടോ. ഡോക്ടർ തന്നെ ഒന്നു ചോദിക്കണം.'

'കാര്യമുണ്ട്... കാര്യം... ഉണ്ട്. എന്റെ മോന്റെ മൊട്ടത്തലയും അതിലെ ജ്യോമട്രി വരകളും ആരും കാണുന്നത് എനിക്കിഷ്ടമില്ല'. പരുഷമായും പരിഹാസത്തിലും അനിത മറുപടി പറഞ്ഞു.

സുരേഷ് വിട്ടു കൊടുത്തില്ല.

'എനിക്കത് മനസിലാകും ഡോക്ടർ. പക്ഷേ, അതിന് ഒരു തൊപ്പി വാങ്ങി വച്ചാൽ പോരെ. എന്തിനാണീ വിഗ്. ഇതിന് വില 2000 രൂപയായി. അനിതയുടെ ഓരോ ക്രെയ്സ്. ഡോക്ടർ തന്നെ അവളെ പറഞ്ഞ് കറക്ട് ചെയ്യണം.'

മോന്റെ തലയിലെ വിഗ്ഗിലെ മുടിച്ചുരുളുകളിൽ അലസമായി വിരലോടിച്ചു കൊണ്ട് അനിത പറഞ്ഞു.

'ഡോക്ടർ, ഈ സുരേഷ് എല്ലാ കാര്യത്തിലും ഇങ്ങനെയാണ്. വെറും യന്ത്രം പോലെ. എല്ലാത്തിനും കണക്കും കൺട്രോളും. സുരേഷിന് ഫീലിംഗ്സില്ല. ഉണ്ടെങ്കിലും അത് കണക്കും ശതമാനവും ഒക്കെ ഒപ്പിച്ചാണ്. ഒരു സൗന്ദര്യ ബോധവുമില്ല. ഡോക്ടർ, സുരേഷിന് മനസിലാ

കുന്നില്ല. എ ക്യാപ്പ് ജസ്റ്റ് കവേഴ്സ് ദ ഹെഡ്, ബട്ട് വിഗ് കംപ്ലീറ്റ്സ് ദ ഹെഡ്. തൊപ്പി തലയെ മറച്ചു തരും, പക്ഷേ, വിഗ് തലയെ പൂർണമാക്കുന്നു.' ഒരു തമാശയോ സത്യമോ പറഞ്ഞ മട്ടിൽ അനിത ചിരിച്ചു.

രണ്ടു ദിവസം കഴിഞ്ഞ് അവർ വീണ്ടും മുറിയിൽ വന്നു. അനിതയുടെ തോളിൽ വിവേക് മോനുമുണ്ട്. സുരേഷിന്റെ കൈയിലൊരു ബാഗ്. അയാൾ ബാഗ് തുറന്നു. കുറേയധികം വീഡിയോ ഗെയിം കാസറ്റുകൾ മേശപ്പുറത്ത് നിരത്തിയിട്ടു.

'ഇത് നോക്കണം ഡോക്ടർ. ഇത് മൊത്തം കഴിഞ്ഞ രണ്ടു മാസമായി മോന് വേണ്ടി അനിത വാങ്ങിക്കൂട്ടിയതാണ്. നാല്പത്തിരണ്ട് വീഡിയോ ഗെയിമുകൾ. ഇതിൽ കഷ്ടിച്ച് നാലോ അഞ്ചോ എണ്ണം വച്ച് അവൻ കളിച്ചിട്ടുണ്ടാവും. പകുതിയിലേറെ ഇവൻ കണ്ടിട്ടു പോലുമില്ല. എങ്ങനെ കാണാനാ? ഹി കുഡ്നോട്ട് ജസ്റ്റ് സീ. ഡോക്ടർക്ക് അറിയാമല്ലോ? അവന്റെ കാഴ്ചശക്തി കുറയുകയാണ്. നിയർ വിഷൻ തീരെക്കുറവ്. ഓപ്റ്റിക് നെർവിൽ ട്യൂമർ കടക്കുകയാണത്രെ. ആ കുട്ടിക്കാണ് ഇവൾ ഇങ്ങനെ വീഡിയോ ഗെയിം വാങ്ങിക്കൊടുക്കുന്നത്.'

അനിത ഒന്നും മിണ്ടാതെ ഇരുന്നതേയുള്ളൂ.

സുരേഷ് തുടർന്നു.

'ശരിയാണ്. അവന് വീഡിയോ ഗെയിം ഇഷ്ടമായിരുന്നു. പക്ഷേ ഇത്, അനിതയുടെ ഈ പർച്ചേസ് ഈസ് സ്ടുപ്പിഡ്. അനിത മോനു വേണ്ടി ചെയ്യുന്ന എല്ലാ കാര്യങ്ങളും ഇങ്ങനെയാണ് ഡോക്ടർ. പലതും അതിരു കവിയുന്നു. അവൾ യാഥാർത്ഥ്യത്തെ അംഗീകരിക്കുന്നില്ല. അവൾ മോന്റെ എല്ലാ കാര്യത്തിലും അതിക്രമിക്കുന്നു. ഷീ ഓവർഡസ് എവരിതിംഗ്.'

ആ ചെറുപ്പക്കാരന്റെ മുഖത്തേക്ക് നോക്കി. എല്ലാ കാര്യത്തിലും കണിശക്കാരനും ചിട്ടക്കാരനുമായ ആ ചെറുപ്പക്കാരന് അനിതയുടെ പെരുമാറ്റം അംഗീകരിക്കാനായില്ല. മനസിലായതു പോലുമില്ല. അയാളുടെ മുഖത്ത് നീരസമുണ്ട്.

തൊട്ടടുത്ത ദിവസം തന്നെ മറ്റൊരു പ്രശ്നവും കൊണ്ട് സുരേഷ് വന്നു.

'ഡോക്ടർ അനിതയോട് ഒരു കാര്യം പറഞ്ഞു മനസിലാക്കണം. വിവേകിന് ഓരോ ദിവസവും എട്ടും പത്തും ഐസ്ക്രീമുകളാണ് അവൾ വാങ്ങി കൊടുക്കുന്നത്. പിന്നെ സിപ്പ്-അപ്പ്, പെപ്സി, കണ്ണിൽ കണ്ടതെല്ലാം. ഇതൊക്കെ ഒന്നു പറഞ്ഞ് നേരെയാക്കണം.'

സുരേഷിന്റെ പുറകെ മുറിയിലെത്തിയ അനിത ഉടൻ തിരുത്തി.

'ഈ സുരേഷിന് അൽപം പോലും സെൻസില്ല ഡോക്ടർ.'

അവളുടെ വിശദീകരണം സ്ഥിതി വിവരക്കണക്കുകളായിരുന്നു. 'ഞങ്ങളുടെ അടുത്ത ബെഡിൽ കിടക്കുന്ന ബ്ലഡ് ക്യാൻസർ പിടിച്ച ബിജുവിന് അമ്മ ഇരുപതും ഇരുപത്തിയഞ്ചും ഐസ്ക്രീമും ഫ്രൂട്ടിയുമാണ് ദിവസവും വാങ്ങിക്കൊടുക്കുന്നത്. കൂടാതെ പൊറോട്ട, ചിക്കൻഫ്രൈ, ന്യൂഡിൽസ്. ലുക്കേമിയ പിടിച്ച അനന്തുവിന്റെ കൂടെ അമ്മയും വല്ല്യമ്മയും പാട്ടിയു (അമ്മൂമ്മ) മുണ്ട്. ഓരോ ദിവസവും 'ഗ്രാമ' (വീട്)ത്തിൽ നിന്നു തന്നെ കൊണ്ടു വരുന്ന പലഹാരങ്ങൾക്ക് കണക്കില്ല. അതു പോരാഞ്ഞ് പലതരം മിഠായികളും വാങ്ങിക്കൊടുക്കും. ഡോക്ടർ വാർഡിൽ വന്നു നോക്ക്. അവിടെ എല്ലാ അമ്മമാരും അങ്ങനെയാണ്. കുട്ടികൾക്ക് എല്ലാമെല്ലാം വാങ്ങിക്കൊടുക്കും. കുറച്ചു ദിവസം കൂടിയല്ലേ കുട്ടികൾ കൂടെയുണ്ടാകൂ. ഇപ്പോഴല്ലെങ്കിൽ പിന്നെപ്പോഴാ...?'

വാർഡിലും വരാന്തയിലും നോക്കുമ്പോൾ അനിത പറഞ്ഞത് ശരിയായിരുന്നു. വാർഡിലും വരാന്തയിലും കുട്ടികളെ തറയിൽ വയ്ക്കാതെ ഓമനിക്കുന്ന അമ്മമാരാണ്. പത്തുപന്ത്രണ്ട് വയസുള്ള കുട്ടികളെപ്പോലും അവർ തോളിലും മടിയിലും എടുത്തു നടക്കുന്നു. കുട്ടിയെ നിലത്തു വയ്ക്കാൻ അവർക്ക് മനസില്ല. ചോദിക്കുന്നതെല്ലാം നൽകുന്നു. പലഹാരങ്ങൾ, ഐസ്ക്രീം, ബലൂണുകൾ, കളിപ്പാട്ടങ്ങൾ എല്ലാം വാങ്ങിക്കൊടുക്കുന്നു. ഇനി ഏതാനും ആഴ്ചകൾ മാത്രമല്ലേ ഇതിന് കഴിയൂ?

കുഞ്ഞിന്റെ ക്യാൻസറിന് തൃപ്തികരമായ ചികിത്സയില്ലെന്നറിഞ്ഞ ദിവസം ആ അമ്മമാരുടെ മനസ് പിളർന്നതാണ്. വേദന, അമർഷം, കോപം, നിസ്സഹായത എല്ലാം ഒതുക്കിക്കഴിഞ്ഞപ്പോൾ മനസ്സിൽ ഒരൊറ്റ ചിന്ത മാത്രം. ഇനി കുറച്ചു കാലം മാത്രമേ കുട്ടി ഒപ്പമുണ്ടാകൂ. കുറച്ചു നാളുകൾ. അവന്റെ ഒരിഷ്ടവും സാധിക്കാതെ വരരുത്. ഒരു ആഗ്രഹവും ബാക്കിവയ്ക്കരുത്.

ക്യാൻസർ വാർഡിൽ പോയി അനിത പറഞ്ഞ അനന്തുവിനെ കണ്ടു. വലിയൊരു തലയുള്ള കുട്ടി. പലഹാര പ്ലേറ്റിന് മുന്നിലാണിരുപ്പ്. അവന്റെ ഒരു കൈയിൽ ജിലേബി, മറ്റേ കൈയിൽ വലിയൊരു പെപ്സി ക്യാൻ. മുന്നിൽ രണ്ട് ബലൂണുകൾ. അനന്തുവിന്റെ വലിയ വയറും വലിയ ബലൂണും വലിയ പിഞ്ഞാണം നിറയെ പലഹാരങ്ങളും. ഇരുവശത്തുമായി അമ്മയും വലിയമ്മയും പാട്ടിയും മത്സരിച്ച് അവനെ തീറ്റുകയും കൊഞ്ചിക്കുകയും ചെയ്യുന്നു. അനിത പറഞ്ഞത് അക്ഷരം പ്രതി ശരി തന്നെ.

സിമിയെന്ന പെൺകുട്ടിയെയും കണ്ടു. എട്ടൊമ്പത് വയസ്സ് പ്രായം. വിളറി വെളുത്ത് മെലിഞ്ഞ മുഖം. തലയുടെ മുൻവശം മുക്കാൽ ഭാഗവും വടിച്ച് റേഡിയേഷനുവേണ്ടി മാർക്ക് ചെയ്തിരിക്കുന്നു. തലയുടെ പിന്നിൽ അല്പം മുടി. സിമിയുടെ അമ്മ ആ മുടി ചീകി മിനുക്കി കെട്ടി വയ്ക്കുന്നു. പൂക്കടയിൽ നിന്നും വാങ്ങിയ പിച്ചിപ്പൂമാല ചൂടിക്കൊടുക്കുന്നു.

***

ഒരു ഔദ്യോഗികാവശ്യത്തിന് ഡൽഹിക്ക് പോകേണ്ടി വന്നു. ഏതാനും ദിവസങ്ങൾ കഴിഞ്ഞാണ് മടങ്ങി വന്നത്. വന്ന ദിവസം തന്നെ ക്യാൻസർ വാർഡിൽ പോയി വിവേകിനെ അന്വേഷിച്ചു. കുട്ടിയുടെ അസുഖം കൂടിയെന്നും ക്യാൻസർ സെന്ററിലെ പ്രധാന കെട്ടിടത്തിലേക്ക് അവനെ മാറ്റിയെന്നും അറിഞ്ഞു. ക്യാൻസർ വാർഡിന്റെ വാതിൽക്കൽ നിന്ന് വാർഡിനുള്ളിലേക്ക് നോക്കി. പാട്ടിയുടെ മടിയിൽ തളർന്നുറങ്ങുന്ന അനന്തുവിനെ കണ്ടു. കട്ടിലിന്റെ പടിയിൽ തലയിണകൾ നിരത്തിവച്ച് പാട്ടി ചാരിയിരിക്കുന്നു. വലിയ വയറും വലിയ തലയും കാണാം. മുമ്പിൻ പിഞ്ഞാണവും പലഹാരങ്ങളുമില്ല. അന്വേഷിച്ചപ്പോൾ അറിഞ്ഞു.അനന്തുവിന്റെ അസുഖവും പെട്ടെന്ന് വർദ്ധിച്ചു. പലഹാരങ്ങൾ പോയിട്ട്, വെള്ളം കുടിക്കാൻ പോലും ഇപ്പോൾ അവന് വയ്യാതായി. കലശലായ ഛർദ്ദി. സിമിമോളെ ഡിസ്ചാർജ് ചെയ്ത് വീട്ടിലേക്ക് കൊണ്ടു പോയത്രെ. ഇത് തൽക്കാലമുള്ള ആശ്വാസമാണെന്നും സ്ഥിതി വീണ്ടും മോശമാകുമെന്നും അവളുടെ അച്ഛനമ്മമാർക്ക് മനസ്സിലായിട്ടുണ്ട്. എങ്കിലും അസുഖം അല്പം കുറവുണ്ടായതു കൊണ്ട് വീട്ടിൽ പോകാൻ അവർ തീരുമാനിച്ചതാണ്.

വൈകുന്നേരം സുരേഷ് മുറിയിൽ വന്നറിയിച്ചു, വിവേകിന്റെ കണ്ടീഷൻ സീരിയസ് ആണെങ്കിലും ഇപ്പോൾ അത്ര ക്രിട്ടിക്കൽ അല്ലെന്നാണ് ഡോക്ടർ പറയുന്നത്. അവന് വേണ്ട ചികിത്സകളെല്ലാം കൊടുക്കുന്നുണ്ട്. സുരേഷും അനിതയും അച്ഛനമ്മമാരുമെല്ലാം ആശുപത്രിയിൽ തന്നെയുണ്ട്. അനിത ഇപ്പോൾ എങ്ങനെയാണ് പെരുമാറുന്നതെന്ന് അയാളോടാരാഞ്ഞു. ഇപ്പോഴും ആവശ്യത്തിലേറെ ഉന്മേഷവും പ്രസരിപ്പും കാണിക്കുന്നുണ്ടോ?

'ഏയ് ഇല്ല ഡോക്ടർ, അതൊക്കെ മാറി.'

അയാൾ പ്രകടമായ ആശ്വാസത്തോടെ പറഞ്ഞു.

'അവൾ അല്പം മൂഡിയാണ്. അധികം സംസാരിക്കുന്നില്ല. മോന്റെ

കിടക്കയ്ക്കരിൽ തന്നെയിരിക്കുകയാണ്. അത് സാരമില്ല. അത് നോർമൽ റെസ്പോൺസാണല്ലോ?'

അയാൾക്ക് അക്കാര്യത്തിൽ ആശ്വാസമായി.

വൈകുന്നേരം ക്യാൻസർ സെന്ററിൽ പോയി വിവേകിനെ കണ്ടു. കുട്ടിയുടെ അവസ്ഥ അത്ര നല്ലതല്ല. അനിതയുടെ മുഖത്ത് നിർവികാരതയാണ് കണ്ടത്. വിവേകിന്റെ കട്ടിൽ തലയ്ക്കൽ അവൾ നിൽക്കുന്നുണ്ടായിരുന്നു. കണ്ണുകൾ കുട്ടിയുടെ മുഖത്ത് തന്നെ തറഞ്ഞു നിൽക്കുന്നു.

അനിതയുടെ ആ നില്പും മുഖഭാവവും അത്ര പന്തിയായി തോന്നിയില്ല. സുരേഷിനെ അടുത്തു വിളിച്ചു മാറ്റി നിറുത്തി അത് പറഞ്ഞു. അനിതക്ക് സൈക്കോട്രോപ്പിക് മരുന്നുകൾ ഏതെങ്കിലും കൊടുത്താൽ വേണ്ടില്ല.

സുരേഷിന് ആ നിർദ്ദേശം സ്വീകാര്യമായി തോന്നിയില്ല. അയാൾ പറഞ്ഞു

'അങ്ങനെയൊന്നുമില്ല ഡോക്ടർ. അവൾ ക്വയറ്റാണ്. ഇപ്പോൾ ആദ്യത്തെ ഇളക്കവും വാചകവും ഒന്നുമില്ല. അവൾ ഒരു പ്രശ്നവും ഉണ്ടാക്കുന്നില്ല. അവളുടെ മാനസിക നിലക്ക് കുഴപ്പമൊന്നുമില്ല. ഷീ ഈസ് സിംപ്ലി സാഡ്. അല്ലാതെ അവൾക്ക് സൈക്യാട്രി പ്രശ്നമൊന്നുമില്ല.' അയാൾ തറപ്പിച്ചു പറഞ്ഞു.

അയാൾക്ക് ഏറ്റവും ഭയം ഉള്ളത് മാനസിക രോഗത്തോടാണ്. തന്റെ ഭാര്യക്ക് അങ്ങിനെ എന്തെങ്കിലും ഉണ്ടെന്ന് അയാൾക്ക് അംഗീകരിക്കാനാവില്ല.

മുറി വിട്ടിറങ്ങുമ്പോൾ വിവേക് ഉറങ്ങുകയായിരുന്നു. സുരേഷിനോടും അനിതയോടും യാത്ര പറഞ്ഞു. അനിത തലയാട്ടിയതായി തോന്നി. സുരേഷ് ലിഫ്റ്റിനു സമീപം വരെ അനുഗമിച്ചു.

വിവേകിന്റെ കൊച്ചു ജീവിതത്തിന് വേദനയില്ലാതെ, വലിയ വിമ്മിട്ടമില്ലാതെ വിരാമം. അനിതക്ക് വിഷാദത്തിന്റെ കയത്തിൽ വീഴാതെയും ഉന്മാദത്തിന്റെ കാടു കയറാതെയും മോന്റെ വിയോഗത്തെ ഉൾക്കൊള്ളാനുള്ള കഴിവ് – ഇതായിരുന്നു മനസിലെ പ്രാർത്ഥന.

***

ആ സുരേഷ് ഇപ്പോൾ അനിതയെയും കൊണ്ട് മുന്നിലിരിക്കുന്നു. അവളുടെ സമനില തെറ്റിയ പെരുമാറ്റം ഇപ്പോൾ അയാളെ ശരിക്കും

തളർത്തിയിരിക്കുന്നു.

'ഡോക്ടർ സൂചിപ്പിച്ചപ്പോൾ ഞാനത്ര കാര്യമാക്കിയില്ല'.

ക്ഷമാപണത്തിന്റെ സ്വരത്തിൽ അയാൾ പറഞ്ഞു.

'അത് സാരമില്ല. നമുക്കിപ്പോൾ എന്തു ചെയ്യാനാകുമെന്ന് നോക്കാം'. അയാളെ സമാധാനിപ്പിച്ചു.

സുരേഷ് വിവരിച്ചു.

'അവസാനത്തെ മൂന്നു രാവും പകലും അനിത മോന്റെ കട്ടിലിന്റെ അരികിൽ കുറ്റിയടിച്ചതു പോലെ നിൽക്കുകയായിരുന്നു. എത്ര പറഞ്ഞിട്ടും ആഹാരം കഴിച്ചില്ല. വിശ്രമം എടുത്തില്ല. കണ്ണിമ പോലും പൂട്ടിയില്ല. മോൻ മരിച്ചു കഴിഞ്ഞപ്പോൾ അവന്റെ ശരീരം വിട്ടു തരില്ലായെന്നു പറഞ്ഞ് കൈകൊണ്ട് മുറുകെ പിടിച്ചു. ഇടയ്ക്കിടെ മൃതദേഹത്തിന്റെ കൺപോളകൾ വലിച്ചു തുറന്നു നോക്കും. പൾസ് പിടിച്ചു നോക്കും. ചുണ്ടിൽ തടവും. നെഞ്ചിൽ തഴുകും. ഇതൊക്കെയായിരുന്നു അവ്ൾ ചെയ്തു കൊണ്ടിരുന്നത്.'

'വല്ലവിധവുമാണ് അവളെ മാറ്റി നിറുത്തി മൃതദേഹം ശ്മശാനത്തിലേക്ക് കൊണ്ടു പോയത്. അനിത അപ്പോഴും കരഞ്ഞില്ല. അവൾ മുറിയുടെ മൂലയിൽ ചെന്നു നിന്നു ജനാലയിലൂടെ വെളിയിലേക്ക് നോക്കി നിന്നു. എന്തു സംഭവിച്ചുവെന്ന് നോക്കണം. ഇപ്പോൾ അവൾ ശരിക്കും ഒരു മാനസിക രോഗിയായിരിക്കുന്നു. ഷി ഹാസ് ബികം എ ലുനാറ്റിക്. ഞാനൊരിക്കലും വിചാരിച്ചതല്ല. ദു:ഖം എനിക്ക് മനസിലാകും. ബട്ട് ദിസ് മാഡ്നസ്, ദിസ് ഈസ് ടൂമച്ച്.'

വേദനക്കിടയിലും അയാൾ കോപിക്കുകയും ലജ്ജിക്കുകയും ചെയ്യുന്നുണ്ട് എന്നു തോന്നി.

സുരേഷ് തുടർന്നു.

'ഇതാണ് ഡോക്ടർ ഇപ്പോഴത്തെ പ്രശ്നം. ഇവൾക്ക് മോൻ മരിച്ചതിലെ ദു:ഖമല്ല പ്രധാനം. മോൻ മരിച്ച സമയം അവൾക്ക് കൃത്യമായി അറിയാൻ കഴിഞ്ഞില്ലത്രെ. അതിന്റെ വിഷമമാണെന്ന്. ആ സമയം കൃത്യമായി അവൾക്ക് അറിയണം എന്നാണ് ആവശ്യം. ഇത് പറഞ്ഞ് വീട്ടിലാർക്കും സ്വൈര്യം തരുന്നില്ല. എന്നോടും അമ്മയോടും അച്ഛനോടും ഇതു തന്നെയാണ് ചോദിക്കുന്നത്. 'ശരിക്കും എപ്പോഴാണ് മോൻ മരിച്ചത്?' മോനെ അവസാന ദിവസങ്ങളിൽ ചികിത്സിച്ച ഡോക്ടർ ശശിധരനോടും ഇതു തന്നെയാണ് ചോദ്യം. 'കൃത്യം ഏതു സമയത്താണ് എന്റെ മകൻ മരിച്ചത്.' ക്യാൻസർ ഡോക്ടർ ശശിധരൻ ചില മെഡിക്കൽ വിശദീകരണങ്ങൾ നൽകി അവളെ തൃപ്തിപ്പെടുത്താൻ നോക്കി.'

ഡോക്ടർ പറഞ്ഞു,

'ഹൃദയം നിശ്ചലമാകുന്നു, ശ്വാസം നിലയ്ക്കുന്നു, കണ്ണിലെ കൃഷ്ണ മണി നിർജ്ജീവമാകുന്നു. എന്നാൽ ഇതൊന്നുമല്ല അനിതാ, ശരിയായ മരണം. അത് ബ്രെയിൻ ഡെത്ത് ആണ്. തലച്ചോർ പൂർണമായും നിശ്ച ലമാകുന്ന അവസ്ഥയാണ്. ദാറ്റ് മീൻസ് നോ ഇലക്ട്രിക്കൽ ആക്റ്റിവി റ്റി. ഇ.ഇ.ജി. ഫ്ളാറ്റ് ആണ്. ദാറ്റ് ഈസ് ഡത്ത്. അനിതക്ക് മനസിലായ ല്ലോ'.

മരണത്തെപ്പറ്റി തന്റെ അറിവ് ലളിതമായി പറഞ്ഞു നൽകിയ ചാരി താർത്ഥ്യത്തോടെ ഡോക്ടർ ശശിധരൻ ചോദിച്ചു. പക്ഷെ, അനിത അതൊന്നും ശ്രദ്ധിച്ചതായി പോലും തോന്നിയില്ല. അവൾക്കറിയേണ്ടത് ഇത്രമാത്രം. വിവേക് ഏത് നിമിഷത്തിലാണ് ജീവൻ വെടിഞ്ഞത്. അപ്പോൾ അവന്റെ മുഖം, അവന്റെ കണ്ണുകൾ എങ്ങനെയായിരുന്നു. ചുണ്ടുകൾ എന്തെങ്കിലും ഉരുവിട്ടിരുന്നോ? ചുണ്ടിന്റെ കോണിൽ അവന്റെ ആ പതിവു ചിരി ഉണ്ടായിരുന്നോ? ഇതെല്ലാമാണ് അനിതയുടെ ചോദ്യങ്ങൾ. ആർക്ക് പറയാൻ കഴിയും? അവരെല്ലാം അവന് ചികിത്സ നൽകുന്നതിന്റെയും പരിചരണം നൽകുന്നതിന്റെയും തിരക്കിലായിരു ന്നു. ഞങ്ങളെല്ലാം ചുറ്റുമുണ്ടായിരുന്നു. എങ്കിലും ആർക്കാണ് ഇതൊക്കെ കൃത്യമായി പറയാൻ കഴിയുക?'

അനിതയുടെ ദു:ഖം വഴിവിട്ടു നീങ്ങിയതാണ് പ്രശ്നം സൃഷ്ടിക്കു ന്നത്. വിവേകിന്റെ രോഗം അവനെ നിശ്ചയമായും കൂട്ടിക്കൊണ്ടു പോകും എന്നറിഞ്ഞതു മുതൽ അവളുടെ മനസ് ഈ അനിവാര്യതയെ നേരിടാൻ തയ്യാറെടുത്തു. അനന്തുവിന്റെയും ബിജുവിന്റെയും സിമിയു ടെയും അമ്മമാരെപ്പോലെ മോനെ ഏറെ ലാളിച്ചും അവന് വേണ്ടതെല്ലാം വാങ്ങിക്കൊടുത്തും അവൾ ആ ദു:ഖം മറക്കാൻ ശ്രമിച്ചു. കണക്കുകാ രനും കണിശക്കാരനുമായ ഭർത്താവിന് ഇതൊന്നും പിടിച്ചില്ലെങ്കിലും, പിടികിട്ടിയില്ലെങ്കിലും അവളും അതുതന്നെ ചെയ്തു. അല്പം കൂടുതലും ചെയ്തു. കാഴ്ചശക്തി തന്നെ ഏതാണ്ട് ഇല്ലാതായി കഴിയുന്ന കുട്ടിക്ക് വീഡിയോ ഗെയിമുകൾ വാങ്ങിച്ചു കൂട്ടി. അവന്റെ കാഴ്ചയിലെ, ഇത്തിരി വെട്ടത്തിൽ അവൻ ഗെയിമുകൾ കളിക്കുമെന്നോ കാണുമെന്നോ പ്രതീക്ഷ ഇല്ലെങ്കിലും അവ വാങ്ങിക്കൊണ്ടിരുന്നു. അനന്തുവിന്റെ അമ്മയും വലിയമ്മയും പാട്ടിയും ജിലേബി, ലഡു, മോദകം എന്നിവയി ലൂടെ അനന്തുവിനെ സന്തോഷിപ്പിച്ചു. ബിജുവിന്റെ അമ്മ പൊറോട്ടയും ചിക്കനും വാങ്ങി നൽകി. സിമിയുടെ അമ്മ അവളുടെ മുടിക്കെട്ടിൽ എന്നും സന്ധ്യക്ക് പിച്ചിപ്പൂമാല ചൂടിക്കൊടുത്തു. വീഡിയോ ഗെയിമു

കളും പലഹാരങ്ങളും പിച്ചിപ്പൂമാലയുടെ മണവുമായി ഈ അമ്മമാർ മരണത്തിനും തങ്ങൾക്കുമിടയിൽ പ്രതിരോധത്തിന്റെ ചെറിയ മണൽക്കൂനകൾ ഒരുക്കുകയായിരുന്നോ?

ആയിരിക്കാം. പക്ഷെ, അനിത ബുദ്ധിയുള്ള സ്ത്രീയാണ്. അവൾക്കറിയാം, ഈ പ്രതിരോധങ്ങൾ ദുർബലമാണെന്ന്. ഈ എല്ലാ അമ്മമാർക്കും അതറിയാം. എങ്കിലും അവർക്കത് ചെയ്യാതെ വയ്യ. മരണം ഒടുവിൽ വിജയിക്കുമ്പോൾ, ഈ അമ്മമാർ കരയുന്നു. പൊട്ടിത്തകരുന്നു.

പക്ഷേ, അനിതക്ക് അങ്ങനെയൊരു കരച്ചിൽ വശമില്ല. ബുദ്ധിയോടൊപ്പം അച്ചടക്കവും ശീലിച്ച ഒരു യുവതിയാണവൾ. ദു:ഖം അങ്ങനെ പ്രകടിപ്പിക്കാൻ അവൾക്ക് ശീലമില്ല. അങ്ങനെ കരഞ്ഞു, കരഞ്ഞു ദു:ഖം കഴുകിയിറക്കാൻ അവളുടെ ശിക്ഷണവും ഈഗോയും അനുവദിക്കില്ല.

എന്താണൊരു മാർഗം? മനസ് കണ്ടുപിടിച്ച മാർഗങ്ങളിലൊന്ന്, തീവ്രദു:ഖത്തിന്റെയും ദുരന്തത്തിന്റെയും സാഹചര്യത്തെ വിസ്മൃതമാക്കുകയോ വികലമാക്കുകയോ ചെയ്ക എന്നതാണ്. മകന്റെ മരണം വിസ്മൃതിയുടെ കറുത്ത മൂടുപടത്തിൽ മറച്ചു വയ്ക്കാം, അതിനെ അങ്ങനെ നിരാകരിക്കാം.

ഈ നിരാകരണം പൂർണമാകുകയാണെങ്കിൽ കനത്ത വിസ്മൃതിയുടെ ഒരു ഖണ്ഡം മനസിൽ വീഴും.

ചുരുക്കത്തിൽ മകന്റെ മരണത്തിന്റെ സൂക്ഷ്മമായ അടയാളങ്ങൾ പെറുക്കാൻ അനിത ശ്രദ്ധയോടെ നിന്നു. ആ നിമിഷം കണ്ടെത്താൻ, മകനുമായി അത് പങ്കിടാൻ. പക്ഷെ, ആ കാത്തിരിപ്പിൽ മരണത്തിന്റെ വൈകാരികതലം, അതിന്റെ സാന്ദ്രതയോടും ആർദ്രതയോടും ഉൾക്കൊള്ളാൻ അവൾക്ക് കഴിഞ്ഞില്ല.

മകന്റെ മരണം യാഥാർത്ഥ്യമാണ് എന്ന് അവൾക്ക് പൂർണമായി ബോധ്യപ്പെടണം. അവളുടെ പ്രശ്നം രണ്ടാണ്. ഒന്ന് ആ മരണത്തിന്റെ മുഹൂർത്തം. അത് നേരിട്ട് ബോധ്യമാകണം. ആ സമയത്ത് അവിടെ, അവളുടെ സാന്നിധ്യം ഉണ്ടായിരുന്നെന്ന് ഉറപ്പു വരുത്തണം.

വിവേകിന്റെ മരണം യാഥാർത്ഥ്യമാണ് എന്ന് അവൾക്ക് പൂർണമായി ബോദ്ധ്യപ്പെടുണം. ബുദ്ധിപരമായി അവൾക്കറിയാം മോന്റെ മരണം സംഭവിച്ചു കഴിഞ്ഞുവെന്ന്. എന്നാൽ വൈകാരികമായി അത് ഉൾക്കൊള്ളാൻ അവൾക്ക് ഇനിയും കഴിഞ്ഞിട്ടില്ല. ഈ സന്ദർഭം അവളുടെ ബോധധാരയിൽ ഒരു മൂടലിൽപ്പെട്ടിരിക്കുകയാണ്. ഒരു കാർമേഘം പോലെ ഒരുതരം വിസ്മൃതിയിലാണ്. ഇത് മാനസികതലത്തിൽ തന്നെ പരിഹ

രിക്കണം.

അതിനുവേണ്ടത് ആദ്യമായി മനസിനെ റിലാക്സ് ചെയ്യിപ്പിക്കുക എന്നതാണ്. ഒരുപക്ഷെ, ഔഷധങ്ങൾ വേണ്ടിവരും. ചിലപ്പോൾ ഹിപ്പ്നോട്ടിസവും. സൈക്കോതെറാപ്പിയിലെ ഓപ്പൺ സെഷനുകളിൽ കൂടിയും അത് സാധിക്കും. പക്ഷേ, അനിത ആ അവസ്ഥയിലായിരുന്നില്ല. സൈക്കോതെറാപ്പിയുടെ മുന്നോടിയായി സൈക്കോട്രോപ്പിക് ഔഷധങ്ങൾ ചെറിയ അളവിൽ നൽകി. രണ്ടുമൂന്നു ദിവസം കഴിഞ്ഞപ്പോൾ റിലാക്സ് ചെയ്യാനുള്ള മാനസികനില അവൾക്ക് കിട്ടി. തുടർന്ന് അനിത റിലാക്സേഷൻ ചികിത്സയിൽ സഹകരിച്ചു. റിലാക്സേഷൻ ഏതാണ്ട് നന്നായി വശത്താക്കിക്കഴിഞ്ഞപ്പോൾ അനിതയുടെ മനസിന്റെ പ്രശ്നങ്ങൾ നേരിട്ട് കൈകാര്യം ചെയ്തു തുടങ്ങി. അനിത സംസാരിച്ചു തുടങ്ങി.

'മോൻ അധികം ജീവിക്കില്ല എന്ന് എനിക്ക് അറിയാമായിരുന്നു. അവന്റെ മരണത്തെ അംഗീകരിക്കാനും ഞാൻ തയ്യാറായിരുന്നു. തൊണ്ടയിൽ വളർന്ന് തലച്ചോറിലേക്ക് വ്യാപിച്ച ആ ക്യാൻസറിൽ നിന്നും അവനെ രക്ഷിക്കാൻ വൈദ്യശാസ്ത്രത്തിന് ഇനി കഴിയില്ല എന്നറിയാനുള്ള തിരിച്ചറിവ് എനിക്കുണ്ട്. അവന്റെ മരണം അത് ഞാൻ പ്രതീക്ഷിച്ചിരുന്നതാണ്. പക്ഷെ, ഡോക്ടർ എന്റെ മടിയിൽ തലവച്ചു കൊണ്ടായിരിക്കണം എന്റെ മോൻ യാത്ര പറഞ്ഞു പോകുന്നത് എന്നതായിരുന്നു എന്റെ ആഗ്രഹം... അത് നടന്നില്ല.'

'ശരിയാണ്, അവന്റെ കിടക്കയ്ക്കരികിൽ ഞാൻ അവസാനത്തെ ആ ദിവസങ്ങളിലെല്ലാം ഉണ്ടായിരുന്നു. അവന്റെ മൂക്കിലും വായിലും ഒക്കെ കുഴലുകൾ. ഓക്സിജൻ മാസ്ക്ക്, അവന്റെ കുഞ്ഞു നെഞ്ചിൽ ഇലക്ട്രോഡുകൾ, മോണിറ്ററുകൾ. ഞാനവന്റെ കൈയിൽ മുറുകെ പിടിച്ചിരുന്നു. അവൻ മരിക്കുന്ന നിമിഷം അവനോടൊപ്പം ഞാൻ ഉണ്ടാകണം എന്ന് എനിക്ക് നിർബന്ധവുമായിരുന്നു. ആ നിമിഷം എനിക്ക് പങ്കിടണം. അവന് യാത്രയ്ക്കുള്ള അനുവാദം ഞാൻ നൽകും. അവന്റെ കണ്ണിലും കവിളിലും ഉമ്മവച്ച് ഞാനവനെ യാത്രയയക്കും. അവനെ യാത്രയയ്ക്കുന്നത് ഞാനായിരിക്കും. ഞാനല്ലേ അവനെ ഭൂമിയിൽ കൊണ്ടു വന്നത്?'

'ഞാൻ അവനെ സൂക്ഷ്മമായി ശ്രദ്ധിക്കുന്നുണ്ടായിരുന്നു. അവന്റെ നാഡിമിടിപ്പ്, അവന്റെ ശ്വാസോച്ഛ്വാസം, അവന്റെ കണ്ണിലെ പ്രകാശം, നാഡി നിൽക്കുന്നോ, ശ്വാസം നിലയ്ക്കുന്നോ, കണ്ണിലെ വെളിച്ചം പൊലിയുന്നോ, അതോ തെളിയുന്നോ ആ.... അറിയില്ല. രണ്ടായാലും, അവൻ

ജീവൻ വെടിയുന്ന ആ നിമിഷം എനിക്ക് പിടിച്ചു പറ്റണമെന്നും അവനോടൊപ്പം അപ്പോൾ ഞാനുണ്ടാകണമെന്നും എനിക്ക് നിർബന്ധമായിരുന്നു.'

പൊട്ടിക്കരഞ്ഞു കൊണ്ട് അനിത തുടർന്നു. 'ഒന്നും പറ്റിയില്ല ഡോക്ടർ. എന്റെ പൊന്നുമോൻ വിവേക് ജീവിതം വെടിഞ്ഞ നിമിഷം തിരിച്ചറിയാൻ എനിക്ക് കഴിഞ്ഞില്ല. ഞാനെന്തൊരു വിഡ്ഢിയാണ്? എന്റെ പൊന്നുമോൻ, അവന്റെ ജീവിതം എനിക്ക് നഷ്ടപ്പെട്ടു. മറ്റൊരു മാർഗ്ഗമില്ല. വൈദ്യശാസ്ത്രം നിസ്സഹായമാണ്. നാമെല്ലാം നിസ്സഹായരാണ്. മോന്റെ ജീവിതം എനിക്കു നഷ്ടപ്പെട്ടു.'

'പക്ഷെ, അവന്റെ മരണം; അതെങ്കിലും, ആ നിമിഷമെങ്കിലും, എനിക്ക് പങ്കിടണമെന്ന് ആശയുണ്ടായിരുന്നു. അതിന് എനിക്ക് കഴിഞ്ഞില്ല. എനിക്ക് ഒരു പിടിയും കിട്ടുന്നില്ല... ഇത് ഞാനെങ്ങനെ സഹിക്കും? ഞാനെന്തൊരു ഭാഗ്യഹീനയാണ്.' അനിത തേങ്ങിക്കൊണ്ടിരുന്നു.

ഇതിനുശേഷം റിലാക്സ് ചെയ്തു കിടക്കുന്ന അനിതയോട് വിവേകിന്റെ അസുഖം തുടങ്ങിയതു മുതലുള്ള രംഗങ്ങൾ ഓർമ്മയിൽ കൊണ്ടു വരാൻ നിർദ്ദേശിച്ചു. മകന് അസുഖം തുടങ്ങിയതു മുതലുള്ള വിവരങ്ങൾ അനിതയെക്കൊണ്ട് ഓർമ്മിപ്പിക്കാൻ ശ്രമിച്ചു. കൃത്യമായി ഓരോ ദിവസത്തെയും കാര്യങ്ങൾ അനിത വീണ്ടെടുത്തു കൊണ്ടിരുന്നു. മോന് ക്യാൻസർ ആണെന്ന് കണ്ടുപിടിച്ച ദിവസം ആശുപത്രിയിൽ പോയത്, ലാബ് പരിശോധനകൾ, എല്ലാത്തിനും ശേഷം ഡോക്ടർ അസുഖം വളരെ കടുത്തതാണെന്നും അവൻ കുറച്ചു ദിവസങ്ങൾ മാത്രമേ ജീവിക്കുകയുള്ളുവെന്ന് കണ്ടുപിടിച്ച് അറിയിച്ചത്... എല്ലാമെല്ലാം. ആദ്യം അത് അംഗീകരിക്കാൻ മനസ് കൂട്ടാക്കിയില്ല. ഡോക്ടർക്ക് തെറ്റു പറ്റിയതാകണേ എന്നുപോലും ആഗ്രഹിച്ചു.

വീട്ടിൽ അച്ഛനമ്മമാരും വെറുതെയിരുന്നില്ല. കളത്തിൽ കവടി നിരത്തി മുനിഞ്ഞു കത്തുന്ന വിളക്കിനു മുമ്പിൽ ഇരുന്നു കൊണ്ട് നഗരത്തിലെ പേരുകേട്ട ജോത്സ്യൻ കവടിയിൽ കണ്ണോടിച്ചു കൊണ്ട് പറഞ്ഞു.

'ഞാനും പ്രതീക്ഷ കാണുന്നില്ല. ദേ.... ഇവിടെ ആയുസ്സ് അറ്റു പോകുന്നു'.

മുമ്പിലെ കളങ്ങളിലൊന്നിൽ കൈചൂണ്ടി ഒരു വിശിഷ്ടസത്യം പ്രത്യക്ഷപ്പെട്ടതു പോലെ അയാൾ ഉരുവിട്ടു.

പിന്നെ ക്യാൻസർ സെന്ററിലെ തീവ്രപരിചരണ വിഭാഗത്തിലെ വിവേകിന്റെ അവസാന ദിവസങ്ങൾ. ഓരോ നിമിഷത്തിലെയും ഓർമ്മകൾ

ഒഴുകി.

വിവേകിന്റെ അവസ്ഥ മോശമായിക്കൊണ്ടിരുന്നു. രാപ്പകലില്ലാതെ അവന്റെയരികിൽ നിന്ന് അവന്റെ കൈയും മുറുകെ പിടിച്ച് അനിത മിക്കവാറും നിന്നു. ചിലപ്പോൾ മാത്രം ഇരുന്നു.

ക്യാൻസർ സെന്ററിലെ ഏറ്റവും മുകളിലത്തെ മുറിയിലായിരുന്നു, ഇളം നീല നിറത്തിലെ ചുവരുകളുള്ള മുറി. പടിഞ്ഞാറു വശത്ത് ജനാല. വെളിയിൽ നോക്കുമ്പോൾ നേർരേഖ പോലെ നീല നിറത്തിൽ കടൽ കാണാം. വ്യോമസേനാ താവളത്തിനു ചുറ്റും മൊട്ടക്കുന്നുകൾക്ക് മുകളിൽ സൂര്യൻ മറയാനൊരുങ്ങുന്നു. ആകാശത്തിൽ ചുവപ്പും ഓറഞ്ചും നീലയും പച്ചയും നിറങ്ങൾ ചിതറിക്കിടക്കുന്നു. സ്വർണ്ണവരകൾ അരികിലുള്ള മേഘത്തുണ്ടുകൾ. കളിപ്പാട്ടങ്ങളും കുഞ്ഞുടുപ്പും പോലെ അവ ചിതറിക്കിടന്നു..

ചികിത്സയുടെ ടെക്നിക്ക് ഇവിടെ വച്ചു മാറുന്നു.

സൈക്യാട്രിസ്റ്റിലെ ചികിത്സകൻ മന്ത്രിച്ചു.

ഓർമ്മകൾക്ക് പകരം ഇനി മുതൽ സങ്കല്പത്തെ ഉപയോഗിക്കണം, അനിതയുടെ സങ്കൽപം ഉണർത്തണം.

'അനിതാ, കിടക്കയിൽ വിവേക് മോൻ കിടക്കുന്നത് കാണുന്നില്ലേ. അവന്റെ മുഖം മൂടിയ ഓക്സിജൻ മാസ്ക്ക് ഇപ്പോഴില്ല. മൂക്കിലും വായിലും കുഴലുകളില്ല. അവന്റെ കണ്ണുകൾ, ചുണ്ടുകൾ എല്ലാം പണ്ടത്തെപ്പോലെ. നെറ്റിയിൽ മുടിച്ചുരുളുകൾ. വിഗ്ഗിന്റേതല്ല. അവന്റെ ശരിക്കുള്ള തലമുടി. കണ്ണുകളുടെ കോണിൽ അനിത എന്നും കണ്ടിരുന്ന ചിരി. ചുണ്ടുകൾക്കിടയിൽ ഏതോ വാക്കുകൾ. കണ്ണുകളിൽ അതേ പ്രകാശം.

തല ചെരിച്ച് അവൻ ജനാലയിലൂടെ നോക്കുന്നു. അനിതയും അവിടേക്ക് നോക്കൂ.

സന്ധ്യ. നിറങ്ങൾ കലരുന്ന, പടരുന്ന, മങ്ങുന്ന സന്ധ്യ. കാറ്റ് ഒഴുകാതെ നിൽക്കുന്ന നിമിഷം. മരങ്ങൾ പ്രാർത്ഥനയോടെ ആകാശത്തിലേക്ക് നോക്കി ചലനമില്ലാതെ നിൽക്കുന്നു.

വിവേക് മോൻ അമ്മയുടെ മുഖത്തേക്ക് വീണ്ടും നോക്കുന്നു. കണ്ണുകളിൽ ഒരു പ്രകാശനാളം. ചുണ്ടുകളിൽ ഒരപേക്ഷ.

അമ്മേ, ഞാൻ പൊയ്ക്കോട്ടെ. വേദനയും വൈരൂപ്യവും ദു:ഖവും നൽകുന്ന ശപിക്കപ്പെട്ട ഈ രോഗത്തിൽ നിന്ന് രക്ഷപ്പെട്ട് ഞാനൊന്ന് പൊയ്ക്കോട്ടെ... അമ്മയല്ലേ... എന്റെ പുന്നാരയമ്മയല്ലേ?

ഒരിളംകാറ്റ് വീശി. ആകാശത്തിന്റെ അതിരുകളിൽ നിന്ന് ഒരു അരണ്ട

വെളിച്ചം ഭൂമിയിലേക്ക് ഒഴുകിയിറങ്ങി.

അനിതക്ക് മനസിലായി, 'തന്റെ പൊന്നുമോൻ വിവേകിന് യാത്രയ്ക്ക് അനുമതി നൽകാനുള്ള നിമിഷം. രോഗവും വേദനയും നിറഞ്ഞ ഭൂമിയെ വിട്ട് അവന് യാത്രയാകാനുള്ള സമയം.'

'മോനെ, നിനക്കിനി യാത്രയാകാം.'

ആകാശത്തിന്റെ അകലങ്ങളിൽ മിന്നിത്തെളിഞ്ഞ നക്ഷത്രക്കുട്ടൻ.

വെള്ളിടി പൊട്ടി. അനിത പൊട്ടിപ്പൊട്ടിക്കരഞ്ഞു. മനസിന്റെ ആഴങ്ങളിൽ വീർപ്പുമുട്ടി നിന്ന മഴമേഘങ്ങൾ ഇരമ്പിയിറങ്ങി. കവിൾത്തടത്തിലൂടെ കണ്ണുനീർ ഒഴുകിയിറങ്ങി.

ആ കരച്ചിൽ ഏറെ ഉച്ചത്തിലായിരുന്നു.

ചികിത്സാമുറിയുടെ പുറത്ത് കാത്തുനിന്ന സുരേഷ് ആശങ്കയോടെ ചാരിയ വാതിൽ തുറന്ന് മുറിക്കുള്ളിലേക്ക് നോക്കി. ആംഗ്യം കൊണ്ട് അയാളെ സമാധാനിപ്പിച്ചു നിറുത്തി.

വളരെ നേരം തേങ്ങിക്കരഞ്ഞ് അനിത കിടക്കയിൽ തളർന്നു കിടന്ന് മയങ്ങി.

മൂന്നാഴ്ച നീണ്ടു നിന്ന തെറാപ്പിയിലെ ഒൻപതാമത്തെ സെഷനായിരുന്നു അത്. രണ്ടുമൂന്നു ദിവസം കഴിഞ്ഞ് വീട്ടിലേക്ക് പോകാൻ യാത്ര ചോദിച്ചിറങ്ങുമ്പോൾ അനിത ശാന്തയായിരുന്നു. വിവേക് മോന്റെ ജീവിതം അവൾക്ക് ഇനി പങ്കിടാനാവില്ല. പക്ഷേ, അവന്റെ മരണം അവൾ പങ്കിട്ടു. അത് അവൾക്ക് സത്യമായി. സത്യമായിട്ടും അവൾക്കിനി ദു:ഖിക്കാം. കരയാം. മകന്റെ ഓർമ്മകളെ തഴുകാം. രാത്രി സുരേഷിന്റെ നെഞ്ചിൽ ചേർന്നു കിടന്ന് തേങ്ങിക്കരയാം. ജനാലയിലൂടെ ആകാശച്ചെരിവിലെ തന്റെ നക്ഷത്രക്കുട്ടനെ നോക്കി ഉറങ്ങാതെ കിടക്കാം.

കാലത്തിന്റെ കൈകളിൽ തന്റെ തീരാദു:ഖത്തെ ഏല്പിക്കാം. അതിലൂടെ ഒഴുകാം. അതിന്റെ തഴുകലിൽ മനസിനെ അടക്കി നിർത്താം. ഓർമ്മകളുമായി ജീവിതം തുടരാം.

സ്നേഹിച്ചവർ വേർപ്പെട്ടു പോയ നമ്മിൽ ഓരോരുത്തരെയും പോലെ....

www.ingramcontent.com/pod-product-compliance
Lightning Source LLC
LaVergne TN
LVHW102036051026
849518LV00014B/1992